'हाऊ टू गेट व्हॉट यू वॉण्ट अ‍ॅण्ड वॉण्ट व्हॉट यू हॅव'
या इंग्रजी पुस्तकाचा मराठी अनुवाद

'स' सुखाचा!

व्यक्तिगत प्रगतीसाठी व्यावहारिक मार्गदर्शक

लेखक
जॉन ग्रे

अनुवाद
अ‍ॅड. शुभदा विद्वांस

मेहता पब्लिशिंग हाऊस

HOW TO GET WHAT YOU WANT AND
WANT WHAT YOU HAVE by JOHN GRAY

Translated into Marathi Language by Adv.Shubhada Vidwans

'स' सुखाचा! / मार्गदर्शनपर

अनुवाद : ॲड. शुभदा विद्वांस

Email : author@mehtapublishinghouse.com

प्रकाशक : सुनील अनिल मेहता, मेहता पब्लिशिंग हाऊस,
१९४१, सदाशिव पेठ, माडीवाले कॉलनी, पुणे – ४११०३०.

मुद्रक : ट्रिनिटी ॲकॅडमी फॉर कॉर्पोरेट ट्रेनिंग लिमिटेड

मुखपृष्ठ : चंद्रमोहन कुलकर्णी

प्रकाशनकाल : जून, २०११ / ऑगस्ट, २०११ / ऑगस्ट, २०१२ /
पुनर्मुद्रण : मे, २०१६

किंमत : ₹ २९५

P Book ISBN 9788184982411
E Book ISBN 9789387319318
E Books available on : amazonkindle Apple Books Google Play Books

---

आठवणींच्या आधी जाते
तिथे मनाचे निळे पाखरू,

अशा आपल्या संसारातले 'झाड'पण
जपणाऱ्या स्मृती ठेवून जाणाऱ्या
कै. अनिल विद्वांस यांना
सादर अर्पण

अनुवादिकेचे मनोगत

प्रिय वाचक,

आज तुमच्यासमोर माझे हे दुसरे अनुवादित पुस्तक घेऊन येताना आनंद होत आहे. इंग्रजी भाषेत अशी अनेक उपयुक्त पुस्तके आहेत की जी आयुष्याच्या वाटेवर पावलोपावली उपयोगी पडतात, पण त्याचा लाभ इतर भाषिकांना घेता येत नाही, म्हणूनच अशा पुस्तकांचे जगभर सुमारे चाळीस भाषांमध्ये भाषांतर झाले आहे, त्यामुळे मी सुद्धा त्या मोहात पडले तर त्यात नवल ते काय?

'हाऊ टू गेट व्हॉट यू वॉण्ट ॲण्ड वॉण्ट व्हॉट यू हॅव' खरोखर जॉन ग्रे म्हणतात ते किती सार्थ आहे! 'आपल्याला हवे ते आपण मिळवू सुद्धा शकतो पण जे आपण मिळवले आहे ते आपल्याला आवडत राहणे' हे जीवनातील खरे आव्हान आहे. या पुस्तकात आपल्याला हवे ते कसे मिळवायचे याचा कानमंत्र दिला आहे. खऱ्या अर्थाने याला साहित्य म्हणता येईल. तुम्हाला माहिती आहे का साहित्याचा अर्थ काय आहे? स + हित म्हणजे साहित्य. आपल्याबरोबर इतरांचे सुद्धा हित साधणे. आपल्याला जे ज्ञान झाले आहे त्याचा इतरांनासुद्धा उपयोग व्हावा या हेतूने साहित्याची निर्मिती केली जाते.

या पुस्तकात लेखकाने आपल्या प्रत्येकामध्ये असणाऱ्या प्रेमाच्या दहा तळ्यांची भन्नाट कल्पना मांडली आहे तसेच प्रेमाची दहा जीवनसत्त्वे, ती कशी मिळवायची याचे मार्गदर्शन फार सुंदर पद्धतीने केले आहे. मानवी आयुष्याची दहा विशिष्ट कालावधीत विभागणी व त्या प्रत्येक कालावधीची विशिष्ट लक्षणे थक्क करणारी आहेत. तसेच आपल्या प्रत्येकाला सतावणारे बारा प्रकारचे मनोगंड आणि त्यावरील उपचार वाचले की जॉन ग्रे हे जागतिक कीर्तीचे महान मानसोपचारतज्ज्ञ आहेत याची प्रचिती येते. ध्यानधारणेचे महत्त्व हा तर पुस्तकाचा मूळ गाभा आहे. तो आपल्याला थेट हिंदू संस्कृतीपाशी नेऊन ठेवतो, तसेच आपल्या नकारात्मक भावनांवर प्रक्रिया कशा कराव्या, पत्र लेखनाद्वारे नकारात्मक जाणिवांपासून मुक्त कसे व्हावे या

सगळ्या अभिनव कल्पना आहेत. पूर्वी कधीतरी 'दु:ख भगाओ लेप' अशा नावाच्या औषधाची जाहिरात वाचली होती त्याचीच मला आठवण झाली.

हे पुस्तक मानसोपचारावर आधारित आहे, त्याचवेळी हे आध्यात्मिकसुद्धा आहे. हे स्वानुभवांवर आधारलेले आहे, तसेच आयोजित केलेल्या कार्यशाळांमधले खरेखुरे अनुभव यामध्ये आहेत. हे पुस्तक वाचताना आपण कल्पतरुखाली बसलो आहोत असा भास होतो. मन आत्मविश्वासाने भरून जाते आणि आता 'अशक्य' हा शब्द नेपोलियनप्रमाणे आपल्याही आयुष्यातून बाद होतो.

या पुस्तकात हिंदू संस्कृतीची पाळेमुळे रुजलेली वाटतात, त्यामुळे आपल्यासारख्या लोकांना हे पुस्तक नक्कीच खूप जवळचे वाटेल अशी खात्री वाटते. आपले स्वत:शी जोडलेले असणे, आत्मिक समाधान, 'चित्ती असो द्यावे समाधान' हे सगळे काय आहे? आपल्या संतांच्याच शिकवणी आहेत ना?

हे पुस्तक फक्त एकदाच वाचून ठेवण्यासाठी नाही असा माझा तुम्हाला प्रेमाचा सल्ला आहे, कारण हे पुस्तक तुमचे जीवन सुफल करण्यासाठी उपयुक्त ठरेल. तुमच्या आयुष्यातील पेचप्रसंग सोडवण्यासाठी तुम्हीही यामध्ये सांगितलेले अनुभवसिद्ध तंत्र वापरू शकता. हे पुस्तक तुम्हाला नक्कीच मार्गदर्शक ठरेल ही सदिच्छा!

ॲड. शुभदा विद्वांस

या पुस्तकात तुम्ही काय वाचाल?

या पुस्तकाची सुरुवात ज्या प्रस्तावनेने केली आहे ती अतिशय माहितीपूर्ण आहे. त्यामध्ये पुस्तकाची मध्यवर्ती कल्पना काय आहे ते सांगितले आहे आणि वैयक्तिक यश म्हणजे काय ते संपादन करण्याचे कौशल्य, त्याचे चार टप्पे, आपले स्वभावदोष, त्यावर मात कशी करायची हे सगळे सोदाहरण स्पष्ट केले आहे.

पहिल्या प्रकरणात पैशाने सुख विकत घेता येत नाही हे त्रिकालबाधित सत्य सांगितले आहे. त्याचवेळी पैशाचे महत्त्व कमी नाही हे सुद्धा सांगितले आहे. सत्य समाजाच्या गळी उतरवताना लोकोत्तर पुरुषांना सुद्धा किती कष्ट पडले, ते सांगितले आहे. सुखाचा शोध आपण बाह्य जगात घेतो पण सुख हे आपल्या आतच असते याचा प्रथम उच्चार या प्रकरणात करून हीच कल्पना हळूहळू विस्तारित केली आहे.

प्रकरण दुसरे हे आपल्या जाणिवा तीव्र करून दाखवते. तुम्ही जर सुखाचा शोध अटीतटींवर अवलंबून ठेवला तर हे सुख तुम्हाला मिळत नाही. दुर्दैवाने चांगले वाटण्यासाठी आपण बाह्य गोष्टींचा आश्रय घेतो- यामध्ये वैयक्तिक यश व भौतिक यश यातील फरक सांगितला आहे.

प्रकरण तिसरे असे सांगते की तुम्ही तुमचे स्वत्व सोडून दिले तर बाह्यसुख मिळवणे सोपे असते. जगात असेही लोक आहेत की लौकिक अर्थाने त्यांच्याकडे काहीच नाही, पण तरीही ते सुखी आहेत, पण तरीही फक्त अंतर्यामी सुखी असणे पुरेसे आहे का? असा प्रश्न लेखकानेच आपल्याला विचारला आहे. ऐहिक सुखाचा परित्याग करण्याचा अनुभव स्वत: घेतला आहे आणि हाच त्यांच्या आयुष्यातील टर्निंग पॉईंट कसा ठरला ते सांगितले आहे.

प्रकरण चौथे- यामध्ये फारच नवीन कल्पना मांडली आहे, ती म्हणजे प्रेमाची जीवनसत्वे. ती दहा प्रकारची आहेत आणि त्या प्रत्येकावरचे विवेचन अगदी सुंदर शब्दांत मांडले आहे.

प्रकरण पाचवे तर आणखीनच अभिनव कल्पना मांडते की, आपल्या शरीरात प्रेमाची काल्पनिक दहा तळी आहेत आणि आपले मानसिक आरोग्य चांगले राहण्यासाठी ही सगळी तळी सदैव भरलेली ठेवणे गरजेचे आहे, तसेच या प्रकरणात स्वप्रेमाचे माहात्म्य सांगितले आहे. जेव्हा तुमचेच स्वत:वर प्रेम नसते तेव्हा दुसरे कोणी तुम्हाला आनंदी करू शकत नाही.

सहाव्या प्रकरणात अशा विशिष्ट कालावधीबद्दल सांगितले आहे की ज्या कालावधीत आपल्याला विशेष प्रेमाच्या जीवनसत्त्वाची गरज भासते व ते विशिष्ट व्यक्तीकडून मिळावे लागते तरच आपले व्यक्तिमत्त्व उत्तम घडू शकते.

सातव्या प्रकरणात प्रेमाची दहा तळी कोणती, ती कशी भरायची? या महत्त्वाच्या गोष्टीचे विवेचन केले आहे, अर्थात आपली प्रेमाची तळी भरण्याचे मार्ग आपणच शोधून काढले पाहिजेत.

आठव्या प्रकरणात ध्यानधारणेचे महत्त्व सांगितले आहे. सर्वच धर्मांतील आणि सर्व थरांमधील लोकांनी ध्यानधारणेचे महत्त्व एकमुखाने मान्य केले आहे. तुम्हाला हवे असलेले सुख जगण्याची ताकद तुमच्यामध्ये ध्यानधारणेमुळे येऊ शकते. ध्यानधारणेचे वेगवेगळे प्रकारही यामध्ये सांगितले आहेत.

नवव्या प्रकरणात ध्यानधारणा कशी करायची ते सांगितले आहे. ध्यानधारणा करताना कुठली प्रार्थना म्हणावी हे सांगितले आहे. ध्यानधारणेमुळे दैनंदिन जीवनात कसे छोटे छोटे चमत्कार घडतात याची उदाहरणे दिली आहेत. तुमच्या उद्दिष्टांची निश्चिती तुम्ही केली तर तुम्हीच तुमचा दिवस घडवणारे शिल्पकार असता.

दहाव्या प्रकरणात डिचार्जिंग म्हणजे नकारात्मक ऊर्जा शरीराबाहेर टाकणे याबद्दलचे विवेचन आहे. नकारात्मक ऊर्जा म्हणजे लोकांना त्यांच्या वैयक्तिक सुखामध्ये बाधा निर्माण करणारी शक्ती. जीवनविषयक काही अवघड तत्त्वे लेखकाने येथे सोपी करून सांगितली आहेत, त्यासाठी जी उदाहरणे दिली आहेत ती वाचून आपण जणू काही प्रयोगशाळेत एखादा प्रयोग करत आहोत असे वाटते.

अकराव्या प्रकरणात असे सांगितले आहे की नकारात्मक भावनांची जाणीव होणे आवश्यक आहे कारण ती जर झाली नाही तर त्यामधून मुक्तता मिळत नाही. या भागात भावनांचे व्यवस्थापन ही एक नवीन कल्पना सांगितली आहे, तसेच भावनांवर संस्कार करायला सांगितले आहेत.

बाराव्या प्रकरणात तुम्हाला हवे ते मिळविण्यासाठी विशेष प्रयत्न कसे करायचे ते सांगितले आहे. तीव्र इच्छा, जाणिवा आणि श्रद्धा यांचा मूलमंत्र दिला आहे, तसेच काही वेळेस परिस्थितीला शरण जाणे कसे फायद्याचे असते ते सुद्धा सांगितले आहे.

तेराव्या प्रकरणात: तुम्हाला हवे ते मिळवून देणारी जादूची झप्पी ही तुमच्याकडेच असते, फक्त तुमच्या अती तीव्र इच्छांचा तुम्हाला सतत पाठपुरावा करावा लागतो, तसेच सिग्नलच्या हिरव्या व लाल दिव्यांचा प्रत्यक्ष आयुष्यात असलेला संदर्भ मोठा गमतीशीर आहे तसेच देवाला आपल्याला मदत करण्यासाठी फक्त आपली विनंती हवी असते असे सांगून मोठा आशावाद निर्माण केला आहे.

चौदाव्या प्रकरणात लेखकाने एक सिद्धान्त मांडला आहे, की ज्या गोष्टीला आपण विरोध करत असतो तीच आपला पाठपुरावा करत असते. या शिवाय या प्रकरणातील 'रेझिस्टन्स गेम' आपणही खेळून बघायला हरकत नाही, तसेच 'तुमच्या जोडीदाराला विरोध करणे सोडून द्या' हा मोलाचा सल्लाही दिला आहे.

पंधराव्या प्रकरणात आपल्या वेगवेगळ्या इच्छांबद्दल सांगितले आहे व त्यांचा आदर करण्यास सांगितले आहे. आपल्याला प्रत्यक्षात जे हवे आहे त्यापासून दूर ठेवणाऱ्या बारा गोष्टी असतात, त्या म्हणजे सूडबुद्धी, जवळीक, संशय, तर्कशुद्धता, आव्हान, नम्रता, टाळणे, समर्थन, नकार, मालकी हक्क, प्रतिक्रिया आणि त्याग.

सोळाव्या प्रकरणात लेखकाने बारा मूलभूत मनोगंडांबद्दल सांगितले आहे. प्रत्येकामध्येच त्यातले कोणते कोणते मनोगंड असतात. त्यांच्यावर उपचार कसे करायचे याचे योग्य मार्गदर्शन केले आहे. या कल्पना समजायला सोप्या असल्या तरी प्रत्यक्षात अमलात आणणे अवघड आहे.

सतराव्या प्रकरणात ध्यानधारणेद्वारा उपचार कसे करता येतात याचा मौलिक सल्ला दिला आहे, तसेच जाणिवपत्रांची, प्रतिसाद पत्रांची अभिनव व प्रभावशाली उपचारपद्धती सांगितली आहे. भूतकाळातील भावनांवर प्रक्रिया कशी करायची ते सांगितले आहे. हे सर्व उपचार अनुभवसिद्ध आहेत.

अठराव्या प्रकरणात संपूर्ण पुस्तकाचा परामर्श घेतला आहे आणि वैयक्तिक यश ही काही ठरावीक लोकांची मक्तेदारी उरलेली नाही असं ठामपणे सांगून समारोप केला आहे.

अनुक्रमणिका

आपल्यासमोरील आव्हाने

आयुष्यातील खरे आव्हान हे पाहिजे ती गोष्ट मिळविण्यात नसते तर मिळवलेली गोष्ट सतत कायमस्वरूपी हवी असण्यात असते. खूप लोक आपल्याला हवी ती गोष्ट मिळविण्यात किंवा साध्य करण्यात यशस्वी होतात, पण थोड्याच दिवसांत त्यांचे त्यातील स्वारस्य निघून जाते. ते जे काही मिळवतात, ते त्यांना पुरेसे वाटत नाही आणि त्यांना सतत काहीतरी कमतरता भासते. ते कधीच स्वत:वर खूश नसतात. त्यांच्या नातेसंबंधांवर खूश नसतात. त्यांच्या प्रकृतीवर खूश नसतात आणि त्यांच्या कामावर तर कधीच खूश नसतात. त्यांची मन:शांती ढळण्याचे नेहमीच काहीतरी कारण असते.

आणि या पार्श्वभूमीवर असे काही समाधानी लोक आहेत, की आपण कोण आहोत? आपण काय करतो? आपल्याजवळ किती आहे? याची ते फिकीर करत नाहीत. त्यांना तर हे पण कळत नाही की आहे त्यापेक्षा जास्त आपण कसे मिळवू शकतो? त्यांच्या हृदयाचे दरवाजे खुले असतात, पण तरीही त्यांची स्वप्ने सत्यात कधीच उतरू शकत नाहीत. अशी माणसे काही प्रयत्न करत नाहीत असे नाही, पण इतरांना एवढे कसे मिळते याबद्दल त्यांना नेहमीच आश्चर्य वाटते. तेसुद्धा प्रयत्नांची पराकाष्ठा करतात. अनेक लोकांचे वर्गीकरण या दोन लोकांच्या प्रवृत्ती असलेल्या लोकांमध्ये कुठेतरी होते.

वैयक्तिक यश हा एक विचार आहे. ही एक अशी जागा आहे, की येथून तुम्हाला काय पाहिजे ते मिळवता येते आणि जे तुमच्याकडे आहे त्याबद्दल तुमची आसक्ती कायम राहते. वैयक्तिक यशाचे मापदंड हे- तुम्ही कोण आहात? तुमच्या मालकीचे काय काय आहे? किंवा तुम्ही काय साध्य केले आहे?- यावर अवलंबून नसतात; उलटपक्षी वैयक्तिक यश हे तुम्हाला स्वत:बद्दल वाटणारा आदर, तुम्ही काय केले व तुमच्याकडे जे आहे याबद्दल तुम्हाला होणारा आनंद यावर अवलंबून असते. वैयक्तिक यश हे आपल्या अंतर्गतच असते, फक्त त्याबद्दलच्या आपल्या कल्पना व हेतू स्वच्छ पाहिजे.

वैयक्तिक यश म्हणजे तुम्हाला पाहिजे ते तुम्ही मिळवणे आणि मिळवलेल्या गोष्टींबद्दल आसक्ती असणे होय.

पण तरीही वैयक्तिक यश म्हणजे फक्त आनंदी वाटणे किंवा आयुष्यावर खूश असणे एवढेच नाही, तर तुम्हाला हवे ते तुम्ही मिळवू शकता हा आत्मविश्वास आणि हवे ते मिळवण्यासाठी घ्याव्या लागणाऱ्या कष्टाची तयारी- या गोष्टीही त्यामध्ये समाविष्ट आहेत. तुम्हाला पाहिजे तसे आयुष्य साकारण्यासाठी आवश्यक असणारे तुमचे स्वच्छ विचार वैयक्तिक यशासाठी अपेक्षित आहेत. काहींसाठी वैयक्तिक यश म्हणजे केवळ इतरांपेक्षा अधिक कसे मिळवावे हे शिकणे आहे, तर इतरांसाठी बाकीच्यांपेक्षा आम्ही सुखी कसे आहोत हे सिद्ध करणे आहे, पण बऱ्याच लोकांसाठी या दोन्ही गोष्टी मिळविण्याचे कौशल्य शिकणे म्हणजे वैयक्तिक यश.

वैयक्तिक यश संपादन करताना तुम्हाला केवळ मिळणाऱ्या संधीवर वा नशिबावर वा काळावर किंवा उज्जवल भविष्यावर विसंबून राहून चालणार नाही, हे जरी खरे असले की काही लोक जन्मत:च काही विशिष्ट क्षमता घेऊन आलेले असतात तरी कौशल्य संपादन करण्यासाठी ही गोष्ट शिकावी लागते, तिचा सराव करावा लागतो तर वैयक्तिक यश मिळते, पण तुमच्यासाठी एक चांगली बातमी अशी आहे की वैयक्तिक यश कसे मिळवता येईल हे तुम्ही आता शिकू शकता आणि तुम्ही कधी कल्पनासुद्धा केली नसेल इतके तुम्ही यशाच्या जवळ आता जाऊ शकाल. काही लोकांसाठी तर त्यांनी त्यांच्या विचारप्रणालीत आणि वागण्या-बोलण्यात अगदी क्षुल्लक पण महत्त्वाचे बदल केले तरी त्यांना पाहिजे तसे परिपूर्ण आयुष्य जगता येईल.

आपल्या विचारांमधील अगदी क्षुल्लक पण महत्त्वाचे बदल मोठ्या वैयक्तिक यशाचे दालन आपल्याला खुले करून देऊ शकतात.

फक्त एक, दोन गोष्टींनी मर्म समजावून घेण्यानेसुद्धा अक्षरश: एका रात्रीतून तुमच्या आयुष्यात खूप मोठे बदल घडू शकतात. जरी भोवतालची परिस्थिती बदलली नाही तरी तुमचा आयुष्याकडे बघण्याचा दृष्टिकोन बदलला तर क्षणात आयुष्य बदलून जाते. असा विचार करा, की सूर्य तळपत आहे. साध्या डोळ्यांनी बाहेर बघायला त्रास होतो आहे अशा वेळी जर डोळ्यांवर गॉगल्स चढवले तर तुम्ही चार गोष्टी आरामात बघू शकता ना! तसेच हे काही छोटेसे बदल किंवा तडजोडी म्हणू या आपण- केल्या तर तुम्ही फक्त आनंदीच व्हाल असं नव्हे तर आत्मविश्वासाने

भरून जाल आणि तुमची खात्री पटेल की तुम्हाला जे हवे आहे त्याच मार्गावरून तुम्ही जात आहात.

वैयक्तिक यशाचे चार टप्पे

आयुष्यात जास्त यश मिळविण्यासाठी चार टप्प्यांमधून जावे लागते. या संपूर्ण पुस्तकात या चार टप्प्यांबद्दल आपण जास्त खोलवर जाऊन अभ्यास करणार आहोत. हे टप्पे पुढीलप्रमाणे -

१) टप्पा पहिला: प्रथम तुमचे उद्देश्य नक्की करा. आता तुम्ही नेमके कोठे आहात ते ओळखा. अंतर्यश आणि बाह्ययश यांचा योग्य समतोल ठेवण्यासाठी तुम्हाला कोणत्या मार्गाने जायचे आहे ते स्वत:शी स्पष्ट करा. तुम्ही कितीही जास्त प्रयत्न केलेत तरी पण जर तुम्ही चुकीच्या दिशेने गेलात तर तुमच्या मार्गात फक्त अडथळेच येतील. तुम्हाला सतत प्रतिकारच होईल आणि तुम्हाला पाहिजे तिथे तुम्ही कधीही पोहोचू शकणार नाही, पण तुमचा आतला आवाज किंवा आत्म्याची इच्छा आणि मानसिक, शारीरिक व हार्दिक इच्छा यांच्या अलौकिक सुसंगतीतून तुम्हाला अंतर्बाह्य यश मिळेल हे नक्की.

२) टप्पा दुसरा: तुमच्या गरजा ओळखून त्या पूर्ण करा. स्वत:शी प्रामाणिक राहून आपल्या गरजा पूर्ण कशा करायच्या ते शिकून घ्या. फक्त असे म्हणणे पुरेसे नाही की मला माझ्यासारखेच बनायचे होते. स्वत:ला समजावून घेण्यासाठी आणि स्वत:शी प्रामाणिक राहण्यासाठी प्रत्येक माणसाला प्रेम आणि आधार याची जरुरी आहे. असे प्रेम आणि आधार दहा प्रकारचे आहेत. एकदा का तुम्हाला हे समजले की आपल्या जवळ काय नाही आणि ते कसे मिळवायचे की मग तुम्हाला अंतर्गत यश मिळाल्याचा अनुभव येईल. एखादी नवीन गाडी आहे ती नक्की चांगली चालणारच पण तुम्ही जर तिच्यात इंधन भरले नाही तर ती कशी चालेल? हे तसेच आहे. तुमची प्रेमाची गरज जर पूर्ण झाली नाही तर तुम्हाला तुमचे स्वत्व सापडणे कठीण आहे.

३) टप्पा तिसरा: तुम्हाला काय पाहिजे ते मिळवा. त्यासाठी स्वत:शी प्रामाणिक राहूनच हे बाह्य यश मिळविण्याची गुपिते समजावून घ्या. तुम्ही असे केलेत तर या जगात तुम्हाला काय पाहिजे ते तुम्ही मिळवू शकता. उत्कट इच्छा, सकारात्मक दृष्टिकोन आणि तीव्र जाणिवा यांचे महत्त्व लक्षात घ्या. तुमच्या नकारात्मक भावनांची बाकीच्यांना माहिती करून द्या आणि त्या त्यांच्यावर सोपवून तुमच्या आशा-आकांक्षा बळकट करा.

४) टप्पा चौथा: तुमच्या प्रगतीतले अडथळे दूर करा. तुम्हाला माहिती

आहे का की सर्वसाधारणपणे बारा प्रकारचे स्वभावदोष असतात की जे तुम्हाला तुमच्या प्रगतीच्या मार्गापासून दूर खेचत असतात, परावृत्त करत असतात. हे बारा दोष पुढीलप्रमाणे-

१. दुसऱ्याला दोष देणे **२.** औदासीन्य **३.** काळजी **४.** अलिप्तता **५.** टीकाखोर स्वभाव **६.** निर्णय न घेता येणे **७.** वेळकाढूपणा **८.** परिपूर्णतेचा ध्यास **९.** आत्मवंचना **१०.** संभ्रम **११.** अपराधीपणा **१२.** स्वभावातील कटुता

दीप्तीला नवरा मिळाला!

दीप्ती जेव्हा प्रथम आमच्या 'वैयक्तिक यश' या विषयावरील कार्यशाळेत शिकण्यासाठी आली तेव्हा ती ऐहिक सुख मिळविण्यासाठी धडपडत होती आणि लग्नासाठीसुद्धा आसुसलेही होती. प्रथम आम्ही तिला आंतरिक सुख आणि शांती मिळविण्यासाठी तिने कुठली उद्दिष्टं ठेवायला हवीत ते सांगितले, त्यामुळे तिच्या स्वत:शीच चालू असलेल्या संघर्षाकडे दुर्लक्ष करणे तिला जमले, पण हा बदल घडण्यापूर्वी तिला हे जाणवणे महत्त्वाचे होते की तिला हवा असलेला आधार आणि प्रेम तिला मिळत नाही. ती स्वत:च स्वत:ला ताणतणावांमधून मुक्त होण्याची परवानगी देत नव्हती आणि स्वत:ला पाहिजे ते करत नव्हती, पण आता कार्यशाळेत आल्यापासून तिच्यामध्ये सकारात्मक बदल घडत होते. आता ती स्वत:वर आणि आयुष्यावर खूश होती. आपल्याला हवे ते करू शकत होती.

आता तिला फक्त उत्तम नोकरीच मिळाली असे नव्हे तर तिच्या कल्पनेतील पुरुष तिला भेटला होता- ज्याच्याशी तिने लग्नही केले. तिच्या या नवीन वैवाहिक जीवनात स्थिरावण्यासाठी तिला तिच्या स्वभावातील तीन मानसिक दोष काढून टाकावे लागले. पूर्वीही तिला अशी संधी मिळाली होती, परंतु लग्नाचा निर्णय घेताना ती संभ्रमात पडत असे. ती त्या व्यक्तीतील दोषच काढत बसे आणि त्यामुळे कुठल्याही निर्णयाप्रत येऊ शकत नसे, परंतु स्वभावातील या त्रुटी बाजूला केल्यानंतर तिच्यावर प्रेम करणाऱ्या व्यक्तीबरोबर ती संबंध प्रस्थापित करू शकली. अशा प्रकारे वैयक्तिक यशाची चार टप्प्यांची शिडी चढूनच दीप्तीचे स्वप्न सत्यात उतरले.

श्यामने बेकरी सुरू केली!

श्यामला नेहमी वाटे की आपली स्वत:ची बेकरी असावी पण तो त्याच्या दूरदर्शनवरील नोकरीत आता चांगला स्थिरावला होता. त्याला ते काम आवडत

नव्हतं, शिवाय अधून मधून बरोबर काम करणाऱ्या लोकांवर तो खूप रागवत असे, त्यांच्यावर टीका करत असे. वैयक्तिक यश संपादन करण्याच्या कार्यशाळेत आल्यावर श्यामला सर्वांत आधी आनंदी राहण्याची आणि आपले ध्येय निश्चित करण्याची गरज होती, त्यासाठी आपण सध्या कोणत्या परिस्थितीतून जात आहोत हे डोक्यातून काढून टाकण्याची गरज होती. आता त्याने ध्यानधारणा करण्यात यश मिळवल्यामुळे त्याचा परिणाम म्हणून परिपूर्णतेची व आनंदाची जाणीव त्याला होऊ लागली.

आता त्याची जुनी नोकरी पण तो आनंदाने करू लागला. पूर्वी वाटणारी अस्वस्थता, असमाधान आता वाटत नव्हते. त्याला हवा असणारा मानसिक आधार त्याला ध्यानधारणेतून मिळाला. आता आपल्याला नक्की काय हवे आहे हे त्याला स्पष्ट दिसू लागले. हव्या हव्या वाटणाऱ्या छोट्या-छोट्या गोष्टी तर त्याला लगेचच मिळू लागल्या. रोज घडणाऱ्या या छोट्या चमत्कारांनी तो भारावून गेला; म्हणजे त्याला वाटले की आज एखादा छोटासा प्रवास घडावा की 'तथास्तु' म्हटल्यासारखे तसेच व्हायचे. एखाद्या वेळी वाटले की आपल्यावर स्तुतिसुमने उधळली जावीत, आपल्याला लोकांनी विश्वासात घेऊन काही सांगावे की तसेच व्हायचे, त्यामुळे आपण काही तरी घडवू शकतो हा त्याचा आत्मविश्वास वाढला.

या आत्मविश्वासामुळेच त्याला पूर्वी जी स्वप्ने पडत ती आता पुन्हा पडायला लागली. त्याने त्याची नोकरी सोडून दिली आणि स्वत:ची बेकरी काढली. हा बदल घडवून आणण्याच्या मार्गात अडथळे ठरणारे त्याचे स्वभावदोष त्याने काढून टाकले. नोकरीत असताना त्याला सतत येणारा राग आणि वारंवार होणारी चिडचिड नाहीशी झाल्यामुळे हे जमले, तसेच निर्णय घेण्यात त्याच्याकडून होणारा वेळकाढूपणा आणि निर्णय घेण्याची असमर्थता हे त्याच्या यशाच्या मार्गातील अडसर दूर झाल्यामुळेच आज तो प्रचंड यशस्वी झाला आहे.

पुत्रभेटीचा घडे महोत्सव!

श्रीरंग पारसनीस हे अतिशय धनाढ्य असे उद्योगपती होते. तेही सुखाच्या शोधात आमच्या या कार्यशाळेत दाखल झाले. लौकिक दृष्टीने पाहता त्यांना काही कमी नव्हते. त्यांच्या यशाची चढती कमान लोकांनी पाहिली होती, पण तरीही ते दु:खी होते. त्यांचे तीन घटस्फोट झाले होते आणि त्यांच्या मुलांशी त्यांचे संभाषण नव्हते. वरवर पाहता त्यांच्याकडे सगळे होते, पण त्यांचा समुपदेशक आणि त्यांच्या तिघी पत्नी (पूर्वाश्रमीच्या) यांनाच माहिती होते की ते सुखी नाहीत. ज्या

लोकांकडे पैसे नाहीत तेही कल्पनासुद्धा करू शकत नाहीत की करोडो रुपये बाळगून असलेला माणूस दु:खी असू शकतो; पण खेदाने म्हणावे लागावे लागते की, बऱ्याच अंशी असे असते!

श्रीरंगरावांनी सुख शोधण्यासाठी स्वत:च्या अंतरंगात डोकावायला सुरुवात केली. त्यांच्या एवढ्या मोठ्या संपत्तीचा उपभोग घेण्यासाठी त्यांना कोणाची तरी सुंदर साथ हवी होती, पण त्यांनी स्वत: तरी कोठे त्याचा उपभोग घेतला होता? त्यांना आपल्यासमवेत एखादी सुंदर स्त्री बरोबर असली की खूप बरे वाटत असे, पण आता वर्षभर एकटे राहूनही आपण आनंद उपभोगू शकतो हे आता ते शिकले. या वर्षभरात ते जगभर फिरून आले.

या प्रवासातून त्यांच्या असे लक्षात आले की ते एकटे, स्वत:च्या बळावर सुखी राहू शकतात. दरम्यानच्या काळात खास मुलांसाठी वेळ काढून त्यांनी मुलांबरोबरचे त्यांचे संबंध जिव्हाळ्याचे बनवले. जेव्हा त्यांना आवश्यक असलेले प्रेम ते मिळवायला व द्यायला शिकले तेव्हा त्यांचा सुखाचा शोध थांबला. त्यांच्या जवळच असलेले हे सर्व त्यांना परत मिळाले याचा त्यांना आनंद झाला आणि खऱ्या सुखशांतीपासून आपण विनाकारणच वंचित राहिलो याची त्यांना जाणीव झाली.

आयुष्यातील आव्हाने

एकदा आपण वैयक्तिक पातळीवर यशस्वी झालो की आयुष्यातील संघर्ष कमी होतो. पूर्वी जे अवघड वाटत होते ते आता सर्व सोपे वाटायला लागते, याचा अर्थ आयुष्यातील प्रश्न संपले का? तर नाही, पण ते सोडवण्यात आता तुम्ही यशस्वी होत आहात. जे दरवाजे आत्तापर्यंत बंद होते ते आता उघडले गेले. तुम्हाला सगळ्यातून मुक्त झाल्यासारखे वाटेल आणि तुम्ही हवे ते करण्यास मोकळे व्हाल. आयुष्याला सामोरे जाण्यासाठी तुम्ही पूर्ण साधनसामग्रीनिशी सज्ज व्हाल. आयुष्यातली ही अटळ आव्हाने तुमच्यासमोर संधी बनून येतील आणि तुम्ही आणखी ताकदवान बनाल.

आत्तापर्यंत तुम्हाला तुमच्या आंतरिक ताकदीचा व चांगुलपणाचा कधीच प्रत्यय आलेला नव्हता, पण आता तुम्ही तुमच्या आंतरिक शक्तीच्या झगमगत्या प्रकाशात न्हाऊन निघाल आणि तुम्हाला तुमचा मार्ग सापडेल. अशा अंधाऱ्या रात्रीतील ती पहाट ठरेल. या जगात येण्यामागचे तुमचे प्रयोजन काय हे तुम्हाला स्पष्ट दिसेल आणि या जगात तुम्ही एकटे नाही आहात याची तुम्हाला जाणीव होईल. तुमच्यावर प्रेम करणारे आणि तुम्हाला आधार देणारे या जगात आहेत हे

सत्य तुम्हाला तरल अनुभव देईल.

स्वत्वाच्या या जाणिवेची पहाट होताच तुमच्या अंधकारमय प्रवासाच्या मार्गात त्याची प्रभा फाकून तुमचा मार्ग उजळून जाईल.

वैयक्तिक यश ही काही काल्पनिक मन:स्थिती नाही की, जी संघर्ष, निराशा किंवा औदासीन्य यापासून दूर असेल. वैयक्तिक यश संपादन करण्यात जर तुम्हाला यशस्वी व्हायचे असेल तर तुम्हाला नकारात्मक जाणिवांचे सकारात्मक जाणिवांमध्ये रूपांतर करता आले पाहिजे आणि वाईट अनुभवांपासून धडे घेता आले पाहिजेत. तुम्ही जर स्वत:शी प्रामाणिक राहिलात तर आयुष्यातील हे चढ-उतार तुम्ही सहज पार कराल. वैयक्तिक यश म्हणजे काय तर- जेव्हा तुम्ही खाली पडता म्हणजे अयशस्वी होता तेव्हा तुम्ही एखाद्या चेंडूप्रमाणे उसळून वर आले पाहिजे.

जी माणसे स्वत:च्या आतला आवाज ऐकतात आणि आपल्या हृदयाच्या हाकेला साद घालून स्वत:प्रमाणेच वागतात ती क्वचितच अपयशी होतात. चुका, अपयश आणि तडजोड या आयुष्यातील अशा महत्त्वाच्या गोष्टी आहेत की ज्यांच्यापासून आपण काही शिकून मोठे होतो.

यशस्वी आणि अयशस्वी माणसांमधील मुख्य फरक कोणता तर ज्यांना आयुष्य पुन्हा कसे सावरायचे हे समजते ते यशस्वी होतात, ज्यांना हे जमत नाही ते अयशस्वी होतात.

वैयक्तिक यशाची प्रत्येकाची कल्पना वेगळी असते. काहींसाठी ते रोलर-कोस्टरमध्ये बसण्यासारखे असते- म्हणजे तसा भरधाव वेग त्यांना हवा असतो तर इतरांसाठी ते संथ गतीचे सुरक्षित आयुष्य असते. अशा आयुष्यात त्यांची गाडी बरेचदा थांबते पण सुसंवाद साधून, आजूबाजूची परिस्थिती लक्षात घेऊन ते पुन्हा नव्याने सुरुवात करतात आणि सर्व काही आनंदाने स्वीकारतात. नक्कीच प्रत्येकाची ही सवारी वेगळी असते, पण प्रत्येक ठिकाणी चढउतार आहेत, नागमोडी वळणे आहेत आणि अनेक अडथळेही आहेत.

तुम्ही वैयक्तिक पातळीवर यशस्वी झालात तरी तुमच्या मनाला अस्वस्थता असतेच, पण आता या तुमच्या नकारात्मक भावना आनंद, प्रेम, आत्मविश्वास आणि मानसिक शांती यामध्ये बदलतात. एकदा का तुम्ही नकारात्मक भावनांमधून स्थित्यंतर कसे करायचे हे शिकलात की त्या किती महत्त्वाच्या आहेत ते तुम्हाला

समजेल; त्यांच्याशिवाय जगणेच अवघड आहे. तुम्हाला जर तुमचे आयुष्य असे नकारात्मक भावनांव्यतिरिक्त हवे असेल तर खुशाल स्मशानात जा आणि शांतपणे विश्रांती घ्या.

जिवंत असणे म्हणजे हालचाल. वैयक्तिक यशाचे गमक हे आपल्या आंतरिक आनंद, प्रेम, शांती, आत्मविश्वास यांच्याबरोबर सूर जमवण्यात असते. जेव्हा तुमच्यामध्ये आत्मविश्वास जागृत होतो, की तुम्हाला पाहिजे ते तुम्ही मिळवणारच तेव्हा तुमच्यातील अस्वस्थता कमी होत जाते. तुम्ही हे स्वीकारता की आयुष्य ही हळूहळू बदलत जाणारी कार्यप्रणाली आहे, त्यामुळे तुम्हाला पाहिजे ते मिळवायला वेळ लागणारच. जेव्हा तुम्ही तुमच्या हृदयाची दारे उघडता आणि स्वत:शी प्रामाणिक असता तेव्हा तुम्ही आयुष्यातील प्रत्येक टप्प्यावर आनंद उपभोगू शकता. आयुष्यातील परिपूर्णतेबद्दलच्या कल्पना धूसर होत जातात आणि तुमच्या लक्षात येते की जे तुम्ही मिळवले आहे ते तुमच्यासाठी परिपूर्णच आहे.

अशा प्रकारे तुम्ही ताकदवान बनता आणि ही तुमच्या भविष्यातील यशाची गुरुकिल्ली आहे. तुम्ही ते करू शकता आणि फक्त तुम्हीच हे तुमच्यासाठी करू शकता. एकदा ही नवीन दृष्टी मिळाली की तुम्हाला तुमच्या सर्व प्रश्नांची उत्तरे मिळतील. तुम्हाला तुमच्या अनुभवांवरून तुमच्या यशाचा योग्य अंदाज येईल. तुम्हाला कोठून कोठे पोहोचायचे आहे हे खात्रीने नक्की समजेल. तुम्हाला सांगितलेले हे चार टप्पे तुम्हाला ज्या पद्धतीचे आयुष्य जगायचे आहे त्या मार्गावरचे नकाशे ठरतील.

❖

१

पैशाने सुख विकत घेता येत नाही!

भोवताली आपण असे अनेक लोक पाहतो की ज्यांनी आयुष्यात खूप काही कमावले आहे पण तरीही त्यांना शांतता नाही. जग अशा अनेक लक्षाधीशांनी भरले आहे की ज्यांना स्वत:ची प्रेमाची नातीसुद्धा जपता येत नाहीत, तरीसुद्धा अशी माणसे आणि त्यांचे प्रतिस्पर्धी म्हणजे ज्यांना सतत आणखी काही हवे असते, 'दिल मांगे मोर' म्हणणारे, अशा माणसांना त्यांच्या पैशाच्या उबेत अधिक-अधिक चांगले वाटते.

आपल्याला माहितीच आहे की पैशामुळे सुख किंवा प्रेम विकत घेता येत नाही. जरी ती तत्त्वप्रणाली सगळ्यांना मान्य असली तरीसुद्धा पैशामुळे वरवर पाहता सुख मिळाल्याचे जे भ्रमाचे जाळे निर्माण होते ते माणसाला सुखावून जाते हे नक्की. जसजसा पैशामुळे मिळणाऱ्या ऐहिक सुखाबद्दल आपण विचार करतो तसतशी पैशाशिवाय आपण सुखी राहूच शकणार नाही याची खात्री पटत जाते.

वरील सर्व विवेचन वाचत असतानासुद्धा तुमच्या मनात असे येईल की, 'हो, खरंच मला माहिती आहे की पैशाने सुख मिळत नाही. पण तरीही... पैशांनी सुख मिळायला मदत होते हे नक्की.' जरी हा विचार तर्कशुद्ध असला तरीही हा असा गैरसमज आहे की जो तुम्हाला सत्तेपासून दूर ठेवतो. हे ओळखणे महत्त्वाचे आहे. तुमच्या आयुष्याची दिशा पक्की करण्यासाठी तुम्ही वैयक्तिक यशाच्याच मार्गावरून जात आहात हे निश्चित करण्यासाठी तुम्ही हे लक्षात घ्या की पैशाने सुख मिळत नाही. जर पैशानं तुम्हाला किंवा इतरांना सुख मिळाले असे तुम्हाला दिसले असेल तर तो निव्वळ भ्रम आहे.'

या भ्रमाचे स्वरूप

या भ्रमाचे स्वरूप नेमके कसे आहे याचा आपण क्षणभर आढावा घेऊ. जेव्हा आपण रोज सूर्याला आकाश पार करून जाताना बघतो तेव्हा आपल्याला हे नक्की माहिती असते की सूर्य स्थिर आहे, तसेच जरी तुम्ही स्वत: स्थिर आहात असे तुम्हाला वाटत असले तरी पृथ्वी तिच्या अक्षाभोवती फिरते हे सत्य आहे. तुमच्या मनाला हे पक्के माहिती असते की सूर्य त्याची जागा सोडत नाही आणि वास्तव हे आहे की तुम्ही फिरत असता.

या भ्रमाचे आकलन होण्यासाठी जरा वेगळ्या विचारप्रणालीची गरज आहे. एखाद्या लहान मुलाला एखाद्या गोष्टीचे आकलन होत नाही. शाळेतील शिक्षकाच्या नजरेत हा विचारप्रणालीमधील बदल लगेच लक्षात येतो. एखाद्या मुलाला एखादी गोष्ट आज कितीही वेळा डोकेफोड करून सांगितली तरी समजत नाही, पण दुसऱ्या दिवशी ती चांगली समजते. हा बदल एखाद्या रात्रीतही घडून येतो. एखाद्या दिवशी विद्यार्थ्याला बीजगणितातील सोपी बेरीजसुद्धा करता येत नाही पण थोड्या वेळाने त्याचा मेंदू जेव्हा तयार असतो तेव्हा तीच बेरीज करता येते, म्हणूनच जोपर्यंत मेंदू तयार नाही तो पर्यंत विद्यार्थ्याला कुठल्याही सूचना समजत नाहीत.

एखाद्या भ्रामक कल्पनेचे आकलन होण्यासाठी किंवा ती समजण्यासाठी मेंदूला एका ठरावीक पातळीपर्यंत विकसित होण्याची गरज असते.

मुलांमधील हा बदल म्हणजे मूर्त स्वरूपातील गोष्टींचा विचार करण्यापासून ते अमूर्त स्वरूपातील गोष्टींचा विचार करण्याच्या, त्यांच्या वयात येण्याच्या काळातच- घडतो. जेव्हा मूल बारा किंवा तेरा वर्षांचे होते तेव्हा त्याचा मेंदू मोठ्यांप्रमाणेच आकलन शक्ती मिळवतो हे उघडच आहे. जसजशी मुलाची वाढ होते तसतशा मानवी मेंदूच्या क्षमता वाढत जातात. इतिहासात डोकावून पाहिले तर मोठमोठ्या शास्त्रज्ञांना जी आव्हानं वाटत होती ती आजच्या १४ वर्षांच्या मुलांना सहज आकलन होतात.

व्यावहारिक शहाणपण कसे येते?

फक्त ५०० वर्षांपूर्वी प्रत्येकाचा हा समज होता की पृथ्वी ही सपाट असून सूर्य आकाशापलीकडे जातो. ही त्यांची भ्रामक समजूत होती आणि त्यातून ते बाहेर येण्यास तयार नव्हते. सूर्य स्थिर आहे आणि पृथ्वी सूर्याभोवती फिरते या अमूर्त

विचाराला चालना देण्यासाठी त्यांचे मेंदू तयार झालेले नव्हते. इ. स. १५४३मध्ये जेव्हा कोपर्निकसने या सत्याचा उलगडा केला तेव्हा लोकांनी ते स्वीकारले नाही. चर्चने त्याला पाखंडी ठरवले आणि त्याचे उरलेले आयुष्य त्याला स्वत:च्या घरात कैदेत घालवावे लागले.

कोपर्निकसने लावलेला हा शोध स्वीकारण्यासाठी अनेक वर्षे जावी लागली. आता मनुष्यजातीने भरारी घेतली होती. ज्या गोष्टींचे सामान्यांना आकलन होत नव्हते त्या आता सत्य घटना म्हणून स्वीकारल्या जाऊ लागल्या. सध्याच्या काळात मानवजात वैयक्तिक यशाची गुपिते समजावून घेण्यामध्ये रुची दाखवत आहे आणि खरेच जर आपण हे करू शकलो तर सुखी आणि समृद्ध आयुष्याचा तो भक्कम पाया ठरेल. गणितातील कौशल्ये संपादन करण्यासाठी बीजगणिताच्या विद्यार्थ्याला नेहमी 'काँक्रीट थिंकिंग' वरच विसंबून राहावे लागते.

याच काळात आपल्या अनेक भ्रामक समजुती दूर झाल्याचे इतिहासात दिसून येते. उदाहरणच द्यायचे झाले तर आपल्या नातेसंबंधांबद्दलच्या भ्रामक कल्पना. स्त्री व पुरुष यांच्यातील नातेसंबंधांबद्दल मला अनेकदा विचारलं जातं की, 'मेन फ्रॉम मार्स अ‍ॅण्ड वुमेन फ्रॉम व्हिनस' हे फक्त व्यावहारिक शहाणपणाबद्दलचे, ज्या गोष्टी उघड आहेत त्याबद्दलचेच पुस्तक आहे. मग ते दुसऱ्या कोणी का लिहिले नाही?'

या साध्या सोप्या प्रश्नाचे उत्तर असे आहे की, 'त्यावेळी ती कल्पना मला सुचली.' ५० वर्षांपूर्वी, फार कशाला २० वर्षांपूर्वीसुद्धा ती कल्पना फार कोणाला आवडली नव्हती. ८०च्या दशकाच्या सुरुवातीला मी जेव्हा 'मेन फ्रॉम मार्स...' शिकवायला सुरुवात केली तेव्हा अनेक लोक माझ्यावर रागावले. बऱ्याचजणांनी त्याचा चुकीचा अर्थ लावला. स्त्री व पुरुष वेगवेगळे आहेत आणि तरीही दोघेही चांगले आहेत ही कल्पना त्यांना रुचत नव्हती. त्यांच्या मते जर स्त्री व पुरुष वेगवेगळे आहेत तर त्यांच्यापैकी एक जण दुसऱ्यापेक्षा अधिक चांगला आहे आणि मी पुरुष आहे म्हणून मी असे शिकवतो की पुरुष अधिक चांगले आहेत, परंतु या १५ वर्षांत अनेक बदल घडले आणि फक्त अमेरिकेतच नाही तर संपूर्ण जगभर 'मेन फ्रॉम मार्स...' मधील व्यावहारिक शहाणपण लोकांनी स्वीकारलं.

सध्याच्या पिढीचे व्यावहारिक शहाणपण ही त्याच्या मागच्या पिढीसाठी नवीनच गोष्ट होती. उदाहरणार्थ, स्त्री-समानता! ५० वर्षांपूर्वी ही चळवळ मागच्या पिढीसाठी आधुनिकता होती. त्या काळी बायकांना आम्ही पुरुषांपेक्षा वेगळे नाही आणि म्हणून आम्हाला समान दर्जा मिळावा यासाठी मोठा लढा द्यावा लागला. स्वत:ला सिद्ध करावे लागले. निदान समाज तरी पुरुष स्त्रियांपेक्षा श्रेष्ठ आहेत असेच मानत होता, पण आता पुन्हा एकदा हे सर्वमान्य झाले आहे की स्त्री व पुरुष

वेगवेगळे आहेत आणि वेगळे असण्याचा अर्थ श्रेष्ठ असणे असा नक्कीच नाही.

नवीन पिढीची सर्वमान्य गोष्ट ही मागच्या पिढीसाठी नवा शोध असतो.

आपण सर्व सध्या अशा उंबरठ्यावर उभे आहोत की स्त्री व पुरुष समान आहेत. पण त्यांच्यापैकी एक जण उपजतच दुसऱ्यापेक्षा श्रेष्ठ आहे, अशी आपली अचूक धारणा आहे असे आपण मानतो. असाच दृष्टिकोन आपण हल्ली वांशिक भेदाभेदाच्या बाबत ठेवतो. हल्ली जवळपास सगळ्यांनीच हे मान्य केले आहे की देव धर्मातीत आहे. तो भेदभाव करत नाही. देवाची कृपादृष्टी सर्वांवरच सारखी आहे. तो असा विचार करीत नाही की, अरे हा तर ईश्वराला मानत नाही, हा नास्तिक आहे किंवा ख्रिश्चन आहे की ज्यूअिश आहे की हिंदू आहे की मुस्लीम? आपला विश्वास काहीही असला तरी तो सगळ्यांवर सारखेच प्रेम करतो. आता जग जास्त जवळ आल्यामुळे निरनिराळ्या धर्मांच्या, वंशांच्या लोकांचा चांगुलपणा आपण स्वत: अनुभवतो आणि या स्वत: घेतलेल्या अनुभवांमुळे लोक आता त्यांच्या कूपमंडुक प्रवृत्तीतून बाहेर पडलेले आहेत.

लोक आता हे स्वीकारतात की सर्व धर्म हे सत्यच शिकवतात आणि ते वेगळे असतात आणि ही चांगलीच गोष्ट घडली आहे, कारण यापूर्वी या आध्यात्मिक संदेशाचे आकलन लोकांना होत नव्हते की हा संदेश जरी वेगळ्या भाषेत असला तरी त्याचा अर्थ एकच होता.

पण आता आपण नवीन सहस्रकात प्रवेश केला आहे, आणि आता हे गृहीतकच आहे की रस्ते जरी अनेक असले तरी पोहोचण्याचे ठिकाण एकच आहे. पण काहींच्या भ्रामक कल्पना असतात की मार्ग फक्त एकच असतो आणि ते ज्या मार्गाने जातात तोच फक्त श्रेष्ठ मार्ग आहे, त्यांचाच धर्म फक्त श्रेष्ठ आहे आणि त्यांच्याच धर्माची शिकवण श्रेष्ठ आहे, पण जेव्हा आपण सर्वच धर्म अभ्यासतो, त्यातील विद्वत्ता लक्षात घेतो तेव्हाच आपल्याला सत्यतेची जाणीव होते.

नवीन दालन खुले झाले!

आता असे सगळे शहाणपण आल्यामुळे मानवजातीला नवीन दालन खुले झाले आहे. आता आपल्या भ्रामक कल्पनेतील खोटेपणा उघड करून दाखवण्याचे सामर्थ्य आपल्यात आले आहे. ही भ्रामक कल्पना अशी की आपल्या भावनांसाठी बाहेरील जगच कारणीभूत असते आणि भौतिक यशामुळेच

आपण आनंदी होऊ शकतो.

जरी असे मानले की हे बाहेरचे जग बऱ्याच अंशी आपल्या सुख दु:खांना कारणीभूत असते तरी सत्य असे असते की आपण स्वत: पूर्णपणे जबाबदार असतो. आपल्याला जे हवे ते बाहेरच्या जगाकडून मिळते आणि त्यामुळे आपण आनंदी होतो, पण हा आनंद क्षणभंगुर असतो, कारण आपल्या डोक्यात सतत हा विचार चालू असतो की, 'नाही! यापेक्षा जास्त हवे.' आणि जेव्हा आपण असे मानायला लागतो की आपल्याला आनंद हा फक्त बाहेरच्या जगातून मिळतो तसतशी आपली आतली ऊर्मी कमजोर व्हायला लागते. जेव्हा यापेक्षा अधिकाची हाव माणूस धरतो तेव्हा हा मिळालेला आनंद नाहीसा होतो पण जेव्हा आपण असे मानतो व आपल्याला असे अनुभव येतात की आपला आनंद हा बाहेरील परिस्थितीवर अवलंबून नाही तेव्हा आपण पुन्हा खूश होतो. हे नक्की काय आहे हे बघण्यासाठी आपण पैशाचे उदाहरण घेऊ.

आनंद कायमस्वरूपी टिकतो जेव्हा आपण हे अनुभवतो की आपला आनंद बाह्य परिस्थितीवर अवलंबून नाही.

पैशामुळे आपण सुखी होतो का? तर नाही. आपला आतील विश्वास आपल्या जाणिवा आणि आपल्या इच्छा-आकांक्षा यामुळे आपण सुखी होतो. जेव्हा आपल्याला जास्त पैसे मिळतात तेव्हा आपण खूश होतो, कारण आपल्याला असा विश्वास वाटतो की आपण कुणीतरी आहोत. ही स्वत:ची जाणीवच आपल्याला आनंदी करते. पैसा आहे त्या क्षणी आपल्याला वाटते आता मला पाहिजे ते मी करू शकतो, माझ्याकडे सत्ता आली आहे.

असा विश्वास येण्यासाठी आपल्याला पैशांची गरज पडली, कारण आपल्या आतमध्ये ही पॉवर, ही सत्ता आधीपासूनच होती याची आपल्याला जाणीव नव्हती. आता या जाणिवेमुळे तुमच्या आतमध्ये चांगुलपणा आणि मोठेपणा आहे असा अनुभव तुम्हाला यायला लागला. आणखी काही सत्यतेच्या सूचनांचे पालन केले आणि थोडा सराव केला तर महत्त्वाची दृष्टी तुम्हाला अनुभवास येईल.

आता या जाणिवेमुळेच तुमच्यातील चांगुलपण व मोठेपण तुम्हाला अनुभवास आले.

प्रत्येक बाबतीत फक्त पैशामुळेच आपण सुखी होतो, कारण आपला विश्वास आहे की पैशामुळेच आपण जिवंत राहू शकतो, पैशामुळेच आपण आपल्याला हवे

ते करू शकतो, हवे ते मिळवू शकतो. आपल्याला पैसा मिळण्यापूर्वी आपण आनंदी होतो, प्रेमळ होतो, शांतताप्रिय आणि आत्मविश्वासपूर्ण होतो हा विचार आपण करूच शकत नाही.

हा अनुभव तसा प्रत्येक माणसालाच येतो. पूर्वी खूप कमी लोकांना हा अनुभव यायचा; कधी आयुष्यभरही समजायचे नाही, पण आता एका ठरावीक दिशेने विचार केला तर हे समजते. पूर्वी समाजापासून दूर राहणाऱ्या, ध्यानधारणा करून मन:शांती मिळवणाऱ्या लोकांना येणारा हा अनुभव आता जर अतिशय सामान्य जीवनशैलीला शरण गेले तर येतो.

सुरेश समुपदेशनासाठी आला तेव्हा तो नैराश्याने ग्रासलेला होता. तो आता बेचाळीस वर्षांचा होता आणि ज्या पद्धतीने त्याचे आयुष्य चालले होते त्यावर तो खूश नव्हता. लोक जेव्हा त्यांच्या लांबलचक भारी गाड्यांमधून जाताना तो बघायचा तेव्हा तो त्यांचा फार मत्सर करीत असे. जणू काही तो कुठल्यातरी परीक्षेत नापास झाला... एकूणच त्याची कुवत नव्हती आणि त्यामुळे तो नाराज होता.

इतरांकडे आपल्यापेक्षा जास्त आहे याचा त्याला संताप यायचा. त्याने पण सगळ्या चांगल्या, बरोबर गोष्टी केल्या होत्या. तो नियमितपणे शाळेत गेला होता. त्याने मेहनत केली होती. तो मंदिरात गेला होता, पण त्याचे लहानपणीही कधी लाड झाले नव्हते. त्याला खेळणी मिळाली नव्हती. खूप काही गमावल्याची भावना त्याच्यात होती. त्याला त्याचा रागही येत होता आणि म्हणून श्रीमंत माणसांबद्दल त्याच्या मनात कडवेपणा होता आणि स्वत:बद्दल कणव होती.

पण नंतर वैयक्तिक यशाच्या कार्यशाळेत यायला लागल्यापासून पैशाकडे बघण्याचा त्याचा दृष्टिकोनही बदलला. त्याचे त्यालाच जाणवले की त्याच्या आयुष्यात त्याने पैसे मिळवण्याबद्दल कधी गांभीर्याने विचारच केला नव्हता आणि म्हणून त्याला पैसे मिळाले नव्हते. जरी त्याला अधिक पैसे हवे होते तरी त्याने मिळवलेलेसुद्धा अगदीच काही कमी नव्हते हे त्याला प्रथमच जाणवले. त्याचे त्यालाच लक्षात आले की पैशाच्या प्रति नापसंती दाखवून त्यानेच त्याचे पाय मागे ओढले होते.

आता त्याच्या आयुष्याचे नवे ध्येय होते की, आहे त्यात सुखी राहणे पण अधिकाची अपेक्षा करणे. आता एखादी महागडी गाडी पाहिली की तो मनाशी म्हणे, 'अरे, ही तर माझ्यासाठीच आहे' जेव्हा त्याने पैशावरचा कडवेपणा आणि हीन टिप्पणी सोडून दिली तेव्हा त्याची महत्त्वाकांक्षा वाढायला लागली. त्याने आता स्वत:लाच माफ करून टाकले आणि कार्यशाळेत जे काही शिकला त्याबद्दल कृतज्ञता व्यक्त केली.

आता त्याच्या लक्षात आले की अधिक मिळवण्याची व आनंदी राहण्याची

ताकद त्याच्यामध्ये आहे. आता त्याला स्पष्ट दिसले की स्वत:ला खूश करण्याची काही गरजच नाही. जसजसा त्याने पैशाबद्दलचा विचार करणे कमी केले तसतसे त्याला अधिक पैसे मिळू लागले. त्याला आता पाहिजे ते मिळवण्यामागचे रहस्य उलगडले. त्याला अधिक हवे असले तरी जे काही मिळाले आहे त्याबद्दल त्याला कृतार्थ वाटत होते.

पूर्वी ऐहिक सुखांचा परित्याग करून मन:शांती मिळवायला जाणाऱ्या लोकांना जे मिळत होते ते आता परित्याग न करताही मिळवता येते, हे त्याला कळले होते.

पंचवीस वर्षांपूर्वी मी जेव्हा वैयक्तिक यश मिळविण्यासंबंधीचे क्लासेस घेत असे तेव्हा परिणाम चांगलेच व्हायचे पण आज जे काही मिळते त्याच्या तुलनेत ते काहीच नव्हते. जी तत्त्वे मांडली जातात त्याचा फायदा नक्कीच होतो, पण आठवड्यातील दोन दिवसांच्या कार्यशाळेत लोक जे शिकतात त्यासाठी मी माझी आयुष्यातील वीस वर्षे मोजली आहेत. तेव्हा आणि आतामध्ये खूप फरक आहे.

शिक्षकांना नेहमीच आपल्या काही विद्यार्थ्यांनी मिळवलेल्या यशाचे श्रेय घेणे आवडते तरी पण मला त्याची जाणीव आहे की ज्या काळात मी वैयक्तिक यशाच्या कार्यशाळा सुरू केल्या तो काळच त्यासाठी योग्य होता. वैयक्तिक यशाचे आकलन होते त्यासाठी विशेष प्रयत्न करणे, मार्गदर्शन घेणे हे आता कुणाला अशक्य किंवा दुरापास्त राहिलेले नाही.

❖

२

बाह्य यश आपल्या जाणिवांना तीव्र करते

पैसा, प्रतिष्ठा, लग्न, मुले, चांगली नोकरी, हवे ते कपडे, लॉटरीचे मिळालेले पैसे किंवा अशा प्रकारचे कुठलेही यश तुमच्या मनातल्या भावनांना बहिर्गोल भिंगातून पाहिल्याप्रमाणे मोठे दिसते. तुम्ही मुळातच शांत स्वभावाचे असाल तर अशा यशामुळे तुम्ही आणखी शांत होता. तुम्ही आनंदी आणि प्रेमळ असाल तर अधिक आनंदी व प्रेमळ होता. तुम्ही आत्मविश्वासाने भारलेले असाल तर तुमचा आत्मविश्वास अधिक वाढतो.

तेच उलटपक्षी जर तुम्ही आनंदी नसाल तर तुमच्या आयुष्यातील उत्साह, प्रेम, आत्मविश्वास, शांती नाहीशी होईल. 'आणखी हवे'चा ध्यास तुम्हाला तुमच्या वैयक्तिक यशापासून दूर तर नेईलच पण तुमचे आयुष्य आणखी गुंतागुंतीचे आणि संकटांना आमंत्रण देणारे ठरेल. जर तुम्ही मुळात आनंदी नसाल तर अधिक पैसा तुम्हाला अधिक आनंदही देणार नाही.

तुम्ही मुळातच आनंदी प्रवृत्तीचे असाल आणि तुम्हाला हे कळून चुकलेले असेल की आनंदी राहण्यासाठी तुम्हाला अधिक पैशाची गरज नाही तर अधिक संपत्ती तुम्हाला नक्कीच अधिक आनंदी बनवेल. अधिक पैशांची अपेक्षा धरणे यात चुकीचे काहीच नाही पण पैशाच्या या ध्यासात आपण हे विसरता की आनंद हा आपल्या अंतर्गत असतो.

आपल्याला पाहिजे ते मिळवणे आणि जे आपल्याकडे आहे ते हवे असणे हे जर तुम्ही शिकलात तर तुम्ही आनंदी, प्रेमळ, आत्मविश्वासाने युक्त आणि शांत व्हाल. जरी तुमच्याकडे लौकिक दृष्टीनं काही नसेल तरी..! आणि नंतर तुम्हाला जगातील सर्व सुखे मिळाली की तुम्ही अधिक आनंदी व्हाल. एकदा का तुमच्याकडे आहे त्यावर तुम्ही खूश असलात की लौकिक दृष्ट्या मानले

जाणारे यश त्याच्या पाठोपाठ योग्य मार्गाने येईल.

लौकिक यशाचा भ्रम

सगळ्या बाह्य यशाचे मुख्य वचन असते भ्रम किंवा आभास. जेव्हा आपण दुःखी असतो तेव्हा आपल्याला वाटते की नवीन गाडी घेतली किंवा आपली नोकरी बदलली किंवा प्रेमळ जोडीदार मिळाला तर आपले आयुष्य अधिक सुखी होईल, पण ही प्रत्येक गोष्ट मिळाली तरी सुख आपल्यापासून दूर पळते.

आपण जेव्हा दुःखी असतो तेव्हा सामान्यपणे आपल्याला वाटते की आणखी काय मिळाले तर आपले दुःख नाहीसे होईल? पण तसे होत नाही. 'आहे एवढे पुरेसे आहे' असे माणूस कधीच म्हणत नाही. आपल्याला जास्त मिळाले नाही या भावनेने आपण दुःखी झालो की बाह्य यशाचा भ्रम आपल्या मनावर राज्य करू लागतो आणि मग आपल्याला आणखी काही मिळाल्याशिवाय आपण आनंदी होऊच शकणार नाही ही भावना वाढीला लागते. पुढील काही नेहमीचीच उदाहरणे बघा.

१) 'जोपर्यंत माझ्याकडे १ लाख डॉलर्स जमत नाहीत तोपर्यंत मी सुखी होणार नाही.'

२) 'जोपर्यंत माझी देणी संपत नाहीत तोपर्यंत मला बरे वाटणार नाही.'

३) 'माझ्या बायकोचा स्वभाव बदलल्याशिवाय मला सुख मिळणार नाही.'

४) 'माझा नवरा माझी काळजी घेत नाही तोपर्यंत मला कसे सुख मिळेल?'

५) 'माझे वजन कमी झाले तरच मला बरे वाटेल.'

६) 'जिंकल्याशिवाय मला चैन पडणार नाही.'

७) 'मला मानसन्मान मिळाल्याखेरीज आणि माझे कौतुक झाल्याखेरीज मला बरे नाही वाटणार.'

८) 'सध्या माझ्या आयुष्यात किती ताणतणाव आहेत? ते नाहीसे झाले तरच मी सुखाने श्वास घेऊ शकेन.'

९) 'अजून खूप काही करायचे बाकी आहे, मला कसं चैन पडेल?'

१०) 'आता काही करायला नाही म्हणून मी दुःखी आहे.'

सुरुवातीला आपल्याला हवे ते मिळाले की आनंद मिळतो हे दिसते पण फारच थोड्या वेळात आपण पुन्हा दुःखी होतो. दुर्दैवानं प्रत्येक वेळी चांगले वाटण्यासाठी आपण बाह्य गोष्टींचा आश्रय घेतो, त्यामुळे आपल्यामध्ये एक पोकळी, रितेपणा जाणवतो. आनंद आणि शांतता याऐवजी आपल्या आयुष्यात लोभ आणि असमाधान येते.

वैयक्तिक यशाशिवाय अधिक मिळूनही आपण दु:खी होतो, म्हणूनच श्रीमंत आणि प्रसिद्ध लोकांच्या कथा दु:खाने भरलेल्या असतात. झगमगत्या दुनियेतील प्रसिद्धी तर दु:ख, व्यसनाधीनता, घटस्फोट, नैराश्यच घेऊन येते.

जर आपण वैयक्तिक यश संपादन करण्याचे तंत्र शिकलो नाही तर मिळालेले अधिक वैभव आपल्याला असमाधानी ठेवते आणि चिंता निर्माण होते.

वैयक्तिक यश हे आतूनच येते...

वैयक्तिक यश हे आपल्या अंतर्गतच असते आणि तेव्हाच ते संपादन करता येते, जेव्हा तुम्ही फक्त तुम्हीच नसता तर तुम्ही स्वत:वर प्रेम करता. एखादी गोष्ट करताना आनंद, आत्मविश्वास आणि खंबीरपणा वाढणे आवश्यक असते. वैयक्तिक यश म्हणजे फक्त मोठी ध्येयं गाठणे नव्हे तर आनंदी आणि समाधानी वाटणे. वैयक्तिक यशाशिवाय तुम्ही कोणीही असलात तरी किंवा तुम्ही कितीही मिळवले तरी कोणत्याही परिस्थितीत तुम्ही आनंदी होऊ शकत नाही.

जेव्हा तुम्हाला तुमच्या भूतकाळाबद्दल, तुमच्या सद्यस्थितीबद्दल आणि तुमच्या भविष्याबद्दल आतून खूप बरे वाटेल तेव्हा वैयक्तिक यश तुम्ही मिळवले असे म्हणता येईल.

भौतिक यश हेच आपले अंतिम ध्येय आहे असे मानण्यातील खोटेपणा किंवा व्यर्थता आपल्याला जाणवली की वैयक्तिक यश मिळेल. यामध्ये काय गंमत आहे की एखादे ध्येय ठरवले आणि ते गाठल्यावरही ते पुरेसे न वाटणे? लाखो रुपये भल्या-बुऱ्या मार्गाने कमावल्यानंतर आरशात स्वत:लाच पाहताना नाराज होण्यात तरी काय गंमत आहे? चिरकाल टिकणारा खरा आनंद मिळविण्यासाठी आपल्याला आपल्या विचारसरणीत छोटासा बदल करावा लागेल, त्यासाठी भौतिक सुखाच्या मागे न लागता वैयक्तिक यश मिळविणे हे आपले आद्य ध्येय मानावे लागेल.

आनंदाचे डोही आनंद तरंगे...

चिरकाळ टिकणारा आनंद आपल्याला आतून मिळतो. तुम्हाला हवे ते

मिळाल्याचा आनंद हा तुम्ही जेवढे आनंदी व्हाल तेवढ्याच मर्यादेतपर्यंत असतो. काहीतरी चांगले काम केल्याचा आणि काहीतरी नवीन शिकल्याचा आनंद मात्र तुम्हाला अधिक सामर्थ्य देतो आणि तुम्हाला आत्मविश्वासयुक्त बनवतो. दुसऱ्यांवर प्रेम केल्याने तुमचे स्वत:वरचे प्रेमसुद्धा वाढीला लागते. शांती, आनंद, विश्रांती यामुळे तुमचे आयुष्य शांततामय व तणावविरहित जाते. बाहेरच्या जगातून फक्त आनंद, प्रेम, सामर्थ्य आणि शांती यांच्या लाटा येतात, त्या आपल्या आतमध्ये आधीच असतात.

भौतिकदृष्ट्या यश हे तुम्हाला तेव्हाच आनंदी करू शकते जेव्हा तुम्ही आतून आनंदी असता.

तुम्ही जर आधीच आनंदी असाल तर आयुष्यात तुम्हाला जे काही मिळते तेव्हा तुमचा तो आनंद कायम राहतो. हे जसे काही बाथटबमध्ये उबदार पाण्यात पहुडण्यासारखे असते. जर तुम्ही हालचाल न करता शांतपणे झोपलात तर तुम्हाला थोड्या वेळाने पाण्याचा उबदारपणा जाणवणार नाही, पण जर तुम्ही हालचाल केलीत आणि पाण्यातून हात-पाय वर काढले तर तुम्हाला परत उबदारपणा जाणवेल. हा उबदारपणा जाणवण्यासाठी दोन गोष्टी आहेत. पहिली म्हणजे तुम्ही मुळात उबदार पाण्यात असणे गरजेचे आहे आणि दुसरे म्हणजे थोडीफार हालचाल करायला पाहिजे.

त्याचप्रमाणे आयुष्यात आनंदाच्या लाटा जाणवण्यासाठी आपण मुळात आनंदी पाहिजे, नंतर आपल्याला पाहिजे ते मिळवले पाहिजे, जर आपण आनंदी असलो तर सुखावणाऱ्या आणि सुमधुर आनंदाच्या लाटांचा अनुभव घेण्यास खूप मोठ्या बाह्य (भौतिक) यशाची गरज नाही.

जर तुम्ही आता अशा पाण्यात आंघोळीसाठी पहुडला आहात की ज्याचा संबंध तुमच्या आतील सामर्थ्याशी आणि आत्मविश्वासाशी आहे तर थोडी हालचाल केल्यास तुम्हाला आत्मविश्वासाच्या लाटा जाणवतील. जर तुम्ही प्रेम आणि शांततेच्या पाण्यात असलात तर तुमच्या इतरांबरोबरच्या संवादातून आणखी प्रेम आणि शांती मिळेल.

पण याउलट जर तुम्हाला दु:ख असेल, तुम्ही खूप त्रासिक झाला असाल, तुम्हाला असुरक्षित वाटत असेल, निराश झाला असाल तर तुमच्या रोजच्या व्यवहारातसुद्धा तुम्हाला दु:ख, निराशा आणि तणावाच्याच लाटा अवतीभवती जाणवतील. लौकिक अर्थानं तुम्ही कितीही यशस्वी असलात आणि तुम्हाला हवे ते मिळत असले तरी दु:खच तुमच्या वाट्याला येईल.

दु:खाचे खरे कारण...

जेव्हा भौतिकदृष्ट्या यश मिळूनही आपण दु:खी असतो तेव्हा आपण अशा निर्णयाला येतो की अजून 'ते' मिळाले नाही म्हणून आपण दु:खी आहोत. अशी चूक घडणे सहज स्वाभाविक आहे. बहुतेकवेळा जेव्हा आपण दु:खी असतो तेव्हा आपल्याला काही तरी हवे असते. आपल्या नकळतच आपण म्हणतो की, 'मला जे पाहिजे ते न मिळाल्यामुळे मी दु:खी आहे,' पण असा अर्थ काढणे चुकीचे आहे.

आपण चुकीने असा अर्थ काढतो की आपल्या दु:खाचे कारण आपल्याला हवे ते न मिळणे आहे.

जर तुम्ही वैयक्तिक यश मिळवण्यात यशस्वी झालात तर तुमच्या असे लक्षात येईल की अधिकाची हाव करणे आणि ते न मिळणे हे काही दु:खाचे कारण होऊ शकत नाही, त्याऐवजी महत्त्वाकांक्षा ठेवल्याने सकारात्मक आणि आनंदी वाटते. उत्कटता, आत्मविश्वास, निश्चय, धाडस, उत्सुकता, श्रद्धा, कौतुक, कृतज्ञता, प्रेम अशी मोठी यादी आहे. महत्त्वाकांक्षा हे दु:खाचे कारण नाही. मुळातच तुमचा आनंदी स्वभाव असेल तर अधिकाची अपेक्षा करणे आणि स्वत:ला त्यासाठी कराव्या लागणाऱ्या कामात गुंतवणे ह्यामध्ये आनंद होतो, आत्मविश्वास वाढतो आणि मन:शांती मिळते.

महत्त्वाकांक्षा असणे किंवा अधिकाची अपेक्षा करणे हे आत्म्याचे, मनाचे, हृदयाचे आणि आपल्या संज्ञांद्रियांचे नैसर्गिक मागणे आहे. आपल्या आत्म्याला अधिक हवे असते. मन आणखी काही करण्याची आस बाळगून असते. आपल्या हृदयाला अधिक प्रेम हवे असते आणि आपल्या इंद्रियांना अधिकाधिक उपभोग हवा असतो. जर आपण आपल्या मनाशी प्रामाणिक राहून कबूल केले तर आपल्या सगळ्यांनाच अधिकाची हाव असते.

अधिक हवे असणे हा आपल्या आत्म्याचा, मनाचा, हृदयाचा आणि इंद्रियाचा स्वभाव आहे.

आपल्या नातेसंबंधांतून अधिक प्रेमाची अपेक्षा धरणे हे नैसर्गिक आहे. आपल्या कामात यश मिळवणे हे चांगलेच. आपल्या इंद्रियांची भूक भागवणे यात गैर काहीच नाही. आहे त्यापेक्षा अधिक हवे असणे ही आपली नैसर्गिक ठेवण आहे. महत्त्वाकांक्षा असणेसुद्धा चुकीचे नाही. विपुलता, वाढ, भरभराट, प्रेम, आनंद

आणि अधिकासाठी प्रयत्न ही जीवनप्रणाली आहे.

तरीसुद्धा अधिक हवे असणे आणि त्यापेक्षा कमी मिळणे हे दु:खाचे कारण आहे. दु:ख हे फक्त आपल्याला आतून आनंद न वाटल्यामुळेच होते आणि त्याचा बाह्य गोष्टींशी काहीच संबंध नसतो. दु:ख हे अंधारासारखे असते. अंधार म्हणजे प्रकाशाचा अभाव. अंधार घालवण्याचा उपाय म्हणजे फक्त बटण दाबून दिवे लावणे, तसेच जेव्हा आपण आपल्या आतील आनंद जागृत करतो तेव्हाच आपले दु:ख कमी होते.

अंधार आपोआप घालवता येत नाही तर तुम्ही जेव्हा लाईट लावता तेव्हा तो नाहीसा होतो.

जेव्हा आपल्या स्वभावानुसार आपण वागतो किंवा आपल्या मनाचे आदेश आपण मानतो तेव्हा आपण सुखी असतो. असे का घडते? तर आपण जसे आहोत म्हणजे मुळात आनंदी आहोत तसंच आपण वागतो. आपली नैसर्गिक ठेवण ही प्रेमळ, आनंदी, आत्मविश्वासपूर्ण आणि शांतताप्रिय अशीच आहे, म्हणून सुखाच्या शोधात इतरत्र फिरण्यापेक्षा आपल्या स्वत:मध्ये डोकावणे गरजेचे आहे. अशा प्रकारे स्वत:मध्ये डोकावून पाहिल्यास आपल्याला समजते की आपण शोधत असलेला आनंद, प्रेम, बळ आणि शांती सर्व काही आपल्यामध्येच आहे.

❖

३

बाह्य सुखासाठी स्वत्व विकणे...

कथा, कादंबऱ्या, सिनेमा यामध्ये आपण नेहमी बघतो की त्या अशा लोकांच्या यशाच्या कथा असतात की ज्यांनी स्वत:चे आत्मे अशा दुष्प्रवृत्ती असलेल्या लोकांना विकले आहेत जरी या गोष्टी खोट्या किंवा काल्पनिक असल्या तरीसुद्धा त्या रुपककथांमध्ये सत्य दडलेले असते. तुम्ही तुमचे स्वत्व सोडून दिले तर असे बाह्य सुख मिळवणे पुष्कळ सोयीचे असते. असे स्वत्व विकणे म्हणजे काय तर केवळ भौतिक सुख केंद्रस्थानी मानून आपल्या आत्म्यांनी जी प्रेमळ आणि आनंदी असण्याची इच्छा असते तिलाच मारून टाकणे होय.

प्रेम, आनंद, विश्वास, संवेदना, संयम, शहाणपण, धाडस, कृतज्ञता, विनयशीलता, औदार्य, आत्मविश्वास, दयाळूपणा सगळे गुण प्रत्येक माणसाच्या अंगी मूलत: असतात. जेव्हा ही नैसर्गिक प्रणाली तुम्ही नाकारता किंवा हे गुण व्यक्त करत नाही तेव्हा तुम्ही स्वत्व विकता. जरी तुम्ही भौतिक यश मिळवलेले असले तरी प्रत्यक्षात ते खरे नाही.

जेव्हा भौतिक यशावरच संपूर्ण लक्ष तुम्ही केंद्रित करता तेव्हा ते तुम्हाला लवकर मिळते, पण या सर्व प्रक्रियेत तुम्ही स्वत्व गमावता. तुमच्या जवळ जे आहे त्याची आसक्ती तुम्हाला राहत नाही. तुमची मन:शांती आणि हृदयातील प्रेम तुम्ही गमावता. आनंद हा एक तर आपल्यापासून दूर असतो किंवा तो इतक्या दूर-पलीकडे असतो की जेथे आपण पोहोचू शकत नाही.

जेव्हा भौतिक यश मिळवण्यासाठी तुम्ही तुमचे सर्वस्व पणाला लावता तेव्हा हे भौतिक यश तुम्हाला लवकर मिळते पण तुम्ही तुमचे स्वत्व गमावता.

जगाच्या इतिहासात अनेक लोकांनी मोठे यश संपादन केले पण त्यांच्यावर कोणी प्रेम केले नाही. सत्ताधारी बनण्यासाठी या लोकांनी पण स्वत:ची प्रेमाची भावना दाबून ठेवली. जेव्हा इतर लोक तुमच्या खिजगणतीतही नसतात तेव्हा भराभर निर्णय घेणे आणि यश मिळवणे सोपे असते. भौतिक यशाची हीच तर काळी बाजू आहे, अर्थात हे सगळ्यांनाच लागू पडते असे नाही पण असे दुर्जन सत्ताधारी का आहेत याचे हे स्पष्टीकरण होऊ शकते.

इतरांच्या गरजांची आणि भावनांची पर्वा न करणारे, भल्या बुऱ्याचा विचार न करणारे असे लोक स्वार्थी असतात. इतरांच्या गरजा पायदळी तुडवून ते निर्दयपणे पुढे जातात. इतिहासात असे अनेक दाखले आहेत ज्या लोकांनी इतरांना नागवून, दुर्लक्षून आणि त्यांच्यावर अन्याय करून संपत्ती आणि कीर्ती मिळवली आहे. सत्ता मिळवण्याच्या नादात त्यांना इतरजणांचा विसर पडला आहे. स्वत:शी प्रामाणिक राहण्यापेक्षा त्यांची भिस्त भौतिक यशावर जास्त आहे. बाह्यत: त्यांचे आयुष्य जरी संपन्न, भरभराटीचे दिसत असले तरी आतून ते पोखरलेलेच आहे.

आनंदी राहा, यश तुमचेच आहे! पण नेहमीच असे होते का?

जगात असेही काही सत्शील लोक आहेत की जे स्वत:शी प्रामाणिक आहेत पण यश त्यांच्यापासून दूर पळते. ते त्यांच्या हृदयाची हाक ऐकतात. परमानंदाची कास धरतात. 'डोण्ट वरी बी हॅपी'चा मूलमंत्र जपतात. 'जाऊ दे', 'देवाला काळजी' असे म्हणतात, त्यांच्या बाबतीत काही वेगळेच घडते. आपल्याला आनंदी राहिल्याने यश मिळणारच असा त्यांचा विश्वास असतो, पण असे घडत नाही. स्वत:शी प्रामाणिक राहिल्याने तुम्हाला आनंद नक्की मिळतो, पण तुम्हाला पाहिजे ते मिळेलच याची खात्री नाही.

जगात असे अनेक लोक आहेत की लौकिक अर्थाने त्यांच्याकडे काहीच नाही, पण ते सुखी आहेत. मी जेव्हा भारत, आशिया व आफ्रिकेतील काही खेड्यांना भेटी दिल्या तेव्हा मला अशी अनेक माणसे भेटली की ज्यांच्याकडे भौतिक सुखसाधने नसतानासुद्धा ते खूप सुखी होते; ते शांत आयुष्य जगत होते. जगात अशी लाखो माणसं आहेत की जे गरीब पण आनंदी आहेत. काही श्रीमंत देशांत काही चांगली माणसे भेटली पण त्यांना त्यांची नित्याची बिले देणे अवघड जात होते. जमाखर्चाचा ताळमेळ बसवणे अवघड जात होते. त्यांना आनंद, प्रेम नक्कीच मिळत होते पण तरीही आपल्याला हवे ते मिळवण्यात ते प्रवीण नव्हते.

जगात अशी लाखो माणसे आहेत की जी आनंदी आहेत पण गरीब आहेत.

काही लोक असे असतात की जे भौतिक सुखाची फारशी पर्वा करत नाहीत, तर उलट अशा सुखाची निंदाच करतात. काही तर या दुष्ट शक्तीचा मुळापासून निषेध करतात, कारण जगातील सगळ्या दु:खाचे कारण भौतिक सुख आहे असे ते मानतात, पण असे करणे म्हणजे बाळाची जन्मत:च नाळ तोडण्यासारखे असते. अशी माणसे आपल्या महत्त्वाकांक्षा मारून टाकतात, कारण त्यांनी अशी सत्ताधारी माणसे पाहिलेली असतात की ज्यांनी त्यांच्या सत्तेचा व संपत्तीचा दुरुपयोग केलेला असतो. जर आपण जागृत राहून सजगतेने भौतिक सुखाचा त्याग केला किंवा आपण अशा सुखाची पर्वा केली नाही तरी आपला जो संपत्तीच्या प्रति नकारात्मक दृष्टिकोन झालेला असतो तो आपल्याला भौतिक सुखापासून दूर ठेवतो.

पण तरीही फक्त अंतर्यामी सुखी असणे पुरेसे आहे का? आपल्याला नेमून दिलेले आयुष्य जर आपल्याला जगायचे असेल तर आपल्यालाही अधिकाची हाव असणे गरजेचे आहेच. तुम्ही जर अशा लोकांपैकी एक असाल की जे पैशाचा विचार करत नाहीत तर त्या भावनेचा पुनर्विचार करणे अधिक चांगले. तुमच्या नकळत तुम्ही स्वत:च्या इच्छा, आकांक्षा दाबून ठेवत असता. जरी तुम्ही सुखी असलात तरी आपल्या शरीराच्या सर्व भागांचा समावेश असला तर तुम्ही अधिक सुखी होऊ शकता. त्याचा अर्थ मनाबरोबर शरीराचे लाड झाले तर आनंद नक्कीच द्विगुणित होईल.

काही वेळेस आपल्याला हवे ते मिळत नाही. आपण निराशेपोटी आपल्या इच्छा-आकांक्षा मारून तडजोड करतो. आपल्या मनाला त्यामुळे वेदना होतात, पण त्या टाळण्यासाठी आपण स्वत:ची समजूत घालून म्हणतो, 'जाऊ दे! ते तितकेसे महत्त्वाचे नव्हते!' किंवा 'नाहीतरी मला ते नकोच होते!' आपल्या अशा प्रवृत्तीमुळे हळूहळू आपल्या भावना बोथट बनत जातात आणि आपल्याला नैसर्गिक किंवा सामान्य अपेक्षांपासून दूर ठेवतात.

साधू ते लक्षाधीश

मी जेव्हा माझ्या विशीत होतो तेव्हा मी अशाच भौतिक सुख अव्हेरण्याच्या चमत्कारिक अवस्थेतून गेलो. मी स्वित्झर्लंडमध्ये ९ वर्षांपर्यंत साधू बनून राहिलो आणि ९ वर्षांनंतर शेवटी एकदाचा मला परमेश्वर भेटला आणि माझ्यामध्येच असलेल्या प्रचंड सुखाची अनुभूती मला मिळाली. काही मर्यादेपर्यंत मी माझ्या

ऐहिक सुखाचा परित्याग केला होता, तरीसुद्धा मला इतरांमधील आणि माझ्यातील फरक लोकांना दाखवायचा होता म्हणून मी परमेश्वराला प्रार्थना केली की मला मार्ग दाखव आणि माझ्या आतून मला प्रेरणा मिळाली की मी कॅलिफोर्नियाला जावे.

लॉस ऐंजलिसमध्ये राहिलो, तेव्हा मी भौतिक सुखाच्या विरोधात होतो. माझी अशी ठाम समजूत होती की हे सर्व भांडवलदार अतिशय स्वार्थी आहेत आणि जगातल्या सर्व संकटांचे कारण हेच आहेत कारण त्यांना जे पाहिजे ते ते कोणत्याही मार्गांनी मिळवतात. त्यांना इतरांच्या भावनांची कदर नाही, इतरांबद्दल सहानुभूती नाही, भोवतालच्या परिस्थितीची त्यांना जाणीव नाही. ते फक्त स्वत:चा विचार करतात आणि अधिकाधिक संपत्ती आणि सत्ता कशी मिळवता येईल याचाच ते फक्त विचार करतात. मी बंड करून उठलो. कोणताही कामधंदा करायला नकार दिला आणि माझ्याजवळ असलेले सर्व गरिबांना दिले. काही महिन्यांमध्येच मी बेघर झालो.

एका रात्री जेव्हा मी शेकोटीभोवती इतर काही लोकांसोबत बसलो होतो त्यावेळी माझ्या आयुष्यातील नवीन वळण मिळण्याचा महत्त्वाचा क्षण आला. जेव्हा मी इतरांबरोबर माझ्या नवीन कल्पना मांडण्यात गुंतलो होतो तेव्हा त्यातील एकाने मला बिअर दिली व म्हणाला, 'जॉन तू जे बोलतोस ते आम्हाला ऐकायला आवडते पण तू काय बोलतोस, कशाबद्दल बोलतोस ते आम्हाला समजत नाही.' आम्ही सगळेच खूप हसलो.

पण ती रात्र माझ्या लक्षात राहिली आणि त्या मित्राची टिप्पणी पण मी कधीच विसरलो नाही, त्यामुळेच माझ्या मनात काही क्रांतिकारी विचार आले. मला जाणीव झाली की या जगात मला माझी स्वत:ची अशी जागा, माझे स्थान निर्माण करायचे आहे, त्यामुळे मी इतरांपेक्षा वेगळा दिसेन, तसेच मला आता हेही जाणवायला लागले होते की मला अपेक्षित असणाऱ्या साध्या, क्षुल्लक गोष्टी मला मिळत नाहीत. जरी माझे हृदय आनंदाने, प्रेमाने भरलेले असले तरीसुद्धा मी दु:खीच होतो, म्हणजेच ही नवीन प्रणाली मला भावत नव्हती. मी थंडीने कुडकुडत होतो, मला भूक लागली होती, माझा कणा मोडून पडला होता. मी घाबरलो होतो आणि स्वत:ला हरवून बसलो होतो आणि मग मी देवाची मनापासून प्रार्थना केली व 'मला माफ कर' असे सांगितले.

माझ्या नऊ वर्षांच्या 'साधू' असण्याच्या अवस्थेमध्ये खरा आनंद कसा मिळवायचा हे खूप चांगले शिकलो असलो तरी त्या रात्री माझ्या लक्षात आले की माझ्या आत्म्यालासुद्धा यापेक्षा अधिक काही हवे आहे. आता मला जाणवले की जे आहे त्यामध्ये आनंद वाटणे एवढेच पुरेसे नाही तर आपल्या भौतिक गरजांचासुद्धा आपण आदर केला पाहिजे आणि जसजसे मी अधिकासाठी प्रयत्न करायला लागलो

अक्षरश: तसतसे ते मिळत गेले. छोटे छोटे चमत्कार माझ्या अवतीभवती घडायला लागले.

आपल्या जवळ आहे तेवढ्यावर संतुष्ट राहणे पुरेसे नाही तर, आपण आपल्या भौतिक गरजांचासुद्धा आदर केला पाहिजे.

मी जेव्हा भुकेलेला असायचो तेव्हा कोणीतरी मला रात्री जेवायला बोलवायचे. जेव्हा मी माझ्या गाडीत झोपून कंटाळायचो तेव्हा मला कोणीतरी आपल्या घरी थोड्या वेळासाठी बोलवायचे, माझ्या गाडीला पेट्रोल लागायचे. माझ्या आई-वडिलांनी मला पेट्रोलचे क्रेडिट कार्डच पाठवून दिले. या अशा गोष्टी आप्तेष्टांकडून मला मिळत तेव्हा मला खूप बरे वाटायचे, आनंद व्हायचा. माझी अडचण निवारली गेल्यामुळे मी सुटकेचा श्वास सोडायचो, त्यामुळेच माझा पैशाकडे, संपत्तीकडे पाहण्याचा नकारात्मक दृष्टिकोन बदलला. हे असेच चालू राहिल्यामुळे एक वर्षाच्या आत भौतिक सुखांची सवय लागली. तरीसुद्धा अजून मी माझा मार्ग शोधत होतो आणि माझ्या प्रार्थनेला यश आले.

येशू ख्रिस्ताच्या तत्त्व प्रणालीच्या अनुषंगानेच मी माझे जीवन व्यतीत करत होतो. येशू ख्रिस्त नेहमी म्हणायचा, 'आधी तुम्ही आकाशातल्या देवाचे आशीर्वाद तुमच्या साम्राज्याला मिळवा, सगळी सुखे तुमच्या पायाशी लोळण घेतील.' तर त्या वर उल्लेखलेल्या रात्रीपासून मी माझ्या नवीन प्रवासाला सुरुवात केली. मला आता माझा मार्ग सापडला. त्यानंतर पुढची नऊ वर्षे अगदी काहीही मला जे हवे होते ते मला मिळत गेले अगदी माझ्या अपेक्षेपेक्षासुद्धा खूप जास्त!

पण मला माझा मार्ग सापडण्यासाठी नऊ वर्षे घालवावी लागली, तेव्हाच मला मी स्वत: आणि देव सापडला. योगायोगाने हवे ते मिळण्यासाठी आणि पाहिजे तसे घडण्यासाठी पुढची नऊ वर्षे लागली, त्यानंतर पुढील नऊ वर्षे माझे उत्तुंग यश आणि माझी स्वप्ने सत्यात उतरवण्यात गेली आणि इतरांनाही मी यशस्वी होण्याची गुरुकिल्ली काय, त्यासाठी लागणारी साधने कोणती त्याची प्रात्यक्षिके करून दाखवू लागलो, त्यामुळे त्यांची स्वप्ने अधिक लवकर सत्यात उतरू शकली. नऊ वर्षांची खडतर तपश्चर्या, ध्यानधारणा, प्रार्थना, देवाची भक्ती हे सगळे असले तरी त्या काळात इतरांसाठी वचनबद्धता असणे जरुरीचे नव्हते. या नवीन सहस्रकात आपण प्रवेश केलेला असताना जगाचा परित्याग करून रोज १०/१२ तास ध्यानधारणा करून दैवी शक्ती प्राप्त करण्याची काहीही गरज नाही.

मला पैसे दाखवा!

मी माझ्या स्वत:च्या भूतकाळात जेव्हा डोकावतो तेव्हा मला अनेक धोक्याची वळणे व चुका स्पष्ट दिसतात, तरीसुद्धा मला माझ्या योग्य मार्गावर आणण्यासाठी या चुका होणे क्रमप्राप्त होते. सुदैव असे की या चुकांमधून शिकण्यासाठी हवे असलेले पोषक वातावरण मला माझ्या कुटुंबातून आणि मित्रांकडून मिळाले. अनेक आवश्यक गोष्टींपासून जेव्हा मी वंचित झालो तेव्हा मी माझ्या मनाला अधिकाची अपेक्षा करण्याची परवानगी दिली. मी जगातल्या एका कठोर सत्याला सामोरे गेलो की तुम्हाला मागितल्याशिवाय काहीच मिळत नाही. सरते शेवटी मी देवाला शरण जाऊन म्हटले, 'देवा, आता तूच माझा त्राता! तूच मला मार्ग दाखव.' त्याचवेळी मला असेही वाटून गेले की देवाला मी संपत्ती देण्यासाठीसुद्धा सुचवायला हवे.

हळूहळू मी इतका निर्ढावलो की देवाला मी 'मला पैसे मिळवून दे' असेही सांगितले.

प्रार्थनेच्या बरोबरीनेच मला आयुष्यात यशस्वी बनण्यासाठी कशाची मदत झाली असेल तर मला स्वत:ची ओळख बनवण्यासाठी माझी स्वत:ची जमेची बाजू माहिती होती, शिवाय मी एकटा नव्हतो. देव माझ्या पाठीशी होता. माझे कुटुंब, माझे मित्र-मैत्रिणी या सर्वांनी मला माझे आयुष्य नव्याने जगण्यासाठी खूप मदत केली.

मी माझ्या नव्या आयुष्यात इतक्या लवकर व इतक्या चांगल्या पद्धतीनं प्रस्थापित झालो ते केवळ देव, माझे मित्र व माझे कुटुंब यांच्या आधारामुळेच शक्य झाले. देवाच्या छत्राखाली येण्यासाठी आपल्याला जेवढे काही करणे शक्य असते तेवढे करणे जरुरीचे असते. फक्त देवावर विसंबून चालत नाही, त्यामुळे आपले कार्य सिद्धीला जाऊ शकत नाही. आपण जे करू शकत नाही तेवढेच फक्त देव करतो.

जेव्हा तुम्ही परमेश्वराची प्रार्थना करता तेव्हा जे आपण करू शकत नाही तेवढेच फक्त तो करतो.

भौतिक सुख मिळविण्यासाठी फक्त देव भेटतो एवढेच जरुरीचे नाही तर तुम्हाला जे हवे आहे ते वाढवायचेसुद्धा आहे. तुम्ही पेरलेले बी उत्तम, निरोगी असेल, जमीनही सुपीक असेल पण तुम्ही त्या पेरलेल्या बियांना पाणीच घातले

नाही तर ते वाढणार कसे? अंर्तबाह्य सुखाची अनुभूती घ्यायची असेल तर प्रेम आणि आधार मिळण्यासाठी भावनिक गरजा पूर्ण होणे आवश्यक आहे.

जेव्हा आपल्याला हवे ते मिळते तेव्हा आपण पुन्हा मागे वळून बघू शकतो. पूर्वी आपल्याला कोणत्या अडचणींचा सामना करावा लागला, आपल्या काय चुका झाल्या त्यावरून आपण धडा शिकतो व पुन्हा तशा चुका होऊ देत नाही, अर्थात या सर्वांना प्रेमाच्या आधाराच्या पार्श्वभूमीची गरज आहे. नाहीतर फक्त संतापच वाट्याला येतो आणि आपण काहीच शिकू शकत नाही. फक्त मनस्ताप पदरी पडतो.

माझ्यासाठी तरी निदान माझी गरिबी आणि माझे बेघर असणे याचा परिणाम माझ्या हृदयाची कवाडे लोकांसाठी उघडण्यातच झाला. जेव्हा मी माझ्या स्वत:च्या पायांवर उभा राहिलो तेव्हा मला पैशाची महती समजली. मला हे ही समजले की पैशामुळे आयुष्याचा स्वर्गही बनवता येतो किंवा त्याच्या दुरुपयोगामुळे नरकाचा दरवाजाही खुला होतो. पैसा स्वत: उदासीन आहे. आपणच त्याला सकारात्मक किंवा नकारात्मक बनवतो, म्हणूनच 'पैसा फार वाईट!' असे उठता बसता म्हणणारे लोक खूप मोठी चूक करतात, असे माझे मत आहे. मी जेव्हा बेघर अवस्थेत होतो तेव्हा लोकांनी मला दिलेल्या भेटींचे अप्रूप होते. ती केवळ माझ्या बेघर अवस्थेमुळे मला झाली.

पैसा हा स्वर्गातून मिळालेला आशीर्वाद असतो किंवा ते नरकाचे तिकीटही असू शकते.

मला अजूनही तो दिवस आठवतो, ज्या दिवशी माझ्या मित्राच्या लक्षात आले की मला पैशांची जरुरी आहे आणि त्याने लगेच मला ५० डॉलर्स काढून दिले. तेव्हा मी शिकलो की भुकेलेल्या माणसाला छोट्या छोट्या गोष्टींचेसुद्धा अप्रूप वाटते. या कृतज्ञतेमुळेच माझ्याकडे जे काही होते त्याबद्दलचा माझा आत्मविश्वास वाढला आणि आयुष्यात खूप मोठे यश मिळविण्याचे मी तेव्हाच ठरवून टाकले.

आजसुद्धा ऐषआराम आणि भौतिक सुखाच्या पिंजऱ्यात बंदिस्त असणे मला आवडते, तरीसुद्धा मी अजूनही जगभर प्रवास करतो आणि काही वेळेस अत्यंत अविकसित भागात एखाद्या खेडुतासारखा राहतो. अशा वेळेस भौतिक सुखापासून काही काळ का होईना वंचित राहिल्यामुळे अशी सुखे गृहीत धरणे बंद होते. असे खेड्यांमध्ये राहिल्यामुळे माझ्याकडे जे काही थोडे बहुत आहे त्याबद्दल मी कृतज्ञ राहतो.

तुम्ही जेव्हा अनोळखी ठिकाणी प्रवासाला जाता तेव्हा तुमच्यावर प्रचंड ताण

येतो आणि आता स्वच्छ पाण्याच्या बाटल्या कोठे मिळणार, टॉयलेट पेपर्स असणार की नाही, चांगले शिजवलेले जेवण मिळेल का? झोपायला पलंग असेल का? आंघोळीला शॉवर मिळेल का? अशा काळज्यांनी तुम्ही हैराण होता. जेव्हा अशा सुखसोयी थोड्या दिवसांसाठी मला मिळत नाहीत तेव्हा माझ्या भूतकाळाचा पुनर्प्रत्यय येतो आणि अशा भौतिक सुखांशिवायसुद्धा मी आनंदात राहू शकतो याची खात्री पटते. जेव्हा मन, इंद्रिये आणि हृदय यांच्यासाठी आरामदायी असणाऱ्या गोष्टी गायब होतात तेव्हा आत्म्याचे सुख काय असते ते समजते.

तरीसुद्धा मी कबूल करतो की हे आत्म्याचे सुख वगैरेसारख्या गोष्टींचे कौतुक मी का करू शकतो तर मला माहिती आहे की अशा सुखाकडून भौतिक सुखाकडे मी परत येऊ शकतो. तो माझा मार्ग बंद झालेला नाही. जेव्हा मी माझ्या सामाजिक जीवनाचा त्याग करण्याचा मार्ग निवडला तेव्हा तो कायमसाठी अजूनही माझ्या इच्छा-आकांक्षा, चैन, रेलचेल, पैसा, कुटुंब, मित्र आणि आरोग्य या सगळ्या माझ्या आसक्तीचा मी आदर करतो. आत्मिक सुखात पाच-सहा दिवस घालवल्यानंतर मी पुन्हा माझ्या सुखासीन आयुष्याकडे वळलो. सरतेशेवटी मला एका चांगल्या हॉटेलमध्ये चांगली खोली मिळते- जेथे गरम पाणी असते. असे शरीराचे चोचले पुरवल्यानंतर मी देवाचा ऋणी राहतो की त्याने मला भौतिक सुखे दिली.

पैसा मिळवण्यासाठी जंग जंग पछाडणे हे खरेच खूप त्रासदायक आहे पण का, हे समजून घ्या. आपल्याला खूप भौतिक सुख मिळावे असे वाटणे किंवा अशी अपेक्षा धरणे यात गैर नाही. भौतिक सुख हे दुःख केव्हा देते तर जेव्हा आपण फक्त भौतिक सुखावरच लक्ष केंद्रित करतो आणि स्वतःशी अप्रामाणिक राहतो. जर आपण आपल्या आत्म्याचा आवाज ऐकला, तिकडे लक्ष दिले तर पैसा हा देवाचा आशीर्वाद समजायला हरकत नाही.

पैशाबद्दलची महत्त्वाकांक्षा आणि भौतिक सुख हे आरोग्यदायी आणि हिताचे असते. ऐहिक सुखाने आपल्याला आपल्यापासून दूर जायला नको. तुम्ही भौतिक सुख उपभोगा आणि स्वतःशी प्रामाणिक रहा, तुम्हाला हवे ते मिळेल, मिळालेले आवडत राहील आणि तुम्ही तुमच्या जवळ जे आहे त्याची काळजी घ्याल. अशा प्रकारे वैयक्तिक यश प्राप्त झाल्याने तुम्ही अंतर्बाह्य यशस्वी व्हाल.

❖

४

आपली गरज कशी पूर्ण करावी?

आत्तापर्यंत आपण हे पाहिले की स्वत:शी प्रामाणिक राहणे व आपल्या आतील आनंद शोधणे हे आपल्या भौतिक गरजा पूर्ण करण्यापेक्षा अधिक महत्त्वाचे आहे, पण तुम्ही जर आनंदी नसाल तर तुम्हाला आतील आनंद कसा मिळणार? मुळात जर प्रेमच नसेल तर स्वत:वर किंवा इतरांवर तुम्ही प्रेम कसे करणार? तुमची शेजाऱ्यांवर प्रेम करण्याची खूप इच्छा आहे पण त्याऐवजी तुम्हाला त्याचा रागच येतोय तर? तुम्ही तुमच्या नोकरीच्या ठिकाणी तडजोडी करायचे ठरवता पण तुम्हाला खूप कंटाळा येतोय तर? तुम्ही तुमच्या जोडीदारावर प्रेम करायचे ठरवता पण तुमच्या मनात त्या भावनेचा उगमच होत नसेल तर? तुम्ही तुमच्या कुटुंबावर प्रेम करता पण तुमच्या मनात न्यूनतेमुळे अपराधाची भावना आहे तर? अख्खं जगच तुमच्या विरोधात उभे ठाकले तर तुम्ही आनंदी कसे राहाल?

या प्रश्नाचे उत्तर असे आहे की, 'प्रथम तुमची गरज ओळखा आणि ती पूर्ण करा.' गाडी चांगली चालतेच, पण त्याच्यात पेट्रोल भरले नाही तर ती चालू शकणार नाही, त्याचप्रमाणे आपल्या गरजेच्या गोष्टी जर आपल्याला मिळाल्या नाहीत तर आपल्या मूळ स्वभावाचा आपल्याला विसर पडतो. आनंदी असणे हा आपला खरा स्वभाव आहे. त्याचा प्रत्यय घेणे आणि त्याच्याशी जोडलेले असणे या गोष्टी असतील तर आपल्याला विशिष्ट प्रकारच्या प्रेम आणि आधार या भावनांची गरज आहे.

एखादी गाडी जरी चांगले काम देत असली तरी त्याच्यामध्ये पेट्रोल टाकल्याशिवाय ती गाडी कोठेच जाऊ शकत नाही.

कितीही भौतिक सुखे बाहेरच्या जगातून मिळाली तरी जर मनातून तुम्ही आनंदी नसाल तर त्याचा काही उपयोग नाही. आपल्याला असे वाटते की भौतिक सुखे मिळाली की माणूस सुखी असतो. जर आपल्या आयुष्यात खूप ताणतणाव असेल, की त्यामुळे आपल्याला शांती, प्रेम, आनंद, आत्मविश्वास मिळेनासा होतो अशा वेळी आपल्याला पुन्हा विचार करायची वेळ येते की आपण कोण आहोत? आणि आपण पुन्हा आपल्या आतल्या आत्म्याशी जोडले जातो. आपल्या गरजा पूर्ण झाल्याखेरीज आपल्याला परमानंद मिळत नाही.

आपल्याला हवे ते प्रेम मिळाले की आपण सुखी होतो. आपल्याला जेव्हा एक विशिष्ट प्रकारचे प्रेम मिळत नाही तेव्हा आपण दुःखी होतो. प्रेम हे इंधनाप्रमाणे असते. जेव्हा हे प्रेमरूपी इंधन आपल्याला मिळणे बंद होते तेव्हा आपोआपच आपण थांबतो. कितीही चांगले झुंबर बसवले तरी लाइट गेल्यावर त्याच्यातून उजेड कसा येईल? प्रेम मिळाल्यामुळे आपले आपल्याशीच नाते जुळते. आपल्याला हवे ते मिळणे हे झुंबर पुन्हा प्रकाशमान होण्यासाठी बटण दाबण्यासारखे असते.

प्रेमाची जीवनसत्त्वे

जसे शरीराला पाणी, हवा, अन्न, जीवनसत्त्वे आणि खनिजे यांची निरोगी राहण्यासाठी गरज असते तसेच आत्म्याची गरज प्रेम ही असते! आत्म्याला प्रेम मिळाले की ते वाढते व मनातून व्यक्त होते; पण मन त्यासाठी शरीराचेच माध्यम वापरते. या जगात आत्म्याला त्याचा हेतू साध्य करण्यासाठी मन हेतू, ध्येय ठरवणे, सकारात्मक दृष्टिकोन आणि श्रद्धा किंवा विश्वास यांद्वारे मदत करते. हृदय आत्म्याला हवे असलेले मिळवण्यासाठी व वाढवण्यासाठी झोकून देण्यास मदत करते. इतर इंद्रिये बाहेरच्या जगातील आवश्यक ती माहिती पुरवतात व आनंद उपभोगण्यास मदत करतात.

हृदय आत्म्याला आपल्या गरजेच्या ज्या गोष्टी मिळवल्यात त्या वाढवण्यासाठी मदत करते.

जोपर्यंत आपल्या आत्म्याला ज्या गोष्टींची गरज आहे त्या मिळत नाहीत तोपर्यंत आपल्या आत्म्याला दिशा मिळणे व आयुष्याला परिपूर्णता मिळणे अवघड आहे. आपल्या शरीराचा आपल्या आत्म्याशी जर संबंध तुटला तर आपले आयुष्य संपूनच जाईल. आपल्या मते, आपल्याला कळेल की आपण कोठे जात आहोत, पण तेवढे पुरेसे होणार नाही. आपल्या आत्म्याशी आपला संबंध जुळण्यासाठी

आपल्या हृदयाची कवाडे खुली केली पाहिजेत. आपल्याला पाहिजे ते अपेक्षित प्रेम आपल्याला मिळायला हवे. निरोगी आणि खंबीर राहण्यासाठी आत्म्याला निरनिराळ्या जीवनसत्त्वांची गरज असते.

जेव्हा आपल्या हृदयाची दारे बंद असतात किंवा आनंद मिळवण्यासाठी आपली मने भलत्याच दिशेने भरकटलेली असतात तेव्हा आपल्याला उच्चतम यश कधीच मिळत नाही. आपल्या प्रेमाची गरज आपण ओळखायला शिकले पाहिजे आणि त्याप्रमाणे आपल्या हृदयाची दारे उघडून वेगवेगळी प्रेमाची जीवनसत्त्वे मिळवली पाहिजेत, त्यामुळे तुमचे तुमच्यातील स्वत्वाशी नाते जुळेल.

प्रेमाच्या अशा १० प्रकारच्या गरजा आहेत किंवा १० प्रकारची प्रेमाची जीवनसत्त्वे आहेत. तुम्हाला तुमच्या स्वत्वाची जाणीव झाली की तुम्ही हृदय उघडून ही जीवनसत्त्वे घेतली पाहिजेत. मानसिक द्वंद्वातून तुम्ही आता मुक्त झाले पाहिजे आणि काहीतरी कृती करण्याची कास धरली पाहिजे आणि आयुष्यात यशस्वी झाले पाहिजे.

दहा प्रकारची आवश्यक जीवनसत्त्वे पुढीलप्रमाणे :

१) जीवनसत्त्व G1 : देवाकडून मिळालेला प्रेम आणि आधार
२) जीवनसत्त्व P1 : आई-वडिलांकडून मिळालेला प्रेम आणि आधार
३) जीवनसत्त्व F : कुटुंबाकडून, मित्र-मैत्रिणींकडून मिळणारे प्रेम आणि आधार आणि मौजमजा
४) जीवनसत्त्व P2 : आजूबाजूचे लोक, ज्यांचे आचार विचार आपल्यासारखेच आहेत अशांकडून मिळणारे प्रेम व आधार
५) जीवनसत्त्व S : स्वत:कडून स्वत:ला मिळणारे प्रेम व आधार
६) जीवनसत्त्व R : जवळच्या नातेसंबंधांकडून, जोडीदाराकडून आणि प्रेमसंबंधातून मिळणारा प्रेम व आधार
७) जीवनसत्त्व D : आपल्यावर जे अवलंबून आहेत त्यांच्याकडून मिळणारे प्रेम व आधार
८) जीवनसत्त्व C : समाजाकडून मिळणारे प्रेम व आधार
९) जीवनसत्त्व W : आपण लोकांना परत केलेले प्रेम व आधार
१०) जीवनसत्त्व G2 : परमेश्वराची केलेली भक्ती

समृद्ध आणि समाधानी आयुष्य हे अशा दहा प्रकारच्या प्रेमांवर व आधारावरच चालते. अशा आयुष्याचे हेच इंधन असते. जर तुम्ही आयुष्यात असमाधानी असाल

किंवा तुम्हाला जे हवे आहे ते मिळत नाही त्याच्या मुळाशी असे असते की तुम्हाला अपेक्षित असलेले प्रेम व आधार तुम्हाला मिळत नाही. अनेक वेळा असे असते की तुम्ही खुल्या दिलाचे असता पण तुम्ही चुकीच्या दिशेला सुखाचा शोध घेत असता तर काही वेळेस तुमची दिशा बरोबर असते पण तुमच्या हृदयाची दारे बंद असतात. या दहा जीवनसत्त्वांबद्दल संपूर्ण माहिती आपण जाणून घेऊ, तसेच आपल्या गरजा कशा पूर्ण करायच्या ते पण शिकून घेऊ म्हणजे तुमच्या जवळ काय आहे व केवढी शक्ती आहे ज्यामुळे तुमची स्वप्ने प्रत्यक्षात उतरू शकतील याची तुम्हाला नव्याने जाणीव होईल.

प्रेमाचे प्रत्येक जीवनसत्त्व आवश्यकच!

आपल्याला जर समृद्ध जीवन जगायचं असेल तर या प्रत्येक प्रकारचा आधार व प्रेम आपल्याला आवश्यक आहे. जरी प्रत्येक प्रकारचे प्रेम (सारख्याच प्रमाणात) आवश्यक आहे ही गोष्ट खरी असली तरी तसे दिसत मात्र नाही. जेव्हा तुमचे शरीर आजारी पडते तेव्हा तुमच्यामध्ये एखाद्या जीवनसत्त्वाची कमतरता असते. अशा वेळी जरी सगळ्या जीवनसत्त्वांची गरज असली तरीही त्यावेळी एका विशिष्ट जीवनसत्त्वाची अधिक गरज असते; अशा वेळी तुम्ही ते विशिष्ट जीवनसत्त्व घेण्यास सुरुवात केली तर तुमची तब्येत खूप लवकर सुधारते.

त्याचप्रमाणे तुम्हाला एखाद्या विशिष्ट प्रकारच्या प्रेमाची गरज असेल आणि तुम्हाला प्रेमाची वेगवेगळी अनेक नाती असली आणि त्यांच्याकडून तुम्हाला प्रेम मिळत असले तरीही तुम्ही आनंदी असणार नाही आणि म्हणूनच सुख मिळविण्याचे अनेक वेगवेगळे मार्ग आहेत. काही लोकांना भक्तीचा मार्ग अधिक पसंत आहे, म्हणूनच ते देवाची प्रार्थना करण्यात स्वतःला झोकून देतात, तर काहींचं फक्त स्वतःवरच प्रेम असते आणि ते स्वतःचे भवितव्य घडवण्यातच स्वतःला झोकून देतात, तर काहींना दुसऱ्यावर प्रेम करण्यात स्वारस्य असते व अशा नातेसंबंधातून त्यांना आनंद मिळतो, तर काही कुटुंबवत्सल असतात- ते आपल्या कुटुंबाला व मित्रपरिवाराला अधिक वेळ देण्यात धन्यता मानतात; तर अशा प्रकारे लोकांची निरनिराळ्या प्रकारची भावनिक गरज असते आणि ज्या प्रकारच्या प्रेमाची अपेक्षा असते त्या प्रकारचे प्रेम ते मिळवतात.

प्रत्येकाची प्रेमाची गरज ही त्याच्या वेगवेगळ्या भावनिक पातळीवरील कमतरतेप्रमाणे वेगळी असते.

उदाहरण द्यायचे झाले तर ज्या माणसाला आता देवालाच शरण जायची इच्छा होईल तो भक्तिमार्गाचा अवलंब करेल. एखाद्या मंदिरात जाऊन भक्तिभावाने पूजा-अर्चा करेल, अभिषेक करेल आणि त्यामुळे त्याला आश्चर्यकारक, हवीहवीशी वाटणारी अनुभूती मिळेल, तर दुसरा कुणी असा असेल ज्याला अशा दैवी प्रेमाची विशेष गरज वाटत नसेल त्याला असा विशिष्ट अनुभव येणार नाही, तरीही त्यांना अशा भक्तिमार्गाने छान वाटेल, ताजेतवाने झाल्यासारखे वाटेल पण त्यामुळे ते भारून जाणार नाहीत. एखाद्या भुकेलेल्या माणसाला अन्न मिळाले तर त्याला खूप आनंद होईल व ते अन्न त्याला चविष्ट लागेल, पण जो माणूस नुकताच पोटभर जेवला आहे त्याला त्या अन्नामुळे समाधान तर होणार नाहीच पण ते जेवण चविष्ट पण लागणार नाही; याचाच अर्थ कुठल्याही चांगल्या गोष्टीचा अतिरेक झाला तरी त्याच्यापासून आनंद मिळण्याच्या आपल्या भावना बोथट होऊन जातात, त्यामुळेच आपण अधिकाची अपेक्षा न करता त्यापासून दूर पळतो.

स्वरूपानंदांनी मठाधिपती म्हणून पदाचा स्वीकार केला होता आणि आपले आयुष्य स्वामींच्या चरणी अर्पण केले होते. अनेक वर्षे चांगली गेली. त्यांना धन्यता वाटत होती. त्यांना बायको होती, कुटुंब होते, काम होते पण त्यांच्या चाळिशीतच त्यांना नैराश्याने घेरले. जेव्हा समुपदेशन झाले तेव्हा असे लक्षात आले की आपल्या मनात अपराधीपणाची भावना आहे हासुद्धा त्यांना अपराधच वाटतो आहे.

त्यांची अशी कल्पना होती आपण भक्तिमार्गाने आयुष्य घालवतो आहे ही आनंदाची गोष्ट आहे. त्यांनी त्यांचे सगळे आयुष्य स्वामीजींच्या सेवेत आणि दुसऱ्यांना मदत करण्यात घालवले होते, तरीही त्यांना निराश का वाटत होते हे त्यांना समजत नव्हतं. आपण आनंदी राहू शकत नाही हा आपण केलेला गुन्हा आहे असे त्यांना वाटत होते आणि पूर्वी जसे त्यांना समाधानी वाटत होते तसे आता वाटत नाही याची त्यांना काळजीही वाटत होती.

जेव्हा प्रेमाच्या भावनांची, प्रेमाच्या जीवनसत्त्वाची जाणीव त्यांना झाली तेव्हा स्वरूपानंदांच्या लक्षात आले की आपण काहीच मौजमजा करत नाही. त्यांच्या आयुष्यात जीवनसत्त्व F व जीवनसत्त्व S याची कमतरता आहे. सगळ्यांचे भले करण्याच्या नादात त्यांनी स्वत:च्या भल्याचा विचारच केला नव्हता. त्यांना त्यांच्या समर्पणाची इतकी महती वाटत होती की त्यांनी कधी स्वत:साठी चार क्षण घालवले नव्हते.

त्यांची ही नैराश्याची भावना घालवण्यासाठी परमेश्वराच्या सेवेतून त्यांचे लक्ष दुसरीकडे वळवणे गरजेचे होते. त्यांनी त्यांच्या कामातून वेळ काढायचे ठरवले

आणि स्वत:वर लक्ष केंद्रित करायचे ठरवले. त्यांनी एक छानशी गाडी विकत घेतली. मुलांना व बायकोला घेऊन दूरवर सहलीला जाऊन आले. पूर्वी ज्या गोष्टी करायच्या राहून गेल्या होत्या त्या सगळ्या त्यांनी केल्या. त्यांनी आणि त्यांच्या बायकोनं मिळून प्रणयासंबंधी काही पुस्तके वाचली आणि बेडरूममध्ये अधिक चांगला वेळ घालवला.

अशाप्रकारे अपराधीपणाची भावना न बाळगता त्यांनी त्यांचे चित्त दुसरीकडे वळवल्यावर त्यांना थोडे बरे वाटायला लागले. त्यांच्या भक्तिमार्गावरील जबाबदारीच्या ओझ्यातून थोड्या वेळासाठी स्वत:ला मुक्त केल्यामुळे त्यांना नव्याने आधार मिळाला, आयुष्यातला आनंद मिळाला, परंतु त्यासाठी त्यांना हे समजण्याची गरज होती की स्वत:साठी वेळ काढणे म्हणजे देवापासून दूर जाणे नव्हे!

तुम्हाला हवे असलेले प्रेम नेहमीच उपलब्ध असते!

तुमच्या आत्म्यामध्ये अशी एक विलक्षण शक्ती असते जी तुम्हाला हव्या असलेल्या प्रेमाकडे खेचून घेते, पण तुमच्या मनाला हे समजले पाहिजे की तुमची गरज काय आहे? आणि तुम्ही तुमच्या हृदयाची दारे त्याचा स्वीकार करायला उघडी ठेवली पाहिजेत. तुम्हाला हवे असलेले प्रेम नक्कीच उपलब्ध असेल. जे प्रेम उपलब्ध नाही त्याचीच मागणी तुमचे हृदय करत असते तेव्हा तुम्ही चुकीच्या दिशेने शोध घेत असता. बऱ्याच वेळा असे होते की, तुम्हाला हवे ते का मिळत नाही तर तुम्ही फक्त एकाच साधनाकडून ते साध्य करण्याचा प्रयत्न करता. आयुष्याचा समतोल राखण्यासाठी तुम्ही फक्त एकाच जीवनसत्त्वाचा वापर करता. तुम्हाला हवे ते प्रेम मिळत नाही तेव्हा तुम्ही चुकीचे जीवनसत्त्व मदतीसाठी वापरले हे सिद्ध होते.

जेव्हा तुमची आंतरिक इच्छा पूर्ण होत नाही तेव्हा तुमचा मार्ग चुकला आहे हे समजते.

अनेक लग्नांमध्ये हे घडते. जेव्हा लोक लग्न करतात तेव्हा ते प्रेमाच्या इतर जीवनसत्त्वांकडे दुर्लक्ष करतात. ते प्रत्येक सुखासाठी फक्त आपल्या जोडीदाराकडेच बघतात, का? कारण सुरुवातीला प्रत्येक गोष्टच सुंदर असते, हवीहवीशी असते! त्यांना वाटते की आपण स्वर्गीय सुखात डुंबतोय आणि काय चुकीचे आहे त्यात? त्यांना आता असे कोणीतरी मिळालेले असते की जे त्यांच्यावर अपार प्रेम करते आहे. त्यांची जीवनसत्त्व Rची गरज कोणीतरी भागवते आहे. त्यांना हवा असलेला

आधार, त्यांचा जिवलग, सुख-दुःखाचा वाटेकरी आणि प्रणय त्यांना लग्नामुळेच मिळाले आहे. या सगळ्यांमुळे त्यांना इतके चांगले वाटते की त्यांना त्यांच्या इतर गरजांचा विसर पडतो.

पण हे स्वर्गीय सुख तात्पुरतेच ठरते. जेव्हा तुम्हाला R जीवनसत्त्वाचे मोठे मोठे डोस मिळत असतात तेव्हा इतर पूर्ण न झालेल्या गरजांचा व त्रुटींचा तुम्हाला विसर पडतो, पण जेव्हा R जीवनसत्त्वाची गरज पूर्णपणे भागवली जाते तेव्हा तुम्हाला आयुष्यात पुन्हा रितेपण जाणवायला लागते.

जेव्हा जेव्हा एक गरज भागवली जाते तेव्हा तेव्हा आपल्या दुसऱ्या गरजा अजून अपूर्ण आहेत हे आपल्याला प्रकर्षाने जाणवायला लागते. अत्यंत जीवश्च कंठश्च नातेसंबंधात तर एक क्षण असा येतो की आपल्याला जेवढे R जीवनसत्त्व हवे आहे तेवढे मिळालेले आहे आणि आता न पूर्ण झालेल्या गरजांबद्दल ओढ लागते व प्रचंड रितेपण जाणवते आणि हे सर्व अटळ असते.

या विवेचनावरून तुमच्या लक्षात येईल की काय गूढ आहे यामागे की अनेक जोडपी आधी प्रेमात पडतात व नंतर त्या प्रेमातून बाहेर पडण्याची धडपड करतात! कुठल्याही प्रेमसंबंधांची सुरुवात ही स्वर्गीय आनंद देणारीच असते, कारण काही काळासाठी तरी आपल्या आयुष्यातील रितेपण, कमतरता दूर करण्याची त्यामध्ये ताकद असते. प्रेमात पडल्यावर आपल्या अंतर्मनाशी आपण जोडले जातो व आपण कुणीतरी आहोत याची जाणीव होते, पण त्या क्षणी आपली R जीवनसत्त्वाची गरज पूर्ण होते, आपल्याला पुन्हा पूर्वीच्या अस्वस्थतेची जाणीव होते जी आपण प्रेमात पडण्यापूर्वी आपल्याला होती.

आणि अशा क्षणी आपल्यातली प्रेमाची भावना संपते. आपण आपल्या जोडीदारासाठी किंवा जोडीदाराने आपल्यासाठी काहीही केले तरी ते पुरेसे नसते. आपले आयुष्य खोल चिखलात रुतल्यासारखे होते. आता परिस्थिती आणखी वाईट होते कारण या सगळ्या गोष्टींना आपले आई-वडीलच कारणीभूत आहेत असा आपण चुकीचा ग्रह करून घेतो. आपल्याला आपल्या आई-वडिलांची बहुमोल साथ आहे याचा आनंद मानण्याऐवजी आपण त्यांनी आपल्यासाठी बदलावे अशी अपेक्षा करतो किंवा आपले आई-वडीलच आपण बदलावेत असेही वाटते. आपली प्रेम करण्याची जी आंतरिक इच्छा असते तिचा आपल्याला विसर पडतो. आपण मूर्खासारखे वागून नातेसंबंध सुधारण्याचा प्रयत्न करतो किंवा दुसरे नातेसंबंध जोडण्याचा प्रयत्न करतो. दोषारोपांच्या गर्तेत फसतो आणि आपली सगळी ताकद आपल्याला हवे ते मिळवण्यात न खर्च करता फक्त दुसऱ्याला दुखावण्यातच खर्च करतो.

निरनिराळी प्रेमाची जीवनसत्त्वे ओळखा, त्यामुळे तुमचा भ्रमनिरास होईल.

तुम्हाला पाहिजे ते मिळवण्याच्या मार्गातले अडथळे दूर करून लक्ष्यावर लक्ष केंद्रित करायचे हे तुम्हाला समजेल. तुमचे हेतू बदला, त्यामुळे तुम्हाला ताबडतोब इतरांकडून हवा असलेला आधार मिळेल. आपला मार्ग शोधून तिथे कसे पोहोचायचे हे एकदा समजले की तुम्हाला हवे असलेले प्रेम तुम्हाला मिळालेच समजा!

❖

५

प्रेमाची दहा तळी (तलाव)!

प्रेमाच्या तळ्यांची जर दृश्य चित्र तुम्ही पाहिली तर आपल्याला हवे ते मिळवणे किती चैतन्यमय असते हे तुम्हाला समजेल. अशी कल्पना करी की आपल्या प्रत्येक प्रकारच्या प्रेमाच्या गरजेसाठी प्रेमाचे एक स्वतंत्र तळे आहे. प्रत्येकामध्येच अशी दहा प्रकारची तळी आहेत. जर आपल्याला आपल्या स्वत:शीच प्रामाणिक राहायचे असेल तर ही प्रेमाची तळी कायम भरून ठेवणे हे आपले लक्ष्य असले पाहिजे.

जर आपले आपल्या स्वत:शीच जुळलेले सूर बेसूर झाले तर असे समजावे की या दहांपैकी एखादे तळे थोडेसे रिकामे झाले आहे. अशा वेळी ते विशिष्ट जीवनसत्त्व घेतले की ते तळे पुन्हा भरले जाईल आणि असे प्रेमाचे तळे पुन्हा भरले गेले की पुन्हा आपले सूर जुळून येतील.

म्हणजेच जर आपले आयुष्य सूरमयी करायचे असेल तर प्रेमाची तळी भरली पाहिजेत. जोपर्यंत आपण ही तळी भरण्याचे काम करतो तोपर्यंत आपल्याला आनंद मिळेल, शांती मिळेल, समाधान मिळेल, एवढेच नाही तर आपल्या मन:शक्तीची जाणीव होऊन आपल्यातील नवनिर्मितीची उमेद वाढेल.

एक तळे पूर्ण भरले की तुम्हाला तळ्याकडे लक्ष देणे गरजेचे असते. जर तुम्ही तुमच्या दहाही तळ्यांकडे वारंवार लक्ष दिले नाही तर तुमच्या प्रेमाच्या गरजा भागवल्या जात नाहीत आणि तुम्ही दु:खी होता. उदाहरणार्थ, तुम्ही फक्त तुमच्या जोडीदारापासून प्रेमाची अपेक्षा केली तर थोडे दिवसांनी तुम्हाला राग यायला लागतो, कारण तुमचा जोडीदार तुम्हाला जे प्रेम देतो ते पुरेसे नसते.

तुम्हाला तुमच्या अंतर्मनाशी जुळून राहण्यासाठी एक तळे भरल्यानंतर लगेच दुसरे तळे भरण्यावर तुमचे लक्ष केंद्रित करायला हवे.

प्रेमात पडण्याची अनुभूती म्हणजेच R टँक भरणे होय, पण आपण जर फक्त या प्रेमाच्या तळ्यावर आपले लक्ष केंद्रित केले व फक्त तेच जीवनसत्त्व घेत राहिलो तर हे तळे भरल्यानंतर आपण आपल्या परिपूर्णतेच्या मार्गापासून पुन्हा दूर जाऊ.

उपरोधाने असे म्हणावेसे वाटते की सूर जुळण्यासाठी आपण जी जीवनसत्त्वे शोधत होतो त्यांचाच परिणाम आता आयुष्य बेसूर होण्यासाठी होतो. आयुष्यात पाहिजे ती परिपूर्णता न मिळाल्यामुळे आपण अस्वस्थ होतो आणि अशीच काहीशी भावना आपल्या जोडीदाराचीसुद्धा असते. अशा वेळी आपण आणखी एक चूक करतो ती म्हणजे आपण असे ठरवतो की या बिघडत चाललेल्या आपल्या नातेसंबंधावर आपल्याला अधिक लक्ष केंद्रित करायला हवे, तरच परिस्थिती सुधारेल, पण त्या ऐवजी आपण आपले दुसरे प्रेमाचे तळे भरायला हवे असते! काळाची तीच गरज असते!

सलील आणि सोहाचे आठ वर्षांपूर्वी लग्न झालेले होते. त्यांनी 'मेन आर फ्रॉम मार्स, वुमेन फ्रॉम व्हिनस' हे पुस्तक वाचलेले होते. त्याच्यावर अनेकदा चर्चाही केली होती, त्यातील संवादाचे कौशल्य आत्मसात करण्याचा प्रयत्न केला होता, तरीही त्यांच्या संसाराच्या गाड्याची चाके खोल-खोल रुतत चालली होती. असे दिसत होते की सलील जे काही करत होता ते पुरेसे नव्हते. तो जे काही पुस्तकांमधून शिकला होता तसे वागायचा प्रयत्न करत होता, पण ते सोहासाठी पुरेसे नव्हते. तिला नेहमी असे वाटायचे की जेव्हा ती बोलते तेव्हा सलीलचे तिच्याकडे लक्षच नसते आणि तिला जे हवे होते ते तो कधीच द्यायचा नाही.

सोहासुद्धा वाईट नव्हतीच. तिलाही हे नातेसंबंध जपायचे होते. ती खूप प्रेमळपणे वागायची. तिच्या मनात यायचे की ती कितीही प्रेमळपणे वागली, तिने कितीही त्याला भरभरून द्यायचा प्रयत्न केला तरी तिच्या विनंत्यासुद्धा सलीलला जणू त्याच्यावर टीका-टिप्पणी केल्यासारख्या वाटायच्या. तिला वाटायचे की ती एखाद्या निसरड्या पायवाटेवरून जात आहे- जिथे केव्हाही कपाळमोक्ष होण्याचा संभव आहे. ती कितीही प्रेमळपणे वागली तरी सलीलच्या मनात मात्र रागाचे, संतापाचे धुमारे फुलत होते. ती जेवढे चांगले वागायचा प्रयत्न करत होती तेवढ्या वेगाने या नातेसंबंधातून तिच्या पदरी तिरस्कार पडत होता. सलील आणि सोहाच्या प्रेमातला ओलावाच निघून गेला होता.

त्याच सुमारास सलील आणि सोहाने या प्रेमाच्या तळ्यांबद्दल ऐकले. सलील आणि सोहाने सहा आठवड्यांपर्यंत एकमेकांपासून जास्तीच्या अपेक्षा करायच्या

नाहीत असे ठरवले. त्या काळात दोघे वेगवेगळ्या बेडरूम्समध्ये झोपत होते आणि जरुरीपुरतेच एकमेकांशी बोलत होते. एकमेकांशी जवळीक, प्रेम वगैरे गोष्टी बाद होत्या, पण त्या काळात त्यांनी त्यांच्या संबंधांबद्दल विचार केला. त्यांचे नातेसंबंध कसे जपता येतील, अधिक दृढ कसे होतील यावर चर्चा केली, तसेच त्या काळात कुटुंबातील इतर व्यक्तींबरोबर व मित्रमंडळींबरोबरसुद्धा जास्त वेळ घालवला. दोघांनीही आपल्या मनाला वाटेल ते केले आणि एकमेकांकडून कुठल्याही अपेक्षा धरल्या नाहीत.

अशा प्रकारे तडजोडीचे काही आठवडे गेल्यानंतर दोघांनाही अधिक आनंदी आणि परिपूर्ण वाटू लागले. त्यांच्या दु:खाबद्दल त्यांनी एकमेकांना दोष देणे थांबवले तेव्हा त्यांच्या लक्षात आले की ते एकमेकांबरोबर अधिक चांगला वेळ घालवू शकतात. जेव्हा त्यांनी त्यांची प्रेमाची इतरही तळी भरायला सुरुवात केली तेव्हा त्यांना अधिक चांगले वाटू लागले व ते संतुष्ट झाले.

सहा आठवड्यांच्या शेवटी ते दोघे बरोबर बाहेर गेले. त्यांनी तेथे खूप मौजमजा केली. आयुष्यात पहिल्यांदा सलीलला सोहाबद्दल प्रेम, आसक्ती आणि आकर्षण वाटले. सलीलने आपल्यात इतकी रुची दाखवली व त्याला आपल्याबद्दल इतकी आत्मीयता वाटली हे पाहून सोहा खूप खूश झाली. तिला खूप आश्चर्य वाटले की तिला हव्या असलेल्या सगळ्या गोष्टी सलीलमध्ये होत्या, फक्त या आधी तिला त्या जाणवल्या नव्हत्या. तो तिची काळजी घेत होता, तिच्या सर्व गोष्टींत रुची दाखवत होता. त्याला त्यांच्या नातेसंबंधांबद्दल आत्मीयता वाटत होती. त्याच्यासाठीसुद्धा तिचे सगळे वागणे बदललेले वाटत होते. ती त्याचे कौतुक करत होती, त्याच्या सान्निध्यात असल्याचे तिला अप्रूप वाटत होते. ती त्याला उत्तम प्रतिसाद देत होती. याचाच अर्थ, सलील व सोहाला त्यांच्या पती-पत्नीच्या नातेसंबंधांमध्ये परत जाण्यासाठी त्यातून थोडी 'Time Please' घेण्याची आवश्यकता होती आणि मगच पुन्हा सगळे 'आलबेल' होणार होते.

भरलेल्या तळ्याची लक्षणे कोणती?

जेव्हा तळे भरण्याची क्रिया चालू असते तेव्हा आपल्यातील सकारात्मक भावनांची वाढ झालेली असते. तळे भरताना आपल्याला असे वाटते की केवळ आपल्या जोडीदारामुळेच आपल्याला सुख मिळते आहे, पण आनंद मिळण्याचे खरे कारण हे असते की आपला आपल्या अंतर्मनाशी सुसंवाद चाललेला असतो; तरीसुद्धा असे नक्की म्हणता येईल की आपल्या जोडीदाराचे प्रेम व आधार यामुळेच आपण आपल्या अंतर्मनाशी सुसंवाद साधू शकतो. जर आपल्याशी कोणी प्रेमाने वागले तर नक्कीच आपण स्वत:वरच खूश होतो. निरनिराळ्या प्रकारच्या प्रेमांमुळेच

आपली अनेक रूपे लोकांना पाहायला मिळतात.

परंतु प्रेमाचे तळे भरण्याची प्रक्रिया पूर्ण झाली की ही परिपूर्णतेची भावना लोप पावते, त्याऐवजी सतत काहीतरी असमाधान, अस्वस्थता, रुखरुख जाणवते. ही अवस्था काहीशी कंटाळवाणी असते. आपल्याला असे वाटते की आपला जोडीदारच या आपल्या अवस्थेला कारणीभूत आहे, त्यामुळे आपण त्याच्यावरच नाराज होतो, पण वास्तव असे असते की एकूणच प्रेमाची इतर तळी रिकामी असल्याची आपल्याला जाणीव होते.

जेव्हा प्रेमाचे तळे पूर्ण भरते, तेव्हा आपण अस्वस्थ होतो.

प्रेमात पडलेल्या दोन व्यक्ती जेव्हा प्रेमातून बाहेर पडतात तेव्हा त्यांच्यातील S जीवनसत्त्व हरवलेले असते. S जीवनसत्त्व म्हणजे स्वत:विषयीचे प्रेम. जेव्हा आपले स्वत:वरचे प्रेम कमी होते तेव्हा आपण आपल्या जोडीदाराकडून वाजवीपेक्षा जास्त अपेक्षा करतो. आपले स्वत:वर प्रेम असते म्हणून आपल्या जोडीदाराने आपल्यावर अधिक प्रेम करावे अशी आपली अपेक्षा असते; मग तुमचा जोडीदार काहीही म्हणाला वा त्याने काहीही केले तरी ते पुरेसे नसते, म्हणूनच जेव्हा तुमचेच तुमच्यावर प्रेम नसते तेव्हा जोडीदाराच्या प्रेमामुळे तुम्हाला बरे वाटत नाही, फक्त तुम्हीच ते करू शकता.

जेव्हा तुमचे तुमच्यावर प्रेम नसते तेव्हा तुमच्याशिवाय दुसरे कोणीच तुम्हाला आनंदी करू शकत नाही.

जर माझा स्वत:चा असा विश्वास असेल की मी पुरेसा चांगला आहे तर तुम्ही मला असे वाटण्यापासून परावृत्त करूच शकत नाही, तसेच जर माझा असा विश्वास असेल की मी नालायक आहे तर मला बरे वाटावे म्हणून तुम्ही काहीच करू शकत नाही. जेव्हा आपण स्वत:वर प्रेम करत नाही तेव्हा आपण दुसऱ्याच्या प्रेमाचाही स्वीकार करत नाही, म्हणून स्वप्रेमाचे आपले तळे आपणच भरू शकतो. नातेसंबंधांमध्ये जेव्हा स्वप्रेम कमी असते तेव्हा आपल्या मनात संतापाची भावना येते की आपला जोडीदार आपल्याशी जसा वागायला पाहिजे तसा वागत नाही. आपण आपल्याला आनंदी वाटण्यासाठी आपल्या जोडीदाराकडे अपेक्षेने बघतो. गोष्टी पूर्वी घडल्या तशाच घडाव्यात असा आग्रह धरतो, पण आता ते शक्य नसते, आपल्या दृष्टिकोनामुळे परिस्थिती आणखी बिघडते.

आपल्याला असे वाटते की आपला जोडीदार आपल्याला प्रतिसाद देत नाही,

जसा तो पूर्वी द्यायचा. आपण आपल्याला आता मिळणाऱ्या गोष्टींची तुलना आपण पूर्वी मिळालेल्या गोष्टींबरोबर करतो. आपला जोडीदार आता आपल्यासाठी ज्या गोष्टी करत नाही त्याची यादी बनवतो. 'तू आत्ता माझ्यासाठी काय केलेस?' हे आपले पालुपद असते. ही सगळी लक्षणे काय दाखवतात तर आता आपल्याला आपले लक्ष S टँकवर केंद्रित करायला पाहिजे. आता आपल्याला S जीवनसत्त्वाची गरज आहे. आपले Self-love म्हणजे स्वप्रेम वाढवायला पाहिजे. स्वत:वर प्रेम करण्याने आणि स्वत:लाच आधार देण्याने आपण स्वायत्त बनतो. आपण स्वत:शी सुसंवाद साधू शकतो. स्वत:साठी थोडा वेळ काढल्याने आपल्याला हवे ते करता येते आणि त्यामुळे खूप बरे वाटते.

आधी स्वत:वर प्रेम करा!

या आधीचे पुस्तक लिहीत असताना मला या प्रेमाच्या तळ्यांचा शोध लागला. या शोधामुळे माझी बरीच प्रगती झाली. मी जे काही लिहीत गेलो ते मला आवडत गेले आणि एक दिवस अचानक मला मी लिहिलेले काहीच आवडेनासे झाले. काही दिवस मी स्वत:शीच संघर्ष करीत राहिलो. माझेच काम सुधारत राहिलो, पण तरीही ते काहीच माझ्या पसंतीस उतरत नव्हते. शेवटी मी माझ्या मनाची समजूत घालायला सुरुवात केली. मी अशा तऱ्हेने समजूत घालायचो की 'प्रत्येक भाग सर्वोत्तम असूच शकत नाही.' किंवा 'हे तितकेसे वाईट नाही. तू जरा जास्तच टीका करतो आहेस.' शेवटी मी कसेबसे ते एकदाचे पूर्ण केले आणि स्वत:चे समाधान करण्याचा प्रयत्न केला.

मी माझ्या पत्नीला, बोनीला बोलावले आणि तो भाग वाचायला दिला आणि बतावणी केली की मला खूप आवडले आहे, तिला पण तितकेच आवडले का? माझी अपेक्षा होती की तिलाही ते तितकेच आवडेल आणि त्यामुळे मी पुढे लिहू शकेन. मला तिच्याकडून माझ्या लेखनाबद्दल चार कौतुकाचे शब्द हवे होते. तिने जेव्हा ते वाचले तेव्हा तिने अतिशय नम्रपणे व हळुवारपणे सांगितले की त्यातील काही भाग संदिग्ध आहे आणि खूप गुंतागुंतीचा, समजण्यास अवघड असा आहे. खरे तर माझेसुद्धा हेच मत होते, पण तिने हे म्हणायला नको होते, त्यामुळे मी तिच्यावर चिडलो. बोनी इतकी मोठी टीकाकार असू शकते व इतके नकारात्मक बोलू शकते यावर माझा विश्वासच बसला नाही.

बोनी काही माझी शत्रू नव्हती किंवा ती जे काही बोलली ते चुकीचे नव्हते, पण हे माझे उशिरा सुचलेले शहाणपण होते, शिवाय तिने वापरलेले शब्दही अतिशय नम्र होते पण मी तिला वाईट ठरवले होते. टीका करतानाही बोनीने म्हटले

होते, 'पण मला हे लेखन आवडले आहे.' तरीसुद्धा ती प्रामाणिकपणे हे सांगत नाही असेच मला वाटले.

खरं तर मला स्वत:लासुद्धा माझे लेखन आवडले नव्हते तरीही मी तिलाच दोष देत होतो आणि हेच नातेसंबंध स्वप्रेमावर कसे अवलंबून असतात याचे उत्तम उदाहरण आहे. जर मी लिहिलेला पुस्तकाचा भाग मला आवडला असता आणि तिला आवडला नसता तरी तिने दिलेला प्रतिसाद मला एवढा नकारात्मक वाटला नसता. माझ्यातलाच मी तिच्या प्रेमाकडे अशा नजरेने बघत होतो की, माझ्या माझ्यावरच नसलेल्या प्रेमाची उणीव तिने भरून काढावी.

परंतु हे सर्व जाणवायच्या आधी मात्र माझी प्रतिक्रिया खूप भडक होती. आम्ही भलत्याच विषयावरून खूप भांडाभांडी केली होती, पण खरे कारण हेच होते. जर नवरा-बायकोच्या भांडणाचे निरीक्षण केले तर असे लक्षात येते की त्यांच्या भांडणाच्या मुद्यापेक्षाही ते ज्या पद्धतीने भांडत आहेत तेच भांडणाचे मूळ आहे. म्हणजे बघा. 'तू माझे ऐकून घेत नाहीयेस!' किंवा 'तू मलाच दोष देतो आहेस.' नंतर ते भूतकाळात घडलेल्या गोष्टींची यादी तयार करून वर्तमानकाळातला बचाव करतात. त्या संध्याकाळी आमचे भांडण वरवर पाहता पैशावरून असले तरीही त्यामागचे खरे कारण होते की, 'मी स्वत:वर प्रेम करत नव्हतो.'

बहुतेकवेळा जोडपी जेव्हा भांडतात तेव्हा पाचच मिनिटांमध्ये ते भांडणाच्या पद्धतीवरून भांडतात.

त्या रात्री मग मी माझ्या मित्रांबरोबर सिनेमाला गेलो. सिनेमा पाहिल्यावर काही क्षणातच मी त्यामध्ये गुंतून गेलो, कारण मला असे हाणामारीचे सिनेमे खूप आवडतात. सिनेमाहून येताना मला स्वत:बद्दल खूप ग्रेट असल्याचे वाटले. मी घरी आल्यावर मला बोनीची माफी मागण्यात काहीच कमीपणा वाटला नाही, उलट माझ्या मनातल्या प्रेमाच्या भावना उचंबळून आल्या. दुसऱ्याच दिवशी मी पुन्हा तो भाग वाचला, अगदी सहजपणे त्यात काही बदल केले आणि मी स्वत:वरच खूश झालो. लेखक म्हणून मला आलेले अपराधीपण पूर्णपणे पुसलं गेलं.

असा अनुभव घेतल्यावर मी घडलेल्या घटना पुन्हा तपासून पाहिल्या. अगदी सुरुवातीलाच मला अपराधीपण आले होते. मी लिहीत असलेला भाग मला आवडत नव्हता आणि त्यामध्ये काही यशस्वी सुधारणा पण मी करू शकत नव्हतो. माझ्या बायकोला माझे लेखन आवडले नाही हे मी पचवू शकलो नाही आणि म्हणून मी तिच्याशी वादावादी सुरू केली. नंतर मी सिनेमा पाहायला गेलो त्यामुळे मला बरे वाटले. त्या दिवशी मला जाणवले की माझ्या इतरही काही

भावनिक गरजा आहेत. मला माझ्या बायकोचे प्रेम हवे होते, त्याचबरोबर माझे स्वत:वर प्रेम असणे गरजेचे होते आणि मला माझ्या मित्रांबरोबर मौजमजाही करायला हवी होती.

पण नेमक्या त्या दिवशी मला बोनीचे माझ्याविषयीचे प्रेम आणि तिने मला दिलेला आधार अजिबात जाणवला नाही. मी त्याचे कौतुकही केले नाही, कारण तिने त्या वेळी मला दिलेले प्रेम हे मला ज्या प्रकारच्या प्रेमाची गरज होती त्या प्रकारचे ते नव्हते. त्या शिवाय मी माझ्या पुस्तकाच्या लेखनातही त्या दिवशी काहीच प्रगती करू शकलो नाही. याचे कारण खरे तर मला स्वत:विषयीचे जे प्रेम वाटायला हवे होते ते नव्हते. मी जे काही लिहीत गेलो ते मलाच आवडत नव्हते, पण मी जेव्हा माझ्या मित्रांबरोबर सिनेमा पाहायला गेलो तेव्हा मात्र मला खूप बरे वाटले.

म्हणजेच बरे वाटण्यासाठी मला पुन्हा पाठीमागे जाऊन आधीचे प्रेमाचे तळे भरायला हवे होते. मला माझ्या मित्रांबरोबर मौजमजा करण्यात वेळ घालवणे गरजेचे होते. मी माझे थोडेसे नैराश्य दुसऱ्या विवाहित पुरुषाबरोबर वाटून घेतले. तो विवाहित असल्यामुळे मला नेमके काय म्हणायचे आहे ते त्याला समजले आणि नेमकी त्याच आधाराची मला आता गरज होती. अशा प्रकारे प्रेमाची ही दोन्ही तळी भरली गेल्यामुळे मला खूप चांगले वाटले आणि जुन्याच घटनेकडे मी आता नवीन, वेगळ्या दृष्टिकोनातून पाहू लागलो. अशा प्रकारे दुसऱ्या प्रकारच्या गरजा पूर्ण करण्यावर लक्ष केंद्रित केल्यामुळे मी माझ्या स्वप्रेमाकडे परत येऊ शकलो.

मग मी माझ्या स्वानुभवावरून माझ्या शिष्यवर्गाच्या बाबतीतही हीच पद्धत लागू केली आणि काय आश्चर्य! ही परिणामकारक ठरली. अनेक वेळा खूप जास्त प्रयत्न करूनही जर एखादे जोडपे हवा तो परिणाम आपल्या जोडीदाराकडून मिळवू शकत नसेल तेव्हा एकमेकांसाठी जास्त करण्यापेक्षा इतर ठिकाणांहून प्रेम आणि आधार मिळतो का, याचा मी त्यांना शोध घ्यायला सांगू लागलो. जेव्हा एखादे जोडपे अपयशी ठरले तेव्हा मी त्यांना त्यांची इतर प्रेमाची तळी भरायला सांगितली. त्यानंतर मी त्यांच्या संभाषणकलेवर जास्त भर देत असे.

तुम्हाला आधीच जर तुमच्या जोडीदाराचा राग येत असेल व मनात त्याच्याबद्दल भावनाच नसतील आणि अशावेळी तुम्हाला कोणी शिकवत असेल की तिला किंवा त्याला पाहिजे तसे तुम्ही त्याच्यावर किंवा तिच्यावर प्रेम करा तर हे तुम्हाला रुचेल का? नक्कीच नाही रुचणार आणि नेमकी हीच नवीन दिशा मला सापडली. निरनिराळ्या प्रकारची प्रेमाची तळी भरून एक सामर्थ्यशाली आणि सकारात्मक असा दृष्टिकोन मिळाला की ज्यामुळे मला फक्त आनंद झाला नाही तर माझ्या व्यवसायातील अनेक उच्च शिखरे त्यामुळे मला गाठता आली.

❖

६

दहा अवस्था समजावून घ्या!

ही जी काही दहा प्रेमाची तळी आहेत त्यांना नैसर्गिक क्रम आहे. आपण अगदी सुरुवातीपासून म्हणजे भ्रूणाच्या आईच्या पोटातील अस्तित्वापासून ते त्याच्या वार्धक्यापर्यंत विचार केला तर प्रत्येक तळ्यासाठी काही विशिष्ट काळ निसर्गानेच नियमित केलेला आहे. आयुष्यातील काही ठरावीक वयाच्या कालावधीत कुठल्या प्रकारच्या प्रेमाची अधिक गरज आहे आणि कधी कुठली कौशल्ये व क्षमता वाढवायला पाहिजेत त्या या अवस्था आहेत. या प्रत्येक पायरीवर ज्या प्रेमाची गरज आहे ते प्रेम मिळाले तर पुढच्या प्रकारचे प्रेम मिळण्यासाठी तो एक भक्कम पाया असेल.

जेव्हा आपण दुसऱ्या अवस्थेत प्रवेश करतो तेव्हा पूर्वीचे प्रेमाचे तळे खरे वास्तविक भरलेले हवे, परंतु ते तसे भरलेले नसेल तर आपल्याला पुन्हा मागे जाऊन ते भरावे लागेल तर आपण आपल्या स्वत:शी जोडलेले राहू.

आयुष्यातील ज्या विशिष्ट कालावधीमध्ये आपल्याला हवे असलेले प्रेम मिळाले नाही अशा काळाचा आढावा घेतल्यास असे लक्षात येते की त्याचा परिणाम असा होतो आपल्याला आपल्या स्वत:बद्दलसुद्धा अंदाज येत नाही आणि आपली प्रगतीही होत नाही, त्यासाठी आपल्याला आयुष्यात पुन्हा मागे जाऊन ते विशिष्ट प्रेमाचे तळे भरून घ्यावे लागते.

उदाहरणार्थ, जर लहान मुलांना त्यांना आवश्यक असलेले प्रेम मिळाले नाही, त्यांना कोणी समजून घेतले नाही, त्यांच्याकडे विशेष लक्ष दिले नाही तर त्यांना आपण नक्की कसे आहोत म्हणजे हुशार आहोत की नाही, प्रेमळ आहोत की नाही की खरेच खोडकर आहोत हे कसे समजणार? याशिवाय आपण आपल्या कुटुंबासाठी किती खास आहोत हे त्यांना कसे समजणार? आणि त्याचा परिणाम हा होईल की त्यांचा पक्का समज होईल की आपल्यावर कोणी प्रेमच करत नाही. आयुष्यात असे

काही आव्हानात्मक प्रसंग येतात की ज्याला तोंड देण्यासाठी आपल्याला आतल्या (शरीराअंतर्गत) प्रेमाची, आनंदाची, शांतीची व आत्मविश्वासाची गरज असते. ते काहीच मिळणार नाही आणि म्हणूनच आयुष्य यशस्वीपणे तरून जाण्यासाठी आपल्याला आपल्या भूतकाळातील रिकामी राहिलेली प्रेमाची तळी भरून घ्यावी लागतील.

खाली असा विशिष्ट कालावधी दिलेला आहे की ज्या कालावधीत आपल्याला विशेष प्रेमाच्या जीवनसत्त्वाची गरज भासते व विशेष व्यक्तींकडून ते मिळावे लागते तरच आपले व्यक्तिमत्त्व उत्तम घडू शकते व आपण स्वत:शी प्रामाणिक राहू शकतो, स्वत्व जपू शकतो.

हा कालावधी दहा प्रकारचा असतो.

क्र.	**विशिष्ट कालावधी**	**जीवनसत्त्व**	**कोणत्या प्रकारच्या प्रेमाची गरज**
१.	भ्रूण ते जन्मावस्था	जीवनसत्त्व G1	दैवी प्रेम
२.	जन्मापासून ७ वर्षापर्यंत	जीवनसत्त्व P1	आई-वडिलांचे प्रेम
३.	७ ते १४ वर्षांपर्यंत	जीवनसत्त्व F	कुटुंब, मित्र-मैत्रिणी यांचे प्रेम व मौजमजा
४.	१४ ते २१ वर्षांपर्यंत	जीवनसत्त्व P2	सखे-सोबती, सवंगडी, समानशील मित्र-मैत्रिणी
५.	२१ ते २८ वर्षांपर्यंत	जीवनसत्त्व S	या वयात स्वत:बद्दलचे प्रेम प्रकर्षाने जाणवते.
६.	२८ ते ३५ वर्षांपर्यंत	जीवनसत्त्व R	प्रेमाची गरज, नातेसंबंध व प्रेमसंबंध
७.	३५ ते ४२ वर्षांपर्यंत	जीवनसत्त्व D	आपल्यावर कोणीतरी अवलंबून आहे ही भावना गरजेची असते.
८.	४२ ते ४९ वर्षांपर्यंत	जीवनसत्त्व C वाटते.	समाजाला काहीतरी द्यावेसे
९.	४९ ते ५६ वर्षांपर्यंत	जीवनसत्त्व W करावेसे वाटते.	संपूर्ण जगासाठी काहीतरी
१०.	५६ ते पुढे आयुष्याच्या अंतापर्यंत	जीवनसत्त्व G2	परमात्म्याची ओढ अंतापर्यंत

अगदी आपल्या भ्रूणावस्थेपासून ते थेट ५६ वर्षांच्या पुढील पर्यंतच्या काळात प्रत्येक विशिष्ट काळाबरोबर विशिष्ट जीवनसत्त्व जोडले गेले आहे जे आपल्या निकोप वाढीसाठी अत्यंत आवश्यक आहे. जर आपली ती विशिष्ट गरज भागवली गेली नाही तर आपण कोणत्या ना कोणत्या प्रकारे जखमी होतो. आपण वेगवेगळ्या कालखंडांतून जात असताना आपल्या प्रगतीच्या मार्गात काही ना काही अडथळे हे येतच असतात.

हे म्हणजे असे असते की आपल्याला कोणीही वाचून दाखवणारे नाही तरी आपण वाचन शिकतोय किंवा तुम्ही अजून मोटारसायकल ही चालवली नाही आणि अचानक तुम्ही चार चाकी गाडी चालवायला घेतली आहे किंवा एखाद्या व्यवसायात शिरला आहात पण तुम्हाला लिहिता-वाचता येत नाही किंवा साध्या बेरजा-वजाबाक्याही येत नाहीत. अशा वेळी तुम्ही जरी कसेबसे निभावून नेले तरी त्यासाठी खूप मोठा संघर्ष करावा लागतो. त्याच प्रकारे प्रत्येक जीवनसत्त्व हे पुढील घटना सुरळीत घडाव्या म्हणून पाया तयार करत असते. प्रत्येक प्रकारच्या प्रेमाची गरज भागवली गेली तर आपले आयुष्य समृद्ध होते.

आपण जसजसे प्रौढ होत जातो तसतसे आपल्या लक्षात येते की आपल्या अनुभवाला येणारे असमाधान हे जास्त करून ठरावीक काळच नसून बरेचदा प्रेमाची दुसरी तळी भरण्यासाठी आवश्यक असलेल्या गोष्टी न मिळाल्यामुळे आहे.

जेव्हा जोडप्यांमध्ये ताणतणाव जाणवतात तेव्हा त्याचे खरे कारण त्यांचे स्वत:वर प्रेम नसते हेच असते. मी हे स्वानुभवावरून सांगतो, कारण त्यामुळेच मला इतर प्रेमाच्या तळ्यांचा शोध लागला. तुम्ही जेव्हा या दहा प्रकारच्या प्रेमाबद्दल वाचाल तेव्हा तुम्हाला सगळे स्पष्ट होईल, कारण यापूर्वी इतक्या सोप्या भाषेत तुम्ही ते कधीच वाचले नसेल.

प्रेमाची तळी आणि निरनिराळ्या कालावधीतील मानसिकता समजावून घेणे हे एक सहज शहाणपण आहे. कोणत्याही पालकाच्या हे लक्षात येईल की मुले जेव्हा सात वर्षे वयाची होतात तेव्हा ती बरीचशी स्वावलंबी होतात आणि आता त्यांना घराबाहेरचे प्रेम व आधार मैत्रीतून हवा असतो. ते आता पालकांवर कमी अवलंबून असतात, म्हणूनच शाळेत जाण्यापूर्वीचे मूल व पहिल्या इयत्तेतील मूल यामध्ये खूप फरक असतो.

दुसरा मोठा बदल हा मुलगा किंवा मुलगी जेव्हा वयात येतात तेव्हा होतो आणि नंतर वयाच्या २१व्या वर्षी जेव्हा मुलांना 'प्रौढ' ही पदवी मिळते तेव्हा अनेक ठिकाणी असे दिसते की वयाच्या २१व्या वर्षी मुले स्वत:चा शोध घ्यायला, स्वत:ला सिद्ध करायला घराबाहेर पडतात. त्यांची काही तरी मोठी स्वप्ने असतात. तर आयुष्यातल्या या तीन मोठ्या आणि महत्त्वाच्या पायऱ्या आहेत जेथे बदल घडून

येतात. या तर आपण गृहीत धरलेल्याच असतात, पण अशा काही दुसऱ्या अवस्था आहेत ज्यातून आपल्याला संक्रमण करायचे असते. लोक असे मानतात की २१ वर्षांच्या वयापर्यंत आपल्या प्रगतीचा, वाढीचा टप्पा असतो. पण ते तितकेसे खरे नाही. आत्तापर्यंत ज्या गतीने आपल्या आयुष्यात बदल घडले त्याच गतीने म्हणजे प्रत्येक ७ वर्षांच्या कालावधीनंतर आपल्या आयुष्यात नवीन वळण येते आणि त्याचा संबंध या निरनिराळ्या प्रेमाच्या तळ्यांशी येतो.

माणसाची परिपक्वता ५६ वर्षांपर्यंत व त्यापुढेही वाढते. जर तुम्ही तुमची प्रेमाची सगळी तळी भरण्याचे कौशल्य आत्मसात कराल तर ५६व्या वर्षापर्यंत तुम्हाला सगळी सुखे भरभरून मिळतील. तुम्हाला तुमच्या स्वत:च्या सामर्थ्याची जाणीव होईल. आता इथून पुढच्या उरलेल्या आयुष्याच्या प्रवासात तुम्ही परमेश्वराची सेवा करू शकता तसेच इतरांनाही तुमच्या यशस्वी, परिपक्व आयुष्याबद्दल सांगून आयुष्याची परिपक्वता ही सतत वाढवत नेण्याची गोष्ट आहे हे पटवून देऊ शकता. जेव्हा तुमचे तेही मोठे होणे थांबेल तेव्हा तुमचा मृत्यू जवळ आलेला असेल.

मोठे होण्याची प्रक्रिया कधीही २१ वयापर्यंत थांबत नाही तर ही आयुष्यभर चालूच असते.

समुपदेशक म्हणून काम करताना माझ्या असे लक्षात आले आहे की साधारण २८व्या वर्षी माझे विद्यार्थी, मित्र काही मोठ्या बदलांना सामोरे जातात. ते जणू काही असे ओरडून सांगत असतात की, 'आता आम्हाला आमचे स्वत:चे आयुष्य जगूद्या. आम्हाला फक्त आम्ही म्हणून जगूद्या. आमची स्वत:ची ओळख जगाला पटवू द्या.' अठ्ठावीस वर्षे वयाचा काळ हा असा असतो की, प्रत्येकाला स्वत:बद्दलचे, स्वत:च्या ताकदीबद्दलचे, स्वत:च्या भवितव्याबद्दलचे पुरेसे ज्ञान झालेले असते आणि आता त्यांना आयुष्याच्या पुढील वाटचालीसाठी योग्य जोडीदाराची आस लागलेली असते. त्यांना त्यांच्यावरील सगळी बंधने झुगारून द्यायची असतात.

जी मुले विशीमध्ये लग्न करतात त्यांच्या समोर वयाच्या २८व्या वर्षापर्यंत काही नवीन आवाहने उभी ठाकतात. आकडेवारी असे दर्शवते की याच कालावधीत अनेक घटस्फोट होतात, कारण थोड्याच दिवसात ते हार्दिक नातेसंबंधांची जपणूक करणे, ते वाढवणे हे ते सोडून देतात आणि उलटा विचार करतात की त्यांनी घेतलेला हा लग्नाचा निर्णय योग्य होता का?

जर आपण वय वर्षे २८ ते ३५ या कालावधीतील नातेसंबंधांचा विचार केला व हे स्वीकारायला तयार असलो तर आपल्याला अनेक प्रश्न पडतात. २१ ते २५

वयाच्या कालावधीत आपल्याला स्वत:बद्दल विचार करायलाच जर वेळ झाला नसेल तर आपल्याला आपल्यामधले काहीतरी हरवल्यासारखे वाटते, त्यामुळे आपल्याला स्वत:चेच मार्गदर्शन मिळत नाही आणि स्वत:च्याच स्वत:शी तारा जुळल्या नाहीत तर आयुष्य बेसूर होते आणि मग प्राप्त परिस्थितीत त्या नातेसंबंधांमध्ये पुढे जाणे किंवा निकोप संबंध ठेवणे कठीण जाते आणि जर प्रेमाची आधीची तळी रिकामी असतील तर परिस्थिती अधिकच बिकट होते.

पुढे जाण्यासाठी मागे बघणे गरजेचे आहे!

आपल्याला गर्दीच्या रस्त्यावरून पुढे जाताना किंवा एखादे वाहन ओलांडून जाताना सुरक्षेसाठी मागे बघणे गरजेचे असते. आयुष्यातसुद्धा असे अनेक प्रसंग येतात. खूप लोकांना त्यांची साठी-सत्तरी ओलांडली की भूतकाळातले अनेक प्रसंग सही न् सही आठवतात. त्यांना त्यांचे बालपणसुद्धा खूप स्पष्ट आठवते. आजोबांना तर भूतकाळातल्या गोष्टी सांगण्यात जास्त रुची असते. ते वर्तमानकाळापेक्षा भूतकाळात अधिक रमतात आणि हे सगळे आरोग्यदायी आहे. जिवंत आणि निरोगी राहण्यासाठी भूतकाळात जाणे, त्यातील चांगल्या आठवणी स्मरून त्यापासून पुन्हा आनंद मिळवणे आणि वर्तमानातल्या ताणतणावापासून मुक्ती मिळवणे आवश्यक असते.

जर भूतकाळातल्या जखमा आपण भरून काढल्या नाहीत आणि भूतकाळातील प्रेमाची तळी रिकामी राहिली तर आपण पुढे सरकू शकत नाही, त्यासाठी भूतकाळातल्या जखमा भरून काढणे आवश्यक असते. त्याचबरोबर शारीरिक आजारपणसुद्धा येते, कारण त्यांची प्रेमाची तळी रिकामी असतात. काहींना थोड्या वेळासाठी विस्मरण येते आणि त्यांना फक्त भूतकाळच आठवतो. ते एका ठरावीक कालावधीतच अडकून राहतात आणि ते वर्तमानात जगू शकत नाहीत.

जेव्हा लोक आजारी असतात आणि त्यांना बरे वाटत नसते तेव्हा ते स्वत:च त्यांना हव्या असलेल्या प्रेमाचा स्वीकार करत नाहीत.

जर गाडीमध्ये तुम्ही पेट्रोल भरले नाही आणि गाडीचे ऑईल बदलले नाही तर गाडी थांबते. अगदी तशाच प्रकारे जर तुमची प्रेमाची तळी रिकामी असतील तर जीवनाच्या गतीशी ते लय साधू शकत नाहीत. जर आपल्यावर कोणी प्रेम केले व आपण कोणावर तरी प्रेम केले तरच तो झरा चालू राहतो. वार्धक्यात याची गरज तीव्र होते. अनेक प्रकारे म्हातारी माणसे लहान मुलांसारखी वागतात किंवा काही

वेळेस आजारपणामुळे त्यांचे स्वत:वरील नियंत्रण सुटते आणि लहान मुलांप्रमाणेच ते पण दुसऱ्यावर अवलंबून राहतात.

निवृत्तीचा पेचप्रसंग- वय वर्षे ५६

जेव्हा आपल्या मानसिक अवस्थांमध्ये प्रचंड उलथापालथ घडत असते तेव्हा प्रामुख्याने आपल्याला रिकाम्या प्रेमाच्या तळ्यांची प्रकर्षाने जाणीव होते आणि तेव्हा आपल्याला आपल्या भूतकाळात डोकावण्याची गरज वाटते. जर अशा मानसिक बदलांच्या अवस्थेत आपण आवश्यक त्या दुरुस्त्या केल्या नाहीत तर आपला स्वत:शी संघर्ष चालूच राहतो आणि आपल्या नेमक्या गरजा कोणत्या आहेत तेच आपल्याला समजत नाही.

सामान्यपणे ५६व्या वर्षी १०व्या प्रेमाच्या तळ्यात नेमके काय घडते याचा आपण आढावा घेऊ. बरेच लोक असे आहेत की ते निवृत्तीपर्यंत वाट बघत बसत नाहीत. ते त्यापूर्वीच त्यांना जे जे करण्याची इच्छा होती ते ते करण्यास सुरुवात करतात. त्यांना आता आयुष्यात मौजमजा करायची असते आणि सगळ्यांतून मुक्त व्हायचे असते. आत्तापर्यंत त्यांनी घरी-दारी म्हणजे कुटुंबात घराचा कर्ता म्हणून तर ऑफिसमध्ये कर्मचारी म्हणून फक्त गरज पुरवणारे यंत्र म्हणूनच काम केलेले असते; आता त्यांना त्यांची भूमिका बदलायची असते, त्यासाठी पुढील योजना आखायच्या असतात पण असे पुढे जाण्याच्या ऐवजी ते मागे जातात. आता पुढच्या काळात देवाची सेवा करण्याच्या ऐवजी ते स्वत:च्याच सेवेत मग्न राहतात, पण थोड्याच दिवसांत त्यालाही कंटाळतात आणि लवकरच जगाचा निरोप घेतात.

इन्शुरन्स कंपनीने असे अहवाल सादर केले आहेत की माणूस त्याच्या निवृत्तीनंतर लवकर मरण्याची शक्यता जास्त असते, परंतु जर त्याने काहीतरी काम चालू ठेवले तर तो अधिक काळापर्यंत जगतो. वार्धक्य लवकर येऊ द्यायचे नसेल तर त्यामागचे रहस्य हे आहे की माणसाने काम चालू ठेवावे, परंतु ते हसत-खेळत, मौजमजेने करावे आणि त्याबरोबर प्रेमाची देवाण-घेवाणही चालू ठेवावी. जे लोक निवृत्तीनंतरही काम चालू ठेवतात ते केवळ त्यांना काम करणे आवडते म्हणूनच! अशा लोकांची प्रेमाची तळी भरलेलीच राहतात. जेव्हा तुम्हाला तुमचे काम आवडत असते तेव्हा खुशाल असे समजायला हरकत नाही की तुम्ही तुमच्या अंतर्मनाशी पूर्णपणे जोडलेले आहात.

माणसाने नेहमीच आपण जबाबदार व्यक्ती आहोत आणि आपली इतरांना गरज आहे अशी भावना मनात तेवत ठेवली पाहिजे अन्यथा त्याच्या जगण्याचा अर्थच निघून जाईल आणि तो शक्तिहीन होईल.

बायकांना ५६व्या वर्षी मृत्यू येण्याची शक्यता फार कमी असते पण त्या मागेच राहतात. त्यांना जर आयुष्यात पुढे जाण्याची इच्छाच नसेल, आपल्यात काही बदल घडवून आणायचे नसतील आणि आपल्याच मतांना चिकटून बसायचे असेल तर त्या मागेच पडणार ना! आयुष्यातील अनेक प्रसंगांतून मिळणाऱ्या व्यावहारिक शहाणपणाचा फायदा घेऊन आपल्यात काही लोकोत्तर बदल घडवून आणण्याची इच्छा न बाळगल्यामुळे त्या भूतकाळातच रमतात. इतर लोकांच्या सूचना त्या धुडकावून लावतात आणि गद्धेपंचविशीत असल्यासारखे म्हणत राहतात, 'मला काय पाहिजे ते मी करीन आणि तुला काय वाटते त्याची मला पर्वा नाही. मला माझे समजते!' जरुरीपेक्षा अधिक स्वायत्तता बायकांना जास्त ताठर आणि सतत हल्ल्याला तोंड देण्याच्या तयारीत ठेवते, पण मानसिक आरोग्य राखायचे असेल तर बायकांना आपण एकटे आहोत असे वाटता उपयोगी नाही आणि त्यांनी दुसऱ्यावर अवलंबून असण्यात काही गैर नाही असे त्यांना वाटायला हवे.

बायकांना आपण एकटे आहोत असे वाटू नये आणि त्यांनी दुसऱ्यांवर अवलंबून असण्यात काही गैर नाही याची तिला खात्री पटायला हवी. खूप जास्त स्वावलंबन हे मानसिक आरोग्यास घातक असते.

तुम्ही जेव्हा ५६व्या वर्षापर्यंत पोहोचता आणि तुमची सगळी प्रेमाची तळी भरलेली असतात तेव्हा तुम्ही आयुष्यातील पुढच्या पर्वाला सामोरे जाता. तुम्हाला प्रचंड उत्साह जाणवतो की तुम्ही आता काहीही पाहिजे ते करायला मोकळे आहात. संपूर्ण जग तुमच्या पाठीशी आहे; जो आधार तुम्हाला पाहिजे आहे तो तुम्हाला इतरांकडून मिळतो आहे. जर तुम्हाला असे वाटत असेल तर तुम्ही आजारी पडूच शकत नाही. तुम्ही अतिशय निरोगी आयुष्य घालवता आणि अशी खूप वर्षे आनंदानं घालवल्यावर आणि परमेश्वराची भक्ती केल्यावर तुम्ही आनंदाने व समाधानाने जगाला निरोप देता.

तुमच्या आता हे लक्षात आले असेल की प्रत्येक महत्त्वाच्या मानसिक स्थित्यंतराच्या वेळी आपण आपल्या हृदयाची हाक ऐकतो आणि आयुष्यातील रितेपण भरून काढण्याचा प्रयत्न करतो. जर अशा स्थित्यंतराच्या काळात आपण

विचारपूर्वक बदल घडवून आणले नाहीत तर परिस्थिती हाताबाहेर जाऊन आपण फक्त स्वत:शी संघर्ष करत राहतो व आपल्याला काय पाहिजे तेच आपल्याला समजत नाही.

रिकाम्या घरट्याचा पेचप्रसंग- वय वर्षे ४९ ते ५६

'पिल्लास पंख फुटता, घर शून्य पाखरांचे.'

या वयात मुले मोठी होतात. त्यांच्या पंखात बळ येते, त्यामुळे सर्वसामान्यपणे अनेक घरांमधून दिसणारा हा पेचप्रसंग असतो. एकोणपन्नासाव्या वर्षापर्यंत अनेक जोडपी आणि एकेरी पालकत्व असणाऱ्यांनाही आयुष्यात रितेपणा, एक पोकळी जाणवते. खरे तर या वयाकडून समाजाला, भोवतालच्या लोकांना अनेक अपेक्षा असतात, पण या वयातील लोकांना एकटेपणाची चिंता भेडसावत असते. त्यांच्या स्वत:च्या आयुष्यात एक पोकळी निर्माण होते. म्हणजे त्यांच्याकडे देण्यासारखे खूप कमी असते. त्यांनाच त्यांचे काहीतरी हरवले असल्याची जाणीव होते, त्यामुळे ते अस्वस्थ असतात. अशा वेळेस जर ते पती-पत्नी असतील तर त्यांच्या या दु:खाबद्दल ते एकमेकांना दोष देत राहतात. त्यांना हव्या असलेल्या गोष्टी त्यांना मिळत नाहीत. त्यांची मुले घर सोडून निघून जातात किंवा जरा जास्तच स्वावलंबी होतात, त्यामुळे ते निराश होतात, कारण घरटे रिकामे राहते. घरात कोणी नसते, यासाठीच प्रपंच मांडला होता का? ही भावना त्यांना अस्वस्थ करते.

विवाहित जोडप्यांना किंवा एकट्या राहणाऱ्या व्यक्तीलाही, दोघांचाही खरे तर हा स्वातंत्र्य उपभोगायचा, मौजमजा करण्याचा काळ असतो, परंतु ते त्याकडे संकट म्हणून पाहतात. या वयापर्यंत काहीजण हे शिकलेले असतात की या नात्याशिवाय दुसऱ्या नात्यांमधून किंवा नात्यांशिवाय प्रेम कसे मिळवायचे, पण काहीजण एकमेकांना पुरेसा वेळ देत नसल्याबद्दल दूषणे देत राहतात. खरे तर ही वेळ एकमेकांना दोष देण्याची नसते तर ही वेळ असते भोवतालच्या जगातून जास्तीतजास्त प्रेम मिळविण्याची आणि ते एकमेकांमध्ये वाटण्याची ही वेळ असते, इतरांपेक्षा स्वत:ला वेगळे सिद्ध करण्याची.

या वेळेपर्यंत एक तर आपल्या मनाची पूर्ण तयारी झालेली असते किंवा आपल्या हातातून निसटून गेलेल्या गोष्टींबद्दल नैराश्य आलेले असते. जर आपली प्रेमाची वेगवेगळी तळी भरण्याचे कौशल्य आपल्याला प्राप्त झाले नसेल तर आपल्याला आयुष्यात पुढे जाणे अवघड होऊन बसते. आयुष्याची मर्यादा वाढवण्यासाठी एकच साधे आणि सोपे उत्तर आहे, ते म्हणजे तुमची प्रेमाची तळी सतत भरलेली ठेवा म्हणजे तुम्ही चिरतरुण राहाल आणि चैतन्यमयी, आरोग्यपूर्ण

आयुष्य जगू शकाल.

चिरतरुण राहण्याचे रहस्य आहे सदैव आपली प्रेमाची तळी भरलेली ठेवणे.

या वेळेपर्यंत आपल्याला आपल्या आयुर्मर्यादेबद्दल निश्चिती आलेली असते आणि आपणही तरुण राहावे असे वाटते. खरे तर असे वाटणे हे चांगल्या आरोग्याचे लक्षण आहे. असे आपल्याला अधिक प्रकर्षाने वाटते जेव्हा आपण आपली प्रेमाची तळी भरण्यात निष्काळजीपणा दाखवला असेल तेव्हा कदाचित आपल्या लहानपणाचा उत्साह, तारुण्यातील जोश आणि मस्ती याच्याशी आपली पूर्ण फारकत झालेली असते.

पुरुषांचे लक्ष तरुण स्त्रियांकडे असते, त्यामुळे त्यांनाही तरुण झाल्यासारखे वाटते, तर तरुण स्त्रियांचे लक्ष आपली शरीरसंपदा चांगली राखून आपले तारुण्य टिकवण्याकडे असते. या वयात जर तारुण्य टिकवण्याचा मंत्र आपल्याला मिळाला नाही तर आपण त्याचा शोध जारी करतो, त्यामुळे आपले सर्व लक्ष स्वत:वरच केंद्रित होते आणि आयुष्यातील या विशिष्ट काळाचे जे आवाहन असते ते आपण विसरतो. खरे तर हा काळ असतो आपल्या आजूबाजूच्या लोकांना शक्य तेवढी जास्तीतजास्त मदत करण्याचा. खरे तर आत्तापर्यंत आपल्या सर्व गरजा पूर्ण झालेल्या असल्या पाहिजेत आणि आता तुम्ही समाजाचे ऋण फेडायला पाहिजे, अर्थात हा आदर्शवाद झाला!

जर तुमच्या मनाची तयारी झाली असेल तर या वयातील आवाहने स्वीकारून भोवतालच्या परिस्थितीमध्ये स्वत:ला सामावून घेऊन ती सुधारण्यासाठी प्रयत्न करायला हवा. किमानपक्षी जास्तीतजास्त प्रवास करून निरनिराळ्या जाती-जमाती, त्यांची संस्कृती यांची ओळख करून घेऊन स्वत:च्या ज्ञानात भर घातली पाहिजे आणि आजूबाजूच्या लोकांवर तुमचा प्रभाव टाकला पाहिजे. खरोखर पन्नाशीतल्या व साठीतल्या लोकांना जग पाहताना पाहणे हेसुद्धा खूप आनंददायी चित्र असते.

मध्यान्हीचा पेचप्रसंग- वय ४२ ते ४९

मध्यम वयातील या पेचप्रसंगाबद्दलसुद्धा आत्तापर्यंत खूप चर्चा केली गेली आहे. हा बदल साधारण माणसाच्या ४२व्या वर्षी घडून येतो. प्रेमाचे पुढील तळे भरण्यापूर्वीच लोकांना त्यांच्या भूतकाळाबद्दल रितेपणाची, कमतरतेची भावना जाणवायला लागते. असे समजा की तुम्हाला उंच आकाशात विमानातून बाहेर

पॅराशूटच्या साहाय्याने उडी मारायची आहे- अशा वेळी पॅराशूटला एखादे छिद्र नाही ना, हे शंभर वेळा तपासून घेणे अत्यंत गरजेचे आहे, तशाच प्रकारे जर तुम्हाला समाजाचे ऋण फेडायचे असेल तर स्वत: परिपूर्ण आहेत की नाही याची खात्री करणे गरजेचे आहे. जर पायाच नसेल तर त्यावर तुम्ही घर बांधू शकत नाही. बँकेत तुमच्या खात्यात पैसे नसतील तर तुम्ही चेक फाडू शकत नाही.

म्हणून जेव्हा तुम्हाला तुमच्या आयुष्यातील या नवीन कालावधीत प्रवेश करायचा असेल आणि तुम्ही परिपूर्ण नसाल तर तुम्हाला भूतकाळात ज्या गोष्टी मिळाल्या नाहीत त्याचा विचार करावा लागेल. जसे, भूतकाळात प्रवेश करताना कदाचित असेही घडेल की एखाद्या माणसाला अचानक स्वत:चा धंदा विकून टाकून पर्वतावर चढण्याचे स्वातंत्र्य हवे असेल तर एखाद्या विवाहित पुरुषाला दुसऱ्या बायकांबरोबर राहण्याची इच्छा होईल. एखाद्या जुनाट विचारसरणीच्या माणसाला एखादी स्पोर्ट्स कार खरेदी करावीशी वाटेल जी त्याला त्याच्या विशीत करण्याची इच्छा होती. तो त्याच्या आयुष्याचा जमाखर्च पुन्हा नव्यानं मांडेल आणि त्याच्या आवडी निवडींचा प्राधान्यक्रम ठरवेल. बरेचदा असे दिसते की त्याला त्याच्यावरील अशा जबाबदाऱ्या झटकायच्या आहेत, ज्यामुळे त्याला वार्धक्य आले. वार्धक्य येण्यामागचे खरे कारण तर हे असते की त्याने त्याची प्रेमाची आधीची तळी भरलेली नसतात.

आपली जर मानसिक तयारी नसेल तर आयुष्यात पुढे जाण्याच्या वेळी आपल्याला हमखास भूतकाळात डोकावण्याची इच्छा होते.

असा भूतकाळ आठवताना त्याला प्रकर्षाने आठवते तो त्याने इतरांसाठी केलेला त्याग किंवा त्याला न मिळालेल्या हव्या असणाऱ्या गोष्टी... पण या दोन्हींमुळे त्याच्या मनात प्रचंड असमाधानाच्या लाटा येतील. अशा परिस्थितीत आयुष्य सावरण्यासाठी त्याच्यापुढे आवाहन असेल की त्याला हव्या असणाऱ्या गोष्टी त्याने त्याच्या प्रेमाच्या लोकांना दुखावून किंवा आरडाओरडा, आदळआपट करून मिळवू नयेत. अशी मोडतोड न करताही प्रेमाची तळी भरण्याचे इतर अनेक उपाय आहेत.

माणसापुढे हे आवाहन असते की त्याला पाहिजे ते मिळविण्यासाठी त्याने आजूबाजूची परिस्थिती बिघडवू नये किंवा आपल्या प्रेमाच्या माणसांना दुखवू नये.

४२व्या वर्षी बायकांनासुद्धा असमाधानी वाटते आणि त्या नेहमी तक्रार करतात की आयुष्यात त्यांना पाहिजे ते कधीच मिळाले नाही. एखाद्या दिवशी भल्या पहाटे उठून त्या एक यादीच सादर करतात ज्यामध्ये त्यांना आत्तापर्यंत दिलेली सेवा आणि त्यांना न मिळालेल्या गोष्टी. त्यासुद्धा खूप रागावलेल्या असतात, पण त्याहीपेक्षा जास्त त्या थकलेल्या असतात, जर त्यांना या प्रेमाच्या तळ्यांसंबंधी माहिती नसेल तर आपल्या भूतकाळातील प्रेमाची तळी भरण्याऐवजी त्या त्यांच्या सध्याच्या परिस्थितीला दोष देत बसतील. त्या स्वत:ला प्रेम करण्यापासून परावृत्त करतील आणि आपले आयुष्य परमार्थाकडे वळवतील, पण त्यांचा रागसुद्धा शांतपणे असेल. याही पेक्षा वाईट असेल ते म्हणजे आपल्याला राग आला याबद्दल त्यांना अपराधीपण येईल.

खरे तर मनाची अशी अवस्था आयुष्याच्या कुठल्याही टप्प्यावर येऊ शकते, पण जास्त शक्यता या वळणावरच या भावना पृष्ठभागावर येतात. आयुष्यात पुढे-पुढे जाताना जर आपण भूतकाळातील दु:खांची जखम भरली नाही किंवा त्यांची कदर केली नाही तर आपल्या आतून येणाऱ्या प्रेमाच्या स्त्रोताचा फायदा आपल्याला मिळणार नाही आणि अंर्तमनाशी असलेल्या या नात्याशिवाय आयुष्यातील आशा, अपेक्षा आणि इच्छा यांचे मोजमापच होऊ शकत नाही.

गुप्तता पाळावी असा पेचप्रसंग- वय वर्षे ३५ ते ४२

साधारण माणूस ३५व्या वर्षापर्यंत पोहोचला की एक वेगळी समस्या निर्माण होते, परंतु त्याविषयी उघडपणे चर्चा करण्याची कोणाचीच इच्छा नसते. ३५व्या वर्षी होणारा हा बदल असा असतो की, आपल्यावर अवलंबून असलेल्या व्यक्तीवर विनाअट प्रेम करण्याचा! मुले आणि नातवंडं आपल्यावर अवलंबून असतात, पण जर मुले नसतील तर आपण पाळीव प्राणीही पाळू शकतो. या वयापर्यंत माणसाचे मन विनाशर्त जो आपल्यावर अवलंबून आहे त्याला द्यायला तयार होते.

आपण जेव्हा मुलांना किंवा आपल्यावर अवलंबून असणाऱ्या व्यक्तीला निरपेक्ष बुद्धीने काही देतो तो आपला पहिलाच अनुभव असतो, कारण यापूर्वी आपण असे कधी केलेले नसते. मूल आणि त्याचे पालक यांच्यातील नातेसंबंध हे विनाशर्त प्रेमाचे आदर्श उदाहरण आहे. मुलाला त्याच्या पालकांकडून जे-जे मिळते त्याबद्दल त्याला उपकार मानायची गरज नसते, परंतु तरीही समाजात आपण असे काही पालक पाहतो जे त्यांच्या नकळतपणे मुलांना सारखे टोकत राहतात की त्यांनी त्यांच्या मुलांवर उपकार केले आहेत म्हणून, पण हे बरोबर नाही. यावरून असेच स्पष्ट दिसते की, आयुष्यातील या विशिष्ट काळासाठी त्यांची

अजून मानसिक तयारी झालेली नाही.

काही पालक त्यांच्या नकळतपणे मुलांना हे जाणवून देत असतात की त्यांनी मुलांसाठी जे केले त्याची परतफेड मुलांनी करायला हवी.

जर पालक पुरेसे परिपक्व असतील, समाधानी असतील तर मूल पालकांना मोठी संधीच देते - बिनशर्त देण्याची संधी. खरे तर कोणावर तरी प्रेम करण्यासारखा दुसरा आनंद कोणता असू शकतो? त्यातून आपल्या मुलांना देणे हे स्वत:लाच देण्यासारखे असते आणि आयुष्यातील असे प्रसंगच पालकांना मोठे करतात. कठीण प्रश्न असा असतो की, काही पालकांना 'देणे' समजायच्या आधीच त्यांना मुले होतात.

जेव्हा पालकांची मानसिक तयारी झालेली नसतानाही ते पालक बनतात तेव्हा ३५व्या वर्षी त्यांना आपण आई-बाप झाल्याबद्दल अपराधीपणाची भावना सतावते आणि आपल्या मुलांना हव्या असलेल्या गोष्टी, त्यांची घेण्याची पात्रता असलेल्या गोष्टी आपण त्यांना देऊ शकत नाही याबद्दल त्यांना खेद वाटतो, किंवा याच्या उलटही होऊ शकते. काही पालकांना आपण मुलांसाठी जे केले त्याच्या बदल्यात मुलांनी आपल्याला काही दिले नाही त्याबद्दल त्यांना राग येतो.

जर आपली प्रेमाची तळी भरलेली नसतील तर आपले प्रेम विनाशर्त देणे केवळ अशक्य आहे.

या पेचप्रसंगाला गुप्त पेचप्रसंग म्हटले आहे ते यासाठीच; कारण लोकांना त्यांना मुले असल्याबद्दल पश्चात्ताप होतो आहे हे कुणाला सांगायचे नसते. ते मुलांवर प्रेमही करत असतात, तसेच मुलांना देत राहणेसुद्धा त्यांना आवडते, पण मुलांसाठी खस्ता खाता खाता त्यांच्या आयुष्यातील काही महत्त्वाच्या गोष्टी हातातून निसटून जात असल्याची जाणीव त्यांना त्रास देते. अशा निसटलेल्या क्षणांबद्दल त्रागा करण्यापेक्षा पालकांनी त्यांची भूतकाळातील प्रेमाची तळी भरायला हवीत.

आयुष्याच्या या कालखंडात ज्या माणसांना मुले नाहीत ती माणसे मुले नसल्याबद्दल आणि प्रेम करण्याजोगे व काळजी, संगोपन करण्याजोगे कोणी नाही म्हणून हळहळत असतात. आयुष्यातील या वळणावरची आवाहने स्वीकारत बसण्यापेक्षा आणि आपला काही वेळ वा संपत्ती दुसऱ्यांसाठी खर्च करण्यापेक्षा ते स्वत:ला जे पाहिजे, जे आवडते तेवढेच करत बसतात, तरीही त्यांना समाधान मिळत नाही.

या वयात जर दुर्दैवाने तुम्हाला मुले नसली तरी फक्त पुतणे किंवा भाचे एवढ्यावरच समाधान मानणे योग्य नाही, कारण त्यामध्ये तुम्ही कोणतीही जबाबदारी घेत नाही. जे लोक प्राणी पाळतात त्यांना माहिती आहे की प्राणी पाळणे हे किती जबाबदारीचे काम आहे! त्यांना रोज जेवण द्यावे लागते, त्यांना रोज फिरवून आणावे लागते, ते आजारी पडतात तेव्हा त्यांची काळजी घ्यावी लागते. पालकत्व स्वीकारणे म्हणजे अनेक प्रकारे त्याग करण्यासारखे असते, पण ते योग्यच असते. जर प्राणी पाळणे तुमच्या दैनंदिन जीवनासाठी योग्य नसेल तर तुम्ही झाडे लावू शकता, बाग बनवू शकता त्यामुळेही तुम्ही तुमच्या संगोपनाच्या भावना जोपासू शकता.

जर या वयात तुम्हाला मुले नसतील तर पुतणे किंवा भाच्यांबरोबर वेळ घालवणे पुरेसे नाही.

या वयाचा दुसरा एक असा गुप्त पेचप्रसंग आहे की वैवाहिक जीवनामधील प्रणयाची वारंवारता! या वेळेपर्यंत पुरुषाची प्रणयातील रुची कमी होते पण स्त्रीला मात्र प्रणयात अधिक रुची वाटते. विशेषकरून ज्यांची लग्ने त्यांच्या विशीत झाली त्यांच्या बाबतीत असे घडते. खूप आधीपासून अधिक प्रणयाची आस बाळगणारे पुरुष शेवटी विझतात, पण स्त्रियांच्या बाबतीत त्यांचे शरीर बाळासाठी तयार झाल्यामुळे तिची प्रणयाची इच्छा जास्त प्रबळ होते.

वयाच्या ३७व्या वर्षी पुरुष नव्हे तर स्त्री अशी तक्रार करते की तिच्या प्रणय इच्छा पुरवल्या जात नाहीत म्हणून.

मी माझे नातेसंबंधांबद्दलचे सेमिनार जेव्हा घेतो तेव्हा या मुद्यावर नेहमी चर्चा करतो की पुरुष जर वारंवार धुत्कारला गेला तर त्याची प्रणयाची इच्छा कमी-कमी होत जाते. सेमिनारच्या मध्यंतरामध्ये किंवा सेमिनार संपल्यावर जेव्हा मी पुस्तकांवर सह्या करत असतो तेव्हा कित्येक बायका माझ्या जवळ येऊन त्यांच्या वैवाहिक जीवनातील गुपितं मला सांगतात की, पती-पत्नी म्हणून त्यांच्यातील शारीरिक संबंध पूर्णपणे थांबले आहेत आणि ते बायकांकडून नाही तर त्यांच्या पतीकडूनच थांबवले गेले आहेत. म्हणजे तिला प्रणय हा हवा असतो पण त्याची त्यातली गोडी संपलेली असते. जेव्हा मी त्या बायकांचे वय विचारतो तेव्हा त्या बहुतेकवेळा ३७ असे सांगतात.

स्वत:ला सिद्ध करण्याचा पेचप्रसंग - वय वर्षे २८ ते ३५

मी कोण आहे? मला आयुष्यात नक्की काय करायचे आहे? हे विशीत पडणारे नेहमीचेच प्रश्न आहेत. जर आपण स्वत:ला ओळखायला पुरेसा वेळ दिला नाही आणि स्वत:वर प्रेम केले नाही आणि त्याशिवायच आयुष्याचा २८व्या वर्षाचा टप्पा गाठायचा प्रयत्न केला तर आपली आपल्यालाच जाणीव होते की अरे, जरा मागे जाऊन स्वत:ला ओळखायला हवे. कदाचित त्यासाठी आपल्याला लग्नातूनही बाहेर पडावे लागेल किंवा कुठल्याही नातेसंबंधात शिरण्यापूर्वी हा विचार करावा लागेल.

या जगात अशा अनेक तिशीतल्या प्रौढ कुमारिका आहेत ज्या नेहमी स्वत:बद्दल असा विचार करतात की 'असे कसे झाले?' 'काय बरे नेमके कारण असेल की आम्हाला आयुष्यात जोडीदार मिळाला नाही?' त्यांच्या प्रेमाच्या तळ्याचे मोजमाप केले तर या प्रश्नाचे उत्तर मिळेल. एक तर त्यांच्या विशीमध्ये त्यांना त्यांचा जोडीदार मिळाला नाही, त्यासाठी जे करायला पाहिजे होते ते त्यांनी केले नाही किंवा त्या कोठेतरी प्रेमात पडल्या आणि स्वत:ला हरवून बसल्या किंवा बरेचदा असे होते की आम्ही पुरुषांपेक्षा कमी नाही हे सिद्ध करण्याच्या नादात हे विचार त्यांनी त्यांच्या मनात येऊच दिले नाहीत आणि स्वत:च्या इच्छा-आकांक्षा दाबून ठेवल्या.

वीस वर्षांच्या वयाचा काळ हा नवीन गोष्टी शोधून काढण्याचा व नवीन अनुभव घेण्याचा असतो. जर या कालावधीत तरुणांनी स्वत:ला सिद्ध करण्याची संधीच दिली नाही आणि स्वत:च्या इच्छा-आकांक्षा काय आहेत याचा विचार केला नाही तर नंतरच्या आयुष्यात त्यांना जे काही मिळाले त्यावर ते संतुष्ट राहू शकत नाहीत. जर आपण स्वत:ला ओळखले नाही, जर आपलेच आपल्यावर प्रेम नसले तर आपल्या जोडीदारालाही आपल्या बरोबर राहणे अवघड होते. जर आपल्याला बरे वाटत नसले तर आपण दुसऱ्याकडून खूप जास्त अपेक्षा करतो. आपले स्वत:वर प्रेम नसले तर कोणामध्येच आपला जोडीदार बनण्याचे गुण असणार नाहीत. याचा परिणाम असा होईल की कोणतीच मुलगी अशा मुलाशी लग्नाला तयार होणार नाही आणि जेव्हा वचनबद्धतेचा प्रश्न येईल तेव्हा मुले माघार घेतील.

योग्य जोडीदार शोधणे

जेव्हा बायका पुरुषांच्या बाबतीत फार चोखंदळ असतात तेव्हा त्यांना जे काही मिळते त्यावर त्या खूश नसतात आणि जे मिळाले नाही त्याबद्दल नाराजी व्यक्त करतात. जर त्यांना योग्य जोडीदार शोधायचा असेल तर त्या मौजमजा करण्याच्या

ऐवजी त्याच्यासाठी खरेदी करण्याचा चंग बांधतात. त्या कोणा एकाबरोबर बाहेर जात नाहीत, कारण त्यांना खूप जास्त बुद्धिसामर्थ्य असलेला पुरुष हवा असतो, म्हणून चुकीच्या माणसाबरोबर वेळ घालवणे किंवा त्यांच्यात गुंतून पडणे त्यांना पटत नाही.

एका दृष्टीने विचार केला तर हे शहाणपणाचे आहे पण यामध्ये एक महत्त्वाचा घटक हरवलेला आहे. स्त्री ही आपण कुठे गुंतून पडणार नाही याची काळजी घेते. जोपर्यंत योग्य जोडीदार मिळत नाही तो पर्यंत! पण या दरम्यान जर एखादा माणूस आवडला तर ती त्याच्याबरोबर आवडीने वेळ घालवते. जरी हे माहिती असले की तो लग्न करण्याच्या लायकीचा नाही तरीही!

बायकांना स्वत:बद्दल खूप कमी समजते, त्यामुळे पुरुषांबरोबर गाठीभेटी घेताना थोडे अवघडच जाते. जर एकाच पुरुषामध्ये जास्त गुंतून पडायचे नसेल तर त्यावर हा मार्ग आहे की एखाद्याला नियमितपणे भेटावे, दुसऱ्याला भेटीची आश्वासने द्यावीत तर तिसऱ्याला अधूनमधून भेटावे. त्यांनाही कळू द्यावे की तुम्हाला अनेक पर्याय उपलब्ध आहेत आणि त्यांपैकी कोणीच आवडले नाही तर खुशाल 'NEXT' म्हणावे.

भूतकाळातील जखमा भरणे!

मुले जेव्हा २८व्या वर्षापर्यंत पोहोचतात तेव्हा त्यांच्या मनामध्ये खूप मानसिक कल्लोळ उठतो. विशेष करून जर त्यांनी त्यांच्या जनजीवनातील काही भावना नाकारल्या असतील...! तेव्हा जर असा विचार केला की २१ हे वय शारीरिक परिपक्वतेचे आहे तर २८ हे वय भावनिक परिपक्वतेचे आहे असे म्हणता येईल! जर आपण आपल्या गतजीवनातील काही भावनांचा गुंता सोडवलाच नसेल तर त्या आता मनाच्या पृष्ठभागावर येऊ लागतात. अशा वेळी जर एखादे भावनिक नातेसंबंध जुळून आलेच तर ताबडतोब आपण आपल्या मनाचा कौल घेऊन ते स्वीकारतो.

अनेकवेळा निराळ्या प्रकारच्या भावना वेगाने उचंबळून येतात. काही अनिश्चित भावना पृष्ठभागावर येतात. आत्तापर्यंत आपण ते इतरांकडे पाहून शिकलो- त्याबद्दल आपण प्रश्न विचारत सुटतो, पण ही वेळ अशी असते की आपण आपल्याच मार्गदर्शनाखाली जगणे आवश्यक असते. हे खरे की इतर लोक या प्रवासात आपल्याला दिशा दाखवतील, पण काय खरे वा काय खोटे हे आपल्यालाच आपले समजले पाहिजे, कारण एखादी गोष्ट एखाद्यासाठी चांगली असली तर ती दुसऱ्यासाठीही तशीच असेल असे नाही.

आपल्या विशीमध्ये जर आपण इतरांकडून दुखावलो गेलो असू तर दुसऱ्या

नातेसंबंधात गुंतण्यापूर्वी या जखमा भरल्या गेल्या पाहिजेत. जेव्हा आपण दुसऱ्या नातेसंबंधात शिरतो तेव्हा आपण पुन्हा दुखावले जाणार नाही अशी आपली खात्री होणे जरुरीचे असते. जर आपल्या हृदयात वेदना असतील आणि त्या अजूनही ओल्या असतील तर आपल्याला सतत भीती वाटत राहील. या भीतीमुळेच आपला जोडीदार निवडताना फार चोखंदळ असतात आणि जवळीक साधायला घाबरतात. पुरुषांच्या बाबतीत मात्र असे घडते की पुरुष पहिल्या वाईट अनुभवावरून दुसऱ्या नातेसंबंधात गुंतायला अजिबात घाबरत नाहीत, फक्त या वेळेस ते वचनबद्धता मात्र नाकारतात. या नातेसंबंधात पण जर तिने वचनबद्धतेची अपेक्षा धरली तर मात्र ते चोखंदळपणा करतात.

जर आपण भूतकाळातील नातेसंबंधातल्या जखमा भरल्या नाहीत तर तिशीमध्ये नवीन नातेसंबंध प्रस्थापित करणे अवघड जाते. आपण आपल्या बिझनेसमध्ये करिअर करण्यात स्वतःला इतके गुंतवून घेतो की कुणाशीच जास्त जवळीक साधायला तयार होत नाही. या परिस्थितीचा मुकाबला करण्यासाठी मैत्रिणींना एकांतात भेटावे पण भूतकाळातल्या जखमा भरल्याशिवाय जास्त जवळ जाऊ नये. जुन्या जखमा कशा भरायच्या हे आपण पुढील भागात शिकू.

शिक्षणाचा पेचप्रसंग - वय वर्षे २१ ते २८

आपली मुले घराच्या उबदार छायेतून जेव्हा उच्च शिक्षणासाठी बाहेर पडतात तेव्हा त्या नवीन वातावरणात एक नवीनच पेचप्रसंग उद्‌भवतो. काही मुलांना अचानक मिळालेल्या स्वातंत्र्याचा उपभोग कसा घ्यायचा ते समजत नाही. स्वयंशिस्तीची त्यांना सवयच नसते. जेव्हा मुले घर सोडतात तेव्हा त्यांना नोकरी करून स्वतःला आधार द्यायचा असतो, याचाच अर्थ एका स्वामित्वातून दुसऱ्या स्वामित्वाकडे त्यांचे स्थित्यंतर होते. तुम्हाला आयुष्यात तरून जायचे असेल तर तुम्हाला जे सांगितले जाते ते तुम्ही करायला हवे. रोजीरोटी कमावताना तुम्ही कोण होता आणि तुम्हाला खरे तर काय करायचे होते, तुमच्या आवडी-निवडी काय याचा विचार करायला वेळच नसतो.

आता समृद्धी निश्चितच वाढली आहे, कारण पूर्वी १८ ते २१ वयानंतर आपली काळजी आपले आई वडील घेतील, आपला आर्थिक भार उचलतील अशी परिस्थिती नव्हती. आपण आपल्या स्वबळावर पैसे मिळवावेच लागत होते. आता खूप मुले घर तर सोडतात पण त्यांना नोकरी नसते. त्यांना त्यांचे आयुष्य स्वतःच्या मर्जीने जगायचे असते. त्यांना स्वयंशिस्तीचे धडे मिळालेलेच नसल्यामुळे ते अनियंत्रित होतात आणि बेफाम आयुष्य जगू लागतात. त्यांच्या स्वातंत्र्याचा ते

दुरुपयोग करतात. नशीली द्रव्ये, दारू, अनैतिक संबंध आणि शिक्षणातून हद्दपार या सगळ्या वाईट गोष्टींमध्ये गुरफटून जातात.

अशी मुले त्यांचे शिक्षण पूर्ण करतात की नाही हा दुसरा भाग झाला पण जर अशा मुलांनी गत जीवनातील प्रेमाची तळी भरलेली नसतील तर त्यांना असुरक्षित वाटते आणि मग त्यांचे आयुष्य बेफाम होते. त्यांची तत्त्वे, त्यांच्या निष्ठा या सगळ्याचा पार चुराडा होतो आणि ती सुरक्षिततेसाठी भटकत राहतात. ते घाईगर्दीने कोणाशीतरी अविचाराने लग्न करतात. केवळ कोणीतरी त्यांची काळजी घेईल म्हणून किंवा त्यांची स्वप्ने पूर्ण करता येतील म्हणून, कारण त्यांचा स्वत:वर विश्वास नसतो. विशीतला जबाबदार तरुण निर्माण करण्यासाठी त्याच्या पालकांनी विशेष काळजी घेणे गरजेचे असते, तसेच चांगले गुरू व चांगले मित्र यांच्या सकारात्मक, विधायक ध्येयांमुळे आणि त्यांच्या संपर्कात राहिल्यामुळे फायदा होतो. अशा मुलांचे आवडीचे विषय जरी बदलले तरी त्यांच्यात आत्मविश्वास येतो की ते काहीतरी करू शकतात.

पौगंडावस्थेत असताना सामूहिक कामे केली तर आत्मविश्वास वाढतो.

मुले जर चुकीच्या संगतीत राहिली तर त्या वाईट गोष्टींचाच त्यांच्यावर प्रभाव पडतो आणि नंतर ते त्यांच्या स्वप्नांपासून दूर जातात. त्यांना असे वाटते की आता या जगात त्यांना काही स्थानच नाही. खरे तर त्यांना ते पटवून देण्याची गरज आहे की विशीचा काळ हा त्यांच्यासाठी जगाला ओळख पटवून देण्याचा काळ आहे. या जगात तुमचे काही स्थान बनवण्याचा काळ आहे, त्यामुळे त्यांनी आशा सोडून देऊ नये. कित्येक यशस्वी लोकांनाही वयाच्या २८व्या वर्षापर्यंत स्वत:चे योग्य स्थान सापडले नव्हते. तुम्हाला जर ते त्या आधी सापडले तर तुम्ही नशीबवान आहात, कारण फारच थोड्या लोकांना हे भाग्य मिळते.

संप्रेरकांचा पेचप्रसंग - वय वर्षे १४ ते २१

वयात येण्याच्या काळात मुलगे आणि मुली या दोघांनाही पुरुषत्वाच्या आणि स्त्रीत्वाच्या संप्रेरकांचा मोठा डोस मिळतो, ज्यामुळे अनेक नवीन बदल होतात आणि मुलगा किंवा मुलगी असे प्रकर्षाने शिक्कामोर्तब होते, त्यामुळे त्यांचे संपूर्ण आयुष्य बदलते. जर आपली पूर्वीची प्रेमाची तळी भरलेली असतील तर हा बदलाचा काळ मोठा नाट्यमय असतो, पण आपण जे करणे गरजेचे होते ते केले नसेल तर आपण उघडे पडतो.

गेल्या काही वर्षांत या विषयांवर खूप चर्चा झाली की वयात येणाऱ्या आपल्या मुलांच्या बाबतीत मुलांना या बदलाला सामोरे जाणे सोपे जावे म्हणून आपण काय करू शकतो. शोधनिबंध असे सांगतात की हा नाट्यमय बदल घडतो तेव्हा मुलींचा स्वत:बद्दलचा आदर वाढतो पण मुलांच्या बाबतीत त्यांची वर्तणुकीबद्दलची समस्या निर्माण होते. पूर्वी या मुद्यावर कधी बोलणे होत नसे पण आता मात्र अभ्यासक या समस्यांवर उपाय शोधण्याचा प्रयत्न करत आहेत आणि पालक आणि शिक्षक मुलांना मदत करण्याचा प्रयत्न करत आहेत.

खरे तर हा ऐरणीचा मुद्दा ठरला पाहिजे पण आपल्याला हीसुद्धा जाणीव पाहिजे की आपली मुले ही एका विशिष्ट संक्रमणातून जात आहेत आणि हे ज्या प्रेमाच्या तळ्याकडे वाटचाल करत आहेत तिथे त्यांना कुटुंबाकडून भक्कम आधाराची अपेक्षा आहे. या पूर्वीच्या टप्प्यावर त्यांच्या वाटेला निराशा आली आहे. खरे तर मुलांच्या वयात येण्याच्या विशिष्ट कालावधीपूर्वी आपण पालक म्हणून फारसे सजग नसतो. या काळात नेमके काय चुकतेय, काय हातातून सुटून जात आहे हे लक्षातच येत नाही. मुलांच्या वागण्यातूनही हे आता या टप्प्यावर दुखावले जात आहेत याची जाणीव होत नाही, पण नेमके वयात आल्यावर मात्र आत धुमसत असलेला ज्वालामुखी बाहेर पडतो.

जेव्हा मुले १२ ते १४ या वयाच्या टप्प्यावर पोहोचतात तेव्हा त्यांच्यामध्ये खूप मोठा बदल होतो. आपली मुले आता पौगंडावस्थेत प्रवेश करतात आणि प्रत्येक पालकाला हा बदल जाणवल्याखेरीज राहत नाही. ते आता पुष्कळच स्वावलंबी होतात. त्यांना छोट्या छोट्या गोष्टींत पालकांची किंवा कुटुंबातील इतर सदस्यांची गरज पडत नाही. ते त्यांच्या मित्रमंडळींच्या आधिपत्याखाली जास्त असतात. आता फक्त मौजमजा किंवा उछलकूद यापेक्षा अधिक काही हवे असते. त्यांना आता शाळेकडून अनेक प्रोजेक्टस्वर काम करायचे असते. काही ध्येये गाठायची असतात, पण जर त्यांच्या वयाच्या या पूर्वीच्या टप्प्यावर जर त्यांनी मौजमजा केली नसेल तर मात्र या नवीन तळ्यावरच्या जबाबदाऱ्या मुले नाकारतात.

पौगंडावस्थेतील मुलांना जरी आता मित्रांकडून आधार, सल्लामसलती हव्या असल्या तरी त्यांना कुटुंबाचा आधारसुद्धा अपेक्षित असतो, पालकांकडून मिळणारे प्रेम व आधार हा तर आपल्या वाढीचा मूलभूत पाया असतो. पण या टप्प्यावर आपण आपल्या शिक्षकांवर व मित्र-मैत्रिणींवरही अवलंबून असतो. सुज्ञ पालक आपल्या पौगंडावस्थेतील मुलांना इतर चांगल्या मुलांच्या मैत्रीत गुंतवण्याचा प्रयत्न करतात, जेणे करून त्यांच्याकडून काही सकारात्मक कार्य घडेल, कारण या टप्प्यावर एखादा नासका आंबा पूर्ण अढीच नासवून टाकतो. जेव्हा मुले एखाद्या विशिष्ट संघटनेचे सभासद होतात तेव्हा त्या संघटनेच्या नेत्याचे नेतृत्व ते स्वत:वर

असे काही लादून घेतात की तो सांगेल ती पूर्व दिशा आणि हे विशेषत्वाने केव्हा घडते तर जेव्हा मुलाच्या समोर दुसरा चांगला आदर्श नसेल तेव्हा!

पौंगडावस्थेतल्या मुलांना आपल्या कुटुंबापलीकडेही पाहायला हवे, स्वत:चा शोध घेऊन ते काय काय करू शकतात याचा अंदाज घ्यायला हवा, म्हणजेच कुटुंबाबाहेरून काही चांगल्या गोष्टी मुलांनी शिकून घ्यायला पाहिजेत. माझ्या स्वत:च्या आयुष्यात माझ्या आईने मला प्रोत्साहन दिले आणि खूप मोलाचा आधार दिला, त्यामुळेच मला चांगले गुरुजन मिळाले आणि संघटनांचे सदस्यत्व मिळाले अगदी कराटेपासून ते कागदावर नकाशे बनवण्यापर्यंत!

मुलांना अनेक निरनिराळ्या क्षेत्रांत रुची असू शकते, पण मुलांना वेळ आणि संधी मिळाली पाहिजे तरच ते त्यामध्ये रुची घेऊ शकतात, शिकू शकतात आणि त्यातून आनंद लुटू शकतात. हा काळ असतो आत्मविश्वास कमावण्याचा. मुलांना नेमकी कशात गती आहे हे ओळखणे गरजेचे असते, तसेच ते कोणत्या क्षेत्रात उत्तुंग यश मिळवू शकतात ते पाहावे लागते. निरनिराळे खेळ, कला, गायन, नाटक आणि शाळेची इतर कामेसुद्धा यातले नैपुण्य मुलांकडे लक्ष दिल्यास समजते.

या दिवसांत पालकांनी मुलांची जबाबदारी नाकारू नये. त्यांना दुजाभावाने वागवू नये. आपली मुले आता जास्तीतजास्त स्वावलंबी झालेली असतात त्यामुळे आपली पालक म्हणून असलेली भूमिका बदलते. आपण यापूर्वी व्यवस्थापक म्हणून चांगली भूमिका वठवलेली असते. जरी असे असले तरी आता आपली भूमिका बदललेली असते. आपण आता व्यवस्थापकाच्या खुर्चीवरून सल्लागाराच्या खुर्चीवर जाऊन बसतो. व्यवस्थापक हा परिस्थितीवर नियंत्रण ठेवणारा असतो तर सल्लागार हा फक्त मागितला तरच सल्ला देणारा व तो ही मोबदला घेऊनच असा असतो आणि त्याच्या ग्राहकांना निवडीचे स्वातंत्र्य असते.

नक्कीच हा विशिष्ट काळ आयांसाठी आणि मुलींसाठी खूप अवघड असतो. या पूर्वीच्या वयात मुलींना प्रत्येक गोष्टीत आयांशी जुळवून घेण्याची सवय असते, पण जेव्हा त्या त्यांच्या पौगंडावस्थेत येतात त्या त्यांच्या आयांच्या मताप्रमाणे वागणे, त्यांच्याशी जुळवून घेणे सोडून देतात. त्या काहीशा बंडखोर होतात आणि मातृत्वाची सत्ता झुगारून देतात.

आयांनासुद्धा हा काळ म्हणजे कसोटीचा असतो. पौगंडावस्थेतील मुलांच्या आयुष्याचे व्यवस्थापन करणे अवघड असते. आत्तापर्यंत आयांनी केलेले मुलांचे संगोपन आता त्यांना त्यांच्या भल्यासाठी नाही तर त्यांना जखडून ठेवण्यासाठी आणि त्यांच्यावर नियंत्रण करण्यासाठी आहे असे त्यांना वाटते. पालकांनी अशा वेळी समजून घेतले पाहिजे की आता त्यांचा प्रभाव कमी झाला आहे आणि ते खरेच

आहे! कारण पौगंडावस्थेतील मुलांना कुटुंबाच्या बाहेरचा आधार जास्त मोठा वाटतो. या वयातील एका मुलाची प्रतिक्रिया फार बोलकी आहे. तो म्हणतो, 'मला आता तशी आईची फारशी गरज नाही पण मी जेव्हा घरी जातो तेव्हा ती घरी असते ते बघून मला बरे वाटते!'

जर तुम्ही तुमच्या मुलांना सारख्या सूचना करणे सोडून दिले तर ते स्वत:हून तुमच्याकडे येतील आणि विचारतील, की 'काय करू?' आणि हीच वेळ असते की तुम्ही त्यांनी विचारायचे, 'तुला काय वाटते?' तुम्ही जर त्यांचे म्हणणे काळजीपूर्वक ऐकले आणि त्यांच्या बोलण्यात रुची दाखवली तर त्यांचे आणि तुमचे अधिक जवळचे संबंध निर्माण होतील, पण त्याच वेळी त्यांना अधिक उपदेश करू नका किंवा त्यांनी काय करायचे हे सांगू नका.

काही वेळेस मुली मुलींना आणि मुले मुलांना आपल्या कार्यात सहभागी करून घेतात आणि त्यांचे मैत्रीपूर्ण संबंध असतात. एकमेकांना मदत करण्यासाठी आणि एकमेकांना जाणून घेण्यासाठी आणि त्यांची पुढील ध्येय-धोरणे ठरवण्यासाठी अशी कुटुंबाबाहेरची मदत उपयोगी ठरते. या अवस्थेमध्ये समान ध्येये, समान रुची आणि समान क्षमता असणाऱ्यांनी आपले अनुभव वाटून घेतल्यामुळे सगळ्यांचीच वाढ होते.

शांततेचा पेचप्रसंग- वय वर्षे ७ ते १४

आपल्या आई वडिलांना सोडून शाळेत जाणे हे मुलांसाठी फार दु:खद असते; पण नंतरच्या आयुष्यात या गोष्टींचा मुलांना विसर पडतो, पण हा तसा (गुप्ततेचा), शांततेचा पेचप्रसंग असतो, कारण मुले शाळेसाठी घर सोडतात तेव्हा पुढे काय होते हे पालकांना माहिती नसते. मुलांची अवस्था खूप विचित्र असते. आपल्याला नक्की काय वाटतेय हे त्यांना शब्दात सांगता येत नाही. मुळात काय वाटतेय तेच कळत नाही. या वयातील मुलांना नेमके काय वाटतेय हे जाणून घेण्यासाठी त्यांना असे काही विशेष प्रश्न विचारले पाहिजेत की ज्यायोगे ते स्वत:शी विचार करून त्यांच्या अनुभवाबद्दल, जाणिवांबद्दल, इच्छांबद्दल आणि भावनांबद्दल मनमोकळे बोलतील.

जर आयुष्याच्या पहिल्या टप्प्यावर मुलांचे योग्य संगोपन झाले नाही तर दुसऱ्या टप्प्यावर ते मौजमजा न करता, एकलकोंड्यासारखे बसून राहतात व लहान मुलांचा निरागसपणा, अल्लडपणा नाहीसा होतो, त्यांना क्रोधाचे झटके येतात, ते रात्री गादी ओली करतात, अंगठा चोखतात किंवा वयाला न शोभणाऱ्या हरकती करतात. अशा वेळी मुलांच्या अशा वागण्याबद्दल लाज न बाळगता पालकांनी हे

ओळखावे की ही मुलेसुद्धा त्यांच्या आधीच्या आयुष्यातील प्रेमाचे तळे भरण्याचा प्रयत्न करत आहेत. पालकांनीसुद्धा अशा वेळी विशेष वेळ काढून त्यांना संधी निर्माण करून दिली पाहिजे व त्यांना हवे असलेले संगोपन केले पाहिजे.

मुले जेव्हा ७ वर्षांची होतात तेव्हा त्यांचा नैसर्गिक खेळकरपणा आणि एकमेकांशी मैत्री करून दंगा करण्याची प्रवृत्ती उद्‌भवते. जणू काही आपण ७ वर्षांच्या दीर्घ स्वप्नातून जागे होत आहोत. वय वर्षे ७ ते १४ हा काळ निरनिराळी कौशल्ये संपादन करण्याचा असतो आणि अधिकाधिक दंगा कसा करता येईल हे शिकण्याचा असतो. ही अवस्था म्हणजे एक सामान्य मार्गदर्शिकाच असते, अर्थातच काही मुले फार लवकर जागी होतात म्हणजेच फार लवकर खेळकर होतात तर काही मुले जास्त काळ झोपतात. जर या वय वर्षे १४ पर्यंतच्या काळात आपल्याला सुरक्षित वाटले नाही किंवा आपल्याला न आवडणाऱ्या गोष्टींचा आपण प्रतिरोध करू शकलो नाही आणि भावनांच्या कल्लोळातसुद्धा स्वत:चे मीपण जपले नाही तर आपल्याला जसे आपण वागायला पाहिजे होतो तसे बनूच शकणार नाही.

आळीपाळीने आणि गोष्टी वाटून घेताना आनंद मिळायला थोडा वेळ लागतो, पण आयुष्याच्या या खेळकर वळणावर आपण ते सहज शिकतो. आपण आपली पाळी येईपर्यंत आनंदाने वाट बघायला शिकतो. ही एक मोठी शिकवण आपल्याला बाहेरच्या जगात मिळते, पण क्वचित कधी काही मिळाले नाही तर काही मुलांना क्रोधाचे अनियंत्रित झटके येतात. हा भावनिक उद्रेक खूप कौशल्याने आणि प्रेमाने आणि मुलांच्या भावना दाबून न टाकता हाताळला तर आपली भावनिक वाढही निरोगी असते. 'टँट्रम्स म्हणजे आपल्याला हव्या असलेल्या कुठल्याही गोष्टी दाबून न टाकता आपल्या तीव्र भावनांचे व्यवस्थापन करणे होय.' मुलांच्या अशा टँट्रम्सला जर पालकांनी अतिशय संयमित अशी प्रतिक्रिया दिली तर मुलेसुद्धा आपल्या तीव्र भावना नियंत्रित करायला शिकतात.

मोठी माणसेसुद्धा टँट्रम्स दाखवतात पण जर ते निरोगी मनाचे असतील तर स्वत:ला योग्य रीतीने सादर करून आपल्या नकारात्मक भावना समोरच्यावर लादत नाहीत. जेव्हा आपण आपल्या दु:खासाठी इतरांना दोषी ठरवतो तेव्हा आपल्याला हे प्रेमाचे तळे भरण्याची गरज असते. जेव्हा तुम्ही समोरच्याकडे एक बोट दाखवता तेव्हा तीन बोटं तुमच्या या प्रेमाच्या तळ्याकडे खूण करतात. दोषमुक्त होण्यासाठी आपण आपल्या भावना काळजीपूर्वक ऐकल्या पाहिजेत व समजावून घेतल्या पाहिजे. जसे, पालक आपल्या मुलासाठी करतात तसे दहाव्या भागामध्ये आपण ही प्रेमाची तळी फार मागे- अगदी दुसऱ्या वर्षापर्यंत- न जाता कशी भरलेली ठेवायची ते बघू.

भूतकाळातील प्रेमाची तळी सतत भरलेली ठेवणे हा सुरक्षित वाटण्याचा मूलभूत मंत्र आहे. जर आपल्याकडे कोणी दुर्लक्ष केले तर आपण आधार मिळण्याच्याही लायकीचे नाही असे आपल्याला वाटते. नंतर कधीतरी सुरक्षेची भावना आपल्याला जाणवली तरीसुद्धा आपल्याला आयुष्यात सुरक्षित वाटत नाही, कारण हे मिळण्याची आपली लायकी आहे की नाही त्याची आपल्याला खात्री नसते. मनाच्या कुठल्यातरी कोपऱ्यात आपल्याला असे वाटत असते की कधीही, कोणीही हे आपल्यापासून हिरावून घेईल. आपल्यालाही वाटते की आपण चांगले वागले पाहिजे आणि प्रेम मिळणे हा आपला अधिकार आहे. लहान मुलासाठी हा एवढा ताण-तणावही जरा जास्तच होतो. मुलांना खरेखुरे आणि विनाशर्त प्रेम हवे असते. जर आपल्या प्राथमिक स्वरूपातल्या भावनिक गरजा पुरवल्या गेल्या तरच आपण आनंदाला स्पर्श करू शकतो आणि त्याचा आस्वाद घेऊ शकतो. जर आपले बालपण प्रेमाच्या उबदार सावलीत गेले तर मोठेपणी आपण आपोआपच स्वत:वर प्रेम करू शकतो. या मजबूत पायाशिवाय आपल्याला आपली स्वत:ची ओळख पटत नाही.

मुळात आपला स्वभाव आनंदी, प्रेमळ, शांत आणि आत्मविश्वासपूर्ण असा असतो. ही आपली दैवी देणगीच असते. मुलांना अगदी नैसर्गिकपणे या भावना आतून जाणवत असतात, पण त्याचवेळी त्यांना हवे असलेले प्रेम जर पुरवले गेले नाही तर त्यांचा तो मूळ स्वभाव बदलतो. प्रेमामुळे आपण जसे इतरांशी जोडले जातो तसेच स्वत:शीसुद्धा जोडले जातो.

आपण जेव्हा लहान मुले असतो तेव्हा स्वत:वर प्रेम करण्याची आपली क्षमताच नसते. आपल्याला स्वत:बद्दलची माहिती कशी कळते तर आपल्या पालकांनी आपल्यावर केलेल्या प्रेमातून आणि ज्या पद्धतीने कुटुंबातील सदस्य आणि मित्र आपल्याशी वागतात त्यावरून! जेव्हा ते आपल्याला आदराने वागवतात तेव्हा आपल्याला वाटते की आपण आदराला पात्र आहोत. ते जेव्हा आपली खूप काळजी घेतात तेव्हा आपल्याला वाटते की आपण कोणीतरी विशेष आहोत! जेव्हा ते आपल्याला मदत करतात व आधार देतात, आपल्याबरोबर वेळ घालवतात आणि कष्ट घेतात तेव्हा आपल्याला आपण त्या आधाराला पात्र आहोत असे वाटते.

शाळेच्या दिवसात किंवा ७ वर्षे ते १४ वर्षे या काळात मुलांची सगळ्यात मोठी गरज कोणती असते तर सुरक्षित वाटणे. मुलांची वाढ होत असते आणि ते आजूबाजूच्या जगाकडून नवीन गोष्टी शिकत असतात, तसेच या जगात कसे जगायचे हे शिकत असतात म्हणून त्यांना चुका करण्याची परवानगी आहे. त्या चुकांमधून ते शिकत जातात, त्यामुळे पालकांचे काम काय असते तर मुलांच्या आयुष्याचे व्यवस्थापन करणे आणि त्यांना नकारात्मक प्रभावांपासून दूर ठेवणे. ही वेळ असते स्वत:ला मुक्तपणे व्यक्त करण्याची.

प्रौढ म्हणून आपली गंभीर राहण्याची नैसर्गिक प्रवृत्ती असते आणि आपण स्वत:ला कामात झोकून दिलेले असते, कारण पूर्वीपासून आपल्याकडून हीच अपेक्षा असते. कुटुंब, कष्ट आणि त्याग याच्यावर खूप जास्त जोर दिला जातो. खरे तर हा काळ असतो इतरांशी ज्यांना तुमच्याबद्दल आस्था आहे अशांशी नाते जुळवण्याचा, अजाणतेपणाचा आणि विनाशर्त क्षमाशीलतेचा.

वयाच्या या अवस्थेमध्ये फरक कळण्याइतका मेंदू तयार झालेला नसतो. 'मी काहीतरी वाईट केले पण मी वाईट नाही.' त्याऐवजी मुलगा म्हणतो, 'जर मी केलेले वाईट असेल तर मी पण वाईटच आहे.' किंवा 'माझ्या बाबतीत इतके वाईट घडत असेल तर मी नक्कीच वाईट असणार.' खूप प्रौढांनासुद्धा यातला फरक कळला नाही, कारण त्यांच्या लहानपणीसुद्धा असे पालक नव्हते. ज्यांना यातील फरक कळत होता. जेव्हा तुमचा मुलगा तुमच्या बरोबर असहकार पुकारतो तेव्हा 'वाईट वर्तणूक' या शब्दाऐवजी 'नियंत्रणकक्षेच्या बाहेर' हा शब्द अधिक योग्य होईल. मूल वाईट संगतीत राहील का? अशी शंका पण येणार नाही.

मुले जर वाईट वागली तर त्यांना शिक्षा करणे हा त्यावर उपाय नाही तर अशा वेळी पालकांनी त्यांना थोडा वेळ एकटे सोडायला हवे. साधारण एक वर्षासाठी एक मिनिटसुद्धा पुरेसा होतो; म्हणजे मूल जर ८ वर्षांचे असेल तर ८ मिनिटांचा वेळसुद्धा त्यांच्यासाठी पुरतो.

जेव्हा मुले चुकीचे वागतात किंवा ती पालकांना सहकार्य करत नाहीत, तुमच्या अपेक्षांप्रमाणे वागत नाहीत आणि ती नियंत्रणाच्या बाहेर जातात तेव्हा काही मिनिटे त्यांना एकटे ठेवा. त्यांना पुन्हा नियंत्रणात येण्यासाठी जे जरुरीचे असते, ते त्यांना मिळते.

असे थोडा वेळ एकटे बसणे मुलांना पुन्हा नियंत्रणात आणण्यासाठी चांगली संधी असते. मुले अशी बेफाम झाली तर त्यांना ठरवलेल्या वेळेपर्यंत एखाद्या खोलीत एकटे ठेवा, यामुळे मुले बाहेर येऊन दुसऱ्यांना त्रास देत नाहीत; पण त्यांच्या आत असलेल्या प्रक्षुब्ध भावना काही प्रमाणात शांत होतात. या वेळातसुद्धा त्यांना क्रोधाचे झटके येतात पण ते हळूहळू सौम्य होत जातात, अर्थातच क्रोधाचे झटके त्यांनी दाबून ठेवू नयेत पण ते खोलीत एकटे बसून शांतपणे पचवावेत ही अपेक्षा आहे.

जेव्हा आपण प्रौढ होतो तेव्हा आपल्याला भावनांच्या ओघाची महती जाणवते आणि भावनिक बुद्ध्यांकाची किंमत समजते. जर मुले त्यांच्या खोलीत एकटी थांबायला तयार नसतील तर बाहेरून दरवाजा बंद करावा, पण कुलूप घालू नये. जर मुलांना कोंडून ठेवल्यावर ती अस्वस्थ झाली तर त्यांना हे जाणवून द्यावे की दरवाजाच्या बाहेर त्यांची काळजी घेणारे कोणीतरी आहे. असे प्रसंग दोन-चार वेळा

झाले की मुले पण आपल्या भावनांवर, क्रोधावर काबू करायला शिकतात आणि दुसऱ्यांना पण आनंदी करतात.

म्हणून मुलांना जबरी शिक्षा, मारहाण वगैरे करू नये. तुरुंगं शिक्षा झालेल्या माणसांनी भरलेली असतात. ही शिक्षा त्यांना आयुष्याकडून आणि पालकांकडून मिळालेली असते. जेलमध्ये ९०% पुरुष असतात आणि फक्त १०% स्त्रिया असतात. तर ९०% स्त्रिया समुपदेशकाच्या शोधात असतात. पुरुषांना जेव्हा शिक्षा होते तेव्हा ते सुडाने पेटतात व दुसऱ्यांना पण वाईट वागणूक देतात, पण स्त्रियांना शिक्षा झाली तर त्या स्वत:लाच दूषणे देतात. हेच महत्त्वाचे कारण आहे की वयात येण्याच्या काळात मुलींचा आत्मविश्वास डळमळतो आणि मुले मुद्यावरून गुद्यावर येतात. मुलांना जगाकडून वाईट वागणूक मिळाली तर ते जगाला वाईट वागणूक देतात, पण मुलींना जगाकडून वाईट वागणूक मिळाली तर त्या स्वत:लाच वाईट वागणूक देतात.

जर पालकांनी सतत शिक्षा करणे चालू ठेवले तर मुलांच्या भावना बोथट होतात व त्या शिक्षेचा उपयोग न होता पालकांबद्दल द्वेषच निर्माण होतो. पुढील आयुष्यात लोकांना खूश करणारे जे लोक असतात ते त्यांच्या पूर्वायुष्यात त्यांच्या पालकांना व कुटुंबातील इतर सदस्यांना कधीच खूश करू शकलेले नसतात, यासाठी पालकांनीच जर मुलांना त्यांना खूश ठेवण्याची संधी दिली तर अशा मुलांचे व्यक्तिमत्त्व निरोगी असेल आणि त्यांची वाढ चांगली होईल.

या टप्प्यावर पालकांना काही वेळेस हतबल झाल्यासारखे वाटते व ते मुलांना मदत करू शकत नाहीत असे त्यांना वाटते. तुम्ही तुमच्या मुलांवर कितीही प्रेम करत असलात तरी जोपर्यंत त्यांचे मित्र त्यांच्यावर प्रेम करणार नाहीत तोपर्यंत ते आनंदी राहणार नाहीत. तुम्ही त्यांच्यावर कितीही प्रेम केले तरी ते स्वत:वर प्रेम करू शकणार नाहीत, पण तुम्ही त्यांना मदत करू शकता. तुम्ही त्यांना समजावून घ्या, त्यांचे बोलणे काळजीपूर्वक ऐका. एवढी मदत पुरेशी आहे. पालकांनी अशी कोणतीही अट न घालता मुलांचे चांगले संगोपन केले तर मुलांना कुटुंबाकडून पाहिजे तसा आधार मिळतो. पालकांनी मुलांना इतर मुलांमध्ये मनसोक्त मिसळू दिले व त्यांच्या मैत्रीत बाधा आणली नाही तर ती पालकांची मदतच असते.

या विशिष्ट काळातील मुलांचे संक्रमण हे अतिशय आव्हानात्मक असते आणि अनेक सामाजिक मुद्यांना जन्म देऊ शकते. संपूर्णपणे अचूक, निर्दोष, परिपूर्ण असे कोणीच नसते, तरीही पालकांचा आधार फार महत्त्वाचा असतो, पण तरीही मुले पालकांचा कुबड्या म्हणून वापर करतील इतकाही आधार नको आणि पालकांनी असा जास्त आधार दिला तरी मुले त्यांना दूर लोटतील, कारण काही गोष्टी या त्यांना स्वत:लाच करायच्या असतात.

जन्माचा पेचप्रसंग- वय वर्षे ० ते ७

जन्मापासून ते बाल्यावस्थेपर्यंत म्हणजे वयाच्या सातव्या वर्षापर्यंत आपली खूप जलद गतीने प्रगती होत असते, वाढ होत असते, पण या काळात आपण कोण आहोत आणि आपली लायकी काय आहे हे जोपर्यंत आपल्याला आपले पालक कसे वागवतात हे कळत नाही तोपर्यंत माहिती नसते. मूल असताना आपण पालक किंवा जे आपला सांभाळ करतात त्यांना जोडलेले असतो आणि त्याच्या प्रेमळ आधारानेच आपली वाढ होते.

आपल्या जन्मापासून आपला जगाकडे बघण्याचा एक दृष्टिकोन तयार होतो व जगाशी आपले ऋणानुबंध प्रस्थापित होतात. मुलाचा जेव्हा मातेच्या उदरातून जन्म होतो तेव्हा मुले शक्तिहीन असतात. पूर्णपणे दुसऱ्यावर अवलंबून असतात. जर त्यांची काळजी घेतली नाही तर ते मृत्युमुखी पडतात, पण हे जरी शारीरिकदृष्ट्या सत्य असले तरी मुले पुढील दोनपैकी एक दृष्टिकोन ठेवतात. एक म्हणजे माझ्या अनंत गरजा आहेत आणि त्या मला पूर्ण करायच्या आहेत किंवा दुसरा म्हणजे माझ्या अनंत गरजा आहेत पण त्या पूर्ण करण्यास मी असमर्थ आहे आणि पुढे आयुष्यभर आपण सामर्थ्यशाली किंवा असमर्थ यांपैकी एका भूमिकेतून वाटचाल करत राहतो.

मुलाला आपण आपल्या गरजा पूर्ण करण्यास एकतर समर्थ आहोत किंवा असमर्थ आहोत असे वाटत राहते.

आयुष्याबद्दलचे आपले प्राथमिक मत तयार होते ते खूप खोलापर्यंत आणि कायम टिकणारे असते. जन्माच्या वेळेस जरी तुमचा मेंदू पूर्णपणे विकसित झालेला नसला तरी तुमच्या जाणिवा प्रखर असतात आणि भोवतालच्या परिस्थितीची जाणीव असते. एकतर तुम्हाला वाटते की तुम्हाला हवे ते तुम्ही मिळवू शकता किंवा तुम्ही मिळवू शकत नाही. साठ वर्षांपूर्वीपासून हॉस्पिटलमध्ये मुलाला आईपासून दूर ठेवण्याच्या सरावामुळे नंतरच्या पिढीला आपण पाहिजे ते मिळवू शकत नाही असे वाटले, पण सुदैवाने आता मुलाला आईपासून दूर ठेवण्याच्या पद्धतीत दुरुस्ती केली आहे. आता आपल्याला पालक आणि मूल यांच्यातील असलेल्या घट्ट नात्याचे महत्त्व पटलेले आहे.

सामर्थ्यहीन असण्याचा दृष्टिकोन म्हणजे असे नव्हे की, आपल्याला सततच आपण हतबल आहोत आणि आपल्याला पाहिजे ते आपल्याला मिळत नाही असे वाटत राहते. अनेक वेळा तर असे घडते की, न्यूनत्वच आपल्याला सामर्थ्यशाली

बनवते. जेव्हा आपल्याला समजते की आपल्याला जे हवे आहे ते आपल्याला मिळत नाही तेव्हा आपण आपोआपच दुसरे मार्ग शोधतो व स्वत:चे हात बळकट करतो. आपला स्वत:वरील विश्वास दृढ होतो व आपल्याला हवे असलेले आपणच मिळवले पाहिजे याची जाणीव होते. दुसऱ्यावर अवलंबून राहण्यात काही अर्थ नाही याची जाणीव होते.

जर मला अशी जाणीव झाली की मला जे हवे आहे ते मला मिळू शकत नाही तर शेवटी मला असे सांगावेसे वाटते की मला आत्ताच मोठे झाले पाहिजे आणि मला स्वत:लाच हातपाय हलवले पाहिजेत. लगेचच खूप लवकर मी प्रत्येक गोष्टीसाठी स्वत:कडेच बघायला लागतो त्यामुळे मला मी खूप जबाबदार व स्वावलंबी वाटतो. कदाचित मला त्यामुळे बाह्यत: मी खूप यशस्वी असल्याचा आनंद झाला तरी माझा आतला आनंद मात्र परतलेला असतो.

जर मुले अकाली मोठी झाली तर विकासाच्या मार्गातील महत्त्वाच्या पायऱ्या ती गमावतात.

दुसरी एक सामान्य प्रतिक्रिया अशी की आपल्याला हवे ते न मिळाल्यामुळे हतबल का वाटते तर आपल्याला काय हवे ते मिळाले नाही तर लोकांना हे सांगणे खूप अवघड असते की नेमके आपल्याला काय हवे होते आणि नेमके काय मिळाले नाही. जर आपल्या मागण्या आपल्यालाच स्पष्ट झाल्या नाहीत तर त्या मिळण्याचा आपला हक्क आपण कोणाला सांगणार? तर दुसऱ्या बाजूला असे चित्र असते की जे हवे ते मिळत गेल्याने आपल्याला समजतं की हेच आपल्याला हवे होते आणि हे मिळण्याचा आपला हक्कच आहे.

सुस्पष्ट ज्ञान आणि आपल्या मागण्या- अनुभवाने या आपला हक्क आहे याची जाणीव होते.

आपल्या मागण्या हा आपला हक्क आहे अशी स्पष्ट जाणीव नसली तर आपल्याला हवे ते मिळवण्यासाठी खूप कष्ट घ्यावे लागतात. आपल्या पालकांना खूश ठेवणे आणि आपल्याला हवे ते त्यांनी घ्यावे म्हणून कराव्या लागणाऱ्या कष्टापायी आपले स्वत्वाचे भान जाते. सामर्थ्यहीनता आपल्याला जरुरीपेक्षा जास्त दुसऱ्यांवर अवलंबून राहायला शिकवते किंवा जरुरीपेक्षा जास्त स्वत:वर अवलंबून राहायला शिकवते. आपल्याला हवे ते मिळविण्याची आंतरिक शक्ती जर सुरुवातीच्या काळातच मिळाली तर दुसऱ्यांवर अवलंबून राहणे व स्वत:वर अवलंबून राहणे

यातला समतोल साधण्याचे कौशल्य तुम्ही संपादन कराल.

मी जेव्हा हे आग्रहाने सांगतो की मला जे गरजेचे आहे ते मला मिळत नाही; मग मी ते स्वत: करायला लागतो आणि मग ते मला मिळते. हा फरक इथे लक्षात घ्या की, गरज असणे आणि हवे असणे यात फरक आहे. जेव्हा आपल्याला गरज असते तेव्हा आपण दुसऱ्यांवर अवलंबून असतो पण जेव्हा आपल्याला हवे असते तेव्हा आपण स्वत:वर अवलंबून असतो. जेव्हा आपण मुले असतो तेव्हा आपल्या सगळ्या गरजा पूर्ण व्हायला वरील वर्षे जावी लागतात. त्याच्या आधीच आपण हवे ते मिळवण्याचे कौशल्य प्राप्त करतो. एकविसाव्या वर्षापूर्वी आपण आपल्या बरोबर काय घडते त्यावर अवलंबून असतो पण एकविसाव्या वर्षी आपल्या गरजेचे मिळविण्याची आपल्यात ताकद येते.

आपण लवकरच आपली कामे आपण करायला शिकतो, त्यामुळे आपल्याला वाटते की सगळे आपल्याला एकट्याला करायचे आहे. आपल्याला दुसऱ्याच्या मदतीची काही किंमत वाटत नाही आणि आपल्याला मिळणारा मौल्यवान आधार पण आपण झिडकारून टाकतो. आपल्याला कोणत्याच नात्यात जवळीक साधायला आवडत नाही. तुम्ही जगात कोठेही जा, जेथे जन्माच्या वेळी आईची व बाळाची ताटातूट करत नाहीत तेथे तुमच्या लक्षात येईल की, मुले व पालक यांच्यात किती हृद्य संबंध आहेत आणि संपूर्ण कुटुंब एकमेकांशी किती प्रेमाने जोडले गेले आहे!

जरी विकसित देशांमध्ये जन्माच्या वेळेस आई व मूल एकमेकांपासून दूर केल्यामुळे पेचप्रसंग उद्भवतात, तरीसुद्धा त्यापासून काही फायदे आहेत. काही वेळेस चांगला, बिनचूक उपाय शोधण्यासाठी आपल्याला इतरही काही मार्ग प्रयत्न करून बघावे लागतात. आता पुढील पिढ्यांनी जरी बाह्य जगापासून आपल्याला हवे ते मिळवण्यासाठी दूरचा मार्ग स्वीकारला असला तरी आता त्यांना जाणीव होऊ लागली आहे की ते प्रेमाचे भुकेले आहेत. सगळ्या प्रकारच्या उपचारपद्धती ओरडून हेच सांगत आहेत की आपल्या बाल्यावस्थेत जेव्हा आपण परावलंबी आणि असुरक्षित होतो तेव्हा जे प्रेम आपल्याला गरजेचे होते ते प्रेमाचे तळे पुन्हा भरणे गरजेचे आहे.

भ्रूणावस्था ते जन्म!

उदरात आपली होणारी वाढ हा आपला आयुष्याचा पहिला अनुभव असतो. या काळात आपले नाते देवाशी असते, म्हणजे हे नाते गर्भधारणेमुळे नसते, कारण अजून मेंदू त्यासाठी तयार नसतो, पण भ्रूणावस्थेतला काहीतरी अनुभव असतो,

पण वयाच्या दुसऱ्या वर्षी जेव्हा आपण भाषा शिकतो तेव्हा हा अनुभव विसरला जातो.

खूप लोक असे सांगतात की मातेच्या उदरातील काळ हा एक स्वर्गीय अनुभव असतो. कुठल्याच गोष्टीसाठी आपण जबाबदार नसतो. देव आणि आईच सगळे करतात. आपल्याला काहीच करावे लागत नाही. जे लोक निरोगी, बळकट आणि ज्यांची वाढ चांगली झाली आहे असे असतात ते शरीरात निर्माण होणाऱ्या या स्रोताशी निगडित असतात.

हा जो शरीरात आत्मा असतो, प्राण असतो तोच सगळ्या क्रिया आपल्यासाठी घडवून आणतो आणि तेच देवाशी आपले प्राथमिक नाते असते, पण दुर्दैवाने फारच कमी लोक त्याचे महत्त्व जाणतात, मानतात आणि त्या दैवी शक्तीवर अवलंबून न राहिल्याने आपले नाते तुटते आणि आपण देवाला विसरतो की तो आपली काळजी घेईल व आपल्याला मदत करेल.

सगळ्या प्रकारच्या जखमा या दैवी ऊर्जेतूनच भरून येतात. डॉक्टर्स आपल्याला औषधे देतात पण ती औषधे फक्त बरे होण्याच्या प्रक्रियेला मदत करतात, पण प्रत्यक्ष दैवी गुणांमुळेच माणूस बरा होतो. आजारपण आणि त्यावरील उपाय हे आयुष्यातील दोन अटळ घटक आहेत. जेव्हा आपण आजारी पडतो तेव्हा ज्या जगद्नियंत्याने आपल्याला घडवले त्याचे आपण स्मरण केले पाहिजे.

काही वेळेस मातेच्या उदरात असतानाही या दैवी स्रोताबरोबर नाते तुटलेले दिसते. जर आईला काही नकारात्मक जाणिवा झाल्या तर आपल्या संपूर्ण आयुष्यावर त्याचा परिणाम होतो. जर तुम्हाला निरोगी आणि आनंदी मुले हवी असतील तर त्या मातेला आवश्यक असलेल्या सर्व गोष्टी तिच्या गरोदरपणात पुरवाव्या.

मातेचे देवाशी असलेले गरोदरपणातले नातेसुद्धा काही विशेष गोष्टी घडवून आणते. जर तिला वाटले की मला हे सगळे एकटीनेच करायचे आहे तर आध्यात्मिक नसलेला तो संदेश किंवा तिची विचारसरणी मुलावर बिंबवली जाते. जर खरोखरच शहाणी गरोदर माता असेल तर तिला जरूर ते मिळवायला खूप वेळ लागेल आणि ती तिच्या ध्येयाबद्दल आणि महत्त्वाकांक्षेबद्दल चिंता करणार नाही. ती शक्यतो दुर्लक्ष करण्याकडे भर देईल आणि उरलेल्या गोष्टी निसर्गावरच सोडून देईल. जेव्हा लहान मुले सांभाळण्याचा काळ संपतो तेव्हा बायकांना स्वतःच्या महत्त्वाकांक्षांवर लक्ष केंद्रित करायला पुन्हा वेळ मिळेल.

सध्याच्या काळात लोक फक्त डॉक्टरांवरच भिस्त ठेवतात, त्यांचा देव आणि निसर्गावर विश्वास नसतो, पण त्यामुळे मुलांना असा आधार मिळत नाही की जग ही एक अतिशय मैत्रिपूर्ण जागा आहे की जी आपल्या गरजा जादूची कांडी फिरवल्यासारखी पूर्ण करते, त्यामुळे साहजिकच आयांवर ही जबाबदारी आहे की

त्यांनी आपल्या मुलांना या दैवी शक्तीची ओळख होण्यासाठी तशी पुस्तके वाचायला द्यावीत आणि निसर्गाच्या सान्निध्यात मुले जास्त वेळ कसा घालवू शकतील याकडे लक्ष द्यावे. जर गरोदर अवस्थेत निसर्गाच्या अशा लयीबरोबरचा संपर्क तुटला तर मनात चांगल्या, सकारात्मक भावना येणे अवघड होऊन बसते.

आता या सगळ्या अवस्थांचा अभ्यास केल्यावर असे लक्षात येईल की मला हवे होते ते मिळाले नाही असे म्हणणे आणि सतत दुसऱ्यांना त्यासाठी दोष देत राहणे ही सगळ्यात सोपी गोष्ट आहे. ज्या क्षणी तुम्हाला निराधार, हतबल वाटेल त्यावेळी तुमच्या लहानपणाच्या भावना जागृत होतील. हीच संधी आहे की ज्या वेळी तुम्ही स्वत:लाच मिठी मारून म्हणाल की, 'सगळे चांगले होणार आहे.' आणखी चांगली गोष्ट म्हणजे ज्यावेळी तुम्ही हे पुस्तक वाचत असाल तेव्हाच तुमची प्रेमाची तळी भरायला सुरुवात होईल आणि तुम्हाला सामर्थ्यशाली वाटेल.

❖

७

दहा प्रेमाची तळी भरणे!

जर तुमच्या घरातल्या भिंतींना तडे जायला लागले तर तुम्ही काय कराल? प्रथम पायाबाबतची दुरुस्ती करण्याचा प्रयत्न कराल. जर तुमची झाडे सुकून पिवळी पडायला लागली तर तुम्ही झाडाला हिरवा रंग देऊन ते ठीक करण्याचा प्रयत्न कधी कराल का? त्याऐवजी तुम्ही झाडांना पाणी घालाल. तशाच पद्धतीने जेव्हा आपण आपली प्रेमाची तळी भरतो तेव्हा आपली अनेक संकटे आपली आपणच नाहीशी होतात. जसजसे आपल्याला हव्या असलेल्या गोष्टी आपल्याला मिळत जातात तसतशी स्वत:लाच आपली ओळख पटत जाते.

आयुष्यातील अनेक संकटांचे निरसन हे अगदी लहानपणचे पहिले प्रेमाचे तळे भरल्याने होते. जेव्हा आयुष्यात आपण खोल गर्तेत रुतून बसतो तेव्हा लक्षात घ्यावे की यातल्या बऱ्याचशा भावना या लहानपणाच्या आहेत म्हणूनच आठवड्यातून एकदा तरी स्वत:ला वेळ द्यावा आणि आपली प्रेमाची तळी भरावी ज्यामुळे आपण खोल गर्तेत रुतून न बसता आयुष्य पुढे ढकलू शकू व हवे ते मिळवू शकू.

आपली प्रेमाची तळी भरतील अशा काही गोष्टी आठवड्यातून एकदा तरी करणे गरजेचे आहे ते असे एकदाच भरून ठेवून चालत नाहीत. ते प्रेम स्वत:शी एकरूप होण्यासाठी आणि पुढे जाऊन आयुष्यातील प्रत्येक टप्प्यावर गरजेचे असते. आपल्याला हवे ते मिळवण्यासाठी व स्वत:शी जोडलेले राहण्यासाठी आपली तळी भरलेली राहणे गरजेचे आहे. जर तुमच्या बागेत फुले असतील तर त्यांना एकदाच भरपूर पाणी देऊन चालत नाही तर आपल्याला त्यांची सततच निगराणी करावी लागते.

पहिले प्रेमाचे तळे- जीवनसत्त्व G1

पहिले प्रेमाचे तळे असते ते म्हणजे देवाकडून मिळणारे प्रेम आणि आधार. जर हे जीवनसत्त्व G1 आपल्याला मिळाले नाही तर आयुष्यभर फार मोठा संघर्ष करावा लागतो आणि शेवटी आपण थकून जातो आणि आपल्यावर खूप ताण येतो, कारण शेवटी हे सगळे आपल्याला एकट्यालाच करायचे आहे ही जाणीव आपल्याला त्रस्त करते. हे तळे भरण्यासाठी आपल्याला सतत देवाची प्रार्थना करायला हवी आणि देवाशी आपले आध्यात्मिक पातळीवर नाते जोडायला हवे. आपल्याला ही जाणीव होणे महत्त्वाचे आहे की आपण एकटे नाही तर आपल्यापेक्षा खूप मोठी, सामर्थ्यशाली शक्ती आपल्या पाठीशी आहे जी आपल्याला वेळोवेळी मदत करणार आहे.

ध्यानधारणा ही जरी धार्मिक नसली तरी ही आध्यात्मिक आहे. जरी एखादा माणूस नास्तिक असला किंवा एखाद्या विशिष्ट धर्माचा नसला तरीसुद्धा नियमित ध्यानधारणेपासून त्याला नक्कीच फायदा होतो. त्याच्या गरजा पुरवल्या जातात. अशी नियमित ध्यानधारणा केल्यामुळे त्यांना देवाशी आध्यात्मिक नाते जाणवेल आणि देवाकडून मिळालेले हे प्रेम व आधार त्यांच्यासारखीच विचारसरणी असलेल्या लोकांबरोबर ते वाटून घेतील. नवव्या प्रकरणात प्रेमाचे तळे भरण्यासाठी कोणत्या प्रकारची ध्यानधारणा कशी करायची हे आपण पाहणार आहोत.

दुसरे प्रेमाचे तळे- ० ते ७- जीवनसत्त्व P1

दुसरे प्रेमाचे तळे म्हणजे पालकांकडून मिळणारे प्रेम आणि आधार. जर आपल्याला हे जीवनसत्त्व P1 मिळाले नाही तर आपण जीवनात खूप मागे पडतो. कारण आपल्या मनात शंका-कुशंका, अपूर्णता, अपात्रता अशा नकारात्मक भावना घोंघावत राहतात. भावनिकदृष्ट्या अस्थिर होऊन आपले आयुष्य दुःखी होते. आपल्याला असे वाटते की हे संपूर्ण जग किंवा आपण जी नोकरी करतो ती आपल्याला दुःख आणते पण खरे तर हे सगळे दुःख आपल्या आतले असते. आपल्या आतल्या जगाचे प्रतिबिंबच बाहेरच्या जगात पडत असते.

सुदैवाने मोठे झाल्यावर आपण आपल्या पालकांवर तितकेसे अवलंबून नसतो. आपले पालक आणि आपले केअरटेकर हे आपल्याला विनाशर्त प्रेम देत असतात, ज्याची आपल्याला गरज असते. काही पालक स्वर्गवासी असतात तर काही जिवंतपणीसुद्धा आपल्याला पाहिजे ते देण्यास समर्थ नसतात, पण जेव्हा आपण मोठे होतो तेव्हा हे प्रेम कोठून मिळवायचे याची आपण निवड करू शकतो आणि

आपण हे प्रेम स्वत:ला शिकवतो.

जर आपल्या भावनिक पातळीवरच्या अनुभवांचे आपण प्रेमाने व शांततामय मार्गाने व्यवस्थापन करू शकलो नाही तर हे तळे भरण्याची नितांत आवश्यकता आहे असे समजावे. जर आपला आत्मविश्वास डळमळीत असेल, आपण आनंदी नसू तर अनेक महत्त्वाच्या कामांपैकी हे सगळ्यात महत्त्वाचे काम आहे की, आपण आपल्या भूतकाळातील मनावरचे ओरखडे पुसून टाकले पाहिजेत आणि हे प्रेमाचे तळे भरले पाहिजे.

व्यावहारिकदृष्ट्या विचार केला तर समुपदेशकाकडे किंवा मानसोपचार तज्ज्ञाकडे जाणे म्हणजे पालक विकत घेणे होय. ते तुमचे सांगणे काळजीपूर्वक ऐकून घेतात, तुम्हाला समजावून घेतात. तुम्हाला विनाशर्त प्रेमही देतात. जर या सगळ्या तुमच्या गरजा पूर्ण झाल्या तर तुम्ही स्वत:च तुम्हाला आधार देऊ शकतात. अशा प्रकारे तुमचे हे प्रेमाचे तळे भरले गेले की तुमच्या लक्षात येईल की तुमचे पालकही तुम्हाला अधिक आधार देतील किंवा तुमच्या आयुष्यातील इतर लोकही अशा प्रकारचे विनाशर्त प्रेम तुम्हाला देतील.

जर ध्यानधारणा आणि देवाबरोबरचे आध्यात्मिक नाते हे फुलांना पाणी घालण्यासारखे आहे तर आपल्या भूतकाळातील जखमा भरून काढणे हे फुलझाडाची माती बदलण्यासारखे आहे. रोपट्याला वाढण्यासाठी चांगल्या मातीची गरज असते. आपल्या लहानपणी आपण अनेक गैरसमज करून घेतलेले असतात, जे आपल्याला आयुष्यात मागे ठेवतात. असे गैरसमज, जे पूर्वायुष्यात आपल्या मनात रुजून बसले होते ते दूर केल्याने पुढील आयुष्यात चांगल्या आणि योग्य गोष्टी घडू शकतात. तुम्हाला तुमच्या लहानपणी काय मिळाले वा काय नाही हे विसरून जा. आता तुम्हीच तुमचे पालकत्व स्वीकारा आणि तुमच्या गरजा ओळखून त्या पूर्ण करण्याचा प्रयत्न करा.

मला सॅन क्वेनटीन येथील 'दुरुस्ती संस्था' यामार्फत भरवलेली कार्यशाळा आठवते. तेथे अशा प्रकारची माणसे आली होती ज्यांना जीवनसत्त्व P1 मिळालेले नव्हते. ९० कैद्यांसाठी ही कार्यशाळा होती आणि मला ३२ स्वयंसेवक मदतीला मिळाले होते. ज्या स्वयंसेवकांची ही प्रेमाची तळी पूर्णपणे भरलेली होती त्यांनी या कैद्यांच्या मानसिक जखमा भरून काढण्याचे काम केले. जेव्हा कैद्यांनी त्यांना सांगितलेले सराव प्रकार एकमेकांबरोबर केले तेव्हा ते फारसे फलदायी झाले नाहीत, पण जेव्हा स्वयंसेवकांनी मदत केली तेव्हा त्यांच्यात मोठी प्रगती घडून आली. आठवड्याच्या शेवटी फक्त ३२ असे कैदी टिकले की ज्यांनी कुणाच्या मदतीने सराव केले. यावरून असे स्पष्ट होते की असे सराव प्रभावी तेव्हाच ठरतात जेव्हा ते अशा लोकांबरोबर केले जातात ज्यांना आयुष्यात भरपूर प्रेम

कार्यक्रम जो व्यसनमुक्तीसाठी तयार केला आहे तोसुद्धा या प्रकारचे P2 जीवनसत्त्व मिळण्याचा उत्तम प्रयत्न आहे.

पाचवे प्रेमाचे तळे- २१ ते २८- जीवनसत्त्व S

पाचवे प्रेमाचे तळे हे स्वप्रेमाचे असते. हे तळे भरण्यासाठी तुम्हाला ही खात्री पाहिजे की तुम्हीच सर्वप्रथम आहात. तुमच्या आयुष्याची जबाबदारी तुमच्यावरच आहे. तुम्ही तुमच्या मनाला विचारले पाहिजे की तुम्हाला स्वत:ला काय हवे आहे आणि ते मिळवले पाहिजे.

जर तुम्ही स्वत:च्या मनाला प्रश्न विचारला की तुला काय हवे आहे तर कदाचित असेही उत्तर येईल की तुम्हाला इतरांना आनंदी करायचे आहे, तरीसुद्धा त्यामध्ये एक महत्त्वाची बाब राहून जाते. तुम्हाला काय पाहिजे म्हणजे तुम्हाला तुमच्यासाठी काय पाहिजे? हा त्या मागचा गर्भितार्थ आहे. तुम्ही स्वत:चेच काळजीपूर्वक अवलोकन करा व तुमच्यात कसली कमतरता आहे ते पाहा.

तुम्हाला खरंच दुसऱ्याला आनंदी करायचे असेल यात शंका नाही, पण मग हे ते प्रेमाचे तळे नाही, दुसऱ्यांना आनंदी करण्याखेरीज आणखी कशाने तुम्हाला आनंद होईल? तुमची आयुष्याबद्दलची आसक्ती कशाने वाढेल? हे प्रेमाचे तळे भरण्यासाठी तुम्हाला काय फायद्याचे ठरेल? तर अशा ठिकाणी फिरायला जा जेथे तुम्हाला नि:संकोचपणे विचारता येईल की तुम्हाला काय हवे आहे? आणि तुम्हाला जे नको आहे त्याला तुम्ही बिनदिक्कतपणे 'नाही' म्हणू शकाल.

आयुष्यात वेगवेगळे नवीन अनुभव घेण्याची तुम्ही स्वत:च्या मनास परवानगी दिली की तुम्ही स्वत:वर प्रेम करू शकाल.

तुमच्या रोजच्या आयुष्यातील लोकांपासून दूर जा म्हणजे तुम्ही वेगवेगळ्या प्रकारचे कपडे वापरू शकाल आणि तुम्हाला हवे तसे वागू शकाल. तुम्ही आत्तापर्यंत कधीही न केलेल्या गोष्टी करण्याचे स्वातंत्र्य आता तुम्हीच तुमच्या मनाला द्या. अशा ठिकाणी जा की तुम्ही पूर्वी कधीच तेथे गेला नाहीत आणि तुम्ही कितीही वेडेपणा केला तरी काही हरकत नाही, कारण तिथे तुम्हाला कुणीच ओळखत नाही आणि तुम्ही परत तिथे कधी जाणारसुद्धा नाही आहात.

खूप वेळा आपण स्वत:ला आपल्या आवडीच्या गोष्टी करण्यापासून रोखून धरतो, कारण आपण नेहमी असाच विचार करतो की इतर लोक आपल्याबद्दल काय विचार करतील! आपल्याला अनेक गोष्टी कराव्याशा वाटतात पण आपण

मिळाले आहे. कैद्यांच्या भूतकाळामुळे ते इतके दुर्बल झाले होते की ते एकमेकांबरोबर सरावसुद्धा करू शकत नव्हते.

माझ्या स्वत:च्या बाबतीत 'बरे करण्याच्या' प्रक्रियेत मी इतरांबरोबर हे एक्सरसाईज केले. काही वेळेस प्रशिक्षित व्यावसायिक मार्गदर्शकांबरोबर केले तर काही कार्यशाळेतील जोडीदारांबरोबरसुद्धा केले. सगळ्याचा खूप उपयोग झाला. आजसुद्धा आयुष्यात नाट्यमय बदल घडवून आणणारे प्रसंग मला आठवतात आणि मी या क्षणांसाठी सदैव कृतज्ञ राहीन. ११व्या प्रकरणातत त्यांपैकी काही व्यायाम प्रकारांबद्दल मी सविस्तर सांगेन. ते एकट्याला करता येतात. जोडीदाराबरोबरसुद्धा करता येतात, घरीही तसेच कार्यशाळेत करता येतात.

तिसरे प्रेमाचे तळे- ७ ते १४- जीवनसत्त्व F

हे तिसरे प्रेमाचे तळे म्हणजे कुटुंब, मित्र-मैत्रिणी आणि मौजमजा यामुळे मिळणारे प्रेम व आधार याबद्दलचे आहे. जेव्हा तुमचे आयुष्य खूप गंभीर होते आणि तुमच्या आयुष्यात काहीच मजेशीर घडत नाही तेव्हा तुमच्यात जीवनसत्त्व Fची कमतरता असते. तुमचे प्राथमिक अवस्थेत असलेल्या नातेसंबंधांमध्ये जर दोषारोप, टीकाटिप्पणी, साचलेपण आले असेल तर काही काळासाठी तुम्ही हे प्रेमाचे तिसरे तळे भरण्याचा प्रयत्न करा. आपोआप परिस्थिती सुधारेल. हे तिसरे तळे मैत्री वाढवून आणि त्यांच्या सहवासात मौजमजा करून भरायचे असते.

हे तळे सदैव भरलेले ठेवण्यासाठी आपल्याला आपली जुनी मैत्री वृद्धिंगत करावी लागते, तसेच नवीन मित्र-मैत्रिणी जोडावे लागतात. नवीन मित्रांमुळे आपण नेमके कसे आहोत हे पुन्हा एकदा नव्याने सिद्ध होते, तर जुने मित्र आपल्याला आपण आहोत तसे स्वीकारतात आणि या दोन्ही गोष्टींची गरज असते.

काही वेळेस लोकांना प्रश्न पडतो की त्यांना जास्त मित्र का नाहीत? उत्तर सोपे आहे, कारण मैत्री कशी करायची हे ते शिकलेच नाहीत. लोक असे गृहीत धरतात की आपोआपच ते लोकांना आवडतील आणि लोकांना त्यांच्याशी मैत्री करायला आवडेल किंवा त्यांची अशी अपेक्षा असते की लोकांना हे आवडलेच पाहिजे. जर तुम्हाला मित्र नसतील तर आजूबाजूच्या लोकांसाठी तुम्ही काही करायला सुरुवात करा. प्रथम तुम्ही द्यायला सुरुवात करा आणि नंतर इतरांकडून काही मिळण्याची अपेक्षा ठेवा, त्यामुळे हळूहळू तुम्ही एकमेकांना आवडायला लागाल आणि चांगले मित्र व्हाल.

तरीही मैत्री होणे अवघड असेल तर त्यावर उपाय म्हणजे थोडे आधीच्या आयुष्यात डोकवा आणि तेथील प्रेमाचे तळे भरून घ्या आणि हेच तत्त्व प्रेमाच्या

सर्वच तळ्यांना लागू पडेल. जेव्हा जेव्हा आपल्याला एखादी गोष्ट मिळणे अवघड असते तेव्हा आपण चुकीच्या दिशेला जात असतो म्हणून ते अवघड होते. जेव्हा तुम्ही तुमची प्रेमाची इतर तळी प्रत्यक्ष तपासाल तेव्हा असे लक्षात येईल की सगळ्यांची क्षमता सारखी नसते. एखादी व्यक्ती दुसऱ्या व्यक्तीपेक्षा प्रेमाचे तळे अधिक लवकर व अधिक चांगले भरू शकते. का? कारण तुमच्या आत्म्याची त्या विशिष्ट वेळेची मागणी अधिक असते.

या दृष्टिकोनातून समजून घेतले तर याचेही उत्तर मिळेल की काही लोक या उपचार पद्धतीतून लवकर बाहेर पडतात तर काहींना वेळ लागतो. जर काही लोकांना यावेळी जीवनसत्त्व P1 ची म्हणजेच पालकांकडून मिळणाऱ्या प्रेमाची व आधाराची गरज असेल तर अशा लोकांना उपचाराची गरज आहे पण जर त्यांना या वयात जीवनसत्त्व Fची गरज असेल तर फक्त मित्रांबरोबर फुटबॉलच्या मॅचला जाण्यानेसुद्धा त्यांना चैतन्यमयी वाटेल. तात्पर्य काय तर आपली प्रेमाची तळी भरण्याचे वेगवेगळे मार्ग आपणच शोधून काढले पाहिजेत.

मैत्री आपल्याला स्वीकार शिकवते. मैत्री आपल्याला आपण जसे आहोत तसे स्वीकारायला शिकवते. मैत्री जपण्यासाठी आपण स्वत: जे आहोत ते सुरक्षित आहोत हे जाणवावे लागते आणि आपल्याला जे वाटते ते न घाबरता व्यक्त करता यावे लागते. आपण काही बोलल्यावर आपल्याला कोणी हसणार तर नाही ना? हा ग्रह दूर करावा. विनोद, नाटक, सिनेमा या सगळ्यामुळे आपल्या प्रेमाची तळी भरतात. जेव्हा तुम्हाला उदास वाटते तेव्हा एखादा चांगला सिनेमा बघावा आणि भरपूर मित्र-मैत्रिणी जमवून दंगा करावा. जरी अशा वेळी तुमची हे सगळे करण्याची इच्छा नसली तरी त्याची गरज असते. पुष्कळदा असे होते की ज्या गोष्टींची आपल्याला गरज असते त्यालाच आपण विरोध करतो, पण एकदा का आपण त्यात गुंतलो की आपल्याला बरे वाटते.

चौथे प्रेमाचे तळे- १४ ते २१- जीवनसत्त्व P2

चौथे प्रेमाचे तळे हे समान वयाच्या, समान आवडी-निवडी असलेल्या व्यक्तींच्या आधाराने भरावे लागते. हे तळे भरण्यासाठी आपण कुठल्यातरी मंडळाचे, संस्थेचे सभासद असावे लागते, म्हणजे शाळेतली, कॉलेजमधली एका वर्गातील मुले, एका टीमचे खेळाडू, महिला मंडळातील बायका वगैरे वगैरे. लग्न हीसुद्धा अशीच संस्था मानली आणि अनेक गोष्टी तुम्ही वाटून घेऊ शकलात तरी तुम्ही इतर अनेक बाबतीत एकमेकांपेक्षा वेगळी मते असलेले असू शकता. पण जी गोष्ट वाटून घ्यायची आहे ती फक्त तुमची स्वत:ची पाहिजे आणि ज्यांच्या बरोबर वाटून

घ्यायची ते तुमचे मित्र नकोत किंवा तुम्ही ज्यांच्या बरोबर सतत राहता असे मि किंवा नवरा/बायको नकोत. जर तुम्हाला खेळांची आवड असेल तर तुम्हाला अ एखाद्या टीमकडून मोठा आधार मिळू शकेल. तुम्हाला आवडणारा असा एखा गेम तुम्ही पाहायला जा. टी. व्ही. वर गेम पाहण्यापेक्षा प्रत्यक्ष क्रीडांगणावर मॅ पाहण्याचा अनुभव मोठा रोमांचकारी असतो. त्या टीमबरोबर तुमचे असलेले ना आणि तुमच्याबरोबर त्या मॅचची मजा लुटणारे तुमच्यासारखेच इतर चाहते यामु तुम्हाला जीवनसत्त्व Fचा मोठा डोस मिळतो.

हे तळे भरण्यासाठी अशा ठिकाणी जा की जेथे लोक मोठ्या प्रमाणावर एक येतील. जर तुम्हाला सिनेमा बघायला आवडत असेल तर फक्त व्हिडिओव सिनेमा बघण्यात समाधान मानू नका. सिनेमागृहात जाऊन सिनेमा बघा, जे तुमच्या सारखीच आवड असणारे लोक असतील. आणखी भक्कम आधार ह असेल तर सिनेमा जेव्हा प्रदर्शित होतो तेव्हा जा, कारण त्यावेळचे वातावर अधिक खळबळजनक असते. असेच लोक तेथे असतात ज्यांना तेथे असणे जरुरी असते आणि अशाच उत्साही आणि ऊर्जेच्या स्रोताने भारलेल्या वातावरणात तुम असण्याची गरज असते.

जर तुम्हाला धार्मिक, आध्यात्मिक गोष्टींची आवड असेल तर त्यांच्या सांघि कार्यात भाग घ्या. एकत्र भजन गा, एकत्र प्रार्थना म्हणा. या गोष्टी नियमितप केल्याने तुम्हाला फक्त जीवनसत्त्व G1च नाही तर जीवनसत्त्व P2सुद्धा मिळे आणि तुमच्या सहकार्यांकडून मोठ्या प्रमाणात आधार मिळेल.

जर तुम्हाला एखादा विशिष्ट कलाकार आवडत असेल तर अशा एखाद जलशाला जा. तुमचा आत्मा P2 जीवनसत्त्वामुळे सुखाने तृप्त होईल. कुठल्या प्री-रेकॉर्डेड कार्यक्रमापेक्षा अशा तारुण्याने भारलेल्या जिवंत कार्यक्रमामुळे तुम्ही तुमच्या पौगंडावस्थेत जाल. कल्पना करा की आता तुम्ही ४० वर्षांचे आहात, प असा कार्यक्रम आपल्या बरोबर अनेकांना घेऊन बघण्याने तुम्हाला आनंद मिळे आणि असे संगीत की जे तुम्ही तुमच्या तारुण्यात ऐकत होतात ते ऐकून तुम्हाला तरुण झाल्यासारखे वाटेल आणि तुमच्यातही तोच उत्साह सळसळेल.

तुम्ही जेव्हा एखादे विशिष्ट प्रेमाचे तळे भरत असता तेव्हा तुम्ही तुमच मनाचा तो कप्पा जागृत करता आणि त्या-त्या काळातल्या चांगल्या, लाभदाय गोष्टींमुळे तुमचा उत्साह वाढतो. जेव्हा तुम्हाला तुमचे सळसळते तारुण्य आठव तेव्हा तुमचा जोश, जोम, उत्साह, ऊर्जा हे सगळे तुमचे आयुष्य पुढे नेण्यास मद करते.

जर तुमच्यापुढे एखादे आव्हान असेल, एखादे संकट उभे ठाकले असेल त अशा लोकांना आवर्जून भेटा की जे अशा संकटांना सामोरे गेले आहेत. १२ कल

करत नाही, कारण चूक झाली तर लोक आपल्याला आयुष्यभर ऐकवतील ही भीती आपल्याला असते. आपल्या भोवताली नवीन गोष्टी असल्या आणि नवीन माणसे असली तर आपल्यालासुद्धा स्वत:बद्दल नवीन माहिती मिळते. तुम्ही जेव्हा काही नवीन आणि वेगळ्या गोष्टी कराल तेव्हा तुमच्यामधल्या नवीन गुणांना पृष्ठभागावर येण्याची संधी मिळेल.

आपल्या भोवताली नवीन आणि नेहमीपेक्षा वेगळी माणसे असली की आपणसुद्धा स्वत:ला नवे वाटतो.

तुम्हाला वरवरचे सुख मिळवून आनंदी व्हायचे असेल तर तुम्हाला जे मिळते त्यात समाधान माना आणि रोज आपली धोरणे ठरवा. अशी कल्पना करा की रेस्टॉरंटमध्ये जायचे आणि काही मागवायचेच नाही. मग वेटर विचारेल, ''तुम्हाला काय हवे?'' यावर उत्तर द्यायचे, ''तुझ्याकडे जे असेल ते आण.'' जर तुम्ही नशीबवान असाल तरच तुम्हाला उरले-सुरले, शिळे-पाके मिळणार नाही अन्यथा तेच खावे लागेल.

हे तळे पूर्ण भरण्यासाठी रोज काही मिनिटे स्वत:ला द्या आणि तुम्हाला काय हवे ते ठरवा आणि मग तुमचे हेतू साध्य होण्यासाठी गोष्टींचा क्रम लावा. ही प्रक्रिया आपण १०व्या भागात बघू. तुम्ही जर तुमची रोजच्या दिवसाची काळजीपूर्वक आखणी केली तर जगातले उरले-सुरले तुमच्या वाट्याला येणार नाही.

सहावे प्रेमाचे तळे- २८ ते ३५- जीवनसत्त्व R

सहावे प्रेमाचे तळे आहे नातेसंबंधांविषयी, जोडीदाराविषयी आणि प्रेमाविषयी! हे तळे भरण्यापूर्वी तुम्ही तुमच्या मनाची खात्री करून घ्या की, तुम्ही तुमच्या सुख दु:खात कुणाला वाटेकरी करून घेतले आहे की नाही? थोड्या फार प्रमाणात ती व्यक्ती तुमच्यावर अवलंबून असते आणि तुम्हीसुद्धा त्या व्यक्तीवर अवलंबून असता.

बऱ्याचशा लोकांच्या बाबतीत ही गरज प्रेमाच्या आणि शारीरिक प्रणयाच्या माध्यमातून पूर्ण केली जाते. प्रेमामध्ये जवळीक निर्माण होण्यासाठी खूप लोकांना अधिकाधिक सहकार्याची गरज भासते. बायकांसाठी प्रेम ताबडतोब व्यक्त करणे खूपच अवघड असते. बायकांना आपल्या भावनांना नक्की प्रेमच म्हणायचे की आणखीन काय, हे जाणून घ्यायला वेळ लागतो आणि ते जाणून घेतल्याशिवाय त्या प्रेमाचा स्वीकार करत नाहीत. पुरुष मात्र फार विचार न करता ताबडतोब त्या

भावनेला प्रेमच म्हणतो आणि त्याला या प्रेमाची गरजच असते त्यामुळे तो लगेचच व्यक्त होतो.

जीवनसत्त्व R हे प्रेमळ भागीदारीतून मिळते जेथून प्रेमाची देवाण-घेवाण सुरू होते.

जर तुमचे लग्न झालेले नसेल पण तुमच्यात खूप जवळचे संबंध असतील तर ते तळे भरण्यासाठी तुम्ही वारंवार भेटणे गरजेचे आहे. एकमेकांच्या सान्निध्यात राहणे याचा अर्थ एकत्र झोपणे असा होत नाही. आयुष्याचा योग्य जोडीदार शोधण्यासाठी काही प्रयोग करून बघणे आवश्यक असते. तुम्ही एखाद्याबरोबर वारंवार भेटी हेतू पुरस्सर घडवल्या तरीसुद्धा तो किंवा ती सर्वोत्तम किंवा परिपूर्ण पुरुष अथवा स्त्री आहे असे समजू नका. विशेष करून जेव्हा लोकांना लग्नाविषयी निर्णय घ्यायची वेळ येते तेव्हा ते परिपूर्ण जोडीदाराबद्दल आग्रह धरतात आणि तसे न मिळाल्यामुळे त्यांची लग्ने मागे पडतात.

जर तुम्हाला योग्य जोडीदार मिळत नसेल तर नक्कीच अशी वेळ आलेली आहे की तुम्हाला या पूर्वीचे तळे भरले पाहिजे, म्हणजे असे की तुम्ही प्रेमात पडले आहात पण थोड्याच वेळात त्या प्रेमाचा ओघ थांबतो, पण तो पुन्हा सुरू होण्यासाठी तुमचे रिकामे झालेले प्रेमाचे तळे भरण्यासाठी वेळ द्यावा लागतो.

जर तुम्हाला योग्य व्यक्ती प्रेमासाठी मिळत नसेल तर तुम्ही चुकीच्या दिशेला शोध घेत आहात असे समजावे.

जर मुलाची शिकण्याची तयारी असेल तर लगेचच शिक्षक मिळतात. तुम्ही प्रश्न विचारला तर उत्तर येते. तसेच जर तुम्ही एखाद्या नातेसंबंधात शिरण्यास उत्सुक असाल आणि भेटींसाठी तयार असलात तर तुम्हाला हवी असलेली व्यक्ती तुम्हाला नक्की सापडते, पण जर तुम्ही निराश असलात, स्वत:च उत्सुक नसलात तर अशी योग्य व्यक्ती क्वचितच सापडते. तुम्ही अशा प्रकारचे आयुष्य निवडा की जे तुमच्या इतर गरजा पूर्ण करतील आणि जर जोडीदाराची गरज तुम्हाला आहे असे तुम्ही दर्शवले नाही तर योग्य जोडीदार तुमच्या पुढे ठाकेल.

हे लक्षात ठेवणे खूप महत्त्वाचे आहे की लग्नायोग्य मुलगा किंवा मुलगी हे कोणीच परिपूर्ण नसतात पण ते तुम्हाला जोडीदार म्हणून योग्य असू शकतात. कोणत्याही स्त्री-पुरुषांचे मीलन हे सहवासाने किंवा विवाहोत्तर काळात हळूहळू फुलत जाते. मुरलेल्या लोणच्यासारखे हे असते! विरुद्धलिंगी व्यक्तीशी मैत्री केली

किंवा ओळख वाढवली तर त्याचे रूपांतर हे पुढे लग्नातच होईल असा समज करून घेणे चुकीचे आहे. अनेक मुलामुलींची मैत्री असली तरी आयुष्याचा जोडीदार, आयुष्याची सुखदु:खे वाटून घेणारा हा एकच असतो.

विवाहेच्छुक मुलगा किंवा मुलगी परिपूर्ण निर्दोष नसते, पण तुम्हाला जोडीदार म्हणून योग्य असू शकते.

पूर्वीच्या काळी लोक साहचर्याचा खूप वेगळा विचार करायचे. साहचर्य त्यांना जगण्यासाठी आवश्यक वाटायचे. आपण ज्या कुटुंबात वाढलो तेथील नातेसंबंध हे फक्त प्रणयावर आधारलेले नव्हते तर ते सुरक्षिततेवर आधारलेले होते. सध्याच्या काळातील नातेसंबंधातून तुम्हाला हवे ते मिळण्यासाठी नातेसंबंध प्रस्थापित करण्याची नवीन कौशल्ये तुम्हाला शिकून घ्यावी लागतील.

सिनेमांमध्ये आपल्या आत्म्याला (मनाला) हवा असलेला प्रणय आपल्याला पाहायला मिळतो, पण तेथपर्यंत कसे पोहोचायचे हे ते दाखवत नाहीत. प्रेम निर्माण होण्यासाठी आणि कायमस्वरूपी नातेसंबंध निर्माण होण्यासाठी आपल्याला नवीन कौशल्ये शिकून घ्यावी लागतील. हे लक्षात घेणे महत्त्वाचे आहे की आपण प्रेमाची तळी भरत असलो तरी प्रणय भावना काही आपोआप निर्माण होत नाही. प्रणय भावना वाढण्यासाठी, जागवण्यासाठी जर आपण प्रयत्न केले नाहीत, संधी शोधल्या नाहीत तर प्रणय भावना निर्माण होऊ शकत नाही. सगळी 'मार्स आणि व्हीनस' पुस्तके प्रकर्षाने उत्कट प्रणयभावना कशी टिकवावी यासंबंधीची आहेत.

प्रणय भावनेमुळे फक्त आपली हृदयाची इच्छा पूर्ण होऊन जवळीक साधली जाते असे नव्हे तर ही जवळीक आपल्याला अधिक यशस्वी बनवण्यासाठी ताकद देते.

जर तुमच्या बेडरूममध्ये उत्कटता असेल तर याच उत्कटतेचे रूपांतर कामाच्या ठिकाणी ताकदीमध्ये होते.

या वातावरणात नवनिर्मितीचे कौशल्य प्राप्त करण्यासाठी आपल्या भावना, आकांक्षा, इच्छा यांची गरज असते. जर आपण आपल्या प्रणय भावना दाबून ठेवल्या, त्यांच्याकडे दुर्लक्ष केले तर आपण आपल्या आयुष्यातील खूप मोठी शक्ती गमावतो. आपल्या इच्छा-आकांक्षांना सतत तेवत ठेवल्याने आपल्याला हवे ते आपण मिळवू शकतो.

सातवे प्रेमाचे तळे- ३५ ते ४२- जीवनसत्त्व D

सातवे तळे हे जो आपल्यावर अवलंबून आहे त्याला विनाशर्त प्रेम देण्याबद्दलचे आहे. भोवतालच्या लोकांच्या गरजांना आपणच जबाबदार आहोत ही आपल्या आत्म्याची आवश्यक गरज आहे. जर आपण वयाच्या पस्तिशीपर्यंत इतरांना विनाशर्त काही देण्याच्या संधी निर्माण केल्या नाहीत तर पुढील आयुष्यात आपल्याकडून ते होत नाही.

सातवे प्रेमाचे हे तळे भरण्यासाठी आपण आपल्या मुलांची काळजी घेणे गरजेचे असते आणि नंतर नातवंडांची! आपण त्यांच्यासाठी जे शक्य आहे ते सगळे करायचे असते. आपण ज्यांच्यावर प्रेम करतो आणि ज्यांची काळजी घेतो त्यांची जबाबदारी आपल्यावर असते. अशा या निर्व्याज, निस्सीम प्रेमामुळे आपण त्यागसुद्धा करायला शिकतो आणि आपल्या स्वत:च्या गरजासुद्धा विसरतो.

हे विनाशर्त प्रेमाचे नातेसंबंध आई-वडील आणि मुले यांच्यात दिसतात, पण असे नातेसंबंध पालकांमध्ये आपसात नसतात. बायकांना अशा विनाशर्त जोडीदाराबरोबर प्रेमाला प्रवृत्त करणे म्हणजे त्यांना चुकीचा मार्ग दाखवण्यासारखे आहे. बायकांना जेव्हा हवे ते मिळत नाही तेव्हा त्या रागावतात आणि आपण असा विचार करतो हे लक्षात आल्यावर त्यांना अपराधीपणाची भावना येते.

आपल्याला जे मिळते त्याच्यापेक्षा आपण जास्त देतो असा अनुभव जेव्हा लोकांना येतो तेव्हा त्यांना चीड येते. जर आपल्याला असे व्हायला नको असेल तर आपल्याला असेही वाटण्याची गरज नाही की आपण आता देणे थांबवून घेणे सुरू केले पाहिजे.

लोकांना आपल्याला जे परत मिळते त्यापेक्षा आपण जास्त देतो असा अनुभव येतो तेव्हा त्यांना चीड येते.

प्रेमाच्या देण्या-घेण्याचा हिशेब इतका काटेकोर असू नये, त्याबद्दल दुमत नाही, पण तरीही हे अगदीच विनाशर्त नसावे, दातृत्वाला सुरुवात तुम्ही जरूर करावी. तुम्ही तुमची भूमिका जरूर बजावावी पण जेव्हा तुमची वेळ येईल तेव्हा तुम्हाला ते परत मिळावे आणि हे तुम्हाला परत मिळणे अनेक वर्षांच्या कालावधीनंतर नसावे. नाहीतर असे होईल की- एके दिवशी सकाळी तुम्ही झोपेतून उठाल तेव्हा पूर्णपणे कफल्लक झालेले असाल. तुमच्याजवळ आता देण्यासारखे काहीच उरले नसेल.

भावनिक पातळीवर आपण प्रेमाची पहिली सहा तळी प्रेमाने भरून देतो आणि

मग तळी पूर्ण भरल्यावरही उतू जाणारे प्रेम आपण मुलांकडे फिरवतो. जर आपल्याला मुले नसतील तर ते प्रेम आपण आपल्या जवळच्या नातेवाइकांमध्ये विनाशर्त वाटतो. आणि ही आपण चूक करतो, कारण नंतर आपल्या वाट्याला राग, चिडचिड, संतापच येतो. विनापत्य अवस्थेत आपल्या नकळत आपले नातेसंबंध बिघडले तर आपण इतरांना आपले सगळे प्रेम वाटून टाकले म्हणून आपल्याला उद्वेग येतो. काही वेळेस अशीही शक्यता असते की आपले नवीन नातेसंबंध जुळू शकतात आणि या नवीन नात्यातील जोडीदाराला आपण आपल्या मुलासारखे वागवतो व त्याचे जरा जास्तच लाड करतो.

जेव्हा आपली प्रेमाची तळी ओत:प्रोत भरलेली असतील तेव्हाच आपण विनाशर्त कोणाला काही देऊ शकतो. या काळातील प्रगतिपथावरचे हे एक आदर्श आव्हान आहे. फक्त गरिबांची किंवा पुतण्याची किंवा पुतणीची काळजी घेणे एवढीच गोष्ट पुरेशी नाही. वयाच्या ३५ ते ४२ या कालावधीत असे करणे उपयुक्त ठरेल, पण या काळात जबाबदार व्यक्तीसारखे वागणे गरजेचे असते. एखादा पाळीव प्राणी पाळणे किंवा बागेत फुलझाडे लावणे हा एक चांगला पर्याय आहे. पाळीव प्राण्यांप्रमाणेच झाडेसुद्धा सजीव असतात आणि त्यांना तुमची गरज असते. जर आपल्याला मुले असतील तर ती मोठी झाल्यावर त्यांना सांभाळण्यासाठी कुणाची तरी गरज लागते. नातवंडांना सांभाळणे हेसुद्धा एक चांगले काम आहे.

अशा प्रकारे तुम्ही जबाबदारी घेऊन काम केले आणि तुमचे प्रेम विनाशर्त कुणा बरोबर तरी वाटून घेतले तर तुमचा आत्मा अधिक सामर्थ्यशाली होईल.

आठवे प्रेमाचे तळे- ४२ ते ४९- जीवनसत्त्व C

आठवे प्रेमाचे तळे हे समाजासाठी काहीतरी करण्याचे असते! तुमच्या भोवतालचे जग अधिक चांगले व अधिक सुंदर बनवायला तुम्ही मदत करणार असता. हीच वेळ योग्य आहे की तुम्ही स्वयंसेवक होऊन दुसऱ्यांना मदत करायची आहे. गरिबांना मदत, शाळेच्या कामात मदत, वाचनालय चालवण्यास पाठिंबा, पर्यावरण अशी हजारो कामे आहेत, जी तुम्ही करू शकता.

आयुष्याच्या या वळणावर आपण गरजवंतांना मदतीचा हात दिला पाहिजे. आत्तापर्यंतच्या आयुष्यात आपल्याला जी जी काही बक्षिसे, देणग्या मिळाल्या आहेत त्या आपण आपल्या समाजाबरोबर वाटून घ्यायच्या आहेत. हे प्रेमाचे तळे भरण्यासाठी तुम्हाला आत्तापर्यंत जे काही मिळाले आहे ते समाजाला परत कसे करता येईल त्याचे मार्ग शोधून काढले पाहिजेत.

आपल्या आयुष्यात आपल्याला ज्या देणग्या मिळाल्या त्या आपण या जगातल्या इतरांबरोबर वाटून घ्यायला हव्या.

या वयात तुम्ही तुमचे पैसे आणि तुमचा अमूल्य वेळ समाजासाठी कळकळीने काम करणाऱ्या सेवाभावी अशा संस्थांसाठी दिला पाहिजे. अशा प्रकारे तुम्ही तुमच्या स्वत:च्या कक्षा रुंदावल्या की तुमच्या दानधर्म कार्यामुळे तुमचे आयुष्यच चैतन्यमय होऊन जाईल, अर्थात त्याचवेळी तुम्ही तुमच्या कुटुंबाकडे दुर्लक्ष तर करत नाही ना याची काळजी घ्या, कारण या प्रकारच्या दातृत्वामुळे मनाला इतका संतोष मिळतो की आपण आपली प्रेमाची माणसेसुद्धा विसरतो आणि याचे पर्यवसन असे होईल की आपल्या सुखी आयुष्याच्या मुळावरच घाव बसेल कारण आपल्याला आपले प्रेमाचे तळे भरायचे आहे.

नववे प्रेमाचे तळे- ४९ ते ५६- जीवनसत्त्व W

नववे प्रेमाचे तळे - संपूर्ण जगाला काहीतरी देण्याचे. प्रेमाच्या आठव्या तळ्याचेच हे अधिक व्यापक रूप. या टप्प्यावर आपल्याला आपल्या मनाच्या कक्षा अधिक रुंदावण्याची, विशाल करण्याची गरज असते. आपण आपली नाती-गोती, समाज, जात, धर्म, संस्कृती या पलीकडे जाऊन फक्त मानवतेच्या दृष्टिकोनातून विचार केला पाहिजे. ही अशी वेळ असते की आपण खूप वेगळी पार्श्वभूमी असलेल्या व वेगळ्या परंपरा असलेल्या लोकांची सुख-दुःखे वाटून घेणार आहात.

ही वेळ असते आपली राजकीय ध्येय-धोरणे समजावून घेण्याची आणि इतर देशांच्या नवीन कल्पना समजावून घेण्याची. तुमच्या देशाचे राज्य चालवण्यासाठी योग्य माणूस निवडून देण्याच्या कामातही तुमचा स्वयंस्फूर्त सहभाग हवा. हे प्रेमाचे तळे भरण्यासाठी जागतिक पातळीवरच्या समस्यांचे निर्मूलन करण्याच्या कार्यात तुम्ही भाग घेतला पाहिजे.

तुम्ही तुमची बुद्धी आणि ताकद फक्त स्वत:साठी आणि स्वत:च्या कुटुंबासाठी वापरू नका तर संपूर्ण जगाच्या भल्यासाठी वापरा.

ही वेळ संपूर्ण जगप्रवास करण्यासाठी आणि जगाशी ओळख करून घेऊन त्यांच्या बरोबर सुख-दुःख वाटून घेण्यासाठी चांगली असते. अधिकाधिक सुट्ट्या घ्या आणि तुमचा अनुभव सशक्त करा. तुम्ही तुमच्या कक्षा रुंदावल्या नाहीत तर तुमची वाढ खुंटेल. या वयात अनेक लोकांना आपण म्हातारे झालो आहोत, असे

जाणवते. ते स्वत:चे मन विशाल करत नाहीत त्यामुळे आपण कशाकशाला मुकतोय हे पण त्यांना समजत नाही, पण जर त्यांनी स्वत:ला त्यांच्या कोशातून बाहेर काढले तर लवकरच त्यांना त्यांचा जुना जोम, उत्साह परत मिळेल.

जहाजावरील सफरी आणि आयोजित सहली या वयात खूप फायदेशीर ठरतात. फक्त एवढ्यासाठीच नव्हे की त्यामुळे प्रवास सोपा होतो पण अशासाठी की त्यामुळे आपली प्रेमाची इतर तळी भरण्याचीसुद्धा संधी मिळते. दुसऱ्या प्रकारची वेगळी संस्कृती असलेली माणसे भेटल्यामुळे तुमच्या असे लक्षात येईल की वरवर पाहता माणसे खूप वेगळी दिसत असली तरी आतमध्ये ते सगळे सारखे आहेत. तुम्हालासुद्धा तुमचा स्वभाव, तुमचे गुण-दोष नव्याने कळतील. स्वत:ची नव्याने ओळख होईल, ज्यामुळे तुम्हाला पुन्हा तरुण झाल्यासारखे वाटेल. या काळात तुमच्या जोडीदाराबरोबर, नातवंडांबरोबर किंवा मित्रांबरोबर देशाटन केल्याने तुम्हीच तुमच्या वेगळ्या साहसकथा बनवू शकाल.

जग पाहिल्यामुळे तुम्हालाही तुमची नव्याने ओळख पटेल, ज्यामुळे तुम्ही तरुण राहाल.

या वयोगटात खरेतर उद्योगपती, व्यापारी यांचा व्यवसाय खूप भरभराटीला आलेला असतो, पण अशाच वेळी जेव्हा तुम्ही पूर्णपणे तृप्त असता आणि जगाला काही देऊ शकता तेव्हा तुमचे यश नाट्यमयरीत्या खुलते. जितके तुम्ही लोकांसाठी विनाअट कराल तितके तुम्हाला हवे ते मिळवण्यासाठी लागणारी ताकद आकर्षित करेल.

एका अभ्यासपूर्ण अहवालात अशी टिप्पणी केली आहे की माणसे ४० ते ४९ या काळात यशाच्या शिखरावर असतात. याच वयात माणूस इतरांच्या गरजांबद्दलही विचार करू शकतो. याचा परिणाम म्हणून लोक त्यांच्याकडे मोठ्या विश्वासाने बघतात व विसंबून राहतात. फक्त एवढेच होत नाही तर अशी माणसे अधिक चांगल्या गोष्टी निवडू शकतात. मोठे होणे म्हणजे अधिक अधिक मिळवणे, कमी नाही.

दहावे प्रेमाचे तळे- ५६ व पुढे- जीवनसत्त्व G2

दहावे प्रेमाचे तळे हे परमेश्वराची सेवा करण्याचे असते. जेव्हा आपण या जगात जन्म घेतो तेव्हा देवच आपली काळजी घेतो. जसजसे आपण मोठ्ठे होत जातो तसतसे आपण हे ऋण फेडत जातो. या वयामध्ये आपण देवाची सेवा

करायला, पूजापाठ करायला रिकामे असतो. आता जर आपण हे प्रेमाचे तळे भरले तर आपोआपच आपण देवाच्या मर्जीला पात्र ठरतो आणि देवाबरोबर आपला सुसंवाद साधला जातो, पण हे केव्हा घडते जर आपला या जगात तेवढा प्रभाव असेल तेव्हा! साधारण वयाच्या ५६व्या वर्षी आपण या जगात जे केले पाहिजे ते सगळे करायला तयार असतो.

हा काळ असतो आपल्या उज्ज्वल वर्तमानाचा! हा काळ असतो आपल्या सामर्थ्याचा आणि शाबासकी मिळण्याचा. जेव्हा आपण प्रेमाची तळी भरण्याचे शिकलो तेव्हापासून आपला प्रत्येक दिवस आपले बुद्धिसामर्थ्य दाखवणारा असतो, अर्थातच या टप्प्याच्या आधीपासूनच आपल्या सामर्थ्याचे ओझरते दर्शन होण्यास सुरुवात झाली होती, पण तरीसुद्धा सगळी म्हणजे दहाच्या दहा तळी पूर्णपणे भरल्याशिवाय हे शक्य होत नाही. या वयात अनेक लोक वार्धक्यामुळे थकतात, आजारी पडतात, कारण त्यांच्यात आव्हानांना सामोरे जाण्याची शक्ती नसते. त्यांची प्रेमाची इतरही तळी इतकी रिकामी असतात की नि:स्वार्थीपणे कुणाची सेवा करायची आहे या नवीन कल्पनेचा ते स्वीकार करू शकत नाहीत.

अनेक लोकांना वार्धक्य व आजारपण येते, कारण आयुष्यातील आव्हानांना पेलण्याची ताकद त्यांच्यात नसते.

तुम्ही जेव्हा ५६व्या वर्षापर्यंत पोहोचता तेव्हा हे तळे भरण्याचा सोपा मार्ग असा की परमेश्वराच्या इच्छेला पूर्णपणे शरण जाणे. कदाचित हे तुम्ही तुमच्या पूर्वीच्या आयुष्यातही केले असेल आणि हे तुम्ही या वयातही तुमची प्रेमाची तळी भरण्यासाठी करू शकता.

हा काळ तुमचा पूर्णपणे फुलण्याचा असतो. फक्त तुम्हीच तुमच्या मनाची खात्री करून घ्या की तुम्ही या सगळ्याचा उपभोग घेण्यासाठी तयार आहात की नाही! जर तुम्ही तयार नसाल तर निदान आत्ता तरी तुम्हाला आयुष्यात मागे जाऊन तिथली प्रेमाची तळी भरण्यासाठी तुमच्या आतूनच मार्गदर्शन होईल, मात्र तुम्ही या टप्प्याचा उपभोग घेतला तर तुम्ही या जगातील प्रत्येकाचा आणि प्रत्येक गोष्टीचा एक महत्त्वाचा अंश आहात याची तुम्हाला खात्री पटेल. ईश्वराच्या सेवेत तुमचे मन रमेल. मी, तू, तो, ती आणि आम्ही हे सगळे परमेश्वराच्या भक्तीत विरून जाईल. आयुष्य हे दैवी प्रकाशाने आणि प्रेमाने दुथडी भरून वाहणारी नदी होईल. देव आणि सामान्यजन यांच्यातील माध्यम म्हणून तुमचे महत्त्व वाढेल.

अशा प्रकारचे श्रीमंत आणि परिपूर्ण आयुष्य जगणे फक्त शक्यच होणार नाही

तर ते आपले कर्तव्य असेल. देवाची हीच इच्छा असते तुम्ही जेवढे कष्ट करता तेवढे सगळे तुम्हाला मिळायला हवे. तुम्हाला गरज असलेले सर्व काही तुम्हाला मिळणे आणि तुमची प्रेमाची दहाही तळी भरणे त्यामुळे तुमचा श्रेष्ठ हेतू साध्य होण्यास मार्गदर्शन होईल आणि तुम्ही इतरांपेक्षा श्रेष्ठ दिसाल.

❖

८

ध्यानधारणेचे महत्त्व!

आपले पहिले आणि सगळ्यात महत्त्वाचे तळे भरण्यासाठी आपल्या आणि देवाच्या निर्मम नात्याची जाणीव असणे महत्त्वाचे. हे तळे भरण्याचे अनेक मार्ग आहेत. ध्यानधारणा हा त्यांपैकी एक प्रमुख मार्ग आहे. जरी हा मार्ग कुठल्याही धर्माशी निगडित नसला तरी सर्व आध्यात्मिक परंपरांचा तोच आधार आहे. तुमचा जरी देवावर विश्वास नसला तरीसुद्धा तुम्ही ध्यानधारणेपासून फायदे मिळवू शकता. मी जेव्हा देव किंवा God हा शब्द वापरला तेव्हा तुम्ही त्याचा अर्थ फक्त एक सकारात्मक ऊर्जा, एक प्रेमाची ऊर्जा, एक सर्वोच्च शक्ती किंवा सत्ता, मोठे बुद्धिसामर्थ्य, उच्च शहाणपण, उज्ज्वल भविष्य किंवा असेच काहीतरी असा घेण्यास हरकत नाही. मी God हा शब्द वापरतो, कारण माझे मनाच्या पल्याड देवावरील अढळ श्रद्धेचे अनुभव आहेत. पण तुम्हाला मात्र God या शब्दाऐवजी असामान्य या अर्थाचा कुठलाही शब्द वापरण्याची मुभा आहे.

सामान्यपणे लोक अगदी धार्मिक नसले तरी शेवटी त्यांची कुठेतरी श्रद्धा असतेच. कदाचित ही सर्वोत्तम शक्ती म्हणजे त्यांच्यातील बुद्धीसामर्थ्य असे मानणारे लोकही आहेत. सगळ्यांनाच कमी-अधिक चांगले भविष्य हवे असते. तुमची श्रद्धा कोठेही असली तरीही ध्यानधारणा तुमचे हे पहिले प्रेमाचे तळे भरण्यास मदत करेल. हे पहिले प्रेमाचे तळे भरल्यानंतर तुम्हाला मन:शांती मिळेल आणि तुमची गात्रे सुखावतील. हळूहळू तुम्हाला आनंद होईल, आत्मविश्वासही वाढेल. अशा प्रकारे तुमच्या दैनंदिन आयुष्यातील फक्त काही मिनिटे ध्यानधारणेसाठी दिली तर तुमचा दिवस चैतन्यमय होईल.

मी २८ वर्षांपासून सर्व धर्मांतील आणि सर्व थरांमधील लोकांना ध्यानधारणा, चिंतन शिकवत आलो आहे. सर्वच धर्मांतील लोकांनी ध्यानधारणेचे महत्त्व एकमुखाने

मान्य केले आहे. ध्यानधारणेला जरी आध्यात्मिक बैठक अपेक्षित असली तरीही ते कुठल्याच धर्माच्या आड येत नाही. ध्यानधारणेच्या क्रियेतून लाभ मिळण्यासाठी जरी तुम्ही धार्मिक असण्याची आवश्यकता नसली तरीही जो कोणी धार्मिक असेल त्याची आध्यात्मिक बैठक अधिक बळकट होते. ध्यानधारणेमुळे एका उच्च शक्तीशी नाते निर्माण होते व त्यामुळे सर्व धर्मांतील त्रिकालाबाधित सत्ये समजण्यास आणि त्यांचा आदर करण्यास उपयोग होतो.

नियमित ध्यानधारणेमुळे तुमच्या आत्म्याची देवाशी असलेल्या नात्याची विविध रूपे तुम्हाला पाहायला मिळतात. हे नाते तर पूर्वीपासूनच तेथे होते, पण त्याचा अनुभव आत्ता तुम्हाला आला ही जाणीव होण्यासाठी आपल्याला काही व्यायामप्रकार करणे आवश्यक आहेत.

क्षणभरासाठी तुम्ही तुमच्या आईचे किंवा अन्य कोणत्या तुम्हाला आवडणाऱ्या व्यक्तीचे स्मरण करा. तुम्ही आईचा विचार करत असलात तर लगेच तुम्ही आईशी जोडले गेलेले आहात याची तुम्हाला जाणीव होते. हे नाते अगोदरपासूनच तेथे असते, फक्त तुम्हाला तुमचे लक्ष तिथे न्यावे लागते तरच तुम्हाला ते सापडते.

आता तुमचे संपूर्ण लक्ष तुमच्या मानेकडे वळवा. लक्ष द्या तुम्हाला कसे वाटतेय? तुमच्या गळ्याकडे लक्ष द्या. तापमानाचा अंदाज घ्या. तुमचे लक्ष दुसरीकडे जाऊच शकत नाही, पण जेव्हा तुमच्या या जाणिवा दुसरीकडे वळतील तेव्हा तुम्ही पुन्हा तुमच्या मानेबद्दल विसराल.

मनाच्या एका कोपऱ्यात तुमच्या मानेबद्दल विचार असणारच, कारण तुमचे डोके तुमच्या शरीरावर पेलणारा हा फार महत्त्वाचा भाग आहे, पण जेव्हा तुम्ही तुमच्या शरीराच्या एखाद्या भागावर किंवा मानेवर लक्ष केंद्रित करता तेव्हा तुम्हाला फक्त मान किंवा शरीराचा फक्त तेवढाच भाग जाणवतो. अगदी तशाच पद्धतीने ध्यानधारणा तुमच्या शरीराच्या इतर भागांकडील लक्ष अशा गोष्टीकडे वळवते की जे देवाशी जोडलेले आहे. अशा प्रकारे एका ठिकाणचे लक्ष काढून घेऊन देवावर पूर्णपणे लक्ष केंद्रित करणे तुम्हाला जमते.

ध्यानधारणा म्हणजे तुमचे लक्ष तुमच्या शरीराच्या अशा भागाकडे वळवणे की जे आधीपासून देवाशी जोडलेले आहे.

ध्यानधारणेमधून कुठलाही अर्थ न काढता ध्यानधारणेचा अनुभव हा अतिशय शांतिपूर्ण, स्थिर आणि सैलावणारा असा आहे. हळूहळू तुमच्या मनाला या अनुभवाने झिणझिण्या येतात किंवा तुमच्या हातांमध्ये व बोटांमध्ये उबदारपणा जाणवेल. तुमच्या शरीरात ऊर्जेचा जोरदार प्रवाह जाणवेल आणि या ऊर्जेच्या

प्रवाहामुळे तुम्हाला खूप आत्मविश्वासपूर्ण, खूप प्रेमळ आणि अधिक आनंददायी अशा भावना येतील आणि त्यासाठी वेगळे कुठलेही कारण घडण्याची गरज नसेल. ध्यानधारणेचा हा अनुभव जगाच्या पाठीवर कुठेही येतो, मग या स्रोताच्या उगमाचा तुम्ही कोणताही अर्थ लावलात तरीसुद्धा!

या अनुभवाचा मी जो अर्थ लावला तो म्हणजे माझा देवाशी जुळलेल्या नात्याचा! मला माझ्या बोटांच्या पेरांमधून देवाचे प्रेम, त्याची करुणा, त्याची शक्ती, त्याची ऊर्जा माझ्या शरीरात वाहतेय याची जाणीव होते. हे म्हणजे अक्षरश: देवाच्या सॉकेटमध्ये माझा प्लग बसवल्याचा अनुभव आहे, परंतु जे लोक देवावर विश्वास ठेवत नाहीत त्यांचा अर्थ यापेक्षा वेगळा असू शकतो पण अनुभव मात्र सगळ्यांचा सारखाच असतो.

ध्यानधारणेचा प्रत्येकालाच उपयोग होतो!

ध्यानधारणेच्या अनुभवाचा प्रत्यय काही ठरावीक लोकांना येतो आणि बाकीच्यांना येत नाही असे कधीच होत नाही. प्रत्येकजण हे करू शकतो आणि त्याचा लाभ लगेचच मिळतो. २८ वर्षांपूर्वी जेव्हा मी ध्यानधारणा शिकवायला सुरुवात केली तो काळ आणि आत्ताचा काळ यामध्ये खूप फरक आहे. ही गोष्ट चकित करणारी आहे की सध्याच्या विद्यार्थ्यांनाही ताबडतोब या गोष्टींचा लाभ मिळत आहे. आता अंगाला राख फासून वर्षानुवर्षे पर्वतांच्या रांगांमध्ये एकांतात देवाला शोधण्याची खडतर तपश्चर्या करण्याची गरज उरली नाही.

मी स्वत: देवाला शोधण्यासाठी आयुष्यातील ९ वर्षे स्वित्झर्लंडच्या डोंगरदऱ्यांत साधू बनून राहिलो होतो, पण आता मी जेव्हा ध्यानधारणा शिकवतो तेव्हा लोक प्रकाशाच्या वेगापेक्षा अधिक वेगाने प्रगती करणे शिकत आहेत. काही आठवड्यांतच त्यांना असा अनुभव येतो आहे की त्यांच्या हातांच्या बोटांमध्ये ऊर्जेचा प्रवाह वाहू लागला आहे. ९०% लोक जे माझ्या सेमिनारमध्ये ध्यानधारणा शिकले त्यांना १ ते ९ दिवसांतच हा अनुभव आला. माझ्यासाठी हे प्रचंड अद्‌भुत असते.

माणसाच्या संपूर्ण इतिहासात असे कधीच घडले नव्हते. ध्यान, चिंतन हे इतके झटपट असू शकते हे कधीच ऐकिवात नव्हते. असे दैवी अनुभव मिळण्यासाठी आपल्या प्राचीन साधू-संतांना घनघोर तपश्चर्या करावी लागायची, पण आता कोणालाही या दैवी ऊर्जेच्या स्रोताचे प्रत्यंतर येते. प्रत्येकालाच ध्यानधारणेमुळे शांती आणि विरंगुळा मिळतो. तुम्ही कामानंतर जर ध्यानधारणा केली तर दिवसभराचे ताणतणाव आपोआप नाहीसे होतात. जो ऊर्जेचा प्रवाह तुमच्या शरीरामध्ये वाहू लागतो त्यामुळे तुमचे मन व तुमचे शरीर ताजेतवाने होते!

जर तुम्ही दिवसाच्या सुरुवातीला ध्यानधारणा केली तर त्याचा उपयोग तुम्हाला दिवसभराची आव्हाने सकारात्मक रीतीने पेलण्यास होतो. ध्यानधारणेमुळे तुम्ही देवाच्या जवळ जाता आणि तुम्हाला जाणवते की तुम्ही एकटे नाहीत तर देव तुमच्या पाठीशी आहे. जेव्हा आपण स्वत:ला एकटे समजतो तेव्हा आपल्याला जास्त संघर्ष करावा लागतो व जास्त त्रास भोगावा लागतो, पण सुदैवाने आपण एकटे नाही आहोत. आपल्याला मदत मिळणार आहे पण आपण ती मागितली पाहिजे. आपल्या बोटांमध्ये आपल्याला जी ऊर्जा जाणवते त्यावरून असे दिसते. आपण आता देवाच्या सान्निध्यात आहोत आणि त्यामुळेच आपल्या जीवनात ताकद, अंतर्ज्ञान सुस्पष्टता, नवनिर्माण कौशल्य आणि आपल्या गरजा भागवणाऱ्या इतर अनेक गोष्टी आल्या आहेत.

आपल्याला त्रास, वेदना सहन कधी कराव्या लागतात जेव्हा आपण आपले देवाशी असलेले नाते विसरतो.

ध्यानधारणा केल्यामुळे आपोआपच आपले पहिले प्रेमाचे तळे भरते, पण प्रेमाची इतरही तळीसुद्धा नक्की तेवढीच महत्त्वाची आहेत, पण यांपैकी एखादे तळे जरी रिकामे राहिले तरी त्याचे परिणाम दिसतात. जर आपल्यामध्ये जीवनसत्त्व G1ची कमतरता असली तर आयुष्य आपल्यासाठी एक ओझे बनून राहते आणि आपल्यावर फक्त जबाबदारीचेच ओझे आहे असे वाटते. आपल्याला सारखे जाणवत राहते की हे सगळे आता आपल्यालाच पेलायचे आहे आणि ते पेलण्यास आपण असमर्थ आहोत. आपले जर देवाशी असलेले नाते तुटले तर आपण ते शोधण्याचा प्रयत्न करतो आणि ते करताना स्वत:बद्दल खूप जास्त अपेक्षा बाळगतो तसेच इतरांकडूनही खूप अपेक्षा करतो. अशी कुठलीही सर्वश्रेष्ठ शक्ती आपल्या पाठीशी नाही हे जाणवल्यावर आपण इतरांकडूनही अपेक्षा करतो आणि साहजिकच ती पूर्ण न झाल्याने नाराज होतो. देव आपल्याला प्रत्येक दिवशी कोणता आनंद देतो आणि कोणते छोटे-छोटे चमत्कार घडवतो त्याकडे लक्ष न देता आपल्याला काय मिळाले नाही यावरच आपण लक्ष केंद्रित करतो. आपल्याला याचीसुद्धा जाणीव असते की आपल्याला नेमके काय हवे आहे आणि आपल्याला नेमकी कशाची गरज आहे. जेव्हा हे पहिले प्रेमाचे तळे रिकामे असते तेव्हा आपल्याला जे काही मिळते तेवढ्याने आपले समाधान होत नाही.

जेव्हा तुम्ही ध्यानधारणा करून देवाच्या सान्निध्यात राहता तेव्हा तुमच्याकडे जे काही आहे त्याबद्दल तुम्हाला तुमचा सार्थ अभिमान वाटतो. अशी सकारात्मक जाणीव आणि त्याच्या बरोबर तीव्र इच्छा, आकांक्षा यामुळे आपल्याला काय हवे

आहे ते मिळविण्याची ताकद वाढते. साहजिकच जेव्हा तुमच्यातील हा सकारात्मक बदल झळाळून उठून दिसतो तेव्हा लोकांना तुमच्या बरोबर राहावेसे वाटते. तुमच्याबरोबर काम करावेसे वाटते. तुम्हाला काही द्यावेसे वाटते. तुमचे कौतुक करावेसे वाटते आणि तुमच्यावर विश्वास टाकावासा वाटतो. अगदी शब्दश: तुम्ही त्यांच्या आयुष्यात सूर्यप्रकाश आणता म्हणजेच त्यांचे आयुष्य उजळून टाकता.

जेव्हा तुमच्यातली सकारात्मक ऊर्जा झळाळून दिसते तेव्हा लोकांना तुमच्या बरोबर राहावेसे वाटते.

ध्यानधारणा करणे सोपे आहे!

ध्यानधारणेबद्दल सगळ्यात आनंदाची गोष्ट अशी की ते शिकणे अतिशय सोपे आहे. पूर्वीच्या काळी ही पद्धती अतिशय अवघड होती. लोकांना चैतन्यमयी ऊर्जेच्या स्रोताचा अनुभव लगेच येत नव्हता. ध्यानधारणा फार किचकट होती आणि कंटाळवाणीसुद्धा! अनेक विद्यार्थी ध्यानधारणा शिकणे मध्येच सोडून द्यायचे. शिक्षकसुद्धा ध्यानधारणा शिकवण्यासाठी खूप काळ विद्यार्थ्यांना तिष्ठत ठेवायचे. ध्यानधारणा ही फक्त अत्यंत निष्ठावान आणि वरच्या वर्गातील मुलांनाच शिकवली जायची. मुलांची ग्रहण करण्याची शक्ती योग्य असल्याशिवाय शिक्षक मुलांना शिकवायचे नाहीत, परंतु आता ही जुनी मतप्रणाली बदलली आहे. आता भावना आणि आकांक्षा यांचे महत्त्व लक्षात घेऊन ध्यानधारणेसाठी थांबायची काहीच गरज नाही. पूर्वी जेव्हा लोक त्यांच्या आतल्या आवाजाशी परिचित नव्हते तेव्हा त्यांच्या इच्छा, आकांक्षा, भावना यांना बळकटी आणण्याची गरज होती, ज्यामुळे ते जेव्हा सुरुवात करतील तेव्हा या दैवी अनुभवाचे ओझरते दर्शन त्यांना होईल व त्यांच्या अतिशय बिकट वाटेवरून चालण्यास त्यांना उद्युक्त करतील.

शिक्षक जेव्हा विद्यार्थ्यांची परीक्षा घेतात तेव्हा त्यांना दूर अंतरावर फिरवून आणतात आणि त्यांनी काही सूचना करण्यापूर्वीच विद्यार्थ्यांनी काही नि:स्वार्थी गोष्टी कराव्यात अशी त्यांची अपेक्षा असते. या परंपरेमुळे मुलांच्या आतील भावना जागृत होतात आणि त्यांना शिकण्याची ऊर्मी प्राप्त होते. एका विविक्षित ठिकाणी शिक्षकांना विद्यार्थ्यांमधील ऊर्जेचा स्रोत जाणवेल. तुम्ही ज्यावेळी ही ऊर्जा स्वीकारायला तयार असाल त्यावेळी ही ऊर्जा तुम्ही इतरांपर्यंतसुद्धा पोहोचवू शकाल.

दैवी शक्तींनी बरे करण्याचा हाच धागा आहे. अशा पद्धतीने उपाय करणारा मनुष्य समोरच्याच्या हाताचा ताबा घेतो आणि स्वत:ची अंतर्गत ऊर्जा ज्याला बरे

करायचे आहे त्याच्या शरीरात पोहोचवतो. जेव्हा शिक्षक ध्यानधारणेची पुढची पायरी शिकवतात तेव्हा असेच घडते. शिक्षकांना जेव्हा जाणवते की आपल्या आतली ऊर्जा आपला विद्यार्थी घेण्यास सक्षम झाला आहे तेव्हाच त्या विद्यार्थ्याला या दैवी अनुभवाचे ओझरते दर्शन होते.

आज जेव्हा काही मिनिटांसाठी लोक मला भेटून ध्यानधारणेबद्दल चर्चा करतात, तेव्हा ते लगेचच ही ऊर्जा त्यांच्यामध्ये भरून घेण्याची तयारी दाखवतात, पण असे २५ वर्षांपूर्वी, फार काय पाच वर्षांपूर्वीसुद्धा घडायचे नाही. जग खूप झपाट्याने बदलत आहे. आपण आपल्या भावना खुल्या दिलाने स्वीकारतो आणि आपल्याला काय हवे आहे किंवा काय नको आहे याबद्दल आपण जागृत असतो. आपल्या हृदयाची कवाडे उघडण्याची आणि तीव्र आशा, आकांक्षा बाळगण्याची हल्ली लोकांची जी क्षमता आहे त्यामुळे मी जेव्हा त्यांना ही ऊर्जा हवी असते तेव्हा लोकांमध्ये ही प्रचंड ऊर्जा येते! ध्यानधारणेची ही जी कार्यप्रणाली आहे ती पाहिजे ते घडवण्यासाठी माध्यम उघडून देते.

अन्योन्यक्रिया करणारी ध्यानधारणा!

परस्परांवर क्रिया करणारी ही ध्यानधारणा तुम्हाला तुमच्या बोटांच्या पेरांच्या सहाय्याने करता येते. माझ्या सेमिनारमध्ये भाग घेणारे अनेकजण ज्यांना त्यांची प्रेमाची तळी भरलेली आहेत याची खात्री आहे आणि ज्यांनी वैयक्तिक यश मिळवलेले आहे ते सर्वजण माझ्यासह या ध्यानधारणेचा सराव करतात. जरी मी स्वत: हे तंत्र वापरत असलो आणि शिकवत असलो तरी हा काही फक्त एकच मार्ग नाही. बाकीच्या अनेक मार्गांनी तुम्ही तुमचे G1 प्रेमाचे तळे भरू शकता. आत्तापर्यंत फक्त निपुण, वाकबगार ध्यानधारणा करणाऱ्यांनाच त्यांच्या फिंगरटिप्स्‌मधून ही दैवी ऊर्जा मिळणे शक्य झाले आहे. विद्यार्थ्यांना हे शिकवले गेले नाही, कारण अजून ते त्या गुणवत्तेपर्यंत पोहोचले नव्हते त्यामुळे त्यांना हे जमलेही नसते, पण आजच्या काळातील लोक अशी ऊर्जा मिळवण्यास तयार आहेत. सध्याच्या काळात सरावाने काही आठवड्यांत जे हे मिळवू शकतात ते मिळवायला मला १५ वर्षांचा अनुभव घ्यावा लागला.

खरेतर योग शिक्षकाकडूनच ध्यानधारणा शिकणे योग्य आहे पण मी जेव्हा हे तंत्र दूरदर्शनवरून लाखो लोकांना एकदम शिकवू लागलो तेव्हा मला लोकांकडून ज्या सकारात्मक प्रतिक्रिया आल्या त्याने मी अचंबित झालो, कारण माझ्या अपेक्षेपेक्षा खूप जास्त पटीने त्याचा लोकांना उपयोग होत होता आणि त्यामुळेच माझे हे सर्व अनुभव पुस्तकांमध्ये लिहून लोकांबरोबर वाटून घेण्याची मला इच्छा

झाली, अर्थात अजूनही मी हेच सांगेन की तज्ज्ञ व्यक्तीकडूनच ध्यानधारणा शिकावी, पण ध्यानधारणा तुम्ही घरी बसून शिकू शकता. विशेषत: तुम्ही सहकाऱ्यानं बरोबर ध्यानधारणेला सुरुवात केली तर ऊर्जेच्या प्रवाहाचा अनुभव घेणे तुम्हाला सोपे जाईल.

हे जरी खरे असले की तुम्ही एखाद्या गटाबरोबर किंवा योग शिक्षकाबरोबर ध्यानधारणा करणे चांगले तरीसुद्धा तुम्ही पुस्तकातूनही हे शिकू शकता.

जी परस्परांच्या साहाय्याने करावयाची ध्यानधारणा आहे तिचा अनुभव नेहमीचाच असा आहे की आपण हे सगळे करायला नको होते. व्यक्तिश: माझ्यासाठी हा घटक खूप उपयोगी आहे. जेव्हा जेव्हा लोक काहीतरी लोकोत्तर करतात तेव्हा तेव्हा त्यांना आश्चर्य वाटते. हे त्यांना कसे जमले? आणि ते आता परत तसे करू शकतील का? पण लक्षात घ्या आपल्याला कोणीतरी मदत केलेली असते हे जेव्हा समजते तेव्हा आपोआपच 'मी हे परत करू शकेन का?' हा प्रश्न बाद होतो.

तुम्ही तुमचे जास्तीतजास्त प्रयत्न एखाद्या श्रेष्ठ ताकदीच्या साहाय्याने केले तर तुमचे हेतू साध्य होतात. विशेष करून पाश्चिमात्त्य भौतिक संस्कृतीच्या विळख्यात अडकलेल्या लोकांनी हे लक्षात ठेवले पाहिजे की ते एकटे नाहीत आणि त्यांच्यासाठी एक श्रेष्ठ शक्ती त्यांची स्वप्ने पूर्ण करण्यासाठी सदैव तयार आहे.

मी जेव्हा एखादे पुस्तक लिहितो तेव्हा लोक म्हणतात, 'कोणीतरी हे मार्गी लावले आहे.' मथितार्थ हा की दुसऱ्याच कोणीतरी हे लिहिले आहे. मी ज्या आधाराबद्दल बोलतो तो हा आधार नव्हे. मला इंटरॲक्टीव्ह मेडिटेशनमुळे जो आधार मिळतो त्यामुळे माझ्या संकल्पना जास्त सुस्पष्ट होतात, त्यामुळे आकलन जास्त चांगले होते, आत्मविश्वास वाढतो, जास्त मेहनत करण्यासाठी ऊर्जा मिळते. चांगले-वाईट काय याची टिप्पणी करण्याची क्षमता येते. एखाद्या संकटावर मात करण्याची ताकद येते. या सगळ्याला मी आधार म्हणतो जो मला इंटरॲक्टीव्ह मेडिटेशनमुळे मिळतो. हे कोणी माझ्यासाठी करत नाही पण मी स्वत: खाली बसून माझे जास्तीतजास्त प्रयत्न केल्याशिवाय ही मदत मला मिळत नाही.

नशीब म्हणजे काय?

पूर्वेकडच्या देशांमध्ये लोकांचा असा मोठ्या प्रमाणावर समज आहे की देवाच्या इच्छेपुढे आपले काही चालत नाही. जरी यामुळे तुम्हाला शांती मिळत

असली तरी ही तुमच्या वैयक्तिक इच्छा-आकांक्षा त्यामुळे मारल्या जातात. आयुष्य हा कोरा कॅनव्हास आहे. त्याच्यावर तुम्ही तुम्हाला हवे ते चित्र काढू शकता. या कल्पनेला त्यामुळे सुरुंग लागतो आणि त्याऐवजी आयुष्य हे तुमच्या गतजन्मीच्या पाप-पुण्याचे प्रगतिपुस्तक आहे असा आपला समज होतो. वैयक्तिक यशाचे जर मोजमाप घेतले तर आयुष्य हा एक कोरा कॅनव्हास आहे. जोपर्यंत त्याच्यावर काय रेखाटायचे हे तुम्ही ठरवत नाही पण त्या ऐवजी तुम्ही नुसतेच वाहत गेलात आणि शेवटी कोठे पोहोचलात हे पाहिले तर तुमचे भूतकाळातील 'कर्म'च तुमचे नशीब ठरवू शकते.

नक्कीच आपल्या भूतकाळाचे परिणाम आपल्याला भोगावे लागतात. आज आपण जे आयुष्य घालवतोय तो आपल्या भूतकाळातील विचार आणि कृती यांचाच परिणाम आहे, पण याचा अर्थ असा नाही की सतत भूतकाळालाच दोष देत राहायचे. कुठल्याही क्षणाला जर तुम्ही ठरवलेत तर भविष्य घडवणे तुमच्या हातात असते, पण त्या दृष्टीने दिशांमध्ये योग्य तो बदल करावा लागतो.

गतिमान रॉकेट ताबडतोब त्याचा मार्ग बदलू शकत नाही पण हळूहळू पाहिजे त्या दिशेला जाऊ शकते.

अगदी याच पद्धतीने असे म्हणता येईल की फक्त 'नशीब' म्हणून आपण आपले आयुष्य सीमित करून चालत नाही. प्रत्येक उगवणारा दिवस हा वेगळा असतो आणि नवीनच चित्र रेखाटतो. फक्त आपल्याकडे रंगवण्यासाठी रंग मात्र मर्यादित असतात. आपले भविष्य घडवण्यापूर्वी प्रथम आपल्याकडील उपलब्ध साधनांचाच वापर करावा लागेल, पण हळूहळू आपल्याला रंग एकमेकांत मिसळण्याचे कौशल्य संपादन करून नवीन वेगळे रंग तयार करता येतील.

तुम्ही जर अशा विचारांचे असाल की घटना जशा घडताहेत तशाच घडू द्याव्या आणि आपल्याला हवे ते घडवून आणण्याचा स्वत: प्रयत्न करू नये तर कदाचित कधीतरी आयुष्याच्या शेवटी तुम्हाला तुमच्या इच्छा-आकांक्षांचीही जाणीव होईल. निष्क्रियपणे नशिबाचा स्वीकार करण्यापेक्षा आपल्या इच्छा-आकांक्षा जाणून घेऊन देवाच्या इच्छेबरोबर त्याचा मेळ घातला तर तुमचे आयुष्य प्रेम, शांती, आत्मविश्वास, ताकद यांमुळे भरून जाईल. तुम्ही समृद्ध, आनंदी, आरोग्यमय आयुष्य जगाल जे बाह्यत: यशस्वीसुद्धा दिसेल.

तुम्हाला हवे असलेले आयुष्य जगण्याची ताकद तुमच्यात आहे; फक्त भूतकाळाशी तुमचे आयुष्य जखडून ठेवलेले नाही. हेच तत्त्व वापरून तुम्ही तुमचे नशीब घडवू शकता. जोपर्यंत तुम्ही स्वत: काही करत नाही तोपर्यंत तुमचे नशीब

तुमच्या भूतकाळाची साथ सोडणार नाही. इंटरॲक्टीव्ह मेडिटेशन तुमच्या आयुष्यात खूप नाट्यमय बदल घडवून आणेल आणि तुम्हाला पाहिजे ते आयुष्य जगण्यास मदत करेल. तुम्ही स्वत:च तुमच्या आयुष्याचे कथानक लिहायचे आहे आणि त्यातली पात्रेसुद्धा तुम्हीच ठरवायची आहेत.

❖

९

ध्यानधारणा कशी करावी?

इंटरॲक्टीव्ह मेडिटेशन तुमचे देवाशी नाते जोडते किंवा अशा सर्वश्रेष्ठ शक्तीला तुमच्या हृदयात वास करण्यासाठी आमंत्रण करते. इंटरॲक्टीव्ह मेडिटेशनचा सराव करताना तुम्हाला कोणीही व्यत्यय आणणार नाही. अशी एखादी सोयीस्कर जागा निवडा जिथे बसून किंवा झोपून तुम्ही ध्यानधारणा करू शकाल. तुमचा फोन बंद करून ठेवा आणि तुमच्या स्वत:साठी १५ मिनिटे द्या. जेव्हा तुम्ही तुमच्या सर्व जबाबदाऱ्या विसरून संपूर्ण लक्ष स्वत:वर केंद्रित करू शकाल. अगदी जरुरी नसले तरी वातावरण तयार करण्यासाठी एखादे मन शांत करणारे संगीत लावा.

आता डोळे बंद करा, हात खांद्याच्या वर खेचा किंवा जेथे सोयीस्कर वाटेल तेथे ठेवा आणि पुढील वाक्य म्हणा, 'देवा, मी तुला आळवते की तू मला प्रसन्न हो.' इंटरॲक्टीव्ह मेडिटेशनची सुरुवात अशीच असते की देवाला आपल्या हृदयात वास करण्याची विनंती किमान १५ वेळा करायची.

ध्यानधारणेसाठी अतिशय शांतपणे व संथपणे म्हणायचे, 'देवा, मी विनंती करते माझ्या हृदयात वास कर.'

असे १०वेळा तरी मोठ्याने आपल्या बोटांच्या पेरांना स्पर्श करून म्हणावे. जेव्हा प्रत्येकवेळी देवाची प्रार्थना करून बोटांच्या पेरांमध्ये ऊर्जा साठवून हळूहळू समाधी लावण्याचा प्रयत्न करा.

दहा वेळा प्रार्थना मोठ्याने म्हटल्यानंतर १५ वेळा ती मनातल्या मनात म्हणा. मुद्दाम वेळ पाहण्यासाठी एखादे घड्याळ जवळ ठेवा.

सुरुवातीला हे अगदी नैसर्गिक आणि सामान्य आहे की तुमचे मन कोठेतरी

भरकटत जाईल आणि तुमच्या मनात अनंत विचार येतील. कदाचित कोणती प्रार्थना म्हणायची हेसुद्धा तुम्ही विसरून जाल आणि जर विसरलात तर डोळे उघडून पुन्हा एकदा प्रार्थना वाचून घ्या. सरावाने ही सर्व प्रक्रिया आपोआप होईल पण सुरुवातीला जरा वेळ लागेल.

ध्यानधारणा करताना आपले मन कुठेतरी भरकटत जाणे आणि मनात भलते सलते विचार येणे हे नैसर्गिक आणि स्वाभाविकच आहे.

सुरुवातीच्या काळात ध्यानधारणा करताना जी प्रार्थना म्हणायची ती लक्षात राहणे अवघड आहे, पण जसजसे तुम्ही सराव करत जाल व परत परत म्हणत राहाल तशी ती प्रार्थना तुम्ही कधीच विसरू शकणार नाही आणि मेंदूतील मज्जातंतूंमध्ये जोडली असल्याने ही प्रार्थना लक्षात राहील. थोड्याशा परिश्रमाने आणि चिकाटीमुळे मज्जातंतू असा मार्ग बनवतील की सगळी प्रक्रिया आपोआपच होऊन जाईल.

दरम्यानच्या काळात ही सूक्ष्म ऊर्जा वाहिन्यांद्वारे तुमच्या हाताच्या बोटांमध्ये येईल. देवाचा हा आशीर्वाद मिळविण्यासाठी तुमच्या हाताच्या बोटांची टोके वर राहू द्या आणि एकमेकांना चिकटू देऊ नका. तुम्हाला तुमच्या हातांच्या बोटांना झिणझिण्या जाणवतील, पण जर जाणवल्या नाहीत तर पुन्हा १० वेळा ही प्रार्थना करून तशी जाणीव आणण्याचा प्रयत्न करा.

तुम्ही प्रार्थना जेव्हा जोराने म्हणाल, प्रत्येक हाताच्या बोटासाठी वेगळी, तेव्हा बोटांची हलकेच हालचाल करा, म्हणजे तुमच्या जाणिवासुद्धा एका बोटाकडून दुसरीकडे जातील.

काहीवेळेस सुरुवातीच्या काळात तुमच्या बोटांची चुळबुळसुद्धा आरामदायी होईल आणि तुमच्यात ऊर्जा आल्याचा भास होईल. काहीवेळेस हळूच हात हलकेच मागे-पुढे १/१० इंचाइतके केल्यास ऊर्जाप्रदेशातील बोटांभोवतीच्या जाणिवा वाढतात. अशा प्रकारे तुम्ही जेवढे तुमचे लक्ष हाताच्या बोटांकडे केंद्रित कराल आणि तुमची हृदयाची कवाडे खुली कराल तसतसे चैतन्य वाहू लागेल. वायरींग तर आधीच तयार आहे, फक्त बटण दाबण्याचाच अवकाश! आता तुमच्या हाताच्या बोटांच्या साहाय्याने तुम्ही जगाला स्पर्श करू शकाल तसेच देवालासुद्धा! अगदी असेच काहीसे मायकेल एंजेलोच्या एका चित्रात उद्धृत केलं आहे. एक माणूस हात पसरून देवाला सिस्टीन चॅपेलमध्ये स्पर्श

करतो आहे असे ते चित्र आहे.

आपल्या हाताच्या बोटांच्या साहाय्याने आपण जसे अंगाला स्पर्श करू शकतो तसेच देवालासुद्धा स्पर्श करता येतो.

ध्यानधारणेच्या पुढील टप्प्यांवरसुद्धा मनाचे भरकटणे हे स्वाभाविक मानले जाते. ध्यानधारणेच्या सुरुवातीच्या टप्प्यात तुमचे मन भरकटेल आणि अशा गोष्टींबद्दल विचार करेल की ज्या तुम्हाला त्रास देतात आणि ज्यांच्यामुळे तुमच्यावर तणाव येतो, पण ध्यानधारणेच्या प्रगतीच्या टप्प्यावर तुमचे मन स्वर्गीय आनंद आणि वाढणाऱ्या अंतर्ज्ञानाकडे सैर करून येईल. शेवटी काय तर जेव्हा केव्हा तुम्ही तुमच्या प्रश्नाचे उत्तर शोधता किंवा मनाकडून मार्गदर्शनाची अपेक्षा करता तेव्हा ध्यानधारणेच्या काळामध्ये ते मिळत नाही.

तुम्ही जेव्हा ध्यानधारणा करता आणि तुमच्या लक्षात येते की तुमचे मन भरकटते आहे तेव्हा पुन्हा प्रार्थनेकडे या. हे खूप स्वाभाविक आहे की कधीकधी तुम्ही वाणसामानाची यादी आठवता, तर कधी कर्तव्ये, तर कधी कोण काय म्हणाले ते, तुम्हाला करायची असलेली कामे आणि बरेच काही. ध्यानधारणेचे फायदे तुमचे मन भरकटण्यापूर्वी थोडा वेळ प्रार्थना केल्यानेसुद्धा मिळतात.

ध्यानधारणा करत असताना जर तुमच्या लक्षात आले की तुमचे मन भरकटत चाललेय तर लगेच पुन्हा प्रार्थना म्हणा.

प्रत्येक वेळी तुमच्या लक्षात येईल की तुम्ही भलत्याच गोष्टींचा विचार करत आहात. अशा वेळी पुन्हा प्रार्थनेच्या ओळी म्हणा आणि आपल्या हाताच्या बोटांमधील जाणिवांकडे लक्ष द्या. जसे चित्त भलतीकडे जाण्याला काही कष्ट पडत नाहीत तसेच चित्त पुन्हा ठिकाणावर आणण्यासाठीसुद्धा काही कष्ट पडत नाहीत. पुन्हा प्रार्थना म्हणण्यास सुरुवात करणेही सोपे असते. ध्यानधारणेची ही पद्धत फार सोपी आहे. तुम्ही प्रार्थना जलद म्हणता की धिमेपणाने म्हणता यावर काहीच अवलंबून नसते, फक्त त्याचा विचार करा, एवढे पुरेसे आहे.

जसे दुसऱ्या गोष्टींचा विचार करायला काही कष्ट पडत नाहीत तसेच प्रार्थना म्हणणेसुद्धा तितकेच सोपे असते.

हात डोक्यावरून उंच नेल्यास बोटांमध्ये अधिक तीव्र जाणिवा होतात. जर

सुरुवातीला बोटे थकल्यासारखी वाटली तर हात खाली घेऊन मांडीवर ठेवणे अधिक चांगले, पण हातांचे तळवे वरच्या दिशेला करा आणि बोटे एकमेकांना चिकटवून ठेवू नका. खात्री करून घ्या की तुमचे हात तुमच्या पायांच्या उघड्या त्वचेला स्पर्श करत नाहीत. जर तुम्ही अर्धी चड्डी घातली असेल तर उघड्या त्वचेवर कापड टाका कारण त्या स्पर्शामुळे तुमच्या शरीरात येणारी ऊर्जा थांबेल. इंटरॲक्टीव्ह मेडिटेशनचा हा ही एक फायदा आहे की तुमच्या स्वतःच्या ऊर्जास्रोतात आणखी नव्या ऊर्जेची भर पडते.

अनेक नवीन प्रकारांनी ध्यानधारणा केल्यास तुम्हाला वेगवेगळे अनुभव येतील. काही वेळेस प्रार्थना सुस्पष्ट असेल तर काही वेळेस ती स्पष्ट ऐकू येणार नाही. काही वेळेस मोठ्याने तर काही वेळेस हलक्या आवाजात, काही वेळेस एकाच लयीत तर काही वेळेस लाटेवर स्वार झाल्यासारखी वर-खाली, काही वेळेस खूप जवळून ऐकू आल्यासारखी तर काही वेळेस दूरवरून कानी पडल्यासारखी.

प्रार्थनेचा तुमचा अनुभव नेहमीच बदलता असेल. काही वेळेस प्रार्थना म्हणताना तुम्हाला खूप भरून येईल तर काही वेळेस खूप हलके वाटेल, काही वेळेस खूप दमल्यासारखे वाटेल तर काहीवेळेस जरा जास्तच दक्ष असाल. काही वेळेस वेळ इतका झर्रकन उडून जाईल तर काही वेळेस १० मिनिटे १० तासांसारखे वाटतील. प्रत्येक वेळी होणारे हे बदल नैसर्गिक असतात आणि योग्य पद्धतीने क्रिया होत आहे हेच दर्शवतात.

अनेक प्रकारांनी तुमचे अनुभव बदलत जातील.

अगदी सुरुवातीच्या काळात ध्यानधारणेसाठी फक्त २ मिनिटे द्या, त्यामुळे मन, हृदय आणि शरीर यांना ध्यानस्थ होण्याची आणि देवाकडून मिळणारी ऊर्जा ग्रहण करण्याची सवय लागेल. एकदा का ध्यानस्थ बसण्याची सवय झाली तर नियमितपणा अगदी जरुरीचा आहे असे नाही पण त्याचा नक्कीच उपयोग होतो. पूर्वीच्या काळी नियमितपणावर अधिक भर होता, पण हल्ली लोकांनी नुसती बोटे वर केली की त्यातून दैवी ऊर्जा वाहू लागते, त्यामुळे इतके बरे वाटते की तुम्ही असे करण्याची संधीच शोधत असता. सामान्यपणे सहा आठवडे ध्यानधारणेचा नियमित सराव केल्यानंतर तुमच्या हाताच्या बोटांच्या वाहिन्या पूर्णपणे उघडतील.

एकदा का तुम्हाला ध्यानस्थ बसण्याची सवय झाली की किती वेळ ध्यानधारणा करायची हे तुम्ही ठरवायचे. सर्वसाधारणपणे सगळ्यांसाठी दिवसातून १५ मिनिटे २ वेळा एवढा सराव पुरेसा होतो. एखाद्या दिवशी तुम्ही खरोखरच खूप कामात असाल तर आणि ध्यान धारणा चुकवली तरी नंतर हा वेळ भरून काढा, कारण

तुमच्या शरीराला आता ती जास्तीची ऊर्जा वापरण्याची सवय झाली आहे. जेव्हा तुम्ही ध्यानधारणा करता तेव्हा तुम्हाला जास्तीची ऊर्जा आणि सुस्पष्टता मिळते ज्यामुळे तुम्ही अधिक कार्यक्षम बनता. ध्यानधारणेसाठी दिवसभरातील योग्य वेळ कोणती तर सकाळी तुम्ही झोपेतून उठता तेव्हा आणि सूर्यास्ताच्या वेळी किंवा झोपण्याच्या पूर्वी.

दिवसातून दोन वेळा १५ मिनिटे ध्यानधारणा करण्याने चांगला ताल सांभाळला जातो. (तालबद्धता येते.)

हे जरी खरे असले की तुम्हाला अजिबात वेळ नाही, तरीही ध्यानधारणेसाठी काही मिनिटे काढणे शहाणपणाचे ठरेल. अशा प्रकारचा निर्णय घेऊन तुम्ही थोडा वेळ दिला तर त्यापेक्षा कितीतरी जास्त पटीने तुम्हाला आधार मिळेल. सहसा जेव्हा आपण म्हणतो, 'मला वेळ नाही' तेव्हा आपल्यात जीवनसत्त्व G1 ची कमतरता असते आणि प्रत्येक गोष्ट आपण स्वत:च करावीशी वाटते. लक्षात ठेवा तुम्ही गाडी चालवत आहात, तुम्हाला गाडीच्या बाहेर उतरून ती ढकलायची नाही.

काही वेळेस मी ध्यानधारणेत तासन् तास बसतो त्यावेळी माझ्या मनात अनेक नवनिर्मितीच्या कल्पना येतात आणि माझे मन प्रार्थनेपासून भरकटते, काही वेळेस जेव्हा माझे एखादे महत्त्वाचे सादरीकरण असेल तेव्हा मी जास्त वेळ ध्यानधारणा करतो, त्यामुळे माझ्या शरीरात अधिक ऊर्जा येते. जेवढी जास्त सकारात्मक ऊर्जा तुमच्यामध्ये येईल तेवढे जास्त लोक तुमच्याकडे आकर्षित होतील. ध्यानधारणेमध्ये अनेकदा असे दिसून येते की ऊर्जेचा वाहणारा स्त्रोत आपल्याला जाणवतो, म्हणजेच आपल्यात उत्साह, नवनिर्मिती, प्रेम, आनंद, शांती, बुद्धिमत्ता यांचा संचार होतो.

ध्यानधारणेचा उपयोग तुमच्या जबाबदाऱ्या टाळ्यासाठी कधीच होऊ शकत नाही. तुम्हाला असे वाटते का की तुम्ही फक्त ध्यानधारणा केली की बाकी सगळ्या गोष्टी आपोआप होतील? असे घडत नाही. गाडीचे इंजीन तुम्हाला पाहिजे तेथे घेऊन जाऊ शकतं पण त्यासाठी तुम्हाला गाडीत बसून ती चालवावी लागते. गाडीच्या टाकीत पेट्रोल जरी पूर्ण भरलेले असले तरी तुम्हाला गाडी चालू करावी लागते.

तुम्ही स्वत: जे करू शकता ते देव तुमच्यासाठी कधीच करणार नाही.

तुम्हाला गरज असलेली आणि हवी असलेली जेवढी ऊर्जा तुम्ही वापरता

त्यापेक्षा जास्त ऊर्जा (चैतन्य) तुमच्या शरीरात वाहते. जर ध्यानधारणेनंतर तुम्ही तेवढी ऊर्जा वापरली नाही तर ऊर्जा प्रवाह थांबतो. हे जवळपास रिचार्जेबल बॅटरी सारखे असते. जर पूर्णपणे बॅटरी वापरली गेली तरच ती पूर्णपणे चार्ज होते. ध्यानधारणेच्या बाबतीतही असेच आहे. जर तुम्ही ऊर्जा पूर्णपणे वापरली तर तुम्हाला आणखी ऊर्जा मिळत जाते. अशा प्रकारे आणखी ऊर्जा मिळविण्याची क्षमता तुम्ही वाढवू शकता.

वेगवेगळ्या धर्मांत आणि वेगवेगळ्या संस्कृतींत या ऊर्जा स्रोताला वेगवेगळी नावे दिली गेली आहेत. उदाहरणार्थ पौर्वात्य देशांमध्ये या ऊर्जा स्रोताला 'ची' असे म्हणतात तर भारतात या ऊर्जेला 'प्राण' म्हणतात. प्राचीन हवाईन संस्कृतीत याला 'माना' असे म्हणत तर ख्रिश्चन परंपरेनुसार याला 'होली स्पिरिट' असे म्हणतात. अनेक संस्कृतींमध्ये या अनुभवांबद्दल बोलले जाते, पण सगळ्यांचा अनुभव सारखा नसतो. त्या लोकांना अशा अनुभवाचे ओझरते दर्शन जरी झाले तरी त्यांना भाग्यवान समजत असत. आज जगाला हे ओरडून सांगायची गरज नाही की देव कसे चमत्कार घडवून आणतो. अनेकांना याची प्रचिती मिळते.

जर तुम्ही नास्तिक असाल आणि 'गॉड' हा शब्द तुमच्यासाठी काम करू शकत नसेल तर असे म्हणा, 'हे माझ्या उज्ज्वल भविष्या, तू माझ्या हृदयात वास कर. माझे हृदय तुझ्यासाठी उघडे आहे.' ही प्रार्थना नास्तिक लोकांनाही आवडेल, त्यामुळे उत्साहाची भावना निर्माण होईल. तुम्ही आणखीही बदल करू शकता म्हणजे प्रार्थनेच्या सुरुवातीच्या भागात कुणाचेही नाव घाला म्हणजे कुणाच्याही, तुमच्या मनात ज्याच्याबद्दल भक्तिभाव आहे असे नाव प्रार्थनेत घातल्यास हवा तो परिणाम मिळतो.

'हे जिझस्, माझ्या हृदयाची कवाडे खुली आहेत. कृपा करून तू माझ्या हृदयात राहा.'

'हे 'डिव्हाईन मदर' माझे हृदय तुझ्यासाठी खुले आहे. ये आणि इथेच वास कर.'

'हे आकाशीच्या बापा, माझे हृदय तुझ्यासाठी खुले आहे. ये आणि इथेच वास कर.'

'या अल्लाह! माझे हृदय तुझ्यासाठी खुले आहे. ये आणि इथेच वास कर.'

'हे कृष्णा! माझे हृदय तुझ्यासाठी खुले आहे. ये आणि इथेच वास कर.'

'हे बुद्धा! माझे हृदय तुझ्यासाठी खुले आहे. ये आणि इथेच वास कर.'

खरेतर जेव्हा तुमच्या हृदयाची कवाडे अशा दैवी शक्तीएवढी उघडी असतील तेव्हा तुमच्या प्रार्थनेची सुरुवात तुम्ही, तुम्हाला ज्या शक्तीबद्दल विश्वास वाटतो अशा नावानं करा.

फक्त १५ मिनिटांमध्येच तुमच्यामध्ये अशी ऊर्जा वाहू लागेल आणि देवाशी नाते जुळल्यामुळे तुम्हाला तुमच्या स्वत्वाची पण ओळख पटेल आणि देवाकडे काही मागण्याची हीच योग्य वेळ आहे. तुमचे दिवसभराचे उद्दिष्ट तुम्ही आत्ताच ठरवू शकता. आता तुमच्या इच्छा फलद्रूप होण्यासाठी फार वेळ नाही लागणार, कारण तुम्ही आता थेट देवाशी जोडले गेला आहात. आता फक्त तुम्ही इच्छा करायची, तुम्हाला हवे ते मिळेल.

तुमची उद्दिष्टे ठरवा!

जेव्हा तुमचे हृदय आणि मन यांची दारे उघडी असतात व ऊर्जेच्या प्रवाहाला जोडलेली असतात तेव्हा अक्षरश: कल्पतरूच्या वृक्षाखाली तुम्ही बसले आहात असे समजा. तुम्ही फक्त मनात इच्छा धरा आणि मग बघा तुम्हाला काय अनुभव येतो ते! तुम्ही एखाद्या रेस्टॉरंटमध्ये गेलात आणि काही ऑर्डरच दिली नाहीत तर तुमच्या समोर आपोआप पदार्थ येतील का? अगदी तेच जर या ऊर्जेचा उपयोग करून घ्यायचा असेल तर तुम्हाला तुमच्या इच्छा आणि उद्दिष्टे समजली पाहिजेत.

ध्यानधारणेच्या शेवटी जेव्हा तुमच्या इच्छा-आकांक्षा तुम्ही मनात धरता तेव्हा तुम्ही अशी प्रार्थना करा की, 'हे माझ्या उज्ज्वल भविष्या, माझे हृदय तुझ्यासाठी उघडे आहे, तुला मी विनंती करतो की माझ्या हृदयात येऊन वास कर.'

ही प्रार्थना मनातल्या मनात १० वेळा म्हणा आणि प्रत्येक वेळी प्रत्येक बोटावर लक्ष केंद्रित करा, जसे तुम्ही ध्यानधारणेच्या सुरुवातीला केले. आता काहीतरी अधिक चांगले होणार आहे याची वाट बघा. या वेळेपर्यंत तुमचे हात तुमच्या मांडीवरच होते. आता शेवटच्या भागासाठी हात खांद्यावरून वर न्या.

आता तुमचे डोळे बंद आहेत. हात वर आहेत. तुम्हाला तुमचा दिवस कसा जायला पाहिजे याचे चिंतन करा. जणू काही एखाद्या सिनेमाची चित्रकथा लिहिता आहात, तुमच्या कल्पनाविलासात दंग व्हा की तुम्ही दिवसभर आनंदाने बागडताय. प्रेम, शांती आणि आत्मविश्वास यांनी तुम्ही भरून वाहात आहात. या प्रत्येक सकारात्मक भावनेकडे एक मिनिटासाठी शोधक नजरेने पाहा. या सकारात्मक भावनांच्या जाणिवांकडे तुम्ही जेवढे लक्ष द्याल तेवढी दिवसभराची तुमची ताकद वाढेल. तुम्हाला तुमच्या कल्पनेतील दिवस कसा हवा आहे हे स्वत:ला समजण्यासाठी स्वत:ला खालील प्रश्न विचारा आणि त्याची उत्तरे स्वत:च निश्चित करा.

-तुम्हाला तुमचा आजचा दिवस कसा जावा असे वाटते?

-तुम्हाला काय घडावे असे वाटते?

-आणखी काय?

कल्पना करा की तुम्हाला हवे ते घडतेय.

-तुम्हाला कसला आनंद होतो आहे?

मी आनंदात आहे कारण...(जे कारण असेल ते)

-तुमचे कशावर प्रेम आहे?

मला....... खूप आवडते.

-तुम्हाला एवढा आत्मविश्वास कसला वाटतो?

मला....... या गोष्टींमुळे आत्मविश्वास वाटतो.

-तुम्ही कोणाचे आभारी आहात?

मी...... आभारी आहे.

अशी कृतज्ञतेची जाणीव झाल्यानंतर आता पुन्हा वर्तमानात जा आणि हळूहळू १, २, ३ असे आकडे मनात मोजा, त्यामुळे डोळे उघडून ताजेतवाने वाटेल. मन शांतीने भरून येईल आणि चित्त एकाग्र होईल. आता डोळे उघडून देवाचे आभार माना.

सवयीने सगळे सोपे होईल!

अगदी सुरुवातीच्या काळात तुमची उद्दिष्टे ठरवणे थोडे चमत्कारिक वाटेल. एकदा उद्दिष्टे ठरवल्यानंतर तुम्हाला तुमच्या समोरील आव्हाने लक्षात घेऊन त्यावर लक्ष केंद्रित केले पाहिजे. थोड्याशा सरावाने तुम्हाला उद्दिष्टे ठरवणे सोपे होईल आणि हळूहळू ते तुमच्याकडून यांत्रिकपणे घडेल. जसे, सरावामुळे तुम्ही बॉल टाकायला शिकता तसेच सरावाने तुम्ही सकारात्मक भावना ही निर्माण करू शकता. त्या सकारात्मक भावनांमुळेच तुम्हाला हवे ते तुम्ही मिळवाल आणि तुम्हाला स्वत:शी प्रामाणिक राहायला याचाच उपयोग होईल.

खरे आव्हान कशात आहे तर आपली उद्दिष्टे ठरवण्यात. इंटरॲक्टीव्ह मेडिटेशनमध्ये पुन्हा पुन्हा प्रार्थना म्हणणे गरजेचे आहे. तुम्हाला अंडी उकडण्याची क्रिया माहिती असेलच. अंडे उकडताना पाणी उकळणे गरजेचे असते व त्यामध्ये अंडे उकडत ठेवावे लागते. पाणी उकळल्यावर अंडे उकडायला फार कमी वेळ लागतो. ध्यानधारणा ही उकळत्या पाण्यासारखी आहे, तर तुमचे उद्दिष्ट निश्चित करणे हे अंडे उकडत ठेवण्यासारखे आहे.

आपला दिवस रोज नेहमीप्रमाणे उजाडतो आणि आपल्याला दिवसभरात काय पाहिजे याचे नियोजन करणेही आपल्या लक्षात राहत नाही आणि आपल्याला काय घडायला हवे आहे याचा तपशीलसुद्धा आपल्याकडे नसतो. सर्वसामान्यपणे लोक निष्क्रियपणे दिवस जसा जात असतो तसा तो स्वीकारत असतात अथवा जे घडते

त्याला विरोध करत असतात. तुमची उद्दिष्टे निश्चित झाली की आपोआपच गोष्टी तुमच्याकडे चालत येतात. विचारांमध्ये नवनिर्मितीची शक्ती असते. उद्दिष्टांची निश्चिती तुम्ही केली तर तुम्हीच तुमचा दिवस घडवणारे शिल्पकार असता.

छोटे-छोटे चमत्कार!

जेव्हा तुम्ही तुमची उद्दिष्टे निश्चित करता तेव्हा काय-काय घडते याची काही उदाहरणे आपण बघू. माझ्याकडे हजारो उदाहरणे आहेत, म्हणून आज काय घडले ते आपण बघू! अगदी सकाळी माझे भाषण आटोपून मी सॅनफ्रॅन्सिस्कोला विमानाने चाललो होतो. मी माझ्या लिखाणामध्ये त्या दिवसांत इतका गुंतून पडलो होतो की मला तीव्रतेने जाणवले की मी आणि माझी पत्नी बरेच दिवसांत बाहेर फिरायला गेलो नाही. मला खूप (खास) स्पेशल काहीतरी बोनीसाठी करावे असे वाटत होते आणि माझ्या क्षमता मी चाचपत होतो की मी काय बरे करू शकेन? पण मी माझे उद्दिष्ट ठरवले होते.

नंतर विमानात माझ्या लक्षात आले की माझ्या पुढच्या सीटवर बसलेला माणूस एका नाटकाचा साहाय्यक दिग्दर्शक आहे जे नाटक बोनीला काही महिन्यांपासून पाहायचे होते, परंतु ते न्यूयॉर्कला होते, परंतु त्या संबंधित माणसाकडून मला समजले की मी ते सॅन्फ्रान्सिस्कोला पाहू शकतो, एवढेच नाही तर त्या भल्या गृहस्थाने मला त्या नाटकाचे दोन पाससुद्धा दिले हे मी केलेल्या प्रार्थनेचे उत्तर होते.

जर आपण अशी उद्दिष्टे निश्चित केली तर रोजच आपल्या आयुष्यात असे छोटे-छोटे चमत्कार होत असतात. आयुष्य आपल्यासाठी साध्या साध्या सुविधा उपलब्ध करून देत असते. तुम्ही वरील उदाहरण पाहिलेच की मी जेव्हा माझ्या पत्नीबरोबर आनंदात वेळ घालवायचा हे ठरवले त्याबरोबर माझी प्रार्थना ऐकली गेली आणि माझ्या हातात नाटकाची तिकिटे पडली.

ध्यानधारणेच्या शेवटी तुम्ही जेव्हा तुमची उद्दिष्टे नक्की कराल तेव्हा तुमच्या लक्षात येईल की तुम्हाला काय हवे आहे यावरच तुमचे चित्त स्थिर होते. जेव्हा तुम्हाला फळ मिळते तेव्हा अनुभवांवरून तुमचा आत्मविश्वास वाढत जातो. आत्मविश्वास जसजसा वाढेल तसतसे चमत्कार मोठे होत जातील.

अगदी सुरुवातीला एवढीच प्रार्थना करा, 'माझ्या कामाच्या ठिकाणी मला आनंद मिळूदे.' जेव्हा तुम्हाला खरेच तसा आनंद मिळतो हे तुमच्या लक्षात येते तेव्हा फक्त आभार माना.

काल मी ज्या गावी गेलो होतो ती माझी ट्रीप अगदी सुरळीत होणार असे मला वाटले होते. त्यामुळे मी अगदी शांत, आनंदी आणि खेळकर मन:स्थितीत होतो,

पण माझ्या या ट्रीपमध्ये काही आश्चर्यकारक गोष्टी घडल्या. विमान प्रवास होता. आलिशान गाडीतून मला हॉटेलवर पोहोचवण्यात आले.

माझ्या यजमानाने मला सुव्यवस्थेचे आणि माझी काळजी घेण्याचे आश्वासन दिलेच होते, पण जेव्हा मी माझ्या खोलीत जाणार तेव्हा माझे रिझर्व्हेशन नसल्याचे सांगण्यात आले. मी शांतपणा सोडला नाही. काहीतरी गल्लत झाली असावी. त्यांना माझे रिझर्व्हेशन शोधून काढण्यास वीस मिनिटे लागली, पण या संपूर्ण गैरव्यवस्थापनात मी कोणालाही दोष दिला नाही आणि शांतपणा सोडला नाही, याचे माझे मलाच आश्चर्य वाटले.

रागावण्याच्या ऐवजी आणि अस्वस्थ होण्याऐवजी मी कोचावर शांतपणे विश्रांती घेत बसलो. उलट मला जो सोडायला आला होतो तो खूप खजील झाला. त्यालाच मी धीर देत होतो की सगळे काही ठीक होईल. मी वातावरण हलकेफुलके करण्यासाठी मुद्दामच म्हणालो, 'बरे झाले, मी घाईत नाही. आपल्याला अजून भाषणाला खूप वेळ आहे.' अशा प्रकारे सुरुवातीला काही कडू अनुभव येऊनसुद्धा ट्रीप सुरळीत पार पडली. जेव्हा कधी या प्रसंगाची मला आठवण येते तेव्हा मी मनात म्हणतो, 'देवा, तू मला असे औचित्य आणि सोशिकता दिल्याबद्दल मी तुझा आभारी आहे.'

जेव्हा तुम्ही जाणीवपूर्वक उद्दिष्टे निश्चित करता आणि दिवसभरात गोष्टी तशा घडत जातात तेव्हा तुम्हाला देवाचे आभार मानण्याची संधी मिळते. यामुळे तुमच्या श्रद्धा बळकट होतात, क्षमता वाढतात आणि तुमची प्रेमाची तळी तुडुंब भरतात. आपल्याला देवाकडून मिळणारा हा आधार आणि वैयक्तिक यश यामुळे हृदयाची दारे खुली होतात आणि हवे ते मिळत जाते.

❖

१०

ताण तणावातून मुक्तता कशी मिळवायची?

जेव्हा तुमच्या बोटांच्या माध्यमातून ऊर्जा स्रोत प्रवाहित होईल तेव्हा ताण तणावातून मुक्त कसे व्हायचे याचेही ज्ञान तुम्हाला होईल. जसजशी सकारात्मक ऊर्जा तुमच्या शरीरात प्रवेश करेल तसतशी नकारात्मक ऊर्जा शरीरातून बाहेर टाकली जाईल. दिवसभरामध्ये तुमचा तणाव जसजसा वाढत जाईल तेव्हा ही नकारात्मक ऊर्जा शरीराबाहेर टाकणे यालाच 'डिचार्जिंग' म्हणतात. थोडक्यात, डीचार्जिंग म्हणजे नकारात्मक ऊर्जा शरीराबाहेर टाकणे. हे खूप महत्त्वाचे आहे आणि ध्यानधारणेइतकेच व आपली उद्दिष्टे निश्चित करण्याइतके सोपे आहे. असा ताणतणाव बाहेर फेकून दिल्याने तुम्हाला फक्त बरे वाटणार नाही तर तुम्ही तुमचा दिवस पाहिजे त्या पद्धतीने घालवू शकाल.

नकारात्मक ऊर्जा म्हणजे काय हे समजावून घ्या.

शास्त्रीय भाषेत नकारात्मक ऊर्जा म्हणजे काय ते समजावून सांगणे अवघड आहे, पण प्रत्येकाला नकारात्मक ऊर्जेचा अनुभव मात्र येतो. जेव्हा लोकांना त्यांच्या वैयक्तिक सुखामध्ये बाधा निर्माण होते (दोषारोप, नैराश्य, चिंता, अलिप्तता, चुकीचे निर्णय, दिरंगाई, परिपूर्णता, संताप, आत्मवंचना, संभ्रम आणि अपराधी भावना) तेव्हा त्यांच्या मनात नकारात्मक भावना साठून राहतात. अगदी असेच म्हणता येणार नाही की हे सगळे खूप वाईट किंवा नकारात्मक आहे, पण एवढे नक्की की या भावनांमुळे स्वत्वाचा सकारात्मक ऊर्जेशी संबंध तुटतो.

बहुधा तुम्हाला असे काही अनुभव आले असतील की तुम्ही कुठेतरी गेला आहात किंवा अशा लोकांबरोबर आहात की ज्यांच्या बरोबर असणे तुम्हाला

आवडत नाही. अशा वेळी कधी कधी तुमची मान दुखायला लागते किंवा तुम्हाला विनाकारण दमल्यासारखे वाटते. जरी तुम्हाला नक्की कशामुळे अस्वस्थ वाटते हे समजले नाही तरी तुम्हाला अस्वस्थ वाटते हे नक्की!

अशाच पद्धतीने तुम्ही अशा काही लोकांबरोबर आहात की आपोआप तुमच्या वृत्ती बहरून येतात. तुम्हाला खूप प्रफुल्लित वाटते. छोट्या छोट्या प्रकृतीच्या कुरबुरी पळून जातात. अशा लोकांच्या सहवासात तुम्हाला बरे वाटते. सकारात्मक ऊर्जेमुळे सगळ्यांनाच अधिक आनंदी, शांत, आत्मविश्वासपूर्ण आणि प्रेममय वाटते.

हे अनुभव काही असेच येत नाहीत तर ते काही विवक्षित ऊर्जेच्या अदलाबदलीमुळे येतात. जर एखाद्या माणसामध्ये ही सकारात्मक ऊर्जा कमी असली पण जर तो अधिक सकारात्मक ऊर्जा असलेल्या व्यक्तीच्या सहवासात असला तर कमी ऊर्जा असलेल्या व्यक्तीला प्रोत्साहन मिळते आणि अधिक ऊर्जा असलेल्या व्यक्तीची ऊर्जाही कमी होत नाही. ऊर्जा एका व्यक्तीकडून दुसऱ्या व्यक्तीकडे केवळ समतोल साधण्यासाठीच राहते.

दोन काचेच्या टाक्या ज्या तळाशी एकमेकांना नळीच्या साहाय्याने जोडलेल्या आहेत किंवा झडपेवर त्याचे नियंत्रण आहे अशा टाक्यांचे निरीक्षण करा. झडपेमुळे एका टाकीतील द्रव पदार्थ दुसऱ्या टाकीत जाईल. आता झडप बंद करा आणि पहिली टाकी निळ्या पाण्याने भरा. आता एक टाकी भरलेली आहे आणि दुसरी रिकामी आहे. आता तुम्ही तळाची झडप उघडा काय होईल ते बघा. रिकामी टाकी अर्ध्यापर्यंत भरेल आणि भरलेली टाकी अर्ध्यापर्यंत रिकामी होईल आणि दोन्ही टाक्या समपातळीत येतील. तशाच प्रकारे जर तुमच्याकडे अधिक ऊर्जा असेल तर ती कमी ऊर्जा असलेल्या लोकांमध्ये वाटली जाईल.

जरी या उदाहरणावरून आपल्याला ऊर्जेच्या प्रवाहाबद्दल माहिती मिळते तरी ऊर्जेच्या अदलाबदलीबद्दल काही माहिती मिळत नाही. यामधून ऊर्जेच्या मोजमापाबद्दल समजते, पण ऊर्जेचा दर्जा समजत नाही. जेव्हा सकारात्मक ऊर्जा बाहेर पडते तेव्हा ती कमी होत नाही तर नकारात्मक ऊर्जेला ती आकर्षून आणि शोषून घेते.

आता या ऊर्जेच्या अदलाबदलीबद्दल जाणून घेण्यासाठी आपण आणखी एक प्रयोग करू व त्याचे निरीक्षण करू. आता दोन काचेच्या टाक्या घेऊन त्या तळाशी नळीने जोडा अथवा झडप बसवा. आधी झडप बंद करून एक टाकी थंड निळ्या द्रावाने भरा तर दुसरी गरम लाल द्रावाने भरा. आता तुम्ही झडप उघडली तर काय घडेल? आपोआपच त्या द्रावाचे तापमान समतोल साधेल. लाल गरम द्राव निळ्या थंड द्रावाकडे वाहील आणि सरतेशेवटी दोन्ही टाक्या समान तापमानाच्या होतील आणि दोन्ही टाक्यांतील द्रावाचा रंग जांभळा झालेला दिसेल.

अगदी त्याच पद्धतीने जर तुम्हाला अगदी छान वाटत असताना तुम्ही अशा व्यक्तीच्या सान्निध्यात आलात की जिला चांगले वाटत नाही तर थोड्या वेळाने त्या दुसऱ्या माणसाला चांगले वाटायला लागेल आणि तुम्हाला चांगले वाटणार नाही. तुम्हाला हे लगेच जाणवणार नाही, पण काही तासांनी वा काही दिवसांनी तुमच्या लक्षात येईल की तुमच्या चांगल्या भावना नाहीशा झाल्या आहेत. ही संकल्पना समजावून घेतली की सकारात्मक आणि नकारात्मक ऊर्जेची अदलाबदल कशी नेहमीच होत असते हे समजेल.

जर एखादा माणूस नकारात्मक ऊर्जेत फसला असेल म्हणजेच नैराश्याने ग्रासला असेल तर सकारात्मक ऊर्जा असलेल्या माणसाच्या जवळ असण्यानेसुद्धा त्याला बरे वाटते. हळूहळू सकारात्मक ऊर्जा असलेल्या माणसाला कमी चांगले वाटू लागेल, म्हणून अशा सकारात्मक ऊर्जा असलेल्या माणसाने थोडे क्षणभर विचार करून नकारात्मक ऊर्जा कशाने शोषली जाईल इकडे लक्ष ठेवावे.

वेगवेगळी संवेदनशीलता!

जेवढे तुम्ही संवेदनशील असाल तेवढी वेगवेगळी ऊर्जा तुमच्या शरीरात प्रवाही होईल आणि तुम्ही त्यामुळे प्रभावित व्हाल. जर तुम्ही संवेदनशील असाल तर तुमच्यावर त्या ऊर्जेचा तितकासा प्रभाव पडणार नाही. तुमच्या मनाची दारे अनेक गोष्टींसाठी बंदच असतील. तुम्ही सुरक्षित कवचामध्ये असाल पण तुमच्यामध्ये कधीच खूप जास्त प्रमाणात ऊर्जेचा स्रोत येणार नाही.

काही लोक खूप कमी संवेदनशील असतात. हा ऊर्जेचा स्रोत त्यांना समजत नाही. त्यांना हवी असणारी ऊर्जा अन्न, व्यायाम, हवा, शृंगार या माध्यमांतून मिळते, पण ते खूप स्थिर मनोवृत्तीचे असतात. त्यांना पाहिजे तशा गोष्टी ते घडवून आणतात आणि ते खूप यशस्वीसुद्धा असतात. ते अशा गोष्टी करतात ज्या लोकांनी त्यांच्या आधी केलेल्या असतात पण त्यावरून ते यश-अपयशाचे मोजमाप करतात, संधीचा फायदा घेतात, प्रयत्न करतात. शिक्षण, भूतकाळातील घटना आणि त्यांची नैसर्गिक कुवत याप्रमाणे आराखडे बांधतात. या कमी संवेदनशील लोकांना यश मिळते, परंतु त्यांच्याकडे नवनिर्मितीचे कौशल्य नसते. ते जे काही शिकले आहेत तेच ते बिनचूक रीतीने करतात. त्यांना जेवढे प्रेम मिळते तेवढेच प्रेम ते इतरांना देतात, परंतु त्यांच्यामध्ये क्षमाशीलता नसते. एकदा ते जर दुखावले गेले तर ते पुन्हा त्या व्यक्तीवर प्रेम करू शकत नाहीत. त्यांचा हवाला त्यांच्या नशिबावर नसतो, कारण नशीब अनेक सुख-दुःखाचे खेळ करून दाखवते, पण त्यांना त्यांचे नशीब बदलायचे असेल, त्यांची नवनिर्मितीची शक्ती अजमावायची

असेल किंवा आयुष्याची दिशा बदलायची असेल तर त्यांना संवेदनशील व्हावे लागेल. त्यांनी त्यांच्या भावना उघड करून दाखवल्या आणि इंटरॲक्टीव्ह मेडिटेशनचा सराव केला तर त्यांच्यामध्येसुद्धा ही शक्ती येईल.

आपण बरे का होत नाही?

दुसरीकडे असे काही लोक असतात की ज्यांना खूप सोसावे लागते, कारण नकारात्मक ऊर्जा जी त्यांनी इतरांकडून शोषलेली असते ती बाहेर कशी टाकायचा याचे तंत्र त्यांना अवगत नसते. ते अशी नकारात्मक ऊर्जा गोळा करतात आणि स्वत:बरोबर घेऊन वावरतात. काही वेळेस ते जिथून घेतली तेथे पुन्हा ती नकारात्मक ऊर्जा पाठवायचा प्रयत्न करतात किंवा ते खूप चांगलं व प्रेमळ वागण्याचा प्रयत्न करतात, पण ती नकारात्मक ऊर्जा त्यांच्या शरीरात तशीच चिकटून बसते आणि त्यांना रोगाला व आजाराला बळी पडावे लागते. ही नकारात्मक ऊर्जा हळूहळू शरीर पोखरत जाते आणि नैसर्गिक रीतीने कुठलाही रोग बरा करण्याची शक्तीच हरवून बसते.

कॅन्सर रोगावरील एका अभ्यासपूर्ण लेखामध्ये अशी माहिती प्रसारित केली गेली की रुग्णाच्या मन:स्थितीचा बरे होण्याशी संबंध आहे. जे रुग्ण बरे झाले व जे झाले नाहीत अशा दोघांच्याही जीवनपद्धतीचा आढावा घेण्यात आला. तेव्हा असे लक्षात आले की, जे बरे झाले होते त्यांनी जेवणाबद्दल, त्यांना पुरवल्या जाणाऱ्या सेवांबद्दल आणि राहण्याच्या जागेबद्दल खूप तक्रारी केल्या होत्या.

आश्चर्य म्हणजे जे नम्र आणि प्रेमळ नव्हते ते बरे झाले. याचा अर्थ असा होत नाही की नम्र आणि प्रेमळ असण्याने आजारपण येते. तुम्ही शोषलेली नकारात्मक ऊर्जा जर बाहेर पाठवली नाहीत तर सकारात्मक असण्यानंसुद्धा आजारपण येते, दु:खी वाटते. जेव्हा संवेदनशील लोक त्यांच्या नकारात्मक ऊर्जेपासून सुटकारा मिळवण्याचे तंत्र शिकतात तेव्हा त्यांना लगेचच त्यांचे फायदे जाणवतात.

त्यामुळे फक्त त्यांच्या ऊर्जेतील अडथळेच दूर होतात असे नाही तर त्यांच्यात नवनिर्मितीचे कौशल्यसुद्धा येते. जरी त्यांनी वर्षानुवर्षे ध्यानधारणा केली असेल आणि त्यांना पाहिजे ते प्रेम मिळवण्यासाठी सगळे शक्तीचे प्रयोग केले असतील तरीही नकारात्मक ऊर्जेपासून मुक्ती मिळवल्याखेरीज त्यांना इतरांकडून येणाऱ्या नकारात्मक ऊर्जेचा सामना करावा लागेल.

जेव्हा आपण नकारात्मकता शोषून घेतो तेव्हा काय घडते?

आपण जर बाहेरची नकारात्मकता आपल्यामध्ये शोषून घेतली आणि तिला बाहेर पडायला मार्ग दिला नाही तर ती शरीरात साठून राहील. आपण कितीही प्रेमळ आणि सुस्वभावी असलो तरीसुद्धा आपण या नकारात्मक भावनांमध्ये अडकून पडतो. जे लोक नकारात्मकता शोषून घेतात आणि त्यांना ती बाहेर कशी टाकायची समजत नाही त्यांच्यामध्ये खालील लक्षणे दिसतात.

१) प्रेमाची नाकेबंदी- जेव्हा आपण नकारात्मकता शोषून घेतो तेव्हा आपल्याला अधिक प्रेमळ होण्याची गरज असते, पण आपल्याला यावेळी दोषारोप आणि संताप यांच्याच लाटा जाणवत असतात. आपल्या प्रेमाला कोणीतरी आडकाठी करत असते किंवा कोणीतरी आपल्याला अडवत असते. आपल्याला खूप प्रेमाचा वर्षाव करायचा असतो पण आपण तो करू शकत नाही.

जे लोक कमी संवेदनशील असतात त्यांच्यासाठी तर अशा वेळी प्रेम करणे खूप अवघड होऊन बसते; तरी पण आंतरिक इच्छेचा आणि त्यांचा संबंध तुटलेला असतो. याचा परिणाम असा होतो की प्रेम करण्याची त्यांची आंतरिक ऊर्मी नाहीशी होते. त्यांच्या आत मोठी पोकळी असते, कारण त्यांच्यात प्रेम गैरहजर असते.

२) आत्मविश्वासाची नाकेबंदी- जेव्हा आपण नकारात्मकता शोषून घेतो तेव्हा आपण स्वत:मध्ये आत्मविश्वास संपादन करण्याचा, श्रद्धा ठेवण्याचा प्रयत्न करत असतो, पण त्याचवेळी आपल्यामध्ये चिंता आणि संभ्रम यांचे वारे वाहू लागते, त्यामुळे कुठलाही धोका पत्करताना आपण साशंक असतो. आपल्या आत्मविश्वासाची नाकेबंदी होते, तरी आपण आपल्या आत्म्याची इच्छा ऐकतो की आणखी काही करायचे आहे. त्याप्रमाणे करायला जातो, पण आपल्याला कोणीतरी घट्ट पकडून ठेवले आहे अशी जाणीव होते.

कमी संवेदनशील लोकांना असा अनुभव येत नाही. ते कुठलाही धोका पत्करण्यास घाबरत नाहीत. ते त्यांच्या परिचित गोष्टींची उजळणी अत्यंत आरामशीर पद्धतीने करत असतात. ते कुठल्याच तणावाखाली नसतात आणि समाधानी असतात.

३) आनंदाची नाकेबंदी- जेव्हा आपण नकारात्मकता शोषून घेतो तेव्हा आनंदी राहण्याचा प्रयत्न करतो, परंतु आपण नैराश्य आणि आत्मवंचना यांच्या गर्तेत लोटले जातो. आपल्या आनंदाची तीव्रता कमी होते आणि तो पार भुईसपाट होतो. आपली आंतरिक ओढ आनंदी असण्याची असते पण तो आनंदच हरवलेला असतो.

कमी संवेदनशील लोकांचे थोडे वेगळे असते कारण आपल्यातले काय

हरवले आहे तेच त्यांना समजत नाही. या परिस्थितीतही ते थोडे फार आनंदी असतात, पण त्यांच्या लहानपणाच्या निर्भेळ आनंदासारखा हा आनंद नसतो. खरा आनंद उपभोगणे तर ते केव्हाच विसरलेले असतात.

४) शांततेची नाकेबंदी- जेव्हा आपण नकारात्मकता शोषून घेतो तेव्हा आपण आपल्याला चांगले वाटावे म्हणून धडपडत असतो, पण तरीही आपल्या मनावर अपराधीपणाची आणि योग्यता नसण्याची घट्ट पकड असते. आपल्या आतील चांगुलपणा व भाबडेपणा आणि मन:शांती या भावनांचा शुद्धपणा आपल्याला ही नकारात्मकता जाणवू देत नाही. आपल्या हातून घडलेल्या भूतकाळातील चुका सतत आठवून आपण स्वत:ला माफ करू शकत नाही, परिणामी इतरांच्या दु:खालासुद्धा आपण कारणीभूत आहोत अशी आपल्याला जाणीव होते. म्हणजे लहानपणाच्या चुकांसाठी तेव्हा आपल्याला कोणीतरी शिक्षा केली असेल तर आजसुद्धा आपण स्वत:ला शिक्षा करतो.

कमी संवेदनशील लोकांच्या बाबतीत हे बरे असते की आपण काही चुका केल्या आहेत हेच त्यांना माहिती नसते. जेव्हा इतरांच्या भावनांची आपल्याला कदर नसते, त्यांच्या गरजांची जाणीव नसते तेव्हा आपल्या हातून कोणत्या चुका होतात हेच आपल्याला माहिती नसते. अगदी चांगला सभ्य माणूससुद्धा एखाद्या चायना शॉपमधील बैलासारखा असतो जर त्याच्यात संवेदनशीलता नसेल तर!

संवेदनशील माणसे खुल्या दिलाची असल्यामुळे इतरांची नकारात्मकता शोषून घेतात. त्यांच्यातली नकारात्मकता ही त्यांच्या भावना व इतरांच्या भावना यांची सरमिसळ असते. एखाद्या सच्छिद्र स्पंजाप्रमाणे ते नकारात्मकता जेथे जाऊ तिथे शोषून घेतात.

तुम्ही जे लपवता ते दुसरे व्यक्त करतात!

काही लोक कमी संवेदनक्षम कसे असू शकतात तर ते त्यांच्या भावना लपवू शकतात. काही लोक जेव्हा अस्वस्थ होतात तेव्हा केवळ बरे वाटावे म्हणून ते त्यांच्या भावना लपवत नाहीत. अशा वेळी त्यांच्या भावनांकडे दुर्लक्ष करण्याची किंवा त्या नाकारण्याची गरज असते. म्हणजे थोड्या काळाने त्या नाहीशा होतात. हे तंत्र कमी संवेदनशील व्यक्तींसाठी उपयोगी पडते, पण जे जास्त संवेदनशील आहेत अशांसाठी त्याचा उपयोग होत नाही. जेव्हा तुम्ही संवेदनशील असता तेव्हा तुम्हाला काय वाटते याकडे तुम्ही दुर्लक्ष करू शकत नाही.

खूप जास्त संवेदनशील माणसे ही कुटुंबाची एक समस्याच असते. त्यांना घरात 'ब्लॅक शीप' समजले जाते. त्यांच्या आंतरिक आत्म्याशी ते जोडलेले

असतात, त्यामुळे ते संवेदनशील असतात. ते कुटुंबातील इतर सदस्यांपेक्षा अधिक संवेदनशील असल्यामुळे ते संपूर्ण कुटुंबाची नकारात्मकता शोषून घेतात. आई-बाप जे दडवतात ते संवेदनशील मुलाला जाणवते व तो ते व्यक्त करतो.

प्रत्येक आईला हा अनुभव येतो. तिच्या तणावपूर्ण दिवसांमध्ये हा सगळा भार ती एकटीने वाहण्याचा प्रयत्न करते, पण ते खूप अवघड असते. त्या काळात बरे वाटण्यासाठी तिचा संघर्ष ती तिची भीती, काळज्या, नैराश्य आणि नाराजी लपवून करते.

याच काळात तिच्या मुलांना तिची खूप गरज असते. ते खूप हटवादीपणाने वागतात. त्यांच्या सतत काहीतरी मागण्या असतात आणि त्यांना आवरणे तिला अवघड होऊन बसते. कित्येकदा पालकांना आश्चर्य वाटते की नेमक्या त्यांच्या वाईट परिस्थितीत मुले अशी हाताबाहेर का जातात? उत्तर सोपे आहे. जेव्हा पालक त्यांच्या नकारात्मक भावना लपवतात तेव्हा पालक लपवत असलेल्या भावना मुलांना जाणवतात आणि त्यामुळे त्यांच्यावरील ताबा सुटतो. पालकांकडून लपवलेल्या भावना कुटुंबातील एक/दोन मुले शोषून घेतात.

कल्पना करा की दोन टाक्या एका नळीने व झडपेने जोडल्या गेल्या आहेत. आता या दोन टाक्या पालक आणि मुलं आहेत असे आपण समजू. पालक म्हणून जी टाकी आपण मानली आहे ती निळ्या द्रावाने भरा व ती नकारात्मक ऊर्जा असे आपण मानू. आता दुसरी टाकी मुलांची ती आपण लाल रंगाच्या द्रावाने भरू - जी सकारात्मक ऊर्जा आहे. बंद केलेली झडप आता उघडू. आता दोन्ही द्राव एकमेकांमध्ये हळूहळू मिसळण्यास सुरुवात होईल.

आता पालकांच्या टाकीवर एक झाकण ठेवून खाली दाबा. तुम्ही झाकण खाली दाबल्यावर काय घडेल? ताबडतोब तो निळा द्राव मुलांच्या टाकीकडे जाईल. या उदाहरणावरून काय स्पष्ट होते की जेव्हा पालक आपल्या भावना दाबून ठेवतात, (ते जे दडवून ठेवतात) त्याची जाणीव मुलांना होते व ते त्या भावना व्यक्त करतात, त्यामुळेच मुलं जेव्हा नकारात्मक भावना शोषून घेतात, ज्या इतरांनी दडवून ठेवलेल्या असतात तेव्हाच ते कुटुंबाचे 'ब्लॅक शीप' बनते.

जेव्हा लोक त्यांची नकारात्मकता लपवतात तेव्हा ते त्या भावना अधिक संवेदनशील लोकांकडे पाठवतात, पण त्याचवेळी ते जगातली कमी नकारात्मकता शोषून घेतात. हे म्हणजे जणू काही एकमार्गी खुला रस्ता असलेल्या टाकीसारखे असते. ते नकारात्मकता फक्त बाहेर टाकतात, पण बाहेरच्या जगातली नकारात्मकता शोषून घेत नाहीत.

त्याच पद्धतीने काही अतिशय प्रेमळ आणि विधायक धोरणे असलेले लोक आजारी असतात, कारण ते नकारात्मकता शोषून घेतात पण बाहेर टाकत नाहीत.

जर तुम्ही संवेदनशील असाल तर जोपर्यंत तुम्हाला नकारात्मकता बाहेर टाकण्याचे तंत्र अवगत होत नाही तोपर्यंत तुम्ही विनाकारण त्रास सहन करत राहाल.

जाणिवा की नेणिवा

खरोखर अशा काही उपचारपद्धती आहेत की ज्या लोकांना त्यांच्या भावना जाणवू नयेत म्हणून प्रयत्नशील असतात. खरे तर त्या लोकांना बोथट बनवण्याचे काम करतात. दिव्याचे बटण बंद केल्याप्रमाणे भावनांची जाणीव बंद झाल्यामुळे लोकांना ताबडतोब आराम मिळतो. नकारात्मक ऊर्जा शोषून घेणे बंद होते आणि सगळ्या अस्वस्थ करणाऱ्या जाणिवा दूर होतात.

जर तुम्ही तुमच्या भावना लपवून ठेवण्याचे तंत्र अवगत केले तर तुमची बरीचशी शारीरिक व मानसिक आजारपणे दूर होतील पण तुमचे हृदय हळूहळू बंद होईल. जसजसे तुम्ही कमी संवेदनशील व्हाल तसतशी तुम्ही नकारात्मकता शोषणार नाही आणि तुमचे तुमच्या आत्म्याबरोबरचे संबंधही तुटतील. जरी तुमचे मन आता स्वच्छ झाले तरी तुमच्यातील संवेदना आता नाहीशी झालेली असेल आणि आपल्या आत्म्याशी जुळलेल्या संबंधांमुळे जे फायदे होतात ते आता मिळणार नाहीत. तुम्ही तुमच्या नकारात्मक भावना लपवल्यामुळे तुमच्या अजाणतेपणी तुम्ही अशी काही नाट्यमय परिस्थिती निर्माण कराल की तुम्ही जे काय लपवत होतात ते ती सांगून टाकेल.

या उपचार पद्धतींपैकी एक पद्धत अशी आहे की अप्रिय, त्रासदायक घटना पुन्हा पुन्हा आठवणे त्यामुळे त्याची तीव्रता कमी होऊन त्याबद्दल काही वाटणार नाही. तुम्ही जर कोणाकडून दुखावले गेलात तर तो प्रसंग पुन्हा पुन्हा आठवा आणि कोणाला ना कोणाला इतक्यावेळा सांगा की त्याबद्दल आता तुम्हाला काहीच वाटणार नाही. भूतकाळातील कटू आठवणी आठवून दु:ख करण्यापेक्षा किंवा जखमा भरून काढण्यापेक्षा नकारात्मक भावना गाडून टाकण्याचेच ध्येय ठेवा. तुम्ही भावनांची जाणीव होऊ द्यायची नाही असे ठरवले तरी त्याचे तुम्हाला काही विशेष परिणाम झालेले दिसतील.

दुसऱ्या काही उपचार पद्धतींचा तुमच्या भावनांचे पृथ:करण करण्याकडे कल असतो आणि नंतर त्या भावना रद्द केल्या जातात. या उपचार पद्धतीने मन बळकट होते आणि भावना खर्ची पडतात. रुग्ण त्यांच्या नकारात्मक भावना रद्द करायला शिकतो आणि त्या भावनांबद्दल त्रयस्थपणे बोलायला शिकतो. आत्मसंभाषण म्हणजे स्वत:शी बोलणे या उपचार पद्धतीत महत्त्वाचे आहे. आपल्या मार्गातल्या भावना दाबून ठेवू नयेत.

सुदैवाने आपल्या नकारात्मक भावना संवेदनशीलता कमी न करता बाहेर टाकण्याचे इतरही मार्ग आहेत. बरे होण्याकरता तुमची संवेदनशीलता सोडून देण्याची गरज नाही. भावनांवर प्रक्रिया कशा करायच्या हे आपण पुढील भागात शिकणार आहोत. नियमितपणे नकारात्मक भावनांचे रूपांतरण करणे शिकल्यावर तुम्हाला कमी संवेदनशील होण्याची गरज नाही. संवेदनशीलता आपली सर्व स्वप्ने साकार करण्यासाठी मिळालेली दैवी देणगी आहे. नकारात्मक ऊर्जा शोषण्याचा एकच तोटा म्हणजे जर ती आपल्याला बाहेर टाकणे जमले नाही तरच होतो, पण जर ही ऊर्जा बाहेर टाकणे जमले तर त्याचेही फायदे लगेच दिसून येतात आणि तुम्हाला बधिर होण्याची गरज नसते. हे डोकेदुखी औषधाच्या गोळीशिवाय बरे करण्यासारखे असते.

तुम्ही जर संवेदनशील असाल आणि तुम्ही नकारात्मकता बाहेर काढणे शिकाल तर जन्मभरासाठी ते तुम्हाला जमून जाईल. ध्यानधारणा करून आणि तुमची उद्दिष्टे ठरवून तुम्ही बाहेरच्या जगातून पाहिजे तेवढी सकारात्मक ऊर्जा शोषून घ्याल आणि त्यामुळे तुमची स्वप्ने प्रत्यक्षात येतील.

जेव्हा माणूस कमी संवेदनशील होतो तेव्हा वाईट गोष्ट अशी असते की, तो त्याच्या खऱ्याखुऱ्या भावना म्हणजे प्रेमळ, आनंदी, आत्मविश्वास आणि शांती या सगळ्यांपासून खूप दूर जातो. जेव्हा तुम्ही तुमच्या नकारात्मक भावना लपवता तेव्हा तुमच्या सकारात्मक भावनांनासुद्धा तुम्ही नकार देता. जेव्हा तुम्ही नकारात्मक भावना लपवता तेव्हा तुमच्या इच्छा-आकांक्षांना तुम्ही बोथट बनवता. जर तुम्हाला तुमचे दुःख दाखवता आले नाही तर तुम्ही एखाद्यासाठी किती झुरत आहात आणि त्याच्या सहवासाची तुम्हाला किती गरज आहे तेसुद्धा तुम्ही दाखवू शकत नाही. तुम्हाला जर राग आला तर तुम्हाला काय आवडले नाही हे तुम्ही सांगू शकत नाही. जर तुम्ही तुमची भीती लपवली तर तुम्हाला हवे असलेले प्रेम व आधार तुम्हाला कसे मिळणार? जर तुमचे दुःख लोकांना कळले नाही तर कोण तुमच्या दुःखात सहभागी होणार आणि मग आयुष्यच बेचव आणि नीरस होऊन जाईल, म्हणूनच त्या सगळ्या नकारात्मक भावना आपल्या आयुष्याला पूर्ववत् सुरळीत करण्यासाठी महत्त्वाच्या आहेत.

जेव्हा तुम्ही तुमच्या नकारात्मक भावना लपवता तेव्हा तुमच्या खऱ्या इच्छा-आकांक्षांची जाणीव होण्याच्या क्षमताच तुम्ही बोथट करता.

तुम्ही जर तुमच्या भावना लपवल्या आणि जर तुमच्यात थोडा प्रेमळपणा, आनंद, आत्मविश्वास आणि शांती बाकी असेल तरीही तुमची वाढ होणार नाही.

या सगळ्या सकारात्मक भावनांचा रंगच नाहीसा होईल. रंगीबेरंगी जगात वावरण्याऐवजी तुम्ही कृष्ण-धवल म्हणजेच नीरस जगात वावराल आणि तुम्हाला समजणारसुद्धा नाही की नेमके काय तुम्ही हरवले आहे! नजीकच्या काळासाठी तुमच्या भावना लपवण्याने तुम्ही सुटकारा सोडाल, पण नंतर तुमच्या लक्षात येईल की तुमची प्रगती थांबली आहे.

जर तुम्ही कोणालाच घाबरला नाही तर थोड्या काळासाठी तुम्हाला आत्मविश्वसपूर्ण वाटेल पण जेव्हा तुम्ही भीतीच्या भावनेत घट्ट रुताल तेव्हा ती तुम्हाला मागे खेचेल. लगेच तुम्ही तुम्हाला बरेच दिवसांपासून जे करायचे होते ते करण्यास उद्युक्त व्हाल. तुम्हाला आयुष्याला कोणीतरी गती देत आहे असे वाटेल, जशी धनुष्याची प्रत्यंचा रोखून ती सोडली जाते तशी, पण त्या खाली पडलेल्या बाणाप्रमाणेच थोड्याच वेळात तुमच्या आयुष्याची गती थांबेल.

तुमच्या खऱ्याखुऱ्या आयुष्यात काही वेळेस गती थांबते, कारण नवीन इच्छा-आकांक्षा धरण्याची क्षमता असणारी भावना तुम्ही दाबून टाकता. तुमची खूप वर्षांपासून मनात दाबून टाकलेली इच्छा जेव्हा तुम्ही भयमुक्त होता तेव्हा तीव्र बनून पृष्ठभागावर येते. मनात नवीन नवीन ऊर्मी दाटून येण्यासाठी तुम्ही तुमच्या भावना दाबून न टाकता त्यांना योग्य तो मार्ग दिला पाहिजे.

जेव्हा तुम्ही रागावलेले नसता तेव्हा तुम्हाला अगदी उपकृत झाल्यासारखे व सर्वांबद्दल प्रेम वाटते, कारण तुम्हाला थोड्या काळात खूप काही मिळालेले असते. मुख्यत्वेकरून जेव्हा तुम्ही संताप आणि दोषारोप यामध्ये गुरफटलेले असता तेव्हा काही न मिळाल्यामुळे तुमची चिडचिड होते, म्हणूनच जेव्हा तुमच्या भावना प्रेमळ होतात तेव्हा अधूनमधून तुम्हाला त्या संतापाच्या लहरी आल्या की तुम्ही तुसडेपणाने वागता. तुमचा कोणाशी जरी संघर्ष झाला नाही तरी एकूणच आयुष्यातली आणि नात्यातली गंमत तुम्ही घालवून बसता.

भावना दडवल्याने तुम्हाला तात्पुरते बरे वाटते पण दीर्घ काळासाठी तुम्ही स्वत:पासून खूप दूर जाता. जेव्हा आपण स्वत:शी जोडलेले असतो तेव्हा आतून येणारा आनंद हा स्वर्गीय आनंद असतो. आपण हळूहळू बाहेरच्या जगावर अवलंबून राहतो आणि आपले आयुष्य आनंद, नवनिर्मिती आणि प्रगती यामुळे भरून वाहते.

ऊर्जेची अदलाबदल

लोक जेवढे जास्त संवेदनशील असतात तेवढी जास्त नकारात्मक ऊर्जा ते शोषून घेतात. जे लोक जास्त जाड असतात ते जास्त संवेदनशील असतात. ते त्यांचे वजन कमी करू शकत नाहीत, कारण त्यामुळे भोवतालच्या वातावरणातील

नकारात्मक ऊर्जेपासून त्यांचे संरक्षण होते. जोपर्यंत कोणत्या ना कोणत्या मार्गाने ते स्वत:च्या संवेदना बोथट बनवत नाहीत तोपर्यंत त्यांच्यावर प्रतिकूल परिणाम होतो आणि ते आजारी पडतात किंवा त्यांच्यामध्ये स्वत:बद्दल नकारात्मक भावना येतात. जरुरीपेक्षा अधिक खाणे हे आपल्या संवेदना बोथट बनविण्याचेच एक लक्षण आहे.

व्यसनाधीन व्यक्तीची वर्तणूक ही आपल्या भावना लपवण्यासाठी किंवा आपल्याला जे वाटतेय ते वाटू न देण्यासाठीच असते.

वैयक्तिक यश मिळविण्याच्या मार्गातील १२ प्रकारच्या अडथळ्यांमध्ये जेव्हा लोक फसतात तेव्हा बहुधा ते कालक्रमानुसार नकारात्मक ऊर्जा सोडतात. सकारात्मक ऊर्जेपासून दूर जातात. संवेदनशील माणूस आपोआपच/साहजिकच ही नकारात्मक ऊर्जा घेतो, म्हणूनच काही लोक या उपचार पद्धतींनी कधीच बरे होऊ शकत नाहीत. बरे वाटावे म्हणून ते खूप धडपड करतात आणि ते जेव्हा त्यांच्या जगात परत जातात तेव्हा पुन्हा ते नकारात्मक ऊर्जा घेतात आणि त्यातच फसतात. काही लोक नकारात्मक ऊर्जा केवळ त्यांच्या राहणीमानामुळे, मित्रांमुळे आणि विचारसरणीमुळे बाहेर टाकतात. ते सदासर्वकाळ हे करू शकतात. तुम्ही जर अशा लोकांच्या भोवताली असाल आणि तुम्ही जर जास्त संवेदनशील व खुल्या दिलाचे असाल तर तुम्ही आजारीसुद्धा पडाल.

नकारात्मक लोकांच्या भोवताली असल्यानेसुद्धा आजारपण येते.

जे लोक त्यांच्या खऱ्या खुऱ्या स्वभावाची कास धरतात ते आपोआपच सकारात्मक ऊर्जा बाहेर टाकतात. ते असे नेहमीच करतात किंवा काही वेळेस करतात. जेव्हा ते एखाद्या गोष्टीत प्रवीण असतात तीच गोष्ट ते करतात आणि फक्त आवडीचीच गोष्ट करतात. तुम्ही किती खुल्या दिलाचे आहात आणि संवेदनशील आहात तरी आपल्या अवतीभोवती लोक पाहून तुम्हाला अधिक बरे वाटेल. हेच कारण आहे की आपण यशस्वी माणसाकडे आकर्षिले जातो.

अनेक क्षेत्रांमध्ये विशेष कामगिरी करणाऱ्यांची अनेक उदाहरणे आहेत; म्हणजे अभिनय, गायन, नृत्य, शिक्षक, करमणुकीचे कार्यक्रम करणारे असे लोक जेव्हा व्यासपीठावर असतात तेव्हा ते तेजाने लखलखताना दिसतात, पण स्टेजवरून खाली उतरले की त्याच्या विरुद्ध असतात. याचा अर्थ असा नव्हे की ते स्टेजवर असतात तेव्हा वेगळेच कोणीतरी असतात आणि स्टेजवर असतात तेव्हाही ते

खरेच असतात, पण स्टेजवर जेव्हा ते सादरीकरण करत असतात तेव्हा ते सकारात्मक ऊर्जा बाहेर टाकतात. जेव्हा ते सकारात्मक ऊर्जा बाहेर टाकतात तेव्हा वातावरणातील नकारात्मक ऊर्जा पण शोषून घेतात. सभागृहात जमलेल्या प्रेक्षकांना बरे वाटत जाते कारण सादरकर्त्यांनी तिथली नकारात्मक ऊर्जा शोषलेली असते.

सकारात्मक अभिनेता नकारात्मक ऊर्जेकडे एखाद्या चुंबकाप्रमाणे आकर्षिला जातो.

प्रेक्षकांना सादरकर्ते खूप आवडतात याचे एक कारण असे असू शकते की तात्पुरते का होईना त्यांच्या प्रेम करण्याच्या मार्गातले अडथळे दूर होतात. ते सकारात्मक ऊर्जेने भारले जातात आणि ती ऊर्जा त्यांच्या शरीरात मनमोकळी सैर करू शकते. ते त्यांचा आनंद आणि सैलावलेपण उभे राहून टाळ्या पिटून व्यक्त करतात, यामुळे सादरकर्त्यांनासुद्धा खूप आनंद आणि प्रेम मिळत असले तरी ते नकारात्मकता शोषून घेत असतात.

जेव्हा तुमच्यामध्ये खूप जास्त सकारात्मक ऊर्जा असते तेव्हा तुमच्या लक्षातसुद्धा येत नाही की तुम्ही नकारात्मक ऊर्जा शोषून घेत आहात.

नकारात्मक ऊर्जा शोषण्यावर पर्याय हा काही कमी संवेदनशील होणे असा होऊ शकत नाही. नकारात्मक ऊर्जा बाहेर काढणे जमले की तुम्ही तुमची ऊर्जा जगाबरोबर वाटून घेऊ शकता, मात्र त्यासाठी तुम्ही ध्यानधारणेला वेळ दिला पाहिजे आणि मगच तुम्ही नकारात्मक ऊर्जा जी शोषणे अपरिहार्य असते ती बाहेर टाकू शकाल.

ऊर्जा बाहेर कशी टाकायची?

इंटरअॅक्टीव्ह मेडिटेशन ही नकारात्मक ऊर्जा बाहेर टाकण्याच्या प्रक्रियेतील पहिली पायरी आहे. ज्याप्रमाणे हाताच्या बोटांच्या माध्यमातून तुम्ही ऊर्जा ध्यानधारणा करताना शरीरात घेता त्याचप्रमाणे ती बाहेर टाकण्याचे सामर्थ्य पण तुमच्यात आहे. एकदा का तुम्ही ध्यानधारणा करायला शिकलात की ऊर्जा बाहेर टाकणे पण तुम्हाला अगदी छान जमून जाईल.

दुसरी पायरी म्हणजे नकारात्मक ऊर्जा अशा ठिकाणी बाहेर टाकायची जेथे त्याचा त्रास होणार नाही. नकारात्मक ऊर्जा ही निसर्गाकडून आपोआप शोषली जाते

आणि तिचे सकारात्मक ऊर्जेत रूपांतरसुद्धा होते, त्यामुळेच जेव्हा तुम्ही तणावग्रस्त असता तेव्हा जर एखाद्या जंगलात किंवा बागेत फिरायला गेलात तर तुम्हाला तणावमुक्त वाटते, म्हणून अनेक लोकांना समुद्राच्या काठावर, सूर्यस्नान घ्यायला आवडते. जेव्हा आपण आपली ही नकारात्मक ऊर्जा निसर्गात टाकतो तेव्हा निसर्गाकडून आपोआप ती शोषली जाते आणि तिचे रूपांतरण सकारात्मक ऊर्जेमध्ये होते.

याचे उत्तम उदाहरण म्हणजे प्रकाशपाक क्रिया जी आपल्याला हे स्पष्ट करून दाखवेल. हिरव्या वनस्पती सूर्यप्रकाशात कार्बनडाय ऑक्साइड आणि पाणी यांचे मिश्रण करून आपले अन्न व प्राणवायू बनवतात. पृथ्वीवरचा प्राणवायू हा प्रकाश प्रक्रियेद्वारे झालेल्या ऊर्जेतील बदलांमुळे तयार होतो. सर्व मानव व प्राणी ऑक्सिजन श्वासावाटे शरीरात घेतात व कार्बनडाय ऑक्साइड उच्छ्वासावाटे बाहेर सोडतात. अगदी त्याच पद्धतीने निसर्गसुद्धा नकारात्मक ऊर्जा शोषून घेतो व सकारात्मक ऊर्जा बाहेर टाकतो.

जर हात उंचावून, डोळे बंद करून रोज १० ते १५ मिनिटे ध्यानधारणा केली आणि नंतर हाताची बोटे जर सजीव वनस्पती, अग्नी, पाणी यांच्या दिशेने नेली तर नकारात्मक ऊर्जा योग्य ठिकाणी जाते. असे पुन्हा पुन्हा केल्याने व मनात प्रार्थना केल्याने साध्या ध्यानधारणेद्वारा तुमची नकारात्मक ऊर्जा तुम्ही जेथे बोटे कराल तेथे जाईल. थोड्या सरावानंतर तुम्हाला ध्यानधारणा करण्याचीही गरज नाही. तुम्ही केव्हाही ही 'डिचार्जिंग' प्रक्रिया सुरू करू शकता आणि ते ही डोळे उघडे वा बंद ठेवूनसुद्धा!

डिचार्जिंगच्या वेळी म्हणावयाच्या या काही प्रार्थना आहेत.

'हे परमेश्वरा, माझे हृदय तुझ्यासाठी खुले आहे. कृपा कर माझ्यावर आणि माझ्या हृदयात विराजमान होऊन माझा ताणतणाव तू घे.'

'हे परमेश्वरा, माझे हृदय तुझ्यासाठी खुले आहे. कृपा कर माझ्यावर आणि माझ्या हृदयात विराजमान होऊन माझ्या मधली नकारात्मकता तू घे.'

'हे परमेश्वरा, माझे हृदय तुझ्यासाठी खुले आहे. कृपा कर माझ्यावर आणि माझ्या हृदयात विराजमान होऊन माझे आजारपण तू घे.'

नकारात्मकता काढून टाकणे हा एक अविश्वसनीय अनुभव आहे. तुम्हाला तुमच्या बोटांमधून ऊर्जा वाहत आहे याची जाणीव होईल. काही लोक या अनुभवाचे असे वर्णन करतात की जणू काही ते वाहत्या शॉवरखाली बसले आहेत आणि पाणी त्यांच्या हाताच्या बोटांवरून वाहते आहे. तुम्हाला तुमच्या संपूर्ण हातामध्ये चरचरणारी ऊर्जा जाणवेल जेव्हा नकारात्मक ऊर्जा तुमच्या शरीरातून बाहेर जाईल तेव्हा! जेव्हा ही नकारात्मक ऊर्जा शरीरातून बाहेर पडते तेव्हा ती नकारात्मक वाटत

नाही हे जणू काही एखादा कलाकार तुमची करमणूक करतो त्याप्रमाणे असते. जेव्हा कलाकार तुमची नकारात्मक ऊर्जा काढून घेतो तेव्हा ती नकारात्मक आहे असे जाणवत नाही, तसेच इथे घडते. तुम्ही जेव्हा तुमची नकारात्मक ऊर्जा निसर्गाकडे पाठवता तेव्हा निसर्ग ती शोषून घेतो आणि तुम्हाला बरे वाटते.

आता तुम्ही सकारात्मक ऊर्जा नवीन जोमाने भरणे व नकारात्मक ऊर्जा बाहेर टाकणे यामध्ये जो वेळ द्यावा लागेल तेव्हा तुम्ही तुमची वैयक्तिक ताकद वाढवत असाल. तुमच्या आत्म्याला बलवान होण्याची ही संधी आहे आणि आत्मासुद्धा स्वत:ला सकारात्मक ऊर्जा घेण्यात आणि नकारात्मक ऊर्जा बाहेर टाकण्यात झोकून देईल.

जेव्हा लोकांनी 'डिचार्जिंग' या कल्पनेबद्दल प्रथम ऐकले व त्यांना हे समजले की नकारात्मक ऊर्जा निसर्गाकडे फेकणे म्हणजे काय. तेव्हा त्यांचा या गोष्टीला विरोध होता, पण खरोखर हे अपायकारी नाही कारण निसर्गाचे नकारात्मक ऊर्जा शोषून घेऊन पुन्हा सकारात्मक ऊर्जा पुरवण्याचे चक्र सतत चालू असते. आपण जेव्हा आपली नकारात्मकता निसर्गात सोडतो तेव्हा निसर्गाचीही जोमाने वाढ होत असते.

नकारात्मक ऊर्जा कोठे सोडायची?

शक्यतो झाडे-झुडपे, फुले आणि वृक्ष या नकारात्मक ऊर्जा सोडण्यासाठी योग्य जागा आहेत. खूप लोकांसाठी फुले ही सगळ्यात चांगली जागा आहे. आता आपण हे समजावून घेऊया की प्रत्येक कलाकाराच्या कपडे करण्याच्या खोलीमध्ये फुले का असतात. जेव्हा आपल्याला कुणाचे स्वागत करायचे असेल तेव्हा आपण पुष्पसुमने का उधळतो! लोक एखाद्या विशिष्ट कारणासाठी फुले का बरोबर आणतात!

कलाकारांना का कोणास ठाऊक पण फुले स्वीकारणे आवडते. बायकांना कदाचित माहिती नसेल की फुले स्वीकारल्याने नेमके काय घडते, पण ते घडते. आता तुम्हाला समजेल एखाद्या माणसाने आपल्या जोडीदारासाठी फुले आणली तर आपोआपच तिच्या नकारात्मक भावना बाहेर पडण्यास मदत होते. विशेषत: बायकांना फुले खूप आवडतात, कारण बायका या पुरुषांपेक्षा जास्त संवेदनशील असतात.

जेव्हा एखादा पुरुष आपल्या जोडीदारासाठी फुले आणतो तेव्हा आपोआपच तिला आपल्या नकारात्मक भावना बाहेर टाकणे सोपे जाते.

आता आपण अंत्ययात्रेच्या परंपरेबद्दल विचार करू. ज्यांच्या घरात मृत्यू झाला आहे अशांकडे आपण सांत्वनासाठी फुले पाठवतो. सांत्वनासाठी दुसऱ्या काही वस्तू पाठवण्याची प्रथा नाही. निसर्ग आपली नकारात्मकता शोषून घेतो. जेव्हा आपण आपली बोटे उघडून त्याद्वारे ऊर्जेसाठी माध्यम उघडून दितो तेव्हा लगेच ऊर्जेचा प्रवाह सुरू होतो. ही कार्यप्रणाली अतिशय परिणामकारक आणि कार्यक्षम आहे.

जेव्हा आपण आशीर्वाद मिळवण्यासाठी आपले हात आकाशाकडे उंचावतो तेव्हाच आपल्याला ते पुन्हा धरणीमातेकडे वळवावे लागतात. नकारात्मकता बाहेर टाकण्यात जेव्हा आपल्या बोटांमध्ये आपल्याला चरचर जाणवते तेव्हा नकारात्मकता बाहेर टाकण्याची आपली क्षमता नाट्यमयरीत्या वाढते.

ऊर्जा घेण्यासाठी आपण आकाशाकडे हात उंचावतो तर नकारात्मक ऊर्जा बाहेर टाकण्यासाठी धरतीकडे हात वळवतो.

नकारात्मक ऊर्जा बाहेर टाकण्याची दुसरी जागा म्हणजे पाण्याने भरलेले मोठे भांडे किंवा आंघोळीचा टब किंवा तळे, नदी, हौद, तलाव किंवा समुद्र. पाणी जेवढे अधिक तेवढी डिचार्जिंगची क्रिया जबरदस्त होणार हे नक्की! पाणी नकारात्मकता शोषून घेईल. पाणी जास्त का प्यावे याचे हे एक कारण आहे. ऊर्जा सतत वाहती असावी आणि नियंत्रित ध्यानधारणेचे फायदे व्हावे यासाठी दिवसभरात ८ ते १० ग्लास पाणी प्यावे हे उत्तम. तुम्ही अधिक मोठी व्यक्ती असाल तर यापेक्षा जास्त पाणी प्यावे.

पाणी नकारात्मकता शोषून घेते.

अग्नी हा निसर्गाचा असाच एक सामर्थ्यशाली चमत्कार आहे. जेथे आपण नकारात्मकता टाकू शकतो. तुम्ही तुमच्या लहानपणीचा काळ आठवा जेव्हा तुम्ही एखाद्या पिकनिकला कॅम्प फायर पेटवून त्याच्या भोवती बसून भयावह गोष्टी एकमेकांना सांगितल्या होत्या. त्या गोष्टींमुळे भीती जरूर वाटली होती पण अग्नीने ती नकारात्मक ऊर्जा शोषून घेतली होती. अग्नीभोवती बसून सांगितलेल्या गोष्टीची आठवण आजही इतकी ताजी आहे, कारण त्यावेळी आपण आपली नकारात्मक ऊर्जा बाहेर टाकत होता.

जमिनीवर अनवाणी चालणे, गवतावर किंवा समुद्र किनाऱ्यावर अनवाणी चालणे ही नकारात्मक ऊर्जा बाहेर टाकण्याचा उत्तम मार्ग आहे. जेव्हा तुम्ही असे अनवाणी चालाल तेव्हा ध्यानधारणेच्या वेळची प्रार्थना म्हणा आणि तुमची बोटे

खाली जमिनीकडे वळवा. जंगलातून जातानासुद्धा असे करावे. आपली बोटे काही विशिष्ट हेतूने झाडाकडे वळवण्यात पण गंमत असते. ते जणू काही तुम्ही छोट्याशा बंदुकी झाडांकडे रोखून त्यांच्यावर नकारात्मक ऊर्जेचा मारा करत आहात असे दिसते आणि त्याचवेळी निसर्ग तुम्हाला आशीर्वाद देत असते. बागेत काम करणे, मातीत हात भरवणे हीसुद्धा फार छान गोष्ट आहे, त्यामुळे आपोआपच तुमची नकारात्मक ऊर्जा बाहेर टाकली जाते.

आता ख्रिसमस ट्रीच्या रूढी परंपरेचा विचार करूया. कडाक्याच्या थंडीच्या ॠतूमध्ये लोक एकत्र जमतात आणि त्या झाडाला सजवतात त्यावेळी ते त्यांचे प्रेम आणि माया झाडाकडे पाठवतात. ते झाड तिथली नकारात्मक ऊर्जा शोषून घेते. साहजिकच तेथे जमलेल्या लोकांना बरे वाटते. सदाहरित वृक्ष किंवा एखाद्या जिवंत फांद्यांची पाने यांची गरज असते, कारण लोकांना निसर्गात वेळ घालवायला फुरसत नाही. शिशिराच्या थंड ॠतूमध्ये बाहेर पडणे शक्य नसते, म्हणूनच निसर्गालाच घरात आणून ठेवण्याची प्रथा असावी. याच दृष्टिकोनातून पाहिले तर जुन्या रूढी व परंपरांची अशी असंख्य उदाहरणे सर्व जातीजमातींमध्ये आढळतात ज्यांना काहीतरी अर्थ असतो.

प्रत्येक संस्कृतीमध्ये नकारात्मक ऊर्जा घालवण्याच्या चांगल्या प्रथा असतात.

एकदा का तुम्हाला तुमच्या बोटांमध्ये ऊर्जा वाहत आहे याची जाणीव झाली की तुम्ही डोळे बंद करून हातामध्ये पाने किंवा फुले धरून ही नकारात्मक ऊर्जा बाहेर घालवायला सुरुवात करा. हे ध्यानधारणेसारखेच असते, पण तुमच्या हातात आता ताजी पाने किंवा फुले असतात.

तुमची बोटे वरच्या दिशेने धरल्यावर तुम्हाला ऊर्जेचा प्रवाह जाणवेल आणि ही ऊर्जा तुमच्या बोटांमधून बाहेर पडते. माझी तुम्हाला अशी सूचना आहे की तुम्ही हे तंत्र शिकताना डोळे उघडे ठेवून हाताची दिशा खालच्या बाजूला करा, कारण अनेक लोकांना त्या प्रकारातच ऊर्जेची जाणीव होते. एकदा का तुम्हाला ऊर्जेचा प्रवाह जाणवायला लागला की तुम्ही एखादी नैसर्गिक वस्तू हातात घ्या आणि त्या ऊर्जाप्रवाहाच्या जाणिवा घेत राहा. सर्वांत जास्त परिणामकारक आणि सामर्थ्यवान ऊर्जा बाहेर टाकण्याची पद्धत ही की तुमचे डोळे बंद ठेवा व हातात एखादे फूल किंवा पान घ्या. इतरही मार्गांनी हे करता येते आणि तुम्ही त्यातून आनंदही मिळवू शकता, पण हातात फुले आणि पाने धरण्याने नकारात्मक ऊर्जा खूप लवकर बाहेर पडते.

नकारात्मक ऊर्जा बाहेर केव्हा घालवावी?

नकारात्मक ऊर्जा बाहेर केव्हा कोणत्या वेळेस टाकावी याला कुठलेही बंधन नाही. कधीही हे केले तरी तुम्हाला बरेच वाटेल, पण सरावासाठी आठवड्यातून ४/५ वेळा निदान ५ ते १० मिनिटे तरी करावे. सुरुवातीला तुम्हाला हे अधिक काळपर्यंत करावे लागेल. संवेदनशील लोकांसाठी तर अधिक सकारात्मक ऊर्जा शोषल्यामुळे अधिक वेळापर्यंत ही बाहेर काढावी लागते, पण सर्वसामान्यपणे असा नियम आहे की जोपर्यंत तुम्हाला आनंद मिळतोय तोपर्यंतच ही क्रिया तुम्ही करावी त्यापेक्षा अधिक करू नका, अर्थात् त्यामुळे काहीही अनिष्ट घडत नाही.

जर तुम्ही तणावपूर्ण वातावरणात काम करत आहात किंवा नकारात्मक परिस्थितीत काम करत आहात तर रोजच्या रोज नकारात्मक ऊर्जा बाहेर टाकणे अधिक चांगले. तुम्ही पाण्याच्या शॉवरखाली काही मिनिटे बसलात तरी ऊर्जा बाहेर पडेल. कामाच्या ठिकाणचा आणि घरातला ताण कमी करण्यासाठी तुम्ही पाणी आणि झाडे-झुडपे यांच्या अवतीभोवती असलात तर अधिक चांगले.

जरी असे असले की नकारात्मक ऊर्जा बाहेर टाकण्याचे अविश्वसनीय फायदे आहेत तरीसुद्धा ध्यानधारणा हीच महत्त्वाची पहिली पायरी आहे. नियमित ध्यानधारणेमुळे सकारात्मक ऊर्जा शोषून घेण्याचे माध्यम तुम्ही बोटांद्वारे उघडू शकता आणि ही सकारात्मक ऊर्जा शरीरात साठवून तुम्ही परिणामकारक पद्धतीने नकारात्मक ऊर्जा बाहेर पाठवू शकता.

नकारात्मक ऊर्जा बाहेर टाकण्याने तुम्हाला तुमच्या मनातले १२ अडथळे दूर करण्यास मदत होईल. काही लोकांच्या बाबतीत ते आपोआप दूर होतात. बायका निसर्गत:च नकारात्मकता शोषून घेण्यात अधिक प्रद्युक्त होतात आणि विश्वास बसणार नाही एवढ्या प्रभावीपणे नकारात्मक ऊर्जा बाहेर टाकण्यातून आराम मिळवतात.

जरी नकारात्मक ऊर्जा बाहेर घालवल्यामुळेच तुम्हाला फायदे होत असले तरी तुम्ही स्वत:मध्ये एकदा डोकावून पाहिले पाहिजे. तुमच्या मनातले गंड घालवले पाहिजेत. नकारात्मक ऊर्जा बाहेर घालवून तुम्ही तुमचे भविष्य उज्वल घडवू शकता. तुमच्यातील गंडांमुळे तुमची प्रगती रोखू नका. कमीतकमी जेव्हा तुम्हाला असा गंड येईल तेव्हा समजून घ्या की हा तुमचा प्रश्न आहे, जगाचा नाही!

नकारात्मक ऊर्जेबद्दलची भीती सोडून द्या!

ऊर्जेबद्दल ही जी उल्लेखनीय माहिती प्राप्त झाली आहे त्यामुळे काही गैरसमज

निर्माण होण्याची शक्यता आहे. कदाचित एखाद्या माणसाला आपण नकारात्मक माणसांच्या भोवताली असल्याबद्दल काळजी वाटेल किंवा आपल्या संकटांना आजूबाजूचे लोकच दोषी आहेत असे वाटेल. आपल्या शरीरात नकारात्मक ऊर्जा शोषून घेणे हा आपल्या आयुष्याचा अटळ भाग आहे, कारण तुमच्यामध्ये त्यावेळी सकारात्मक ऊर्जा असणार आहे त्यामुळे तुम्ही हे टाळू शकणार नाही, त्यामुळेच नकारात्मक ऊर्जेला टाळण्याचे प्रयत्न करण्यापेक्षा नकारात्मक ऊर्जा बाहेर टाकायचे तंत्र शिकून घेणे गरजेचे आहे.

ऊर्जेची ही नैसर्गिक अदलाबदल ही निसर्गाच्या हवाबदलासारखीच आहे. हवेचा दाब कमी दाबाच्या पट्ट्यापासून अधिक दाबाच्या पट्ट्याकडे जातो. उष्णता नेहमी थंड खोलीत वाढते. तुमचे घर जर उबदार आणि आरामदायक असेल पण तुमच्या घराला काचेची डबल तावदाने नसतील तर हिवाळ्यातील थंडीमुळे त्याच्या वर नकाशाच तयार होईल. बाहेरून उबदारपणा काढून टाकला जाईल. जर तुम्ही हात खिडकीबाहेर काढला तर हा ड्राफ्ट तुम्हाला जाणवेल.

निसर्ग नेहमी समतोल राखण्याचा प्रयत्न करतो. जसे, तुमच्याकडे खूप जास्त सकारात्मक ऊर्जा असली की तुम्ही नकारात्मक ऊर्जेकडे आकर्षित होता. वैयक्तिक यशाचे गुपित याच्यात आहे की तुम्ही सतत सकारात्मक ऊर्जा आत घेतली पाहिजे व शोषलेली नकारात्मक ऊर्जा बाहेर टाकली पाहिजे.

जेव्हा तुम्ही खूप दमलेले आहात आणि आजारी आहात तेव्हा नकारात्मकता टाळणे आवश्यक आहे, पण जर तुम्ही रोज ध्यानधारणा करून स्वत:ला ताजेतवाने बनवत असाल आणि तुमचे प्रेम आणि ज्ञान जगाबरोबर वाटून घेत असाल तर तुम्हाला परिपूर्ण आनंद व ताकद मिळेल. सकारात्मक ऊर्जा घेण्याचे व नकारात्मक ऊर्जा बाहेर टाकण्याचे तंत्र जर तुम्हाला जमले तर नकारात्मकतेतील आव्हानांशी तुम्ही यशस्वीपणे सामना करून ताकदवान बनाल.

❖

११

नकारात्मक भावनांकडे दुर्लक्ष

आपली प्रेमाची तळी भरण्याचे दोन मूलभूत मार्ग आहेत. पहिला म्हणजे देवावर प्रेम करायचे व देवाकडून आशीर्वाद घ्यायचे, तर दुसरा मार्ग आहे आपल्या पालकांवर, कुटुंबावर, मित्रांवर, स्वत:वर, जोडीदारावर, जवळच्या नातेवाइकांवर, मुलांवर, समाजावर आणि अख्ख्या जगावर प्रेम करायचे आणि त्यांच्याकडून प्रेम मिळवायचे. ध्यानधारणेचा सराव करून तुमची उद्दिष्टे ठरवून नकारात्मक ऊर्जा बाहेर घालवून, ताणतणावांतून मुक्तता मिळवून तुम्ही तुमचा पाया मजबूत करत असता. तुमची स्वप्ने सत्यात उतरवण्यासाठी तुम्हाला तुमची प्रेमाची तळी सतत भरलेली ठेवणे गरजेचे असते आणि तरच तुम्ही आणि तुमचे स्वत्व यांचा संबंध जुळलेला राहील.

अगदी पहिल्या नंबरवरचा अडथळा म्हणजे नकारात्मक भावनांची जाणीव न होणे व त्यामुळे यापासून मुक्तता न मिळणे- यामुळे प्रेमाच्या तळ्यात प्रेम साठत नाही. लोकांना थोड्या वेळात नकारात्मक भावनांपासून मुक्त कसे व्हावे हे लोकांना वर्षानुवर्षे शिकवत आल्यानंतर मला समजले की अशा बारा प्रकारच्या नकारात्मक भावना आहेत. आत्तापर्यंत या भावनांना समजण्यात चूक होत होती. 'जाऊ दे' म्हणत म्हणत लोकांनी आत्तापर्यंत नकळतपणे स्वत:ला दडपून टाकले होते. स्वत:च्या अशा नकारात्मक भावनांबद्दल ते स्वत:लाच दोषी मानत होते आणि स्वत:वरच टीका करत होते आणि त्यामुळे त्या भावनांपासून ते मुक्त होऊ शकत नव्हते. नकारात्मक भावनांकडे दुर्लक्ष करणे आणि नकारात्मक भावना न जाणवणे यामध्ये खूप फरक आहे. नकारात्मक भावना आपल्याला स्वत:कडे परत येण्यासाठी फार आवश्यक असतात. जर नकारात्मक भावना नियमितपणे आपल्याला जाणवल्या नाहीत आणि आपण त्यांच्याकडे दुर्लक्ष केले नाही तर आपली प्रेमाची तळी भरू शकत नाहीत.

आजच्या काळात लोक ध्यानधारणा शिकण्यात इतकी जलद प्रगती कशी करतात त्याचे एक मुख्य कारण म्हणजे त्यांच्या जाणिवा खूप तीव्र करणे त्यांना शक्य झाले आहे. नकारात्मक ऊर्जेची जाणीव आणि त्यापासून मुक्तता यामुळे पूर्णपणे नकारात्मक ऊर्जा बाहेर टाकणे आता आपल्याला जमते. असामान्य भौतिक प्रगती, नवनिर्मिती आणि जगातली ताकद या मागचे कारण असे असावे की आपल्याला काय वाटते आहे आणि आपल्याला काय हवे आहे याबद्दलची जागरूकता, भावनांचा संबंध आपल्या इच्छा-आकांक्षांशी असतो. भावना दाटून येणे - ती सकारात्मक असो वा नकारात्मक असो, ती शुद्ध स्वरूपात असते जी आपल्याला देवाशी आणि जगाशी जोडते. आपल्या प्रेमाच्या तळ्याचे ते इंधन असते.

जेव्हा भावना दडपल्या जातात किंवा जाणवत नाहीत तेव्हा एकतर आपल्याला हवी असलेली ऊर्जा आणि प्रेम मिळत नाही किंवा आपल्यामध्ये ती आकर्षून घेण्याची ताकद नसते आणि आपल्याला काय हवे ते व्यक्त करण्याची क्षमता नसते. फक्त भावना जाणवणे एवढेच पुरेसे नसते. भावनांचे खूप काळजीपूर्वक आणि कौशल्यपूर्ण व्यवस्थापन करावे लागते आणि नंतर ती बाहेर टाकावी लागते. नकारात्मक भावना मुक्त करताना आपल्याला खूप ताकदवान झाल्यासारखे वाटते, कारण आपल्याला आता समजलेले असते की आपल्याला काय हवे आहे आणि ते मिळविण्यासाठी आपल्याला काय करायचे आहे.

काही लोक आपले बुद्धिसामर्थ्य लपवून ठेवतात किंवा ते बोथट करतात, गंजवून टाकतात किंवा दडपून ठेवतात. आजूबाजूच्या लोकांना त्यांच्या या भावना जाणवतात पण त्यांच्या भावना मुक्त करण्यास ते असमर्थ असतात. ते त्यांच्या नकारात्मक भावनांमध्ये अडकून बसतात आणि अशा प्रसंगांकडे आकर्षित होतात की त्यांची नकारात्मकताच जणू आरशात प्रतिबिंबित करतात. लोक नकारात्मक भावनांना इतके का घाबरतात याचे हेसुद्धा एक कारण आहे. जर तुम्ही तुमच्या आयुष्यात असेच नकारात्मक गोष्टींमध्ये फसून बसलात तर तुम्ही असे प्रसंग घडवून आणले पाहिजेत की ज्यायोगे तुम्हाला चांगले वाटेल.

जगात आणखी एका प्रकारचे लोक असतात. असे लोक की जे भावनांची निवड करू शकतात. काही लोकांना रागावण्यात काहीच दिक्कत नसते, पण दुःखाच्या किंवा भीतीच्या जाणिवा की ज्या सहजी परिणाम होण्यासारख्या असतात त्या ते दाखवत नाहीत. काहींना लाज आणि दुःख लवकर वाटते, पण ते राग मात्र दर्शवत नाहीत. अशा अनेक भिन्न गुण दोषांच्या संयोग झालेल्या व्यक्ती आणि त्यांच्या प्रकृती तुम्हाला दिसतील. घटना किंवा परिस्थिती काहीही जरी असली तरी परिणाम एकच असतो. तुमच्यामध्ये नकारात्मक भावना जेवढ्या घर करून

राहतील त्या प्रमाणात तुम्हाला त्याची फळे मिळतील आणि ज्या प्रमाणात तुम्ही तुमच्या भावना नाकाराल त्या प्रमाणात तुमची तुम्हाला हवे ते मिळवण्याच्या ताकदीबरोबर फारकत होत जाईल.

तुमच्या भावनांवर संस्कार करा!

तुमच्या भावनांवर संस्कार करायचे किंवा प्रक्रिया करायची म्हणजे काय तर तुमच्या नकारात्मक भावना ओळखायच्या आणि तुमच्या मनाच्या तळाशी असलेल्या इच्छा, आकांक्षा आठवून आणि सकारात्मक भावना मनाशी म्हणून नकारात्मक भावना बाहेर टाकायच्या. नकारात्मक भावनांवर प्रक्रिया करणे म्हणजे स्वत:ला स्वत:शी परत जोडण्यासाठी त्यांना वापरणे होय.

नकारात्मक ऊर्जेची उपयुक्तता विचारात घेतली तर तिची तुलना मोटारसायकल चालवण्याशी करता येईल. तोल राखण्यासाठी आपल्याला दुचाकी चालवताना सतत मागेपुढे, डावीकडून उजवीकडे व्हावे लागते. आपल्याला पाहिजे त्या दिशेला वळण्यासाठी हँडलबार वापरावे लागते. तुम्हाला जे पाहिजे ते मिळविण्याच्या उद्देशाने त्या दिशेने प्रयत्न करावे लागतात असे आपण हँडलबार वापरतो. नकारात्मक भावनांच्या जाणिवा आणि त्यांच्यापासून मुक्ती मिळविणे हे जणू काही आपल्याला पडण्यापासून वाचवतात. नियमित ध्यानधारणा आणि देवाची मदत प्रार्थना करून मागणे हे तुम्हाला अधिक मजबूत बनवतात. ध्यानधारणा म्हणजे जणू पायडल खाली वर मारून गोल गोल फिरवण्यासारखे आहे.

आपण आपल्या नकारात्मक भावनांवर प्रक्रिया न केल्यास आपल्याला अनेकदा पडण्याची भीती असते. आपला मध्य ढळला तरी परत मध्याकडे घेऊन तोल साधला जातो. सारखी चुळबुळ, या बाजूकडून त्या बाजूकडे वळणे हीच तर तोल साधण्याची क्रिया आहे. अगदी सुरुवातीला ही चुळबुळ खूप नाट्यमय असते. आपण अनेकदा पडतो व परत उठून दुचाकी चालवायला शिकतो आणि मग हळूहळू सवय होऊन आपण छोटेमोठे बदल करून आपला तोल सावरायला शिकतो.

आपला तोल जाणे हे नकारात्मक भावनांसारखे आहे. तुम्ही अजूनही स्वत:शी जोडलेले आहात पण तरीही तुम्ही दुरावत चालला आहात. शुद्ध भावना ही नेहमी आपल्यातल्या 'मी'शी जोडलेली असते, पण ही दूर जाण्याची पहिली खूण आहे. ही फक्त वॉर्निंग बेल किंवा आपला तोल साधण्याची गरज यापेक्षा अधिक जास्त काहीतरी आहे. हा आपल्या मध्यापासून दूर गेल्याचा संकेत आहे.

आपण आपला ढळलेला तोल पुन्हा सावरू शकतो, आपण मध्यापासून केव्हा

दूर जात आहोत तिकडे लक्ष द्या. त्याप्रमाणे डावीकडे की उजवीकडे वळायचे ते पाहा. जेव्हा डावीकडे वळतो तेव्हा तोल साधण्यासाठी आपल्याला उजवीकडे वळण्याची गरज आहे असे लक्षात येते. या मागे-पुढे करण्याच्या प्रक्रियेत आपण तोल साधतो. प्रत्यक्ष आयुष्य जगतानाही असेच घडते. आत्म्यालासुद्धा जगाबरोबर ओळख पटायला तोल सांभाळावा लागतो. जेव्हा आपण मध्यापासून डावीकडे ढळतो तेव्हा नकारात्मक भावना उचंबळून पृष्ठभागावर येते. जेव्हा आपण त्या हालचालींकडे दुर्लक्ष करतो आणि पुन्हा मध्याकडे येण्याचा प्रयत्न करतो तेव्हा आपण दुसरीकडे वळतो आणि मग दुसरी नकारात्मक भावना उद्भवते. पुन्हा एकदा नकारात्मक भावनेची जाणीव झाली की आपल्याला वाटते की आपण फार उजवीकडे आलो आहोत आणि मग आपण पुन्हा हालचाली अशा जमवतो की पुन्हा मध्याकडे परत येतो.

कल्पना करा की जर तुम्हाला फक्त उजवीकडे वळता येत असेल तर बाईक चालवणे किती अवघड आहे. अशा वेळी तोल सांभाळणे केवळ अशक्य आहे. जेव्हा लोक काही भावना इतरांपासून लपवतात तेव्हाही त्यांना तोल सावरता येत नाही. पुढे आणि मागे होण्याच्या कृपेनेच आपण तोल सांभाळू शकतो.

आपण जेव्हा मध्याकडे परत जातो तेव्हा आपण थोड्या वेळाकरता तिथे थांबू शकतो. नंतर पुन्हा सर्व प्रक्रिया चालू होते. बाईकवर आपण पूर्णवेळ आपला तोल साधेल अशी अपेक्षा करू शकत नाही. आपले बाईक चालवणे सुरळीत व निर्धोक पार पडावे हीच आपली इच्छा असते. आपण आपोआपच मध्यावर असू अशी आपली अपेक्षा नसते आणि मध्य शोधणे आता आपल्याला जमते. जेव्हा आपण असा विचार नकारात्मक भावनांच्या बाबतीत करतो तेव्हा आपण गैरसमजुतीने असे गृहीत धरतो की, आपला तोल सांभाळण्यासाठी किंवा स्वत:शी तादात्म्य पावण्यासाठी आपल्याला कधीही वेदनेचा किंवा नकारात्मक भावनेचा स्पर्शसुद्धा नको म्हणून नकारात्मक भावनांशी आपण सामना करतो, कारण आपल्याला नकारात्मक भावनांशी कसे वागावे म्हणजे आपला तोल सावरला जाईल हे माहिती नसते.

जर तुम्ही दुचाकी चालवण्यात वाकबगार असाल तर आपोआपच तुमचा तोल राखला जाईल, तसेच जर तुमच्या नकारात्मक भावनांवर प्रक्रिया करणे तुम्हाला जमले तर तुम्हाला वेगळे काहीच प्रयत्न करावे लागणार नाही. आयुष्यभरातील परिपूर्णता व समृद्धी अनुभवण्यासाठी तुम्हाला तुमच्या भावनांच्या संपर्कात राहणे जरुरीचे आहे. तुमच्या भावनांच्या संपर्कात राहिलात की आयुष्यातील साधेसुधे आनंद तुमचे आयुष्य समृद्ध करतील. निखळ वाहणारा वारा तुमच्या चेहऱ्यावर आनंद आणेल. सूर्याचा उबदारपणा, वसंत ऋतूचा ताजेपणा, शिशिरातील थंडी, लहान मुलांचे निर्व्याज हसू, मित्रांमधले प्रेम, प्रणयी युगुलातील कुजबुज, काहीतरी

नवीन शिकण्यातील उत्सुकता, परिपूर्णतेतला अभिमान आणि देवाने आपल्याला दिलेल्या सर्व सुविधांमधला अत्यानंद तुम्हाला मिळाल्याखेरीज राहणार नाही.

प्रक्रियेचे चार मार्ग!

जेव्हा तुम्ही नकारात्मक भावनांवर प्रक्रिया करण्याचे ठरवता तेव्हा काहीजणांना त्या ओळखणेच अवघड जाते तर काहींना त्यांच्यापासून मुक्ती मिळवणे अवघड जाते. जेव्हा तुम्ही भावनांवर प्रक्रिया करण्याचे चार मार्ग शिकून घ्याल तेव्हा ती आव्हाने एकदम सोपी होऊन जातील. कुठलीच एक पद्धत दुसरीपेक्षा चांगली नाही. या सगळ्या पद्धती वापरा. त्या चार पैकी कुठलीतरी एक पद्धत उपयोगी पडेपर्यंत प्रक्रिया करत राहा. भावनांवर प्रक्रिया करण्याचे चार मार्ग पुढीलप्रमाणे :

१) भावनेलाच बदला.

२) भावनेत समाविष्ट असलेल्या गोष्टी बदला.

३) तुमचे घड्याळ मागे किंवा पुढे करा.

४) संपूर्ण विषयालाच कलाटणी द्या. तुमच्या वेदनेच्या जागी दुसऱ्यांच्या वेदनेचा विचार करा.

पहिला मार्ग म्हणजे नकारात्मक भावनांची जाणीव होऊ द्या आणि मग ती भावना बदला. म्हणजे असे समजा की तुम्हाला खूप राग आला आहे, त्या रागाबद्दल कागद पेन घेऊन लिहून काढा. काही मिनिटांनंतर त्या भावनेकडे दुर्लक्ष करा आणि दुसऱ्या एखाद्या नकारात्मक भावनेचा विचार करा. हे जणू काही मोटारबाईक वर बसून विरुद्ध बाजूला वळून तोल राखण्यासारखे आहे. असे मागे-पुढे हालचाल केल्याने नकारात्मक भावना मुक्त होतील आणि तुम्हाला तोल साधण्यास त्याचा खूप उपयोग होईल.

काही लोक त्यांच्या भावनांची तीव्रता कमी करण्याचा प्रयत्न करतात. सगळ्यात चांगला उपाय म्हणजे तात्पुरत्या काळासाठी नकारात्मक भावनांची तीव्रता वाढवायची. अनेकदा लोक जेव्हा एखाद्या विशिष्ट भावनेत गुंततात तेव्हा ते दुसऱ्या भावनांना दडपून ठेवतात. कोणतीच एक भावना ही गुन्हेगार असू शकत नाही. कोणतीही नकारात्मक भावना जाणवली गेली नाही तर ऊर्जेचा प्रवाह अडतो आणि त्यामुळे दुर्लक्ष करणे शक्य होत नाही. जेव्हा एखादी भावना अडवली जाते तेव्हा माणूस दुसऱ्या एखाद्या भावनेत रुतून बसतो.

नकारात्मक भावनांवर प्रक्रिया करण्याचा दुसरा मार्ग म्हणजे त्या भावनेत समाविष्ट असलेल्या गोष्टीच बदला. जेव्हा तुम्हाला एखादी नकारात्मक भावना जाणवते, पण तुम्ही नेमके कशामुळे अस्वस्थ आहात त्याच्याशी तुम्ही त्याचा

संबंध लावू शकत नाही तेव्हा त्यात समाविष्ट असलेल्या गोष्टीच बदला. जर तुम्ही तुमच्या बॉसवर रागावला असाल आणि तुम्ही ते विसरू शकत नसाल तर तुम्ही कशासाठी रागावला आहात त्याची एक यादी बनवा. तुमची रागाची भावना तुम्हाला जाणवू द्या आणि स्वत:ला प्रश्न विचारा की नेमका कसला राग आला आहे?' जेव्हा जेव्हा तुम्ही कशावरून तरी अस्वस्थ असता आणि ज्याच्यावरून अस्वस्थ असता ते तुम्ही बदलू शकत नाही तर सामान्यपणे असे समजावे की तुम्ही आणखीही कुठल्यातरी गोष्टीवरून अधिक अस्वस्थ आहात.

नकारात्मक भावनांवर प्रक्रिया करण्याचा तिसरा मार्ग म्हणजे घड्याळाचे काटे मागे फिरवणे. तुम्ही कशावरून तरी अस्वस्थ आहात पण कळत नाही कशावरून ते? त्यामुळे त्या भावनांपासून मुक्ती पण मिळत नाही. तुम्ही पहिले दोन प्रकार करून पाहिले पण पाहिजे तो परिणाम घडला नाही. आता थोडेसे भूतकाळात जा. आठवा! तुम्हाला अगदी अशाच भावना भूतकाळात केव्हा आल्या होत्या...! काही वेळेस असे घडते की आजच्या तीव्र भावनांचे मूळ हे भूतकाळातील जखमांमध्ये असते.

उदाहरणच द्यायचे झाले तर जर तुमच्या लहानपणीच तुमचा कोणी त्याग केला असेल तर त्याबद्दल आजही तुम्हाला दु:ख वाटत असेल. त्यामुळे जर तुम्हाला कोणी छोटासा जरी नकार दिला तरी तो तुम्हाला क्लेशकारक होतो. याचे कारण तुमच्या भूतकाळात असते. जेव्हा असा प्रसंग घडतो तेव्हा प्रतिक्रियेचा उत्तम उपाय म्हणजे तुम्हाला आज वाटणाऱ्या भावना आणि तुमच्या भूतकाळातील भावना यांच्यातील दुवा शोधा. नंतर स्वत:शीच खोटे-खोटे माना की तुम्ही आता भूतकाळात आहात. त्या जाणिवा पुन्हा अनुभवा. नंतर स्वत:ची ओळख स्वत:ला करून द्या आणि स्वत:च्या भावना व्यक्त करा.

भूतकाळ बरा करणे तसे सोपे असते. वर्तमानकाळात आपण घाबरत असतो, कारण त्यातून काय निष्पन्न होणार हे आपल्याला माहिती नसते. आपण जेव्हा भूतकाळात डोकावतो तेव्हा स्वत:च्या मनाची समजूत घालतो की घटना आता घडून गेल्या आहेत. आता यापेक्षा वाईट काही घडणार नाही. आपल्याला पाहिजे असलेला आधार भूतकाळात जरी मिळाला नसला तरी आपण आपल्या कल्पना विलासात रमू शकतो की आपल्याला आधार मिळाला म्हणून अशा प्रकारे आपण भूतकाळातील जखम बरी करू शकतो.

नकारात्मक भावनेवर प्रक्रिया करण्याची चौथी पद्धत ही की विषयालाच कलाटणी द्यायची. तुमच्या वेदना दुसऱ्या कोणाच्या वेदनेशी जोडायच्या. किंवा त्याच्याशी तुलना करायची काही वेळेस आपल्याला आपल्या वेदनांचा पुरेसा अंदाज येत नाही, त्यामुळे आपण त्यांच्याकडे 'जाऊ दे' असे म्हणून सोडून पण देऊ

शकत नाही. आपल्याला आपण स्वत: म्हणजे 'यातनाघर' वाटते. आपण म्हणजे फक्त वेदना- बाकी काही नाही. आपल्याला वेदनेचे योग्य दर्शन व्हावे त्यासाठी आपल्याव्यतिरिक्त वेगळे कोणीतरी असण्याची गरज असते आणि त्यांचे दु:ख आपण अनुभवण्याची गरज असते. ही खरे तर सगळ्यात सोपी पद्धत आहे आणि सर्वांत जुनी मानवाला माहिती असलेली उपचार पद्धती आहे. याचे उत्तम उदाहरण म्हणजे साहित्य, विनोद, नाट्य, गाणे, सिनेमा, सी.डी.ज् आणि टी. व्ही. या सगळ्यांमध्ये समाविष्ट असलेल्या कलाकारांच्या वेदना किंवा दु:ख आपण आपलेसे केले की नकारात्मक भावनांपासून सुटका मिळते.

लोकांना गोष्टी सांगणे, मित्रमंडळींमध्ये आपल्या भावना वाटून घेणे किंवा एखाद्या आधारकेंद्रातून आपल्यासारख्याच लोकांच्या मदतीने परिस्थितीवर मात करणे. या काही महत्त्वाच्या गोष्टी वेदनेतून बाहेर पडण्यास मदत करतात, पण पूर्णपणे त्यांच्यापासून सुटका होत नाही, पण जेव्हा आपण इतरांच्या वेदना ऐकतो आणि त्या सहवेदना जाणवून आपण रडतो, त्यांच्या आनंदात सहभागी होऊन आपणही हसतो तेव्हा आपल्या स्वत:च्या भावनासुद्धा आपल्याला जाणवून आपण त्यातून मुक्तता मिळवू शकतो. ज्या लोकांना आपल्या वेदनेवर प्रक्रिया करता येत नाही त्यांनी चौथा मार्ग घ्यावा, कारण तो त्यांना स्वत:मध्ये डोकावण्यासाठी थेट मदत करतो आणि त्यांच्या जखमा जाणवून देऊन त्यांना बरेही करतो. माझ्या कार्यशाळेत नेहमीच जेव्हा मी एखाद्या माणसाला त्याच्या नकारात्मक भावना जाणवून त्यांच्यापासून सुटका मिळवण्याचे प्रशिक्षण देतो तेव्हा पूर्ण वर्गच आपोआप त्या प्रक्रियेमधून जातो. तेथे उपस्थित असलेल्या सगळ्याच लोकांना नकारात्मक भावनांची जाणीव होते की जे ते विसरले होते आणि ते त्यापासून मुक्तसुद्धा होतात. समोरचा माणूस त्याच्या मानसिक जखमा बऱ्या करतो आहे हे आत्मीयतेने पाहूनसुद्धा ते बरे होऊ शकतात.

पद्धत पहिली- तुमच्या भावनाच बदला!

जेव्हा अस्वस्थ होऊन मन सैरभैर होते तेव्हा लोक त्यांच्या नकारात्मक भावना ताबडतोब सकारात्मक भावनांमध्ये बदलू पाहतात; ते मग त्या भावनांमध्येच अडकून का बसतात हे त्याचे एक कारण आहे. त्यांच्या नकारात्मक भावनांपासून मुक्त होण्याची त्यांना फार घाई होते.

जेव्हा तुम्ही एखाद्या नकारात्मक भावनेत अडकता आणि तुम्हाला तुमचा तोल सांभाळण्याचा सराव नसतो त्यावेळी तुम्हाला तुमच्या इतर भावनांची जाणीव होणे खूप कठीण असते. अशा बारा प्रकारच्या नकारात्मक भावना असतात. जर त्यांचा

अधिक अभ्यास केला तर आपण या भावनांमध्ये अडकून बसू तेव्हा काय करायचे हे तुम्हाला कळेल. या बारा प्रकारच्या भावना समजून घेणे म्हणजे गाडी शिकल्यानंतर गाडीवर स्वार होण्यासारखे आहे, यामुळे तोल सांभाळणे खूप सोपे होईल.

या बारा प्रकारच्या नकारात्मक भावनांमध्ये आपल्याला तोल सांभाळण्याची गरज नैसर्गिक असते.

१) मी रागावलो/रागावले आहे.
२) मी दु:खी आहे.
३) मी घाबरलो/घाबरले.
४) मला वाईट वाटते.
५) मला आता अगदी उबग आला आहे.
६) मी निराश झालो/झालेआहे.
७) मी काळजीत आहे.
८) मला लाज वाटते.
९) मला मत्सर वाटतो.
१०) मी दुखावला गेलो/दुखावली गेली आहे.
११) मला भीती वाटते.
१२) मला शरम वाटते.

जेव्हा तुम्ही एखाद्या नकारात्मक भावनेत अडकता तेव्हा स्वत:साठी थोडा वेळ काढा. तुमच्या भावना नक्की काय आहेत ते समजून घ्या आणि तुम्ही नक्की कशावर रागावला आहात ते समजून घ्या व स्वत:ला प्रश्न विचारा, 'तुम्ही दु:खी का आहात?' सहसा राग ही भावना म्हणजे घडून गेलेल्या गोष्टींवरची प्रतिक्रिया असते तर दु:ख ही भावना म्हणजे जे घडले नाही त्याबद्दलची प्रतिक्रिया असते. राग कशाचा आला आहे हे एकदा समजले की लगेचच तुम्हाला अनुभव येईल की तुम्ही तुमच्या राग-संतापाच्या भावनेतून मुक्त होत आहात. आता राग संतापाच्या भावनेच्या जागेचा ताबा दुसरी एखादी भावना घेईल. तुम्ही त्या भावनेच्या तळाशी जाल, पण नकारात्मक भावना तुम्हाला परत मागे ढकलतील. जेव्हा तुम्ही मागे सरकाल तेव्हा तुम्हाला हळूहळू बरे वाटेल.

जर तुम्ही दु:खाच्या गर्तेत अडकले असाल तर तुमच्या या भावनेचे रूपांतर घाबरण्यात किंवा साशंकतेत होईल. एखादी गोष्ट जरी घडली नाही तरी मनात कुठेतरी खोलवर ही भीती असते की ती गोष्ट घडू शकली असती. म्हणजे साधे उदाहरण घेऊ की एखादी गाडी आपल्या खूप जवळून गेली तर आपण खूप घाबरतो. आपल्याला वाटते की आपण मरता मरता वाचलो. प्रत्यक्षात आपल्याला जरासुद्धा धक्काही लागलेला नसतो, पण मनात खोलवर ही भीती दाटून राहते की

आपला अपघात होऊ शकला असता, म्हणजेच भीती ही आपली अशा गोष्टीला प्रतिक्रिया असते की जी घडू शकली असती आणि जी आपल्याला घडायला नको होती. प्रत्येक घटनेत जसजसे तुम्ही यादीत खाली खाली जाल तसे तसे तुम्हाला अनुभव येतील की नकारात्मक भावनेत नाट्यमय बदल होतो जेव्हा आपण तिचा खोलवर विचार करता. जेव्हा तुम्ही यादीतील बाराव्या नंबरावर याल त्यानंतर पुन्हा यादीतील पहिल्या नंबरवर जा. जेव्हा तुम्ही शरमेच्या भावनेत खोलवर रुतून बसता तेव्हा त्या भावनेचं रूपांतर पहिल्या नंबरच्या भावनेत म्हणजे रागात होते की आपण का अशा प्रसंगात अडकलो.

काही वेळेस नकारात्मक भावनेतून तुमची संपूर्ण मुक्तता झालेली नसते, त्यासाठी तुम्हाला आणखी २ ते ३ पायऱ्या खाली उतरण्याची गरज असते. अगदी सुरुवातीला नकारात्मक भावनेतून मुक्तता लवकर मिळावी म्हणून प्राथमिक सराव करण्यासाठी मी ३ पायऱ्या खाली उतरत असे. जर मी रागावलेले असलो तर माझ्या रागाच्या भावना कागदावर लिहीत असे. नंतर मी दुसऱ्या पायरीवर म्हणजे दुःखाच्या भावनेत जात असे. त्यानंतर तिसऱ्या पायरीवर म्हणजे भीतीच्या भावनेत जात असे आणि नंतर दुःखाच्या! या प्रत्येक पायरीवर उतरताना तुम्हाला काय हवे आहे, तुमची इच्छा काय आहे, तुमच्या गरजा कोणत्या हे सगळे तुम्ही कागद-पेन घेऊन लिहून ठेवायला हवे. प्रक्रियेच्या शेवटी सकारात्मक भावना ज्या साहजिकच नकारात्मक भावना घालवताना उद्भवल्या त्या लिहून ठेवणे गरजेचे आहे. प्रेमाच्या, समजूतदारपणाच्या, विश्वासाच्या, कौतुकाच्या आणि कृतज्ञतेच्या भावना अवश्य लिहून ठेवा. या सराव अभ्यासाला जाणिवांचे पत्रे असे नाव देऊया. याबद्दल मी माझ्या दुसऱ्या पुस्तकांमध्ये लिहिले आहे. नकारात्मक भावनांच्या प्रक्रियेसंबंधी अधिक माहितीसाठी आणि मदतीसाठी माझी इतर पुस्तके 'मार्स ॲण्ड व्हिनस स्टार्टिंग ओव्हर' किंवा 'व्हॉट यू फील यू कॅन विल' ही पुस्तके वाचा.

काही वेळेस या बारा नकारात्मक भावनांच्या यादीतून सुरुवात कशापासून करावी हे समजत नाही. अशा परिस्थितीत खूप काटेकोरपणाचा आग्रह धरू नका. यादी अशा प्रकारे वाचा.

१) मी रागावलो किंवा उबगलो किंवा मत्सरी झालो.

२) मी दुःखी किंवा निराश झालो किंवा दुखावलो गेलो.

३) मी घाबरलो किंवा काळजीग्रस्त आहे किंवा भयग्रस्त आहे.

४) मला वाईट वाटते किंवा काळजीग्रस्त वाटते किंवा शरम वाटते.

यातील कोणत्याही प्रकाराकडे बघा. तुमच्या योग्य काय आहे ते ठरवा. जर अनेक भावनांचा कल्लोळ तुमच्या मनात असेल तर कोठूनही सुरुवात करा. त्यांपैकी कोणतीही एक तुम्ही निवडू शकला नाहीत तर तिसऱ्या पायरीपासून

सुरुवात करा. मला अशी भीती वाटते की मी चुकीची पायरी निवडली. कोणत्याही एका पायरीबद्दल काही मिनिटे लिहा. नंतर त्याच्या खालच्या पायरीवर या. आता तुम्ही चौथ्या पायरीवर आहात. आता तुम्हाला दुःख, लाज किंवा शरम यांपैकी एका नकारात्मक भावनेवर स्थिर व्हायचे आहे. अशा प्रकारे नकारात्मक भावनांमध्ये बदल करून तुम्ही त्याच्यापासून मुक्तता मिळवू शकता आणि आता तुम्हाला अधिक चांगले आणि प्रेमाने भारलेले असे वाटेल. लक्षात ठेवा, आता या सकारात्मक भावनांबद्दलसुद्धा तुम्हाला लिहायचे आहे आणि तुम्हाला काय हवे आहे, मुख्य म्हणजे तुम्हाला कसे घडायला हवे आहे. गोष्टी कशा असायला हव्या आहेत आणि तुम्हाला काय करायचे आहे आणि तुमच्याकडे काय आहे?

काही वेळेस तुम्हाला वाटणाऱ्या गोष्टी लिहिण्याची प्रक्रिया पूर्ण करण्यापूर्वी तुम्हाला एक प्रति उत्तर देणारे पत्र लिहिणे गरजेचे असते. तुम्ही तुमच्या भावना कागदावर लिहिल्या आहेत. आता अशी कल्पना करा त्या कोणीतरी ऐकल्या आहेत आणि तो तुम्हाला बरे वाटण्यासाठी काही तरी करू इचिछत आहे किंवा म्हणू इच्छित आहे. तुम्ही एखाद्यावर रागावले आहात, अशी कल्पना करा की ती व्यक्ती तुम्हाला पत्र लिहीत आहे आणि म्हणते आहे की त्यांना समजलंय त्यांचे काय चुकले ते आणि आता ती व्यक्ती या पत्राद्वारे माफी मागत आहेत आणि अशा अनेक गोष्टी तिने पुढे लिहिल्या आहेत, त्यामुळे तुम्हाला बरे वाटते आणि ते तुम्हाला हवे ते देऊ इच्छिते.

असे पत्र लिहिण्यासाठी तुम्ही थोडा वेळ काढला पाहिजे, त्यामुळे खरेच असे पत्र आले असते तर तुम्हाला काय वाटले असते याचा अनुभव तुम्हाला मिळेल आणि त्यामुळे तुमचे मन संतुलित होईल. जरी ज्या व्यक्तीवर तुम्ही रागावला आहात ती व्यक्ती असे कधीही म्हणणार नसली तरी कल्पनेतला हा आधारसुद्धा तुम्हाला तुमच्या नकारात्मक भावनांकडे दुर्लक्ष करण्याची क्षमता देईल आणि तुमच्या प्रेमळ स्वत्वाकडे तुम्ही परत याल. तुम्ही खरोखर ही पद्धत स्वतः वापरल्याशिवाय ती किती परिणामकारक आहे हे तुम्हाला समजणार नाही. १७व्या भागामध्ये आपण अशा अनेक भावनांच्या सराव परीक्षा घेणार आहोत, त्यामुळे आश्चर्यकारकरीत्या भावनांमधील बदल अनुभवता येतील.

पद्धत दुसरी- अनुक्रमणिका बदला!

अनेकवेळा असे घडते की जेव्हा आयुष्याची चाके खोल गर्तेत रुतल्यासारखी वाटतात तेव्हा आपण फक्त नकारात्मक भावनांपासून दूर गेलो आहोत एवढेच नसून आपण चुकीच्या दिशेने विचार करत असतो. आपल्याला असे वाटते की

आपण कोणावर तरी नाराज झालो आहोत, पण वास्तवात आपण स्वत:वरच नाराज झालेले असतो किंवा काहीतरी वाईट घडणार आहे असे वाटते. अनेक लोकांच्या बाबतीत असे घडते. आपल्या नकारात्मक भावना मुक्त होत नाहीत याचे कारण त्यांची दिशा आपल्याला अशा दुसऱ्या गोष्टीकडे वळवावी लागते, ज्या गोष्टी आपल्याला त्रास देत असतात.

मी माझ्या व्यवसायातील एखाद्या भागीदारावर रागावलो आहे, अशा वेळी मी स्वत:ला प्रश्न विचारेन की मी कोणावर व का रागावलो आहे. माझ्या लगेच लक्षात येईल की मी अस्वस्थ आहे, कारण मी दुसऱ्या एका वेगळ्या प्रोजेक्टवर ठरलेल्या वेळापेक्षा खूप मागे पडलो आहे. आता मी हा जो त्रास देणारा तपशील होता तो बदलला व आता मला वाटले छे! सगळं अगदी सुरळीत चालू आहे, तरीसुद्धा रागाची भावना अजून निवली नाही. आता मी ही पद्धत बदलून टाकेन व पुन्हा पहिल्या पद्धतीचा वापर करेन व स्वत:ला प्रश्न विचारेन, 'माझे दु:खाचे किंवा नाराजीचे काय कारण आहे?' आता मला दु:खाची जाणीव होईल, त्यामुळे आपोआपच रागाची भावना कमी होईल व माझ्या अंगी आता समजूतदारपणा येईल. आता मी माझा समजूतदारपणा आणखी वाढवला. माझे मन विशाल होईल आणि माझे हृदय क्षमाशील होईल. आता नकारात्मकता बरीचशी निघून जाईल व माझ्या मनाचे संतुलन होईल. आता माझा दृष्टिकोन बदलेल, कारण मला आता मी उपाय शोधून काढू शकतो याबद्दल आत्मविश्वास वाटेल. आपोआपच सध्या जे काही चालू आहे ते योग्यच चालू आहे असा मी निर्वाळा देईन आणि जे की घडले नव्हते त्यावरच्या केंद्रस्थानी असलेल्या कक्षापासून माझी मुक्तता होईल.

जेव्हा तुम्ही नकारात्मक भावनांपासून मुक्त होण्याचे हे तंत्र शिकून घ्याल तेव्हा तुमच्या असे लक्षात येईल की तुम्हाला जे वाटते की ज्यामुळे तुम्ही अस्वस्थ आहात ते म्हणजे जणू काही हिमनगाचे फक्त वरचे टोकच आहे. जसजसा तुम्ही खोलात जाऊन विचार कराल आणि इतरही तुम्हाला त्रास देणाऱ्या गोष्टींचा विचार कराल तेव्हा तुमच्या असे लक्षात येईल की ज्या गोष्टी तुम्ही बदलू शकत नाही त्याला विरोध करणे सोडून देणे हेच इष्ट आणि ज्या गोष्टी तुम्ही बदलू शकता त्यासाठी तुमच्या दृष्टिकोनात थोडा बदल करावा लागेल किंवा तुमची वागणूक बदलावी लागेल. त्याच गोष्टींमुळे तुम्ही खरे तर अस्वस्थ असता!

पद्धत तीसरी- घड्याळाचे काटे मागे फिरवा!

पूर्वीच्या दोन्ही पद्धती जर अयशस्वी ठरल्या तर आपल्याला आपल्या घड्याळाचे काटे एकतर मागे फिरवावे लागतील किंवा पुढे करावे लागतील. आपण आधी ते

काटे मागे फिरवून बघू. आत्ता आपल्याला वाटणाऱ्या भावनांचा आपल्या भूतकाळाशी काही संबंध आहे का हे पाहण्यासाठी भूतकाळातील काही घटना तपासून पाहा. आपल्याला नक्की परिणामकारक निकाल मिळतील.

जर तुम्ही वर्तमानाची साखळी भूतकाळाशी जोडू शकलात तर तुम्हाला तुमच्या भावनांची जाणीव होते आणि त्यापासून मुक्तता मिळणे सहज शक्य होईल. आता आपण जर रागावलो असलो तर त्याकडे दुर्लक्ष करणे किंवा सोडून देणे शक्य होत नाही कारण आपल्याला असे वाटते की काही गोष्टी केल्या गेल्या नाहीत म्हणून आपण रागावलो आहोत. आत्ता सध्या आपण दु:खी आहोत आणि आपण खूप काही गमावले आहे असे वाटले तरी आपल्याला अशी खात्री नसते की भविष्यकाळ आपल्या वर्तमानकाळातील गमावलेल्या गोष्टी आपल्याला परत देईल. आपण आज का घाबरतो, कारण भविष्यात आपल्या पुढे काय वाढून ठेवले आहे हे आपल्याला माहिती नसते, त्यामुळेच आज आपण आपल्या भूतकाळातल्या अवघड प्रसंगांना आठवले व त्या वेळेससुद्धा आपल्याला आपल्या भविष्याबद्दल किती चिंता वाटली होती पण प्रत्यक्षात आपल्याला वाटली होती ती भीती खोटी होती. आपल्याला आपल्या अपेक्षेपेक्षा कितीतरी जास्त मिळाले आणि जेवढ्या वाईट गोष्टी घडतील असे आपण गृहीत धरले होते तसे काहीही घडले नाही उलट सगळे चांगलेच घडले. बस्स! अशा प्रकारे भूतकाळ व वर्तमानकाळाचा संबंध जोडून तुम्ही तुमच्या नकारात्मक भावना काढून टाकून आनंदी होऊ शकता.

क्षणभर विचार करा की सदा सर्वकाळ आपण कशावर ना कशावर तरी अस्वस्थ असतो आणि नंतर आपल्याला जाणवते की खरे तर ते काही फार मोठं संकट नव्हते. आता अशी वेळ आठवा की तुम्हाला असे वाटले होते की बस्स! घडणारी ही सगळ्यात वाईट घटना आहे, पण ती प्रत्यक्षात घडलीच नाही आणि खरे तर जेव्हा वाईट घटना घडली त्यानंतरसुद्धा गोष्टी इतक्या वेगाने बदलल्या आणि अधिक चांगल्या घडल्या. अशा प्रकारे आपण भूतकाळातल्या गोष्टी आठवून त्याचा वर्तमानकाळात आपण आपली ताकद वाढवण्यासाठी टॉनिक म्हणून वापर करू शकतो.

आपण वर्तमानकाळाची साखळी भूतकाळाशी जोडली की आपल्याला असे ढोंग करावे लागते की आता आपल्याकडे नकारात्मक भावनांवर प्रक्रिया करण्याची क्षमता आली आहे. कागद-पेन घेऊन कागदावर एकदा नकारात्मक भावना एकाखाली एक लिहिल्या की त्या नंतर आपण प्रत्युत्तर पत्र लिहू शकतो. आपल्याला जसा प्रतिसाद मिळायला हवा होता तसा प्रेमळ प्रतिसाद आपण स्वत:ला देऊ शकतो आणि प्रत्यक्षात जर खरेच तसा प्रेमळ प्रतिसाद मिळाला की आपले मानसिक संतुलन चांगले होते आणि अशा अवघड क्षणी आपल्यावर कोणी प्रेम करत नाही

आणि आपण शक्तिहीन आहोत या भावनांच्याऐवजी आपल्याला स्वत:च्या सामर्थ्याची जाणीव होते. नकारात्मक भावनांपासून फक्त मुक्तताच होत नाही तर प्रत्युत्तर पत्रामुळे अतिशय समृद्ध असा अनुभव येतो.

जेव्हा भूतकाळातील अनिर्णित भावना पृष्ठभागावर येतात तेव्हा त्या भावना काही स्वत:ची अशी ओळख करून देत नाहीत की, 'हाय, मी तुझी भीतीची भावना आहे, जेव्हा तुला लहानपणी तुझ्या नातेवाइकांकडे राहायला पाठवले होते तेव्हा आपला कोणीतरी त्याग केला आहे या समजामुळे माझा जन्म झाला.' जेव्हा आपला भूतकाळ पृष्ठभागावर येतो तेव्हा त्या भावनांचा अर्थ लावणे आपल्याला कठीण जाते. आपण कशाला तरी घाबरतो, पण नक्की कशाला, ते माहिती नसते. कदाचित आपण दु:खी होऊ, पण परिस्थिती तशी काहीच बिघडलेली नसते. आपल्याला भीती वाटते, पण तसा कुठलाही धोका नसतो. कदाचित आपल्याला मत्सर वाटतो, पण आपल्याकडे सगळे भरपूर असते, त्यामुळे त्यालाही काही अर्थ नसतो. अनेकदा आपल्या भावना अति तीव्र असतात, पण आपण त्या इतरांबरोबर वाटून घेऊ शकत नाही, कारण त्या फार-फार नकारात्मक असतात, म्हणून आपण त्या लपवायला सुरुवात करतो.' त्याऐवजी आपण काय करायला पाहिजे? आपण त्यांची सांगड भूतकाळाशी घातली पाहिजे. आपल्याला जेव्हा पूर्वी अशा भावना आल्या होत्या तेव्हा आपल्याला जे अपेक्षित होते तेच घडले होते व आपला तेव्हा उत्कर्षच झाला होता.

मनाला ज्या जाणिवा होत असतात त्याचा अर्थ लावावा लागतो. जेव्हा आपण आपल्या व्यवसायात खोट खातो तेव्हा आपण दु:खी व उदास असताना आपण खूप आनंदी, यशस्वी आणि परिपूर्ण व्यक्तिमत्त्वाचे आहोत असे दाखवणे शक्य नसते, तरीही मी जेव्हा हा प्रयत्न सुरू केला तेव्हा मला तरी कोठे माहिती होते की मला शेवटी यश मिळणार आहे की नाही? मला जेव्हा सुरुवातीला अपयश मिळाले तेव्हा साहजिकच मी खूप अस्वस्थ झालो. माझ्या आत्ताच्या या नकारात्मक भावना मी माझ्या पूर्वीच्या अपयशाशी जोडून पाहिल्या, आपोआपच माझ्या मनाने माझ्या हृदयाला अधिक खोलवर विचार करण्याची परवानगी दिली. अजूनही माझ्या जाणिवांचा प्रवाह आत-बाहेर होत नव्हता. मग मी भूतकाळात आणखीन मागे जाण्याचा प्रयत्न केला.

मी जितका जितका भूतकाळात मागे जात होतो तसतशा नकारात्मक भावना वाढत होत्या. जितके आपण वयाने लहान असतो तितका आपल्याला जगरहाटीचा अंदाज नसतो, त्यामुळे त्या वेळच्या भावना अधिक तीव्र आणि अधिक नकारात्मक असतात.

जितके आपण मागे जाऊ तितकी आपल्याला नकारात्मक भावनांच्या जाणिवांची परवानगी मिळते.

जेव्हा पालक आपल्या लहान बाळाला पाळणाघरात ठेवतात तेव्हा ते मूल जिवाच्या आकांताने रडते, आपल्यासारख्या पाहणाऱ्यालाही या हृदयद्रावक परिस्थितीने पाझर फुटतो, पण आपल्याला माहिती असते की बाळाचे मन अजून इतके सक्षम झालेले नाही की त्याला हे समजेल की त्याचे आई-बाबा परत येणार आहेत आणि आपल्याला सगळ्यांनाच मोठेपणीसुद्धा यापासून शिकण्यासारखे आहे की जरी आपल्या प्रेमाचा स्रोत बंद झाला तरी आपण सुरक्षित आहोत, कारण ज्या व्यक्तीवर आपण प्रेम केले आहे ती व्यक्ती परत आपल्याकडे येणार आहे. बालपणातून अशा काही गोष्टी जोपर्यंत आपण शिकत नाही तोपर्यंत आपल्या प्रतिक्रिया भडकच राहणार आहेत.

वर्तमानातल्या तीव्र भावना भूतकाळाशी जोडून त्याचा पृष्ठभागावर येण्याचा संदर्भ आपण लावतो. काही वेळेस वर्तमानकाळातील भावनांमुळे आपल्या भावनांचा कोंडमारा होतो आणि काहीच वाटत नाही. आतून इतक्या तीव्र भावनांची जाणीव होण्यासाठी तेवढे सयुक्तिक कारण नसते. भूतकाळाशी साखळी जोडायचे शिकले की भूतकाळात ज्या जखमा पूर्णपणे भरल्या नव्हत्या किंवा ज्या अनिर्णित राहिल्या त्यांची जाणीव होण्याची व त्या मुक्त होण्याची पुन्हा एकदा संधी मिळते.

भावना भूतकाळाशी जोडूनही जर माझ्या नकारात्मक भावना वाहून गेल्या नाहीत तर मी माझ्या भावना मागे-मागे नेत थेट मी ६ वर्षांचा होतो - तिथपर्यंत नेतो, जेव्हा मी माझ्या कुटुंबापासून एक आठवड्यासाठी दुरावलो होतो.

एका उन्हाळ्याच्या सुट्टीत माझ्या वडिलांनी विचारले की कोणाला कॅलिफोर्नियाला आपल्या नातेवाइकांकडे जायचे आहे का? कोणीतरी मला सांगितले होते की ते नातेवाईक डिस्नेलँड जेथे आहे त्याच्या समोरच राहतात, म्हणून मी उत्साहाने तयार झालो. मला असे वाटले की आम्ही डिस्नेलँडला चाललो आहोत आणि माझ्या बरोबर बाकीचे सगळेजण येणार आहेत. मी जेव्हा माझ्या आत्याकडे पोहोचलो तेव्हा आश्चर्याची गोष्ट म्हणजे दुसरे कोणीच आले नव्हते. माझी कल्पना होती की तेथे जाऊन दिवसभर मजा करून रात्री घरी परत यायचे, पण तसे काहीच झाले नाही. आम्ही डिस्नेलँडला गेलोसुद्धा नाही. मी एक आठवडाभर तेथे राहिलो. मला आपण आपल्या घरी परत जाणार की नाही याची खात्री नव्हती. मी अतिशय घाबरलो होतो व दुःखी झालो होतो.

मी माझ्या वर्तमानकाळातील अवघड परिस्थितीत नेहमी ही घटना आठवतो आणि आजच्या माझ्या भावनांचा संबंध भूतकाळातील त्या भीती आणि दुःख या

भावनांशी जोडतो. अशा प्रकारचा संबंध जोडून माझ्या तीव्र नकारात्मक भावनांना मी योग्य संदर्भ देऊ शकतो.

जेव्हा कधी तुम्ही अस्वस्थ असाल आणि तुम्हाला त्याचे कारण समजत नसेल; (पण खरे तर तुम्हाला काय वाटते ते आत्ता महत्त्वाचे नाही.) अशा परिस्थितीत भावनांची जाणीव होणे व त्या मुक्त होणे यासाठी तुम्हाला काही संदर्भ तयार करावे लागतील जे तुमच्या भावनांचे संगोपन करतील व त्यांना मुक्त करतील. घड्याळाचे काटे मागे फिरवणे हे खूप महत्त्वाचे कौशल्य आहे, कारण तुम्हाला जर तुमच्या भावनांमागचे कारण सापडले नाही तर तुमचे मन स्वतः कारण निर्माण करते.

जर आपण असा योग्य संदर्भ निर्माण करू शकलो नाही की ज्यामुळे भावनांची जाणीव आणि मुक्तता होईल तर आपण आपोआपच अशा एखाद्या परिस्थितीकडे खेचले जातो की जी आपल्या अनिर्णित भावनांना पुष्टी देईल. आपल्याला पाहिजे तसे आयुष्य मिळवण्यापासून आपल्याला काय परावृत्त करते तर आपली भूतकाळाची पुनरावृत्ती करण्याची प्रवृत्ती! कारण आपल्यात नवीन येणाऱ्या भावनांना स्वीकारण्याची तयारी नसते. जर तुम्हाला तुमचा भूतकाळ आठवायचा नसेल आणि तिथली प्रेमाची तळी भरायची नसतील तरी भूतकाळ तुमच्याकडे पुन्हा त्याच चुका करत चालत येतो. जर आपण आपल्या नकारात्मक भावना मुक्त करण्याची इच्छा दाखवली नाही तर आपण पुन्हा पुन्हा त्याच प्रसंगांमध्ये अडकून पुन्हा पुन्हा वेदनांनाच आमंत्रण देतो.

फार वर्षांपूर्वी या प्रवृत्तीची मला प्रथम जाणीव झाली. मी कोणाची तरी फार अस्वस्थपणे वाट पाहत येरझाऱ्या घालत होतो. आता काही प्रमाणात मला राग यायला लागला होता, पण माझे दुसरे मन माझ्या या नकारात्मक भावनेला रोखून धरत होते आणि अचानक काहीतरी आश्चर्यकारक घडले. मला स्वयंपाकघरात बेसीन जवळ जाण्याची प्रचंड इच्छा झाली. मी नळ डावीकडे वळवला. त्या बरोबर गरम पाणी बाहेर आले व ते अधिकाधिक गरम होऊ लागले. मी शांतपणे त्याच्याकडे पाहत होतो, पण त्यातून येणाऱ्या वाफेकडे माझे लक्ष नव्हते आणि मी काय करतोय हे कळायच्या आत मी माझे हात उकळत्या पाण्यात धरून धुतले. साहजिकच नंतर वेदनेने किंचाळत सुटलो.

माझे हात जरी भाजले होते तरी बाकीचे शरीर मुक्त झाल्यासारखे वाटले. अजाणतेपणाने मी अशी संधी उपलब्ध केली होती की त्यामुळे माझ्या दबलेल्या वेदनांना जाणीव मिळाली. उकळत्या गरम पाण्यामुळे मला माझ्या वेदनांची जाणीव झाली आणि परिणामी शारीरिकदृष्ट्या जरी मी भाजलो होतो तरी भावनिक पातळीवर मला कुठेतरी बरे वाटत होते.

त्या क्षणापासून मी खूप जागरूक झालो की, सदैव आपण वेगवेगळ्या अनुभवांना आकर्षित करत असतो किंवा आपण त्यांच्याकडे आकर्षिले जात असतो. जेव्हा आपण स्वत:च नकारात्मक प्रसंगांना आमंत्रण देतो की जे आपल्या मनाला जवळपाससुद्धा नको असतात तेव्हा आपला आत्मा त्या प्रसंगामध्ये आपल्याला मदत करतो व आपल्या नकारात्मक भावना बाहेर टाकतो. आत्म्याला हे माहिती असते की जोपर्यंत आपण दाबून टाकलेल्या वेदनांची जाणीव होण्यासाठी आपल्याकडे संदर्भ नाही तोपर्यंत स्वत:शी एकरूप होण्याचा दुसरा मार्ग नाही.

स्वत:ला बळकट करा!

काही वेळेस आपल्या भावनांवर प्रक्रिया करण्यासाठी भूतकाळात डोकावण्यापेक्षा आपण भविष्यातसुद्धा पाहू शकतो. जर आपण अस्वस्थ असलो आणि आपल्या भावना बाहेर टाकणे अवघड दिसत असले तर एक छोटासा बदलसुद्धा खूप काही वेगळे घडवू शकतो. एक मिनिटभर अशी कल्पना करा की जे काही घडतंय त्यापेक्षा पुढे वाईट घडणार आहे. आता भविष्यात ते सगळे बघा की तुम्ही खूप रागावला आहात, ज्याला तुम्ही सगळ्यात जास्त घाबरत होतात ती सगळ्यात वाईट गोष्ट अगदी तुमच्या जवळ येऊन ठेपली आहे. भविष्यकाळातला असा अनुभव घेऊन तुम्ही तुमच्या भावनांवर प्रक्रिया करू शकता. इतका छोटा बदल करून तुमच्या कल्पनाशक्तीला ताण देऊन तुम्ही योग्य संदर्भ निर्माण करून तुमच्या भावना पृष्ठभागावर आणू शकता. एकदा त्या पृष्ठभागावर आल्या की काही मिनिटांपर्यंत त्यांचा संबंध भूतकाळाशी लावा आणि पहिली पद्धत वापरा व भावनांवर प्रक्रिया करून त्यांच्यापासून मुक्तता मिळवा, यालाच वैयक्तिक स्वायत्तता म्हणतात.

जॅकला त्याच्या कामाच्या ठिकाणी सादरीकरण करायचे होते. त्या महान प्रसंगापूर्वी काही दिवस त्याची झोप उडाली होती आणि तो चिंताग्रस्त झाला होता. त्याला खूप त्रासदायक वाटत होते, मग तो वैयक्तिक यशाच्या कार्यशाळेत येऊन दाखल झाला. त्याची भीती घालवण्यासाठी त्याने पुढचा विचार केला.

त्याने संभाव्य वाईट गोष्टी ज्या घडू शकतील अशांची एक यादीच बनवली. त्याने त्याच्या कल्पनाशक्तीला ताण देऊन सगळ्या वाईट गोष्टी गृहीत धरल्या. त्याने लिहायला घेतल्यावर ते सोपे वाटले पण वेदना देणारे होते. त्याने कल्पना केली की तो काहीही योग्य बोलू शकला नाही. त्याच्या विनोदांना कोणी हसले नाही. कोणीही त्याच्या भाषणाने प्रभावित झाले नाही. त्याच्या सूचना अगदीच फालतू होत्या आणि त्याचे सादरीकरण इतके वाईट झाले की आता त्याला पुन्हा संधी मिळणेही शक्य नव्हते.

अशा प्रकारे भीतीच्याच डोळ्यात डोळे घालून पाहिल्याने त्याला वाईट वाटले, तो दुखावला गेला आणि त्याचा उत्साह गेला. नंतर त्याने त्याची दुःखाची भावना आणि दुखावले गेल्याची भावना त्याच्या भूतकाळातल्या त्याने दिलेल्या भाषणाच्या वेळेच्या भावनेशी जोडली. त्यावेळी त्याची काहीच तयारी झालेली नव्हती आणि त्यावेळीसुद्धा तो प्रेक्षकांकडून नाकारला गेला होता. त्यावेळीही त्याच्या भावना याच होत्या. त्याने त्या भावनांवर भूतकाळ वापरण्याच्या पद्धतीने प्रक्रिया केल्या. परिणाम असा झाला की त्याचे औदासीन्य पार पळून गेले. क्वचित कधीतरी ते परत यायचे, पण आता त्याच्याकडे कसे दुर्लक्ष करायचे हे त्याला समजले होते.

पद्धत चौथी- विषय बदला!

नकारात्मक भावनांमध्ये गुंतून न पडण्याचा व त्यांच्यावर प्रक्रिया करण्याचा चौथा मार्ग म्हणजे विषय बदलणे. स्वतःच्या वेदनेवर लक्ष केंद्रित करण्यापेक्षा थोडा वेळ इतरांच्या वेदनेवर लक्ष केंद्रित करा. स्वतःवरचे लक्ष काढून ते दुसऱ्यांकडे द्या, त्यामुळे आपल्या वेदनेची जाणीव कमी होईल व शेवटी आपण तिच्याकडे दुर्लक्ष करणे शिकू. एखाद्या सिनेमात दुःखी प्रसंग पाहताना तुमच्या डोळ्यात पाणी येते, तुम्हालाही कळत नाही की तुमची प्रतिक्रिया इतकी तीव्र का आहे? पण नक्कीच त्याचा संबंध तुमच्या भूतकाळाशी आहे हे स्पष्ट होते, कारण तुमच्या दुखऱ्या शिरेला स्पर्श झालेला आहे. गोष्टीमध्ये असे काहीतरी घडले की त्यामुळे तुमच्या हृदयाला काहीतरी जाणवायची गरज भासली.

जरी घरी व्हि.डि.ओ.वर सिनेमा पाहणे आर्थिकदृष्ट्या फायद्याचे असले तरी थिएटरमध्ये इतर लोकांबरोबर सिनेमा पाहण्याने आणखी चांगले वाटते, कारण आपल्या भावनांमध्ये त्यांना सहभागी करून घेता येते. पुस्तके वाचण्यानेसुद्धा हाच बरे करणारा अनुभव येतो. दुसऱ्यांची वेदना आणि आनंद जगण्याने आपण स्वतःशी जोडलेले राहतो. नाटकांमध्येसुद्धा कलाकार आपण प्रत्यक्ष आयुष्यात झेलणारी संकटे ते अभिनयाने दाखवतात. अर्थात त्यातील घटना नाट्यमय असल्यामुळे त्या अधिक दुर्दैवी किंवा अधिक विनोदी असतात, पण त्यांच्या जाणिवा आपल्याला आपल्या वाटतात.

आपल्या स्वतःच्या आयुष्यात आपण आपल्या भावना लपवतो, कारण आपली मने त्यांना जाहीर रूप देऊ इच्छित नाहीत. सिनेमा, गोष्टी, पुस्तके आणि थिएटर आपली वेदना नाट्यमय करण्यास मदत करतात. गोष्टीतल्या पात्रांचे दुःख आणि वेदना आपण सहज स्वीकारतो. आपण त्यांच्या वेदनेत सहभागी झाल्यामुळे

आणि त्याचा शेवट स्वीकारल्यामुळे आपल्या नकारात्मक भावना बाहेर टाकल्या जातात.

निरनिराळी वाद्ये, गाणे हेसुद्धा हृदयाला आनंद देतात. शास्त्रीय संगीतात शब्दांची भावना फारशी नसली तरी ही आत्म्याची भाषा असते आणि त्यामध्ये अशा उत्कट भावना व्यक्त होतात. जशा, उत्साह, मोक्ष, आशा, व्यर्थता, आर्तता, राग, फसवणूक आणि निराशा. अशाच सर्व भावना या काव्यातून व गाड्यांमधूनही व्यक्त होतात.

मी माझ्या कार्यशाळेत नेहमी निरनिराळ्या पद्धतीचे संगीत विद्यार्थ्यांना ऐकवतो, जेणे करून त्यांना समजेल की काय बाहेर पडणे गरजेचे आहे. एखादा यशस्वी सिनेमा बनवायचा असेल तर आपल्या वेगवेगळ्या भावना बरोबर घेऊन जाणारे संगीत त्यामध्ये असणे आवश्यक आहे. काही विशिष्ट संगीत आपल्याला आधीच संकेत देते की काहीतरी दुर्दैवी आता घडणार आहे. काही संगीत आपल्याला धोक्याची सूचना देते, काही वेळेस आराम देणारे संगीत असते आणि आता सगळे काही सुरळीत होणार आहे असेही संकेत संगीतातून मिळतात.

विषय बदलण्याचा दुसरा मार्ग म्हणजे एखाद्या आधारकेंद्रात सामील होणे. आपण जेव्हा दुसऱ्यांना त्यांच्या वेदनेत आधार देतो तेव्हा आपल्यात सहसंवेदना येते, आपले स्वत:चे दु:खसुद्धा पृष्ठभागावर येते आणि काही वेळेस आपोआप आपण त्यातून मुक्त होतो. जर तुम्हाला तुमच्या भूतकाळाशी वर्तमानकाळाची सांगड घालणे जमणार नसेल तर मी हेच सुचवीन की तुम्ही अशा एखाद्या आधार केंद्राचे सभासद व्हा. माझा स्वत:चा हा अनुभव आहे की अशा आधारामुळे मला माझ्या नकारात्मक भावनांमधून मुक्त होणे शक्य झाले.

या चारही पद्धतींची माहिती मिळवून आता तुमच्या हातात भावनांवर प्रक्रिया करणारी शस्त्रे आली आहेत. फक्त तुम्ही या शक्तीच्या सान्निध्यात असले पाहिजे. तुम्ही जर या कौशल्यांचा सराव केला तर काही महिन्यांतच तुम्ही नवी कोरी बाईक घेऊन पाहिजे तेथे जाऊ शकाल!

❖

१२

तुम्हाला हवे ते तुम्ही कसे मिळवाल?

वैयक्तिक यशाचे गमक हे स्वत:शी प्रामाणिक असण्यात आणि सतत काहीतरी अधिक हवे असण्यात आहे. वैयक्तिक यश मिळविण्यासाठी फक्त आनंदी असणे पुरेसे नाही. तुम्ही तुमच्या महत्त्वाकांक्षा वाढवल्या पाहिजे. कुठल्या तरी ध्येयाने तुम्ही झपाटले गेले पाहिजेत. जेव्हा तुम्हाला खरेच अधिक हवे असेल तेव्हा तुम्हाला ते नक्की मिळेल. ज्या लोकांकडे अधिक नाही ते स्वत:ला ते पाहिजे असणे पण नाकारतात. काही लोकांच्या बाबतीत त्यांना अधिक हवे असण्याची कल्पना आवडते, पण त्यासाठी ते काही विशेष प्रयत्न करत नाहीत.

बाह्य सुख हवे असेल तर ते आपल्याला इतके तीव्रपणे हवे असते की जर ते मिळाले नाही तर आपण दुखावले जातो. त्याच वेळेस आपण नकारात्मक भावनेतून मुक्त होणे आणि आपली जखम बरी करणेसुद्धा शिकले पाहिजे, त्यामुळे आपल्याला अंतर्मनातील आनंदाचाही आस्वाद घेता येईल. आपल्या अंतर्मनातला आनंद, प्रेम, आत्मविश्वास आणि शांती आपल्याला नेहमी शोधता आली पाहिजे. त्याच बरोबर अटळ असलेल्या नकारात्मक भावना म्हणजे उद्वेग, नैराश्य, काळजी आणि इतर अनेक की ज्या बाह्यावयांच्या आकांक्षेबरोबर येतात त्यांच्याशी सामनासुद्धा आपल्याला करता आला पाहिजे.

ही दृष्टी मिळाल्यामुळेच खूप यशस्वी लोक अतिशय नम्र असतात. जेव्हा ते लहान असतात तेव्हा ते कदाचित गरीब असतील, अनेक सुखांपासून वंचित असतील, कदाचित अनाथसुद्धा असतील. खूप कष्टांशी सामना करून अवघड परिस्थितीतसुद्धा आनंदी कसे राहायचे, पण तरीही अधिकाची अपेक्षा धरायची हे त्यांनी शिकले असेल.

अधिकाची इच्छा धरूनही आपल्याकडे जे आहे त्याचे ऋण मानून अनेकांनी आयुष्यात अमर्याद यश मिळवले आहे.

आपल्याला अनेक कथा ऐकायला मिळतील की, आयुष्यात यशस्वी कसे व्हावे?, हवे ते कसे मिळवावे याबद्दल, पण शेवटी सगळ्याचे सार एकच! फार मोठे यश माणसाला दुबळे बनवते आणि मग त्यांचे आयुष्य, त्यांचे व्यवसाय जणू काही खोल पाण्यात सूर मारतात. बाह्य यश मिळवल्यानंतर त्यांचे आनंदी आयुष्य सुरू होते, त्यामुळे नवनिर्मिती उत्पादन, नवीन यशाची चढती कमान हे सगळे थांबते, कारण आता त्यांना कुठलीच महत्त्वाकांक्षा उरलेली नसते. जगज्जेता अलेक्झांडरसारखी त्यांची अवस्था होते; ते एक एक पायरी हळूहळू खाली उतरतात किंवा सूर मारतात. अर्थात् सदैव खालीच राहत नाहीत.

एकदा तळाशी जाऊन आल्यावर आणि सगळे काही गमावल्यावर ते परत येतात. त्यांचा पुन्हा उत्कर्ष होतो. त्यांना आता अधिकाची आस लागते. ते त्यांची वेदनेची नकारात्मक भावना दूर करतात आणि पुन्हा एकदा कमीतकमी गोष्टीत आनंदी कसे राहायचे ते शिकतात. ते पुन्हा एकदा सुपीक जमिनीवर आशा-आकांक्षांच्या बिया पेरतात.

सगळे गमावल्याची वेदना त्यांना जाणवते. ते आता त्यांच्या आशा-आकांक्षा अशा रीतीने पुरेशा बळकट करतात की ते बाह्य यश मिळवू शकतील. एकदा त्यांनी हे सगळे गमावले होते. आता त्यांना जे मिळते ते ते स्वीकारतील व त्याबद्दल ऋणी राहतील. स्वीकार आणि आकांक्षा यांच्याबरोबर त्यांच्यात यशाच्या लाटा पुन्हा उसळतील. सुदैवाने ज्ञान आणि शहाणपण यामुळे वैयक्तिक यशातील गुपिते समजून घेतल्याने तुम्हाला आयुष्य स्वीकारण्यासाठी आणि तुमच्या आशा बळकट करण्यासाठी कुठल्याच टोकाला जाण्याची गरज नाही. नकारात्मक भावनांच्या जाणिवा शिकून घेऊन त्या सकारात्मक भावनांमध्ये बदलणे जमले की तुम्हाला आयुष्यात फार काही गमवावे लागत नाही, उलट 'दिल मांगे मोर'ची इच्छा प्रकट होते.

बाह्य यशाचे गुपित म्हणजे तीव्र इच्छा!

सर्व बाह्य यशाचे गमक हे तीव्र इच्छेमध्येच आहे. तुम्हाला हे माहिती पाहिजे की तुम्हाला नक्की काय हवे आहे, त्याबद्दल तुम्हाला खूप खोलवर वाटले पाहिजे आणि तुमची त्यावर श्रद्धा पाहिजे. तुमची उत्कट भावना, श्रद्धा आणि तीव्र इच्छा हीच तुमची शक्ती आहे. जेव्हा तुम्हाला एखादी गोष्ट हवी असेल तेव्हा त्या

विचाराने झपाटले जाणे आणि त्याचा पाठपुरावा करणे यामुळे संपूर्ण जगच तुमच्या इच्छेला प्रतिसाद देईल. जेव्हा तुम्ही तुमच्या इच्छेचा अभ्यास कराल आणि त्याला कृतीची जोड द्याल तेव्हा तुमच्या इच्छा फलद्रूप होतील, त्या अधिक बळकट होतील. जितका जास्त तुम्ही पाठपुरावा कराल तितकी त्या कामावरील तुमची श्रद्धा वाढत जाईल आणि तुमच्या जाणिवा तीव्र होतील. जेव्हा तुमच्या जाणिवेत काय करायचे याबद्दलचे उपजत ज्ञान असेल आणि तुमच्या यशाबद्दल श्रद्धा असेल तेव्हा यश तुमच्यापासून लांब असेल. आता फक्त कृतीचा अवकाश आहे. तुम्ही जगावर विश्वास दाखवल्याखेरीज जग तुमच्यावर विश्वास दाखवणार नाही.

बाह्य यशाचे गमक तीव्र इच्छा, जाणिवा आणि श्रद्धा यामध्येच आहे.

जवळपास प्रत्येक यशोगाथा ही नकार, अपयश, उद्वेग, काळजी आणि निराशा यांच्या उदाहरणांनी भरलेली असते. यशाच्या मार्गात अनेकदा पीछेहाट, बेइमानी आणि विलंब असतात. जे लोक भव्यदिव्य विचार करतात किंवा महत्त्वाकांक्षा बाळगतात त्यांची आयुष्ये काही वेळेस अडचणींचा सामना करण्यातच संपून जातात, पण जर संयम आणि पाठपुरावा यांच्या साहाय्यानी त्यांनी त्यांचे प्रयत्न चालू ठेवले तर त्यांच्या इच्छा पूर्ण होऊन ते यशस्वी होतील. रोम शहर एका दिवसात बांधून झाले नाही. त्याच्या निर्मितीला खूप वेळ लागला आणि काय हवे तसे बनवायलाही, पण सगळ्यात महत्त्वाचे म्हणजे त्यासाठी असणारे झपाटलेपण!

हे उदाहरण म्हणजे निर्मितीची एक मोठी गूढ कथा आहे- जी सोदाहरण स्पष्ट करते की तुम्हाला हवे ते तुम्ही मिळवू शकता. तुम्ही काय करता हे फार महत्त्वाचे नाही, पण तुम्हाला काय वाटते, तुम्हाला काय हवे आहे आणि तुमच्या श्रद्धा काय आहेत हे महत्त्वाचे. नक्कीच काही कृती गरजेची आहे, पण कृती म्हणजे संघर्ष नव्हे किंवा खूप कष्टाचे काम नव्हे, पण तरीही त्या कृतीने आपला हेतू साध्य व्हायला हवा. यामुळे आपल्या श्रद्धेला बळकटी येते की यशाला काय आकर्षित करते!

तुमचा जर स्वत:वर विश्वास असेल तर जगसुद्धा तुमच्यावर विश्वास ठेवते आणि तुमच्या इच्छांना प्रतिसाद देते.

तुम्ही जेव्हा कोणाशी वचनबद्ध असता तेव्हा तुम्ही जोखमीचे काम पत्करता आणि ते निभावतासुद्धा! जेव्हा तुम्ही एखाद्या खोल गर्तेत उडी घेता तेव्हा तुम्ही तुमच्या विश्वासावरच आरूढ होता आणि तुम्हाला हवे ते मिळण्याची शक्यता निर्माण होते. जेव्हा तुम्हाला तुमच्या अंतर्मनात डोकावणे जमते तेव्हा कुठल्याही

टोकाशी जाण्याची गरज नाही. एकदा का तुम्हाला तुमच्या अंतर्मनात प्रवेश करण्याचे कसब प्राप्त झाले आणि आत्मविश्वास आला की तुम्हाला फार काही करण्याची गरज नाही किंवा यश मिळविण्यासाठी मोठे धोकेसुद्धा पत्करण्याची गरज नाही.

यश मिळवण्यासाठी फक्त कृतीवर भर देऊन खूप लोक आपल्याला हवे ते आपण मिळवू शकतो या श्रद्धेपासून दूर ढळतात.

तर त्याच्या उलट काही लोकांना खूप मोठी दमछाक झाल्यानंतरच यश मिळते. ते प्रयत्न करण्याची एकही गोष्ट सोडत नाहीत. त्यांच्या जवळ असलेली प्रत्येक गोष्ट पणाला लावतात. ते धडक योजना आखतात, ते त्याग करतात, देवाची करुणा भाकतात, पण शेवटी त्यांच्या तीव्र इच्छेमुळे आणि आपल्याकडे असलेल्या गोष्टींकडे दुर्लक्ष केल्यामुळे ते यशामध्ये रूपांतर होण्याचा आश्चर्यजनक इतिहास घडवतात.

थॉमस एडिसनने लावलेल्या हजारो शोधांबद्दल तो असे म्हणतो की त्याचे यश हे ९९% प्रयत्न व १% ईश्वरी प्रेरणा आहे. तो खूप प्रयत्न करायचा, प्रयत्न करून थकला की तो त्या गोष्टीचा नाद सोडून देत असे, त्याकडे दुर्लक्ष करत असे आणि शेवटी त्याला एखादी अलौकिक अशी कल्पना सुचत असे. उपाय शोधण्यासाठी सगळे प्रयत्न करून झाल्यानंतर त्याच्या लक्षात येत असे की आता त्याचे मन थांब म्हणते आणि तेव्हाच उपाय सापडतो. जेव्हा एडिसन सगळे प्रयत्न करायचा त्यातून तो यशाच्या शक्यतेवर त्याचा असलेला विश्वास दर्शवायचा. पाठपुरावा करून आणि प्रयत्न चालू ठेवून तो त्याच्या वेडाला जागतं ठेवायचा आणि मगच आयत्या वेळेची एक ठिणगी त्याच्या कल्पना प्रत्यक्षात उतरवायची.

तीव्र इच्छेचे अग्निकुंड एकदा का प्रज्वलित केले की अलौकिक, बुद्धिमान कल्पना सुचतात.

वैयक्तिक यशाची गुपिते समजावून घेऊन तुम्ही हृदयात ध्येयवेडेपण कसे जपायचे आणि त्यासाठी कुठल्याही टोकाला जाण्याची गरज नाही हे तुम्ही शिकाल. तुम्ही हेसुद्धा लोकांना दाखवू शकाल की विनाकारण भलती जोखीम न घेताही तुमचा तुमच्यावर विश्वास आहे. निराशेच्या गर्तेत पुन्हा पुन्हा डुबक्या मारून बाहेर येण्याची यश टिकवण्यासाठी गरज नाही. तुमच्या स्वत:च्या नैसर्गिक क्षमता अजमावूनच तुम्ही तुम्हाला हवे ते मिळवू शकता.

शरणागतीची ताकद!

जेव्हा जेव्हा आपण स्वत:ला आपल्या ठरावीक मर्यादेपर्यंत ढकलतो, तेव्हा आपल्याला आपली मर्यादा कशी जाणवते तर त्यानंतर आपल्याला नकारात्मक भावनांची जाणीव होते. मर्यादा म्हणजे तेथपर्यंत आपल्याला फक्त सकारात्मक जाणिवा होतात. जेव्हा आपण आपल्याला शक्य तेवढे प्रयत्न करतो आणि नंतर सोडून देतो किंवा देवावर किंवा एखाद्या अद्भुत शक्तीवर सोडतो व अपेक्षा करतो की त्या अलौकिक कल्पना साकार व्हाव्या. ती सर्वश्रेष्ठ ताकद तुमच्यासाठीच आहे हे तुम्ही कसे समजता? जर तुम्ही धार्मिक अथवा आध्यात्मिक असाल तर तुम्हाला देवाची शक्ती जाणवेल. जर तुम्ही नास्तिक अथवा देवाच्या अस्तित्वाबद्दल शंका घेणारे असाल तर कदाचित तुमची उच्च प्रतीची बुद्धिमत्ता व अंतर्ज्ञान पुरेसे आहे.

तुम्हाला भोवतालच्या विशिष्ट परिस्थितीचे किती ज्ञान आहे वगैरे गोष्टींचा विचार न करता जेव्हा तुम्ही एखादी गोष्ट मिळविण्यासाठी सगळे प्रयत्न करून मग नाद सोडता तेव्हा तुम्हाला जे हवे ते मिळते. छोटीशी इच्छा मनात धरणे आणि लगेचच शरणागती पत्करणे हे नेहमीच पुरेसे नसते, तर आपल्याला मनापासून काहीतरी हवे असणे आणि आत्मविश्वास वाटणे हे गरजेचे असते. जेव्हा आपला विश्वास असतो की आपण भाग्यवान आहोत किंवा देवदूत आपल्याला मदत करतात तेव्हा यशस्वी होणे अधिक सोपे असते. जेव्हा मला समजले की मदत कशी मागायची आणि वरिष्ठ स्रोतापासून ती कशी मिळवायची तेव्हापासून माझ्या आयुष्यातील तणाव कमी झाला आणि माझ्यातील क्रियाशीलता वाढली. मला समजले की मी जर मागितली तर मला सगळ्या गोष्टींसाठी मदत मिळू शकते.

जेव्हा आपल्याला हे आठवते की सगळे काही आपल्याला एकट्यालाच करायचे नाही तेव्हा आपण खूप निश्चिंत होतो. नियमित ध्यानधारणा इतकी मौल्यवान का आहे याचे हे एक आणखी कारण आहे. आपल्याला त्यासाठी रोज फक्त १५ मिनिटे काढायची आहेत आणि स्वत:ला समजवायचे आहे. आपल्याला दिवसभराची उद्दिष्टे ठरवायला आणि ती पार पाडायला मदतीला कोणीतरी आहे. हा सगळा डोंगर आपल्यालाच उपसायचा आहे असा विचार करण्याऐवजी नेहमी हे आठवायचे की आपल्या पाठीमागे भक्कम आधार आहे.

दिवसभरातील फक्त १५ मिनिटांसाठी केलेली ध्यानधारणा असा अनुभव देते की आपल्याला मदत मिळणार आहे, पण दिवसभराचे योग्य उद्दिष्ट बदलायला हवे.

रोज ध्यानधारणेला वेळ न मिळाल्यामुळे त्याचा परिणाम व्हायचा तोच झाला. माझी खात्री पटली की प्रत्येक गोष्ट मला एकट्यालाच करायची आहे. नियमित ध्यानधारणा केल्यास ही सर्व माझीच जबाबदारी आहे असे न वाटू देणारी झलक तुम्हाला बघायची असल्यास थोडा वेळ थांबा आणि एक प्रयोग करून बघा. तुमच्या हाताचे एक बोट मागे-पुढे हलवा. अर्ध्या मिनिटापर्यंत ही क्रिया खूप जलद करा. आता पुन्हा ही क्रिया करा, पण लक्षात ठेवा तुम्ही आता हे करत नाही. जसे तुम्ही गाडी चालवत आहात तसेच हे आहे. तुम्ही तुमच्या बोटाला सांगत आहात की काय करायचे आणि तुमचे शरीर त्याप्रमाणे करते आणि तुम्हाला कळतही नाही काय घडते आहे!

हे खूप महत्त्वाचे आहे की तुम्हाला जाणवले पाहिजे की तुम्ही आदेश देणारे आहात, तुम्ही गाडी चालवता पण म्हणून तुम्हाला इंजीन चालवायचे नाही. चालक म्हणून तुम्हाला गाडीतून बाहेर उतरून गाडी ढकलायची नाही. गाडी तुमच्यासाठी हे सगळे करते. तुम्हाला फक्त किल्ली फिरवायची आणि हातात चाक धरून पुढे जायचे.

जेव्हा तुम्ही गाडी चालवता तेव्हा तुम्ही गाडीतून बाहेर येऊन गाडी ढकलत नाही.

जेव्हा आपला संबंध परमात्म्याशी आहे, त्याचा आपल्याला अनुभव येतो तेव्हा आपण एकटे नाही आहोत आणि आपल्याला कोणीतरी मदत करते आहे हे आठवणे सोपे जाते. तुम्ही फक्त प्रार्थना केलीत की ज्या गोष्टी घडायला हव्यात त्या 'तथास्तु' म्हटल्याप्रमाणे घडतात. खरे तर आपण प्रतिकाराच्या विळख्यात इतके अडकलेले असतो की आपल्यासाठी बऱ्याच गोष्टी कोणीतरी केलेल्या असतात हे आपण विसरतो. दिवसाच्या सुरुवातीला आपली उद्दिष्टे ठरवायची आणि अनुभव घ्यायचा की आपल्या इच्छांना जगाकडून किती चांगला प्रतिसाद मिळतो आहे. तुम्ही आता फक्त अधिक यशस्वीच होणार नाही तर तुम्हाला आता अधिक काही करायची गरजसुद्धा भासत नाही. एखादी गोष्ट मिळवण्यासाठी जर तीन वर्षे लागणार असतील तर आता तीन महिनेच लागतील आणि नंतर तीन महिन्यांऐवजी तीन आठवडे फक्त!

आपण काहीतरी करू शकतो असा आत्मविश्वास असला की आपण जे करतोय त्यातून काहीतरी फळ मिळणार अशी श्रद्धा असते. एखादा पियोनिस्ट असा विचार करत बसताना पाहिला का, की मी आता बोटांची कशी हालचाल करू? त्या बोटांच्या हालचाली त्याच्याकडून आपोआप होतात. एकदा का तुम्ही

टायपिंग करणे शिकलात की तुम्हाला त्याबद्दल विचार करायची गरज पडत नाही. तुमची बोटे बिजलीच्या चपळाईने हालचाल करून जे पाहिजे तेच टाइप करतात.

आपल्याला जे काही करायचे ते आपण मनाला, शरीराला किंवा हृदयाला सांगितलेले असते. ते घडते किंवा घडत नाही. जे घडते त्याचा संबंध आपले तन-मन एकरूप असण्याशी आणि आपल्याला नक्की काय पाहिजे यासंबंधी जागरूक असण्याशी असतो. सरावामुळे मदत होते, कारण त्यामुळे आत्मविश्वास मिळतो. आत्मविश्वास आणि उद्दिष्ट यांचे फळ म्हणजे यश!

दुर्लक्ष करण्याचा संघर्ष!

आपल्याला जोपर्यंत हे ज्ञात होत नाही की आपण या सर्वश्रेष्ठ ताकदीसमोर कसे नतमस्तक होणार आहोत तोपर्यंत आपल्या मनात सतत संघर्ष चालेल आणि आपण स्वत:ला सतत काहीतरी भव्यदिव्य मिळवण्यापर्यंत ढकलत राहू. अशी कित्येक मोठमोठ्या लेखकांची, कवींची, संशोधकांची, शास्त्रज्ञांची, नेत्यांची नावे सांगता येतील की ज्यांच्या आयुष्यात प्रचंड संकटे आली आणि त्यांना आयुष्यात मान तुकवावी लागली, दुर्लक्ष करावे लागले आणि शरणागती पत्करावी लागली. या लोकांच्या उदाहरणांवरून जर तुम्ही काही शिकलात, तर तुम्हीसुद्धा फारसा खेद, दु:ख न मानता किंवा संघर्ष न करता ते करू शकता.

आपल्या स्वत्वाशी जोडलेले राहण्यासाठी प्रेमाची तळी भरण्याचे तंत्र तर आता आपल्याला माहितीच आहे. खूप मोठे वैयक्तिक यश मिळवण्यासाठी तुम्हाला स्वत:ला काय पाहिजे आहे ते समजले पाहिजे आणि त्यासाठी जास्तीतजास्त प्रयत्न केले पाहिजेत. त्या बरोबर अशी काही जादू घडेल की तुमच्या आशा-आकांक्षा फलद्रूप होतील. जेव्हा आपण जुनाट मार्गांनी बाह्य यश मिळवतो तेव्हा स्वत:ला जेवढे जास्तीतजास्त शक्य असेल तेवढे करतो व नंतर ते देवावर सोपवतो.

असे शेवटी देवावर सोपवण्यापेक्षा तुम्ही रोजच्या रोजच देवाची प्रार्थना केलीत तर तुम्हाला इतके जास्त निकराचे प्रयत्न करावे लागणार नाहीत. देवावर सोपवायचे याचा अर्थ की हे लक्षात घ्यायचे की सगळ्याच गोष्टी तुम्ही एकट्याने करायच्या नाहीत. जसे, गाडी चालवताना तुम्ही गाडीच्या बाहेर उतरून गाडी चालवत नाही. तुम्हाला फक्त ड्रायव्हिंग येत असणे गरजेचे आहे, अर्थात् तिथेही आपण कसब दाखवू शकतो पण जेव्हा आपल्याला हे माहिती असते की तेथे मुळातच अधिक जास्त ताकद आहे तेव्हा ते अधिक सोपे असते.

प्रत्येक दिवशीच तुम्ही हे देवावर सोपवले तर तुमचा संपूर्ण प्रवास अधिक सोपा होऊ शकतो.

काही लोक असे असतात की जे त्यांची उद्दिष्टे देवावर सोपवतात पण या बाहेरच्या जगात त्यांना जे पाहिजे ते मिळत नाही, कारण ते सर्वस्वी देवाच्या हातात सोपवतात. कदाचित त्यामुळे त्यांना हवे ते मिळत नाही. यश मिळवण्यासाठी आपल्याला दोन्ही गोष्टी कराव्या लागतात. आपण स्वत: पण जबाबदारी उचलली पाहिजे आणि देवाची मदत मागितली पाहिजे. आपण जर देवावरच खूप जास्त विसंबून राहिलो तर आपल्या गरजांबद्दलच्या जाणिवा थांबतील आणि काही इच्छा पण राहणार नाहीत. जेव्हा गोष्टी मनासारख्या घडत नाहीत तेव्हा दु:खी व निराश होण्यापेक्षा व घाबरण्यापेक्षा देवावर विश्वास व श्रद्धा ठेवावी.

जेव्हा आपली प्रेमाची तळी भरलेली असतात तेव्हा जे आपल्याला हवे असते तेच देवाला हवे असते.

देव अशा लोकांनाच मदत करतो जे स्वत:ला मदत करतात आणि नंतर देवाची मदत मागतात. तुम्ही स्वत: आधी प्रयत्न केला पाहिजेत, तेव्हाच देव त्याच्या दूताला तुमच्या मदतीला पाठवतो किंवा दैवी चमत्कार घडवतो. जर तुम्ही रोजच्या रोज ध्यानधारणा केली तर तुम्हाला तुमच्या बोटांमध्ये ऊर्जा अक्षरश: चरचर आवाज करत येताना जाणवेल आणि हळूहळू ती तुमच्या पूर्ण शरीरभर पसरेल.

देव अशांना मदत करतो जे स्वत:ला मदत करतात व नंतर देवाची मदत मागतात.

जेव्हा केव्हा तुम्हाला मनोधैर्य हवे असेल तेव्हा तुमचे हात वरच्या दिशेने धरा आणि आधार मिळवा. ही दैवी ऊर्जा तुम्हाला ताकद, सुस्पष्टता आणि सामर्थ्य देईल ज्यामुळे तुम्ही नवनिर्मिती करण्यास उद्युक्त व्हाल. जर तुम्ही प्रत्येक गोष्ट देवाच्या हाती सोपवाल तर तुमच्या जाणिवा थांबतील आणि ऊर्जा तुमच्यामधून वाहणे थांबेल. ऊर्जा आहे तेथेच असते पण मग ती तुम्हाला मिळवता येत नाही.

का सकारात्मक विचार नेहमीच उपयोगी पडत नाहीत?

जेव्हा लोक आपल्या खऱ्या भावना व खऱ्या गरजा लपवतात तेव्हा सकारात्मक विचारसरणी उपयोगी पडत नाही. जेव्हा लोक नेहमीच आपण सकारात्मक किंवा आनंदी आहोत असे दाखवतात तेव्हा ते आपल्या नकारात्मक भावना लपवत असतात. त्यांना दुसऱ्यांचा आनंद कमी होऊ द्यायचा नसतो आणि स्वत:ही दु:खी आहोत हे दिसू द्यायचे नसते. आपल्याला जे हवे ते मिळाले नाही याची वेदना दिसू न देता किंवा आपल्याला पाहिजे ते मिळाले नाही म्हणून झालेली निराशा दिसू न देता आनंदी राहण्यावर भर देतात.

हे सकारात्मक विचार, सकारात्मक भावना, श्रद्धा, चांगुलपणा, प्रेम, दयार्द्रता, औदार्य, ज्ञान, दृष्टिकोन, कर्म, दैव, देवाची इच्छा आणि देवाची दया यांच्यावर त्यांचा विश्वास असतो. जरी सकारात्मक विचारसरणी माणसाला अधिक आनंदी बनवत असली तरी त्यांना नवनिर्मिती आणि पाहिजे ते मिळाल्याचा पूर्ण आनंद उपभोगता येत नाही.

सकारात्मक राहण्याच्या त्यांच्या प्रयत्नात नकळतपणे त्यांच्या आतली क्षमता जी त्यांना आयुष्यासाठी मार्गदर्शक ठरू शकते ती दुबळी होत जाते. त्यांना जे पाहिजे त्याची प्रबळ इच्छा ते धरू शकत नाहीत. आयुष्य त्यांच्या पुढ्यात जे ठेवते त्यामध्ये ते समाधान मानतात, नव्हे त्यावर ते प्रेम करतात आणि आनंदी राहतात. ते स्वत:च्या सकारात्मक विचारसरणीबरोबर आयुष्य आहे त्या स्वरूपात स्वीकारतात. प्रवाहाबरोबर वाहत जातात, आहे ते स्वीकारतात, क्षमाशील असतात, शरणागती पत्करतात, देवाच्या इच्छेला मानतात, इच्छा-आकांक्षांचा त्याग करतात, भयाला भ्रम मानतात. आजारपणाला भ्रम मानतात, चमत्कारांची अपेक्षा धरतात, आणखी काय सांगायचे? त्यांचा भर कशावर असतो तर स्वीकार, प्रेम जे आपल्याकडे आहे तेच आपल्याला हवे आहे आणि यापेक्षा अधिक काही नको.

अंतर्मनातील परिपूर्णतेवर समाधानी असल्यामुळे बाह्ययशाला अडथळा होतो.

जेव्हा केव्हा त्यांच्यात नकारात्मक भावना आल्याच तर त्यांना तो अपराध वाटतो, स्वत:ची लाज वाटते. जरी ही आध्यात्मिक विचारसरणी वादातीत महत्त्वाची असली तरीही नकारात्मक भावनांच्या उपयुक्ततेकडे दुर्लक्ष करून चालणार नाही, कारण नकारात्मक भावना हाच इच्छा-आकांक्षा व सकारात्मक भावनांकडे नेणारा मार्ग आहे.

वैयक्तिक यश मिळवण्यासाठी आपल्याला अंतर्मनातील आध्यात्मिक आणि बाह्य यश या दोन्हींचीही गरज लागते. आपल्याला अशी खात्री झाली पाहिजे की सकारात्मक भावना आपल्याला प्रबळ इच्छांपासून व नकारात्मक भावनांपासून अडवू शकत नाहीत. या दृष्टिकोनातून आपल्याला सकारात्मक विचारसरणीची फक्त सवयच करायची नाही तर नकारात्मक भावना व इच्छा यांच्या प्रति सकारात्मक दृष्टिकोन ठेवायचा आहे.

❖

१३

तुमची जादूची झप्पी शोधा...

मला आठवतंय, की माझी मुलगी लॉरेन ही जेव्हा प्रथम आपल्याला हवे ते मिळविण्याच्या जादूविषयी शिकली व तिचा त्याच्यावर विश्वास बसला तेव्हा ती ५ वर्षांची होती. तेव्हा आम्ही सुट्टीमध्ये हवाईला गेलो होतो. एका छोट्या पुस्तकाच्या दुकानात तिला एक जादूची पेटी दिसली. तिने ती लगेच हातात घेतली व 'हे काय आहे' असे मला विचारले. मीसुद्धा ती हातात घेतली व त्यावरील सूचना वाचल्या. त्याच्यावर असे लिहिले होते की, 'ही जादूची पेटी तुमच्या हृदयाजवळ ठेवा, तुमचे डोळे बंद करा आणि मनात इच्छा धरा. तुम्हाला जे हवे ते मिळेल.'

जेव्हा तिने हे ऐकले तेव्हा तिला खूप आनंद झाला. तिला असे वाटले की आता आयुष्यभरासाठी तिच्या आनंदाचा ठेवा तिला मिळाला. तिने विचारले, 'मी काहीही मागू शकते?' मी म्हणालो, "हो." मग तिने मला ती पेटी घेण्याविषयी सांगितले. आम्ही जेव्हा समुद्रकिनाऱ्यावरून चाललो होतो तेव्हा तिचा चेहरा आनंदाने प्रफुल्लित झाला होता. ती खूप आनंदात दिसत होती. तिने तिची जादूची पेटी अगदी हृदयाजवळ धरली होती आणि भराभर इच्छांवर इच्छा करत होती. तिच्या कल्पनाशक्तीने अगदी कळस गाठला होता.

नंतर मोठ्या कष्टाने ती मला म्हणाली, "डॅडी, असे का होत आहे? माझ्या इच्छा पूर्ण होत नाहीये." बरे झाले, मला काहीच बोलावे लागले नाही. माझी बायको बोनीने उत्तर दिले, "जेव्हा तू तुझ्या हृदयाची दारे उघडी ठेवशील आणि इच्छा करशील तेव्हाच त्या पूर्ण होतील आणि तरीही त्या ताबडतोब पूर्ण होत नाहीत, त्याला वेळ लागतो आणि त्यासाठी जरा धीर धरावा लागतो." या उत्तराने लॉरेनचे समाधान झाले आणि तिच्या चेहऱ्यावर पुन्हा हसू आले.

केवळ एका वाक्यात माझ्या पत्नीने - बोनीने - बाह्य यशाच्या गुपिताचे सार सांगितले होते, जे तिने तिच्या स्वत:च्या आयुष्यात अनुभवले होते. 'तुमचे हृदय उघडे ठेवा आणि तुम्हाला काय हवे ते मागा!' हे गुपित स्पष्ट करते की का अनेक लोक त्यांची नवनिर्मितीची ताकद घालवतात. जेव्हा त्यांना हवे ते मिळत नाही तेव्हा हे प्रयत्न सोडून देतात आणि त्यांचा विश्वास डळमळीत होतो. नवनिर्मितीमागचे गमक आहे आपल्या उद्दिष्टांचा समर्थपणे पाठपुरावा करणे असे वाटू द्या की, 'मी ते मिळवीनच, मला ते मनापासून हवे आहे आणि माझा विश्वास आहे की ते नक्की मिळेल.' अशा पद्धतीने तीव्र इच्छा आणि विश्वास यांचे समर्थ, हेतुपुरस्सर केलेल्या उद्दिष्टात रूपांतर होते.

तुम्हाला खरोखर काय हवे आहे ते समजून घ्या..

तुमच्या अतितीव्र इच्छांचा सतत पाठपुरावा केला की तुम्हालासुद्धा तुमची जादूची पेटी सापडते. आपल्याला खरोखर काय पाहिजे हा विचार केंद्रस्थानी ठेवला की तुमचे आयुष्य यशस्वी बनवण्याची ताकद तुमच्यात येते. आधी हा विचार तुमच्या मनात आणि हृदयात येतो आणि नंतर मग कृतीत येतो आणि मग हळूहळू तुम्हाला जे जे पाहिजे ते ते मिळविण्यात तुम्हाला यश मिळत जाते.

आपल्याला काय पाहिजे आहे ते समजणे ही गोष्ट ऐकायला जेवढी सोपी वाटते तेवढी ती प्रत्यक्षात सोपी नाही. आपण आपल्या महत्त्वाकांक्षांपासून परावृत्त होण्याची अनेक कारणे घडतात. काही वेळेस तर आपल्याला जे हवे असे वाटते ते अतिशय वेदनादायी असते आणि आपल्याला खात्री असते की हे आपल्याला कधीच मिळणार नाही. भीती हे त्यातील एक प्रमुख कारण आहे. केवळ भीतीपोटी आपण आपल्याला काय पाहिजे आहे याची जाणीव होऊ देण्याची परवानगी देत नाही. जर आपण मनात कसलीही इच्छा धरली आणि ती फार महत्त्वाची नसली आणि ती पूर्णही नाही झाली तर ते तेवढे वेदनादायक नसते, पण आपल्यासाठी जर हेच महत्त्वाचे असले तर मात्र आपल्याला ते दु:खदायी ठरते.

जेव्हा मी जाहीर भाषणे द्यायला लागलो- त्याला आता २८ वर्षांचा काळ लोटला- त्या काळी मला अतिशय भीती आणि काळजी वाटायची. मी भाषण देण्याच्या विचारानेच उदास होत असे कारण ती मला मिळालेली एक मोठी देणगी होती आणि माझा जन्मच जणू त्यासाठी झाला आहे असे मला वाटायचे. जर माझ्या भाषण देण्यात मी अयशस्वी झालो तर सगळे वाया जाईल असे मला वाटायचे. जर मी कॉम्प्युटर प्रोग्रामर म्हणून अयशस्वी झालो तर मला त्याचे तेवढे दु:ख झाले नसते, कारण ती माझी काही दैवी देणगी नाही. ते काही माझ्या आयुष्याचे उद्दिष्ट

नाही. जेव्हा तुम्ही एखाद्या गोष्टीत कुशल असता तेव्हा ती गोष्ट करताना तुम्हाला अपयशाचे वा नाकारले जाण्याचे भय अधिक वाटते. तुम्ही घातलेल्या एखाद्या ड्रेसला कोणी नाक मुरडणे वेगळे आणि तुमच्या श्रद्धांना तडा जाणे हे वेगळे.

जेव्हा तुम्ही स्वत:शी प्रामाणिक असता तेव्हा तुम्ही उघडे पडण्याची भीती अधिक असते. जर तुम्ही नाकारले गेलात आणि तुमच्यावर टीका-टिप्पणी झाली तर त्याची खोलवर जखम होते. ते तुमच्या भूतकाळातील अनिर्णित मुद्दे आणि भावना उलगडून दाखवतात. खरे तर मला माझा भूतकाळ फक्त एखाद्या चित्रपटासारखा बघायची इच्छा असते. शेवटी हळूहळू मी माझ्या अपयशाच्या, मला सोडून दूर गेलेल्या माझ्या माणसांमुळे झालेल्या दु:खाच्या व शक्तिहीनतेच्या भावनांवर प्रक्रिया करायला शिकलो, तेव्हाच काही महिन्यांतच मी काळजीमुक्त झालो.

या अनुभवावरून मला समजले की जेव्हा आपण स्वत:शी प्रामाणिक असतो तेव्हाच धोका जास्त असतो. नेहमीच आपण आपल्या आत्म्याची इच्छा मानू शकत नाही, कारण काही वेळेस आपली विचारशक्तीच बधिर होते. आपल्याला जे पाहिजे ते मिळेल असा विश्वास धरणे खूप धोकादायक असते, म्हणून आपल्या खऱ्या मागण्या आपण नाकारतो. आपण ज्या पद्धतीने स्वत:ला मागे ढकलतो किंवा आपल्या इच्छा नाकारतो त्याबद्दल आपण जागरूक राहायला पाहिजे, कारण तरच आपल्याला हवे ते आपण आजमावू शकू.

विश्वास, आस्था आणि आकांक्षा

जेव्हा आपल्या इच्छा-आकांक्षा पूर्ण होत नाहीत तेव्हा आपण शेवटी त्या सोडून देतो. आपण काळजी करणे पण सोडून देतो. आपल्या मागण्या आपण थांबवतो. आपण कोणावर विश्वास टाकणे पण सोडून देतो. जेव्हा पुरुषाच्या विश्वासाला तडा जातो तेव्हा तो तुमची काळजी घेणे सोडून देतो. जेव्हा बाईच्या विश्वासाला तडा जातो तेव्हा तिची तुमच्यावर श्रद्धा उरत नाही, पण स्त्री किंवा पुरुष दोघांच्याही बाबतीत निराशाच पदरी येते. आशा ही अतिशय सामर्थ्यवान व महत्त्वाची आहे, कारण तिच्या समवेतच आपल्या आकांक्षा पूर्ण करण्याची क्षमता आपल्यात येते.

विश्वास, काळजी आणि तीव्र इच्छा हे ताकदीचे तीन घटक आहेत आणि या तिन्हींचीही आवश्यकता असते. या दृष्टिकोनाची जोपासना करण्यासाठी तुम्हाला काय वाटते आणि तुम्हाला काय हवे हे समजणे महत्त्वाचे आहे. जर तुम्हाला जे हवे ते मिळाले नाही तर त्याबद्दल तुम्हाला दु:ख होणे व तुम्ही निराश होणे महत्त्वाचे आहे. खूप श्रीमंत माणसे सतत वादाच्या भोवऱ्यात का असतात? सतत

भांडत का असतात? औषधे का घेतात? याचे कारणही तेच आहे, कारण आयुष्यात त्यांच्या भावना अति तीव्र असतात. त्यांच्या मागण्या फार आग्रही असतात. जेव्हा गौरव पुरस्काराचा सोहळा असतो तेव्हा वरवर पाहता वातावरण अतिशय प्रेमळ असते. सर्वत्र शुभेच्छांचा वर्षाव होत असतो, पण या पृष्ठभागाखाली काय असते तर भीती, काळजी आणि मत्सर. पुरस्कार वितरण झाल्यानंतर काहींसाठी तो विजयोत्सव असतोही पण बाकीच्यांसाठी निराशा, दुःख, भीती, काळजी आणि मत्सर असतो. काही वेळेस सर्वश्रेष्ठ होण्यासाठी तुम्हाला मोठी किंमत चुकवावी लागते आणि हे श्रेष्ठत्व टिकून राहण्यासाठी आणखी जास्त किंमत द्यावी लागते.

तरीसुद्धा या सगळ्या अति तीव्र भावनांमुळे आपल्या आयुष्यात काही नुकसान होत नाही. जेव्हा आपल्याला समजते की या भावनांचे व्यवस्थापन कसे करायचे आणि नकारात्मक भावनांपासून मुक्तता कशी मिळवायची तेव्हा तीव्र भावना या सकारात्मक असू शकतात. जेव्हा आपल्याला जे हवे असते ते दुसऱ्याला मिळते तेव्हा साहजिकच तुम्ही दुखावले जाता, निराश होता, दुःखी होता, त्यामुळे तुमच्यातली आस्था टिकणे अवघड असते. जेव्हा तुम्हाला हवे ते मिळविण्यापासून दुसरे तुम्हाला परावृत्त करतात तेव्हा तुम्हाला मत्सर वाटतो, उद्वेग येतो आणि तुम्ही रागावतासुद्धा. जेव्हा तुमची खात्री होते की यश तुमच्यापासून दूर चालले आहे व आता तुम्हाला हवे ते मिळणार नाही तेव्हा साहजिकच तुम्ही घाबरता, तुम्हाला काळजी वाटते व तुम्ही भयभीत होता. जेव्हा तुम्ही अपयशी होता आणि तुमच्या अपेक्षेप्रमाणे काही होत नाही तेव्हा तुम्हाला लाज वाटते, वाईट वाटते, तुम्ही शरमिंदे होता. जर तुम्हाला हवे ते आयुष्यात मिळवायचे असेल तर अशा काही भावनांचा धोका पत्करावाच लागतो.

भावनांची जाणीव आणि त्याकडे दुर्लक्ष!

भावनांच्या जाणिवा असण्याने आपण आस्थेवाईक, काळजी घेणारे असे असतो तर अशा भावनांकडे दुर्लक्ष करण्याने आपण अधिक विश्वासपूर्ण बनतो. जेव्हा आपण दुर्लक्ष करायला शिकतो आणि पुढे जातो तेव्हा आपल्याला जे हवे ते मिळण्याची शक्यता निर्माण होण्याची संधी उपलब्ध होते. बायका फार वेगवेगळ्या भावनांना सामोऱ्या जातात, पण त्यांचा त्यांच्यावर विश्वास नसतो आणि त्या भावनांकडे दुर्लक्ष करू शकत नाहीत, याउलट पुरुषांना भावनांकडे दुर्लक्ष करणे सोपे असते आणि आपल्याला काय हवे हे त्यांना पूर्णपणे, व्यवस्थित माहिती असते. फक्त एकच गोष्ट म्हणजे त्यांना त्यांच्या भावना जाणवत नाहीत. पुरुष

त्याची ऊर्जा सर्वस्वी त्याला काय पाहिजे याच्यावर केंद्रित करतो. तो त्याची उद्दिष्टे ठरवतो आणि ती साध्य करण्यासाठी धडपड करतो, पण जर घटना मनाजोग्या घडल्या नाहीत तर मात्र तो त्याला त्याचा दारुण पराभव वाटतो; परिणामी त्याची इच्छाशक्ती आणि त्याच्या श्रद्धा वाढतात. योग्य प्रमाणात धाडस पत्करून आणि त्याच्या मर्यादा वाढवून त्याच्या भावनांची जाणीव त्याला होते, पण या भावना इतरांबरोबर वाटून घेणे त्याला तितकेसे महत्त्वाचे वाटत नाही.

योग्य प्रमाणात साहस स्वीकारून आणि स्वत:च्या मर्यादांचे क्षेत्र वाढवून पुरुषाला त्याच्या भावनांची जाणीव होते.

बायका विश्वास संपादन करतात आणि त्यांच्या नकारात्मक भावना मुक्त करण्याचे शिकतात. त्या हे आपले सारे लक्ष आपल्या निरनिराळ्या मागण्या जाणून घेऊन आपल्या गरजांच्या पाठीमागे असलेल्या वेदनादायी भावना लक्षात घेऊन करतात. बाई जेव्हा आपल्या मागण्यांशी समरस होते तेव्हा तिचे मूळचे शहाणपण व ज्ञान तिला ते कसे मिळवायचे हे शिकवते आणि त्याच्यावर तिचा पूर्ण विश्वास असतो. तिच्यासाठी धोके पत्करणे आणि स्वत:च्या मर्यादांचे क्षेत्र वाढवणे फारसे महत्त्वाचे नसते, पण आपल्या भावना इतरांतबरोबर वाटून घेणे आणि त्यांच्याकडून आधार मिळवणे याचा तिला, आपल्याला काय हवे या भावनेची तीव्र जाणीव होण्यात मदत होते.

तिच्या भावना इतरांबरोबर वाटून घेणे आणि इतरांकडून मदत मिळवणे यामुळे तिच्या मागण्यांची तिला जाणीव होते.

बायकांच्या क्षमतेचे आणखी एक मुख्य अंग म्हणजे तिला जेव्हा तिच्या उपयुक्ततेची, योग्यतेची जाणीव होते तेव्हा तिचा विश्वास आणखी वाढतो. या भावना जेव्हा अधिक तीव्रतेने वाटू लागतात तेव्हा ती म्हणते, 'खरे तर मला यापेक्षा अधिक मिळाले पाहिजे, मी यशस्वी व्हायलाच हवी, मला आता यापेक्षा समृद्ध जीवन प्राप्त होण्याची माझी लायकी आहे.' या जाणिवांकडे काळजीपूर्वक लक्ष देऊन आणि या जाणिवांना आणखी खतपाणी घालून तिला विश्वास मिळतो आणि तिच्या नकारात्मक भावनांकडे दुर्लक्ष करायला ती शिकते.

पुरुष हा त्याच्या जाणिवांशी आणि मागण्यांशी अधिक चांगला समरस होऊ शकतो, म्हणून त्याची काळजी घेण्याची क्षमता वाढते. त्याला त्याच्या इच्छा आकांक्षांची जाणीव झाल्यामुळे त्याचे आपल्याला पाहिजे ते मिळवण्याचे उपजत

ज्ञान त्याला प्राप्त होते. त्याचा आत्मविश्वास वाढतो. त्याच्या हातातल्या कामाची तो योग्य हाताळणी करतो. त्याच्या ध्येयांचा तो पुन्हा विचार करतो. त्याला जाणवणाऱ्या भावनांचा अंदाज घेतो आणि किनाऱ्यालाच घट्ट पकडून ठेवतो. तो सतत आणखी-आणखी मागत राहतो व ध्येयपूर्तीसाठी झपाटला जातो.

वाढलेली आस्था आणि विश्वास तुम्हाला हवे ते मिळवण्याची ताकद वाढवतात.

जेव्हा तुमच्या इच्छा-आकांक्षा जबरदस्त असतात तेव्हा तुमचे अंतर्ज्ञान काय-काय शक्य आहे यावर लक्ष केंद्रित करते. एवढ्यावरून तुम्हाला सारे स्पष्ट होईल. वाढलेला विश्वास आणि आस्था तुमच्यात तीव्र इच्छा निर्माण करतात आणि तुमची ताकद वाढवतात आणि त्यामुळे तुम्हाला हवे ते तुम्ही मिळवू शकता. आता जर तुम्ही तुमचे लक्ष फक्त तुम्हाला काय हवे यावर केंद्रित केले तर ती इच्छा तुमच्या आयुष्यात प्रकट व्हायला सुरुवात होईल. तुमची विचारशक्तीच फक्त सर्जनशील होईल असे नव्हे तर गोष्टीसुद्धा तुम्हाला हव्या तशा पद्धतीने घडतील. जेव्हा तुम्हाला जे हवे ते मिळत नाही तेव्हा तुमच्या नकारात्मक भावनांची जाणीव होणे व त्या काढून टाकणे हे तुम्हाला हवे ते मिळवण्यामागच्या ताकदीचे गुपित आहे. जेव्हा तुम्ही नकारात्मक भावना काढून टाकाल तेव्हा तुमच्या मनात फक्त खऱ्या खुऱ्या इच्छा आकांक्षा उरतील. तुमच्या स्वभावाशी समरस होऊन तुमच्यात पुन्हा एकदा तुम्हाला हवे ते मिळवण्याची आणि मिळवलेले हवे असण्याची शक्ती निर्माण होईल.

कोल्ह्याला द्राक्षे आंबट!

जर आपल्याला आपल्या नकारात्मक भावनांपासून सुटका मिळत नसेल तर सर्वांत सोपा मार्ग म्हणजे आपल्या मागण्या थांबवा! नकाराची ही पद्धत समजण्यासाठी अतिशय सोपी आहे. मला जे हवे ते मला मिळत नाही हा विचार मला छळतो. अशा वेळी मी माझ्या इच्छा दाबून टाकेन किंवा त्या कमी करीन. जर मी माझ्या इच्छा मला जे मिळते त्याच्याबरोबर जुळवून घेतल्या तर मी नकारात्मक भावनांपासून मुक्त होईन. काही लोकांना असे करणे आवडते, पण मग त्यांना आश्चर्य वाटते की त्यांचे आयुष्य इतके नीरस का झाले आहे व त्यांना यापेक्षा अधिक का काही मिळत नाही.

'कोल्हा आणि द्राक्षे' ही इसापनीतीतील दंतकथा तुम्हाला माहितीच असेल.

हा नकार त्यामध्ये अगदी योग्य अर्थाने वर्णन केला आहे. त्या गोष्टीतील कोल्ह्याला खरे तर द्राक्षे खायची असतात, परंतु जेव्हा त्याची खात्री पटते की तो ही द्राक्षे खाऊ शकत नाही तेव्हा त्याची प्रतिक्रिया अशी होते की तो त्याची तीव्र इच्छाच नाकारतो. तो स्वत:शी म्हणतो, 'बरे झाले! नाहीतरी ही द्राक्षे मला नकोच होती.'

अशा पद्धतीनेच जेव्हा आपले अंतर्मन सांगते की आपल्याला हवे ते मिळवण्याची ताकद नाही तेव्हा आपण आपली तीव्र इच्छासुद्धा नाकारतो. आपल्या सगळ्यांकडेच जादूची पेटी आहे. आपण फक्त आपल्याला काय हवे ते ओळखले पाहिजे आणि आपल्या इच्छा जागृत ठेवल्या पाहिजेत, त्यामुळे आपल्याला पाहिजे ते मिळेल व आपला आत्मविश्वास वाढेल.

जर तुमच्याकडे जादूची झप्पी असेल - जी तुमची सगळी नकारात्मकता काढून घेईल - तर तुम्ही आयुष्यात फक्त आनंदीच व्हाल, एवढेच नाही तर तुम्हाला हवे ते ताबडतोब मिळेल. जेव्हा आपण आपल्या भविष्यावर भरवसा ठेवतो तेव्हा आपण आपले दरवाजे खुले ठेवतो व अधिक-अधिक मिळवत राहतो. आपण विश्वास ठेवला पाहिजे आणि अधिकासाठी विचारले पाहिजे. जर तुम्ही विचारले नाही तर तुम्हाला मिळणार नाही. आपल्याला पाहिजे ते मिळवता येते असा एकदा विश्वास वाटला की तो विश्वास, आपल्याला मिळाले याची जाणीव आणि तीव्र इच्छा या तीन घटकांमुळे बाह्य यश मिळतेच.

चांगले वागण्यात काय चूक आहे?

जे लोक आपल्या इच्छा नाकारतात ते सकारात्मक वृत्तीचे असतात. आपल्याला असे शिकवलं गेलंय, आपण चांगले वागलो तर आपले चांगलेच होते. 'पेराल तसे उगवेल' ही म्हणही तुम्हाला माहितीच आहे, पण हे अर्धसत्य आहे. स्क्रुजला एवढे पैसे कसे मिळाले? हिटलरला एवढी सत्ता कशी मिळाली? खूप चांगल्या लोकांचा शेवट इतका वाईट का होतो?

या प्रश्नांचे उत्तर 'माहीत नाही' असेच येईल. चांगली माणसे त्यांच्या मागण्या आणि गरजा सगळ्यांच्या भल्यासाठी नाकारतात. स्क्रुजेस आणि हिटलर्स यांनी जगातल्या कोणाला काय वाटते याचा कधीच विचार केला नाही. त्यांनी त्यांना पाहिजे तेच केले आणि त्यांना जे पाहिजे होते त्यामुळे ते झपाटले गेले होते. चांगली माणसे अतिशय सभ्यतेने वागतात, त्यात वाईट काहीच नाही फक्त हा चांगुलपणा मिळविण्यासाठी त्यांना स्वत:ला सतत नाकारावे लागते, पण तुम्ही चांगले वागूनही हवे ते मिळवू शकता.

पाहिजे ते मिळविण्यासाठी तुम्हाला देवावर विश्वास ठेवण्याची गरज नाही

किंवा देवाच्या अस्तित्वाबद्दल अनुभव असण्याचीही गरज नाही. असे अनेक लोक आहेत ज्यांनी लाखो-करोडो डॉलर्स मिळवले आहेत पण ते देवाला मानत नाहीत; कदाचित त्यांचा देवावर विश्वास नसल्यामुळे त्यांच्या इच्छा अधिकाधिक तीव्र होत गेल्या. जर तुमचा देवावर विश्वास नसेल तर तुम्हाला माहिती असते की सगळी कामे तुम्हाला एकट्यालाच करायची आहेत. तुमचा देवावर विश्वास असेल तर तुम्ही काही वेळेस देवावर इतकी जास्त जबाबदारी टाकता की तुमच्या वाटेचे काम तुम्ही विसरूनच जाता आणि फक्त आपल्या मागण्यांबद्दल विचार करता.

जर तुमची इच्छाशक्ती जबरदस्त असेल तर तुम्हाला हवे ते तुम्हाला मिळते. संपूर्ण विश्वच तुमच्या इच्छेला प्रतिसाद देते. तुमची जी इच्छा असेल ते तुम्हाला मिळते, याचा अर्थ ते भरभरून दिलेले आशीर्वाद असतात. आपण आपल्याला स्वर्गात राहायचे की नरकात राहायचे याचीसुद्धा इच्छा करू शकतो, तेसुद्धा मरणा नंतर नाही तर आत्ता लगेच.

तीव्र इच्छेमध्ये काय भरलेले असते तर पाहिजे ते मिळविण्याबद्दलचे ज्ञान. तुम्ही देवावर विश्वास ठेवता की नाही हा मुद्दा महत्त्वाचा नाही. जर तुमचा विश्वास असेल की आपल्याला पाहिजे ते आपण मिळवू शकतो तर तुम्ही ते मिळवू शकता. तुमची अशी खात्री झाली की तुम्हाला विश्वास वाटतो जो तुम्हाला निग्रह, पाठपुरावा करण्याची ताकद आणि तीव्र इच्छा देतो.

जेव्हा आपण अपयश आणि निराशा यांना सामोरे जातो तेव्हा हे अनुभव आपल्याला आपल्या नकारात्मक भावनांकडे दुर्लक्ष करायला शिकवतात. पुन्हा आपल्या उद्दिष्टांवर लक्ष केंद्रित करायला शिकवतात आणि आयुष्य असेच पुढेच जावयास पाहिजे हे शिकवतात. बाहेरच्या जगात आंधळी महत्त्वाकांक्षासुद्धा यशस्वी होईल, पण जसे आपण पूर्वीच म्हटले तसे जरी तुम्हाला बाह्य यश मिळाले तरी तुम्ही तुमच्या अंतर्मनाशी जोडलेले नसाल.

बाह्य यश मिळविण्यासाठी तुम्ही सगळे खर्ची घातले आणि जरी तुम्हाला काही मिळाले तरी ते कधीच पुरेसे नसते. जर तुम्ही तुमचा प्राधान्यक्रम बदलला आणि आयुष्यात निरनिराळ्या प्रकारचे प्रेम मिळवले तर तुम्ही आयुष्य संतुलित करू शकता. वैयक्तिक यश मिळविण्यास उशीर कधीच होत नाही. तुम्हाला बाह्ययश मिळाले काय किंवा अंतर्यश मिळाले काय किंवा दोन्ही प्रकारचे यश मिळाले नाही तरीसुद्धा तुम्ही वैयक्तिक यश मिळवू शकता. तुम्हाला फक्त काय करायचे आहे तर वैयक्तिक यशाच्या मार्गातील पायरी १ व पायरी २ या तंत्रांचा वापर करायचा आहे. तुमची प्रेमाची तळी भरायला सुरुवात करा आणि मग तुम्हाला समृद्धीचा, मुबलकतेचा, विपुलतेचा जो काही अनुभव येईल तो अवर्णनीय असेल.

बाह्ययश मिळविण्याच्या प्रयत्नात जर देवाची मदत मागितली तर संपूर्ण

प्रक्रियाच पूर्णत्वाची आणि कमी तणावपूर्ण होऊन जाते, अर्थात् प्रक्रिया अजूनही साहसाची असते. ती अजूनही आव्हानात्मक असते. पूर्णपणे देवावर विसंबून राहिलात तर तुम्ही दुबळे बनाल. देव किंवा प्रेमळ पालक हे तुम्ही जे करू शकत नाही ते करण्यासाठी ते असतात. जेव्हा मुले तरुण पालक बनतात ते त्यांच्या मुलांसाठी अधिक करतात, पण जेव्हा ते म्हातारे होतात तेव्हा आत्ताचे तरुण पालक त्यांना स्वत:साठी अधिक करू देतात अशासाठी की त्यांच्यामध्ये आत्मविश्वास टिकावा आणि ते स्वावलंबी व्हावेत. जेव्हा तुम्ही स्वत:साठी जास्तीतजास्त करता तेव्हा देव पण तुमच्यासाठी जास्तीतजास्त करतो.

देव आपल्याला आपल्या क्षमता अजमावण्याची संधी नेहमीच देत असतो, त्यामुळेच आपल्यामध्ये आत्मविश्वास येतो, पण आपली श्रद्धा वाढते ते पण महत्त्वाचे. जेव्हा आपण आपल्या वाट्याचे काम करतो तेव्हाच चमत्कार होतात. तुम्हाला जाणवेल जे तुम्ही मागितले ते तुम्हाला मिळाले.

आत्ता नुकतेच घडलेले एक उदाहरण पाहू. जेव्हा 'मेन आर फ्रॉम मार्स' बोर्ड गेम प्रदर्शित झाला तेव्हा मी न्यूयॉर्कला प्रसिद्धी करण्यासाठी वगैरे गेलो होतो. कित्येक महिने तेथील वरिष्ठ अधिकाऱ्यांना भेटण्याच्या, त्यांना माझ्या कल्पना सांगण्याचा मी प्रयत्न करत होतो, पण त्यांच्या व माझ्या वेळा न जमल्यामुळे ते जमत नव्हते,

पण माझ्या न्यूयॉर्कच्या या भेटीत माझी एक मुलाखत पुढे ढकलली गेली. त्यामुळे माझ्याकडे वेळ होता. मी एका खेळण्याच्या जत्रेच्या बाजूला थांबलो होतो व तेथील खेळ पाहत होतो. मी तेथे फक्त वीस मिनिटांसाठी होतो. त्याचवेळी मॅटेलचे अध्यक्ष तेथे आले व मला भेटले. नंतर त्याचे सी.ई.ओ. व उपाध्यक्ष पण तेथे आले. जो गाठीभेटीचा योग इतके दिवस येत नव्हता तो आज अचानक आला होता. मी त्यामुळे त्यांना सगळे व्यक्तिश: सांगू शकलो. विक्रीतील कौशल्ये सांगितली. कितीदा ठरवूनही अशी नियोजित मीटींग होऊ शकली नाही ती केवळ सद्‌भाग्याने झाली. मी माझ्या मनाशी जे ठरवले होते ते घडले होते.

माझी बायको बोनी याला 'देवाची दुरुस्ती' असे म्हणते. जेव्हा केव्हा काही निराशाजनक गोष्टी घडतात किंवा अपयश येते तेव्हा तिला माहिती आहे की ठरावीक गोष्टी घडण्याची योग्य वेळ यावी लागते आणि ती वेळ जगन्नियंत्याने ठरवलेली असते. जर माझी प्रचाराची मुलाखत पुढे ढकलली गेली नसती तर मॅटेल बरोबरची भेट झाली नसती. ही भेट घडणे अधिक महत्त्वाचे होते. मुलाखत नसती झाली तरी फारसे बिघडले नसते.

एकदा ध्यानधारणेनंतर काही आठवड्यांपूर्वी मला अशी एक मीटींग मन:चक्षुंपुढे दिसली होती की ज्यामध्ये मॅटेलचे सर्व वरील अधिकारी होते. त्या आठवड्यात मी

नाराज झालो होतो, कारण ते प्रत्यक्षात घडत नव्हते, पण दैवाच्या मनात असे नियोजनाशिवाय घडायचे होते तसेच ते घडले होते.

अचानक घडलेल्या या भेटींमध्ये मी माझी उद्दिष्टे ठरवलेली होती. मला प्रचंड यश मिळण्यासाठी मी मोठ्या प्रमाणात प्रचार चालवला होता. मला जास्तीतजास्त ग्राहकांना आकर्षित करायचे होते. मी स्वत:शीच कल्पना करत होतो की मला प्रत्येकाकडून असा प्रतिसाद मिळतो आहे की मी खूप अलौकिक काम केले आहे.

तुमची उद्दिष्टे निश्चित करून तुम्ही योजलेल्या गोष्टी जेव्हा घडतात तेव्हा तुमचा आत्मविश्वास वाढतो. या मागचे गमक असे आहे- तुम्ही छोट्या गोष्टींपासून सुरुवात करा. ज्या गोष्टी घडायला हव्या आहेत आणि ज्या गोष्टी घडू शकतात असे तुम्हाला वाटते त्या गोष्टींची उद्दिष्टे ठरवा. जेवढ्या गोष्टी घडाव्याशा वाटतात त्यापेक्षा थोड्या अधिक गोष्टींचाच विचार करा म्हणजे अधिक काही घडण्यालाही वाव मिळेल. नंतर जेव्हा गोष्टी घडतात तेव्हा तुम्हाला तुमच्या निर्मितीच्या ताकदीचा अंदाज येतो.

जेव्हा श्रद्धा, विश्वास आणि निष्ठा या सगळ्या गोष्टी वाढतात तेव्हा तुमचा हेतू संपूर्ण सफल होतो. तुमची उद्दिष्टे ठरवून प्रत्येक दिवशी सकाळी तुम्हाला जाणवते की आयुष्य ही छोट्या-छोट्या चमत्कारांची मालिका आहे आणि कधीतरी खूप मोठा चमत्कार होऊन भव्यदिव्य घडू शकते. अशा काही गोष्टी जमून येतात की ज्या तुम्ही ठरवूनसुद्धा करू शकला नसता. एका रात्रीतून लोकांचे तुमच्याशी वागणे बदलते.

दुसऱ्या बाजूने विचार केला तर असे दिसते की सगळेच चमत्कार अव्वल दर्जाचेच असतात. काहीही झाले तरी ही देवाची कृपा असते, फक्त एक छोटीशी कृती हाताचे बोट वर आकाशाकडे न्यायचे व खाली आणायचे हा चमत्कार! असे नेहमी घडते आणि आपण हे गृहीत धरतो. जेव्हा तुम्ही तुमची उद्दिष्टे नक्की करता आणि गोष्टी त्याप्रमाणे घडायला लागतात. तुम्ही तुमच्यात आलेल्या या नव्या ताकदीमुळे भारावून जाता.

हिरवे आणि लाल दिवे

जसजसा तुमचा अनुभव वाढतो तसतसा तुमचा दृष्टिकोन बदलत जातो. तुमच्यामध्ये विश्वास बसणार नाही एवढा आत्मविश्वास येतो. धोक्याचे लाल दिवे बघून थांबण्याऐवजी तुम्ही हिरव्या दिव्यांचेच कौतुक करत सुटता: याचाच अर्थ तुम्ही तुमच्या विरोधकांकडे लक्षही देत नाही, फक्त त्यांच्याकडे लक्ष देता जे तुमच्यावर प्रेम करतात. आपल्याला काय मिळाले नाही किंवा आपल्यात काय उणे

आहे याचा विचार करून दु:खी होण्यापेक्षा तुम्ही आपल्याला काय मिळाले यावर खूश असता. आपल्या चुकांबद्दल खेद न मानता आपल्या कर्तृत्वाची टिमकी वाजवता. कुठल्याच नकारात्मक भावनांमध्ये अडकून न बसता तुम्ही आलेला क्षण आणि आयुष्यातले स्वातंत्र्य उपभोगता. रात्रीच्या वेळी या कुशीवरून त्या कुशीवर न वळता तुम्ही रात्री शांत झोपता. तुमच्या आयुष्यात 'निर्धोक पुढे जा' असा इशारा करणारे हिरवे दिवे खूप असतात तेव्हा अधूनमधून एखादा धोक्याचा इशारा देणारा लाल दिवा दिसला तर त्याचे तुम्हाला फारसे वाईट वाटत नाही.

एकदा मी व माझी मुलगी ज्युलिएट गाडीतून चाललो होतो, त्यावेळी ती अगदीच पौगंडावस्थेत होती. आम्ही जेव्हा जेव्हा ट्रॅफिक सिग्नलपाशी थांबलो तेव्हा तिने विचारले, "आपल्या शहरातले दिवे नेहमी लालच का असतात?" मी म्हणालो, "आपण एकदा बारकाईने बघू व मोजू की सगळे खरेच लाल लाइट्स आहेत का?"

जेव्हा आम्ही पुन्हा शहरातून फेरफटका मारला तेव्हा आमच्या लक्षात आले की लाल लाईटपेक्षा हिरव्या लाईट्सची संख्या जास्त आहे. आपल्याला हिरव्या दिव्यांचे अस्तित्व जाणवत नाही, कारण आपण त्यामधून खूप लवकर बाहेर पडतो. हिरव्या लाइटपासून पुढे जायला काही सेकंदच लागतात पण लाल लाइट जवळ खूप वेळ थांबणे क्रमप्राप्त असते, त्यामुळे लाल लाइट्सचे अस्तित्व खूप प्रकर्षाने जाणवते, कारण आपण तेथे नाइलाज म्हणून थांबतो, नाराजीने थांबतो, आपल्याला खरेतर पुढे जाण्याची ओढ असते.

हिरव्या दिव्यांकडे दुर्लक्ष होणे आणि लाल दिव्यांवर लक्ष केंद्रित होणे हे स्वाभाविक आहे.

या उदाहरणावरून लोक आयुष्याकडे कसे बघतात ते स्पष्ट होते. त्यांना आश्चर्य वाटते की सतत लाल लाईटस् का असावेत? आयुष्य त्यांना सुंदर का वाटत नाही? त्यांना आयुष्यात फक्त धोक्याचे इशारेच का दिसतात? कदाचित ते आयुष्याकडून खूप जास्त अपेक्षा करतात किंवा आपल्याला हवे ते आता मिळू शकेल याची ते आशा सोडून देतात. हिरव्या लाइट्सबद्दल आभार मानून आणि त्यांचे कौतुक करून प्रत्येक दिवशी तुम्ही काही तरी मिळवता आणि त्यामुळेच तुम्हाला विश्वास ठेवणे भाग पडते की तुम्हाला जे पाहिजे ते तुम्ही मिळवू शकता. कृतज्ञतेची भावना तुमची श्रद्धा आणि विश्वास वाढवतात.

कृतज्ञतेच्या सर्वसामान्य भावनेपेक्षाही अधिक सामर्थ्यशाली भावना असते की जे तुम्ही मागितले ते तुम्हाला मिळाले त्याबद्दलची ती कृतज्ञतेची भावना. तुम्हाला

तुमच्या आयुष्यातील संघर्ष कमी करायचा असेल तर तुम्हाला जेव्हा अधिक हवे असेल तेव्हा देवाची मदत घ्या. ज्या लोकांचा स्वत:वर विश्वास आहे त्यांच्यामध्ये ताकद नक्कीच असते, पण ते प्रचंड मानसिक दबावाखाली असतात. जर तुम्ही रोज मदतीसाठी देवाची प्रार्थना केली तर आयुष्याची जी झीज होते, त्यामुळे होणारी हानी नाहीशी होईल. जेव्हा तुम्ही देवाची मदत मागाल तेव्हा देव ती आनंदाने देईल, पण तुम्ही ती मागितली पाहिजे, अर्थात् तो पुन्हा स्वेच्छेचा प्रश्न आहे. आकाशातले देवदूत तुमच्या विनंतीचीच वाट पाहत असतात. जेव्हा तुम्ही म्हणता, 'ठीक आहे, जर खरेच देव अस्तित्वात असेल तर मला मदत करेल का?' अशा वेळी देवदूत फक्त तुमच्या शोकांतिकेची किंवा आशीर्वादाच्या प्रसंगाचीच वाट पाहत असतात.

आकाशातले देवदूत तुमच्या विनंतीचीच वाट पाहतात.

खूप लोक देवाकडे मदत मागत नाहीत, कारण त्यांना त्यांच्यात देवाला ओढायचे नसते. तुमचा जर देवावर विश्वास असेल किंवा दैवी शक्तीवर विश्वास असेल - की जी अमर्याद असते - तर मग बघा तुमच्या यशाला काही मर्यादाच राहणार नाहीत आणि त्याला शेवट असणार नाही.

अर्थात म्हणून तुम्ही खूप जास्तीची अपेक्षा करू शकत नाही आणि देवाला तुमचा त्रास तर कधीच होत नाही. देवाला तुम्ही त्याची मदत घेणेही आवडते. सगळ्या प्रेमळ पालकांना आपल्या मुलांना मदत करण्याची इच्छा असते. देव आणि पालक यांच्यात फरक हा की देव हा सर्व शक्तिमान आहे आणि त्याला कुठल्याही मर्यादा नाहीत. तुम्ही देवाला निरुपयोगी ठरवू शकत नाही किंवा फार आक्रमक होऊनही त्याच्याकडे काही मागू शकत नाही.

देवाला आपल्याकडून फक्त आमंत्रण आणि विनंती हवी असते.

तुम्ही देवाची मदत आणि तुमच्या अंत:करणातील ताकद नाकारता तेव्हा तुम्ही तुमची आंतरिक इच्छा आणि आकांक्षा दाबून ठेवता. जेव्हा तुम्ही मोठे होता, स्वत:बद्दल जागरूक असता आणि देवाशी पण तुमचे नाते जुळलेले असते तेव्हा देवाची इच्छा आणि तुमची इच्छा पण सारखी असते. जेव्हा तुमच्या हृदयाची दारे उघडी असतात आणि त्यातून प्रेम वाहते तेव्हा तुमची ताकद वाढते. अशा विशेष वेळी देवाची इच्छाच तुमची होते आणि तुमची इच्छा देवाची होते. जेवढी जास्त तुमची इच्छा देवाच्या इच्छेशी संलग्न असेल तेवढी जास्त ताकद अक्षरश: तुमच्या बोटांमध्ये येईल.

स्वत:तल्या नकारापासून सावधान!

जेव्हा आपल्याला असे वाटते की आपला कोणीतरी त्याग केला आहे आणि आपला आधार काढून घेतला आहे तेव्हा आपोआपच आपली प्रतिक्रिया अशी होते- आपण आपल्या खऱ्या गरजा आणि जाणिवा लपवतो व जे हवे आहे तेच नाकारतो. मुलांना आपण स्पर्श केला नाही, उचलून घेतले नाही तर ते स्वत:ला आखडून घेतात आणि रडायचे थांबवतात. ज्यासाठी ते इतका वेळ रडत होते, ते एकदम शांत व समाधानी दिसते आणि स्वत:शीच हुंकारते. आपल्याला ज्या गोष्टीची गरज आहे ती मिळाली नाही की त्या वेदनेची वेदना फार वेदनापूर्ण असते, म्हणून ते त्यांच्या जाणिवाच थांबवतात व शांत बसतात. खूप वेळा आपण म्हणतो, 'बाळ रडून रडून झोपलं.'

जेव्हा आपण लहान मूल असतो तेव्हा आपल्याला काय हवे हेच आपल्याला समजत नाही. आपल्याला फक्त एवढे समजते की आपल्याला वेदना होत आहेत, कारण आपल्याला हवे ते मिळत नसते, म्हणून आपण जोराने रडतो. जर आपल्याला प्रेमळ पालक मिळाले की ज्यांना आपल्या गरजा समजल्या व त्या समजून घेऊन त्याप्रमाणे त्यांनी पुरवल्या तर आपल्यातसुद्धा आपल्या खऱ्या गरजा आणि मागण्या समजण्याची क्षमता येईल. आपल्या गरजा पूर्ण न झाल्यामुळे आपल्या खऱ्या गरजांचे चित्र आपल्यासमोर उभे राहणार नाही.

आपल्याला ज्या गोष्टीची गरज आहे ती आपल्याला आधी मिळावी लागते, तरच आपल्याला समजते की आपली गरज काय आहे!

एक दिवस माझी मुलगी लॉरेन, जेव्हा ती ६ वर्षांची होती तेव्हा मला सारखे दूर ओढून लक्ष वेधून घेण्यासाठी गोंधळ करत होती. तिची मोठी बहीण शॅनमॉन म्हणाली, "लॉरेन, पपांना त्रास देणे थांबव." यावर लॉरेनने उत्तर दिले, "मला स्वत:ला दिवसभर त्रास होतोय. मलासुद्धा माझ्याबरोबर कोणीतरी पुस्तक वाचून दाखवायला हवे आहे." तिच्या या स्पष्टोक्तीवर आम्ही सगळे थक्क झालो. मी तिला सांगितले की मी लवकरच तिला पुस्तक वाचून दाखवेन, त्यामुळे ती शांत झाली, कारण तिचा माझ्यावर विश्वास बसला की मला तिची विनंती समजली. खूप वेळा मुले खूप अस्वस्थ होतात. जर तुम्ही त्यांना हवी असलेली गोष्ट दिली नाही तर त्यांची खात्री होते की त्यांना काय हवे ते तुम्हाला समजले नाही आणि ते याहीपेक्षा जास्त अस्वस्थ होतात जेव्हा त्यांना समजत नाही की त्यांना काय हवे आहे...! पण त्यांना हव्या असलेल्या गोष्टी त्यांना नेहमी मिळत गेल्या तर मात्र

त्यांना हे नक्की समजेल.

आपण लहानाचे मोठे होत असताना आपल्याला जो आधार मिळतो त्यावर आपल्या भावना व आपल्या खऱ्या गरजा व आकांक्षा यांच्या जाणिवा अवलंबून असतात, पण हा आधार जर मिळाला नाही तर आपल्याला वैफल्य येईल आणि शेवटी आपण आपल्या गरजा लपवून ठेवू किंवा त्यांना नाकारू. नकारात्मक भावना किती महत्त्वाच्या आहेत हे त्याचे आणखी एक कारण आहे. आपण जर स्वत:ला अस्वस्थ होण्याची परवानगी दिली आणि अधिक खोलवर विचार केला तर आपल्याला समजेल की आपल्या नेमक्या गरजा आणि मागण्या काय आहेत.

आपल्याला ज्या प्रेमाची गरज होती ते प्रेम मिळाले त्या प्रेमाने आपण आपल्या प्रेमाची तळी भरली तर आपल्या इच्छा-आकांक्षांना धुमारे फुटतात. आपल्याला पाहिजे असलेल्या गोष्टी नाकारण्याची आपली प्रवृत्ती नाहीशी होते आणि आपण आपल्या नकाराच्या भावनांवर प्रक्रिया करायला सुरुवात करतो. आपण आपल्या भावना किंवा आकांक्षा नाकारत आहोत ते स्वत:चे स्वत:ला जरी जाणवले तरी त्या जाणिवा पुन्हा आणणे सहज शक्य असते.

❖

१४

विरोध करणे सोडून द्या...

जेव्हा आपल्याला एखादी गोष्ट नको असते तरी ती गोष्ट आयुष्यभर आपल्या मनाच्या कोपऱ्यात कुठेतरी असते. हे नेमके काय आहे? पुष्कळ वेळा ज्या गोष्टीला आपला विरोध असतो तिचाच आपण पाठपुरावा करत असतो, तरीसुद्धा जोपर्यंत आपण नकारात्मकतेला विरोध करत नाही तोपर्यंत आपण ती बदलू शकत नाही. या एका विचारानेसुद्धा आपण आपल्याला हवी ती गोष्ट मिळण्यापासून वंचित होतो. आपण असा विचार करतो की आपल्याला जे नको आहे त्याला विरोध केला की ती गोष्ट आपल्यापासून दूर पळेल, पण असे होत नाही. अनेक लोकांच्या बाबतीत जेव्हा तुम्ही विरोध करणे सोडता तेव्हा आपल्याला हवी तशी गोष्ट घडवून आणता येते.

आपल्याला नको असलेल्या गोष्टीला जेव्हा आपण विरोध करतो तेव्हा एखादा विषारी, ज्वलनशील पदार्थ आपण गॅसवर ठेवतो, पण त्यावेळी आपण ज्या गोष्टीला विरोध करतोय तिलाच खतपाणी घालत असतो. जेव्हा आपण एखाद्या गोष्टीला विरोध करतो तेव्हा आपले संपूर्ण लक्ष तेथेच केंद्रित होते. जेव्हा एखादी गोष्ट आपल्याला नको असते तरीही आपले सगळे लक्ष तिकडेच असते आणि आपला विश्वास ठाम होतो की केवळ या परिस्थितीमुळेच आपल्याला पाहिजे ती गोष्ट मिळत नाही.

आपण आता काही उदाहरणे बघू. कामाच्या ठिकाणी जे लोक आपल्याला अजिबात आवडत नाहीत, ज्यांच्याशी आपला ३६चा आकडा असतो त्यांच्याबरोबरच नियमितपणे आपल्याला व्यवहार करावे लागतात. जेव्हा आपण आपल्या मुलांच्या भावना, धाकदपटशा करून दाबण्याचा प्रयत्न करतो तेव्हा त्या अधिक जोमाने उफाळून बाहेर पडतात. आपण डेझर्ट खाण्याच्या इच्छेला जेव्हा परतवण्याचा प्रयत्न करतो तेव्हा पुन्हा पुन्हा डेझर्ट खावेसे वाटते. जेव्हा एखादे बिल आपल्याला

द्यायची इच्छा नसते तेव्हा ते आपल्याच गळ्यात पडते. जेव्हा आपण ट्रॅफिक टाळण्याचा प्रयत्न करतो तेव्हा आपल्याला नाखुषीने सर्वांत हळू मार्गावर गाडी चालवावी लागते. असा कोणत्या ना कोणत्या प्रकारे आपला विरोध समोरच्याला सामर्थ्यशील बनवतो.

आपण जेव्हा प्रतिकार करत असतो तेव्हा आपल्या अंत:करणातील नवनिर्मितीची शक्ती कमी होते, म्हणून आपल्याला नको असलेल्या गोष्टींचा विचार आपल्याला दुबळे बनवतो व हवे असलेल्या गोष्टी मिळविण्याची ताकद कमी करतो. जेव्हा आपल्याला पाहिजे ते मिळाले नाही यावर लक्ष केंद्रित होते तेव्हा आपला आत्मविश्वास साहजिकच कमी होतो. जेव्हा आपण आपल्या अंत:करणातील आनंद, प्रेम आणि शांती बाहेर शोधण्याचा प्रयत्न करतो तेव्हा ती मिळणे अवघड असते.

याचा अर्थ असा नव्हे की ज्या गोष्टी तुम्हाला मिळत नाहीत त्याकडे तुम्ही दुर्लक्ष करा, पण त्यांना विरोध करण्यापेक्षा त्यांचा वापर नकारात्मक भावना म्हणून करा आणि तुम्हाला काय पाहिजे हे जाणून घेण्यासाठी त्याचा आधार घ्या. आपले भविष्य घडवणे हे पूर्णपणे आपला दृष्टिकोन व आपली विषयाची हाताळणी यावर अवलंबून असते. विरोध करण्यापेक्षा नकारात्मक भावनांच्या जाणिवा आणि त्यांची मुक्तता यात भाग घ्या म्हणजे तुम्हाला हवे ते मिळेल.

प्रतिकार करत राहिल्याने आपल्याला हवे ते मिळणार नाही या विश्वासाचीच आपल्यावर पकड राहते. आपोआपच आपण किती दुबळे आहोत आणि आपल्यातली निर्मितीची ताकद कशी गेली आहे याचेच पुरावे आपण देत राहतो. खरे तर आपला जो विश्वास असतो तसे घडते. खूप लोकांना समजत नाही की आपली विचारशक्ती किती प्रबळ असते! आयुष्यात ९०% गोष्टी आपण फक्त विचार केल्याने मिळतात तर १०% गोष्टी प्रत्यक्ष कृती करून मिळतात.

जर तुमचा विश्वास असेल की तुम्ही अधिक मिळवू शकता आणि तरी तुम्हाला मिळत नाही अशा वेळी तुम्ही तुमच्या अंत:करणात खोल डोकावले पाहिजे. जेव्हा तुमच्या असे लक्षात येईल की अजूनही तुमचा काही भाग हे मानायला तयार नाही की तुम्ही अधिक मिळवू शकता. जेव्हा तुम्ही तुमच्या आशा सोडलेल्या असता, अशा वेळी जर आपल्या मागण्याचा पुन्हा पुन्हा विचार केला तर तुम्ही तुमच्या श्रद्धा आणि तुमच्या तीव्र इच्छा अधिक बळकट करू शकता. जर तुमची श्रद्धा असली तरच आव्हाने तुम्हाला अधिक बळकट करतात आणि तुमचा विश्वास वाढवतात.

आपला जसा विश्वास असेल तसेच आपण घडवू शकतो.

जेव्हा निराशेचाच विजय व्हायला लागतो व आपला आत्मविश्वास डळमळीत होतो तेव्हा विनाकारणच आपण सगळ्या जगावरच राग काढतो. आपल्याकडे जे आहे त्याबद्दल उघडपणे बोलण्यापेक्षा आणि पाहिजे ते मिळवण्याचा प्रयत्न करण्यापेक्षा आपण आपली सगळी ताकद आपल्याकडे जे आहे त्याचाच प्रतिकार करण्यात व्यर्थ घालवतो. आपण जेव्हा एखाद्या घटनेचा किंवा एखाद्या माणसाचा प्रतिकार करतो तेव्हा आपण आपल्या इच्छा-आकांक्षांना चुकीचा मार्ग दाखवतो.

शांतता आणि सहकार्य मिळविण्याऐवजी आपण कोणीतरी तिथून यावे अशी इच्छा करतो. घेतलेले कार्य पूर्ण करण्याऐवजी आपण आपली शक्ती या कार्यात अडथळा आणण्यातच घालवतो. नातेसंबंध जोडण्याऐवजी आपला जोडीदार जे काही वागतोय ते त्याने थांबवावे अशी आपण इच्छा करतो. आपले सगळे लक्ष आपल्याला जे नको त्यावर केंद्रित होते आणि आपल्याला पाहिजे ते मिळाले नाही म्हणून उसासे सोडतो. याऐवजी आपल्याला आत्तापर्यंत काय-काय मिळाले आणि आपल्याला काय हवे आहे याकडे लक्ष द्यायला पाहिजे.

आपल्याला वाटते की आपल्या जोडीदाराचे आपल्यावर प्रेमच नाही म्हणून त्याच्या वागण्याला आपला विरोध असतो. त्याला आनंदी करण्याऐवजी किंवा त्याने आपल्यात काही रुची दाखवावी यासाठी प्रयत्न न करता आपण तो आपल्याशी वाईट कधी वागतो आणि आपल्याला निराश कधी करतो यावरच आपले लक्ष केंद्रित करतो. या ना त्या प्रकाराने आपण एखाद्या परिस्थितीला नाकारायचा, विरोध करायचा प्रयत्न करतो. अशा वेळी आपल्या नकळतच आपण आपली ताकद व्यर्थ घालवतो आणि ज्याला आपण विरोध करतो तेच आपल्या पदरी पडते. तुम्ही ज्याला विरोध करणार ते तुमचा पाठपुरावा करणार. तुम्ही ज्याच्यावर लक्ष केंद्रित करणार तेच तुम्हाला मिळणार. जेव्हा तुम्ही नकारात्मक भावनेने एखाद्या गोष्टीकडे बघाल तेव्हा तुम्हाला प्रतिरोधच मिळेल.

तुम्ही ज्याच्यावर तुमचे लक्ष एकाग्र करता ते नक्कीच तुमच्या आयुष्यात वाढते.

तुम्ही एखादी गोष्ट विरोध करत करत अव्याहतपणे बनवता, तयार करता कारण तुम्हाला माहिती असते की ती गोष्ट तुमच्यापासून दूर जाणे शक्य नाही. तुम्ही जेव्हा विरोध करता तेव्हा ती जागा किंवा ठिकाण म्हणजे निराशावाद. तुमची जेव्हा खात्री असते की तुम्हाला हवे ते मिळणार नाही तेव्हा निराशावाद उद्‌भवतो.

जेव्हा तुम्ही विरोध करता तेव्हा तुम्हाला हवे ते मिळणार नाही ही तुमची श्रद्धा अगदी ठाम असते.

कल्पना करा की तुम्हाला माहिती आहे आजच्या तुमच्या पत्रांच्या पेटीत एक लाख डॉलरचा चेक येणार आहे, पण प्रत्यक्ष जर तुम्हाला चेकच्या ऐवजी खूप मोठ्या रकमांची बिले मिळाली तर त्या बिलांना तुम्ही विरोध करू शकत नाही. बिले भरण्यासाठी आता तुम्हाला चेक लिहिणे क्रमप्राप्त असते. ती बिले तुमच्यापासून लांब पळावीत अशी अपेक्षा तुम्ही करू शकत नाही. तुम्हाला ही परिस्थिती शांतपणे स्वीकारावी लागते. एकतर शांतपणे बिले भरावी लागतात किंवा ते थोडेसे लांबणीवर टाकता येते. तुम्ही असे म्हणून विरोध करू शकत नाही, 'मला खात्री आहे की माझ्याकडे पुष्कळ बिले आहेत.'

कल्पना करा की, तुमची मैत्रीण आजारी होती पण तुमची खात्री होती की लवकरच ती बरी होणार आहे. अशा वेळी तिला दवाखान्यात नेणे, तिची काळजी घेणे तुम्ही आनंदाने कराल. तुमच्याकडे कुणी दुर्लक्ष केले तर त्याबद्दल तुम्हाला काही वाटणार नाही. तुमच्यावर कुणी भार टाकते आहे असेही तुम्हाला वाटणार नाही. तुमचा विरोध दूर पळेल, कारण तुमची खात्री होईल की जेव्हा तुम्हालाही अशीच गरज लागेल तेव्हा ती व्यक्ती मिळेल असा विश्वास वाटल्यामुळे यापुढेही येणाऱ्या संकटांना तोंड देण्याची तुमची तयारी असेल. विरोधाकडे अशा संतुलित दृष्टीने बघितले तर आपल्याला समजेल की यश मिळविण्यासाठी तुम्हाला प्रतिरोधाचा त्याग करणे गरजेचे असते.

बाह्य यश मिळवणे हे जणू काही डोंगरावरून घरंगळत येणारा बर्फाचा गोळा पकडण्यासारखे असते. जसजसा तो गोळा घरंगळत येतो तसतसा तो मोठा होतो. तशाच पद्धतीने जर तुम्हाला यश मिळाले, तर तुमचा विश्वास वाढतो आणि तुम्हाला अधिक मिळते. तुमचा आत्मविश्वास वाढतो आणि तुम्ही भारावून जाता आणि उत्साही बनता. तुम्ही सकारात्मक ऊर्जा आणि विश्वास यामुळे उठून दिसता.

एकदा का लोकांना गती मिळाली की हे थांबत नाहीत. यशासारखे दुसरे यश नाही. हे लक्षात घेऊन तुम्हीच लक्षात घ्या की रोजच्या रोज आपली उद्दिष्टे ठरवणे किती गरजेचे आहे! जेव्हा तुम्ही तुमची विनंती देवापुढे ठेवता आणि त्याप्रमाणे घडते तेव्हा तुम्ही भारावून जाता, कारण तुमच्या अंत:करणाच्या शक्तीचा तुम्हाला प्रत्यय येतो. जर अशा छोट्या छोट्या चमत्कारांचे तुम्हाला कौतुक वाटले नाही तर मोठे चमत्कार घडत नाहीत, उलट तुम्ही सतत विरोध करण्याच्या दुष्ट चक्रात अडकता.

यशासारखे दुसरे यश नाही.

वैयक्तिक यशाचा अनुभव घेण्यासाठी आपल्याला जाणीव झाली पाहिजे आणि आपल्या प्रामाणिक इच्छांच्या पूर्तीसाठी प्रयत्न केले पाहिजे, तरीसुद्धा दिवसभरातून अनेक इच्छा आपल्या प्रतिरोधातून किंवा नको असण्यातून येतात. या खऱ्या इच्छा नव्हेत. एका अर्थाने त्या खोट्या (दांभिक) इच्छा असतात. आपल्याला मनापासून जे हवे आहे त्याऐवजी अशा दांभिक इच्छेमुळे आपली शक्ती वाया जाते आणि खोट्या श्रद्धेने हुकमत गाजवल्याने आपल्याला खरे जे हवे असते ते मिळण्यापासून वंचित होतो.

आपल्याला पाहिजे ते मिळाले नाही या गोष्टीवर सतत लक्ष केंद्रित केल्यामुळे आपल्या विश्वासावर त्याचीच हुकमत चालते आणि आपल्याला मग पाहिजे ते कधीच मिळत नाही.

आता आपण असे बघू की, तुम्ही ट्रॅफिक जाममध्ये अडकला आहात. तुम्ही घाईत असाल तर तुम्हाला सारखे वाटेल की गाड्या हलत का नाहीत? तुम्हाला ट्रॅफिकमध्ये अडकून राहण्याचा प्रचंड कंटाळा आहे. ट्रॅफिकबद्दल मनात प्रचंड नकारात्मक भावना आल्यामुळे तुम्ही ट्रॅफिकला प्रतिरोध करत आहात, पण त्यामुळे तुमचे सर्व लक्ष तुम्हाला जे नको आहे तिकडेच आहे आणि त्यामुळे दुसऱ्या संधीकडे तुम्ही दुर्लक्ष करत आहात; परिणामी तुम्हाला अंतर्ज्ञान होईल व तुम्ही सगळ्यात हळू मार्ग निवडाल जो की तुम्हाला अधिक वेगाचा मार्ग हवा होता- कदाचित जरी तुम्ही सगळ्यात कमी वेगाचा मार्ग निवडला नाही तरी तो तुम्हाला सगळ्यात वाईट वाटू शकतो.

असे का होते की एखाद्या मॉलमध्ये प्रत्येक वेळी तुम्ही उशिरा पोहोचता आणि घाईघाईत बिल देताना सगळ्यात हळू पुढे सरकणारी रांग निवडता! हे काही योगायोगाने होत नाही. असे अनुमान काढणेही चूक आहे. तुम्ही जर मधोमध नसाल आणि घाईत असाल तर तुम्ही सगळ्यात सावकाश जाणारी रांगच घ्याल.

जेव्हा एखाद्या मॉलमध्ये तुम्ही लवकर घरी जाण्यास उतावीळ होता तेव्हा नेमके तुम्ही हळूहळू पुढे सरकणाऱ्या रांगेत असता.

ट्रॅफिकमधून गाडी चालवताना तुम्ही मधोमध नसता तेव्हा बेसावधपणे अथवा अंतर्ज्ञानाने जी रांग निवडता ती सगळ्यात हळू असते किंवा असा मार्ग निवडता

जिथे अपघात होतात. हे तर अटळ आहे की जेव्हा आपण परिस्थितीला विरोध करत असतो तेव्हा आपण इतर अनेक संधींनासुद्धा विरोध करतो. जेव्हा आपण लवकरात लवकर पळ काढायचा विचार करतो तेव्हा खूप जास्त वेळ थांबावे लागते.

भूतकाळातील जखमा

भूतकाळातील जखमा भरणे फार महत्त्वाचे आहे हे याचे आणखी एक कारण आहे. जेव्हा आपण व्यवसायातील एखाद्या व्यवहारात किंवा नातेसंबंधात दुखावले जातो तेव्हा आपण त्यापासून काहीतरी शिकतो व पुन्हा असे दुखावले जाणार नाही याची खबरदारी घेतो, पण असे दुखावले जाण्याला आपला प्रतिरोध पुन्हा असे प्रसंग घडवून आणतो, पण आपण जर दुखावलो गेलो नाही तर आपण त्याबद्दल विचारच करत नाही, त्याऐवजी साहजिकच आपण आपल्याला काय पाहिजे आणि त्यासाठी काय करायला पाहिजे याचाच विचार करतो.

जेव्हा आपल्याला दुखावून घ्यायचे नसते तेव्हा पुन्हा पुन्हा असे प्रसंग येतात.

जर आपल्याबरोबर खूप वाईट काही घडले तर प्रतिरोध करणे खूप अवघड असते, पण आता एखादी गोष्ट घडून गेली म्हटल्यावर आपण ती टाळू तर शकत नाही, तरीसुद्धा काय घडले ते विसरू शकत नाही आणि पुन्हा असे घडू नये अशी मनात इच्छा धरून आपण हळूहळू ते मनाच्या कोपऱ्यात टाकू शकतो. आपल्या भूतकाळातल्या जखमा आपण जेवढ्या जास्त प्रमाणात भरून काढू तेवढी भूतकाळातील भुते आपल्याला कमी घाबरवतात. भूतकाळातील अप्रिय घटनाबरोबर येणाऱ्या वेदनांकडे आपण जर दुर्लक्ष केले नाही तर आपल्या नकारात्मक भावनांमध्येच अडकून बसतो व ते पुन्हा पुन्हा होऊन आपण त्यातून बाहेर पडू शकत नाही.

उदाहरणार्थ, आपल्याला एकटेपणा अगदी असह्य झाला आहे पण आपल्याला एकटेच राहावे लागत आहे. आपल्याला नाकारले गेल्याची जाणीव होते. आपल्याकडे कोणी दुर्लक्ष करते आहे तेव्हा आपल्याला ते सगळे नको असते, पण आपल्याला त्याला सामोरे जावे लागते. जेव्हा आपल्याला अपयशाची शक्यतासुद्धा नको असते किंवा काही हरायचे नसते नेमके तेच आपल्या नशिबी येते. जेव्हा एखादे नको असलेले काम आपल्याला करावे लागते तेव्हा आपल्याला भीती वाटते आणि आपल्या वेदनेचा उगम तिथून चालू होतो. आपल्याला एखाद्याबरोबर काम करण्याची

इच्छा नसेल तेव्हा त्याच माणसाबरोबर आपल्याला काम करावे लागते.

जितक्या जास्त तीव्रतेने आपल्याला एखादी गोष्ट नको असेल तितके जास्त आपण तिच्याकडे खेचले जातो.

भूतकाळातल्या जखमा भरून काढण्याचे तंत्र शिकून घेऊन आपण त्याकडे दुर्लक्ष करायला शिकतो आणि मनातल्या मनात इच्छा धरतो की असे पुन्हा होऊ नये. जर जखम पूर्णपणे भरली तर पुन्हा असे घडेल ही भीती नाहीशी होते आणि अशा वेळीच आपल्याला काय हवे यावर आपण लक्ष केंद्रित करू शकतो. आपल्या सकारात्मक, तीव्र इच्छांची ताकद वाढते तेव्हा आपण भूतकाळातल्या जखमांवर उपचार करतो.

जर तुम्ही तुमच्या भूतकाळात डोकावला नाहीत तर त्या भावना तुम्हाला परत परत भेट देत राहतात. तुम्ही जर तुमच्या या भावनांकडे वेळीच लक्ष दिले नाही तर तुम्ही पुन्हा अशाच प्रसंगांकडे खेचले जाता की जे याच भावना देतात. तुम्हाला हवे ते मिळण्याच्या मार्गात फक्त अडथळाच येत नाही तर तुमच्यातली शक्तीच खेचून बाहेर टाकली जाते. प्रेमाच्या तळ्याला भोक पाडण्यासारखे हे असते की जे कधीच भरू शकत नाही. तुमची ताकद विधायक गोष्टींसाठी जागरूकपणे वापरण्याऐवजी ती पाझरली जाते.

एक प्रयोग करा. तुमच्या नकारात्मक भावना व विचार यांकडे नीट, काळजीपूर्वक लक्ष द्या व दिवसभरात त्या लिहून ठेवा. एक आश्चर्यकारक गोष्ट दिसून येईल की जेव्हा आपल्याला प्रतिरोधाच्या भावना येतात तेव्हा आपण किती बेशिस्त असतो! आपण आपला विरोध जो दर्शवतो तो एखाद्या हिमनगाच्या वरच्या टोकासारखा असतो.

आपल्या नकारात्मक भावनांमुळे आपल्या अंत:करणात विरोधाचे एक जगच तयार होते. जरी आपल्यासमोरील खरे आव्हान हे आपल्या अंत:करणातील भावना व विश्वास यांच्यावर उपचार करणे हे असले तरी तुम्ही त्यासाठी अगदी संयमाने बोलणे आणि शब्द मोजूनमापून वापरणे जरुरीचे असते. तुमचे आयुष्य घडवताना तुम्हाला जितका आत्मविश्वास लागेल तितका तुम्हाला अनुभव येईल की तुम्ही जे म्हणता ते घडते. तुमच्या शब्दांमध्ये प्रचंड ताकद असते. प्रामुख्याने जेव्हा तुम्ही तुमची खरीखुरी इच्छा प्रदर्शित करता तेव्हा!

प्रतिरोधाचा खेळ

यालाच आपण 'रेझिस्टन्स् गेम' म्हणूया. हा खेळ खेळणे म्हणजे खूप गंमत आहे. माझी १५ वर्षांची मुलगी लॉरेन आणि मी कधीकधी हा गेम खेळतो. एके दिवशी आम्ही खरेदीला दोघे बरोबर बाहेर पडलो आणि आमच्या दोघांच्या लक्षात आले की आमच्या तोंडून नकारात्मक वाक्येच बाहेर पडत आहेत, मग आम्ही आमचे विचार वेगळ्या पद्धतीने मांडले. आम्ही हा गेम अत्यंत खेळीमेळीने खेळलो. अशा पद्धतीने की आमच्या विरोधाच्या भावना या खऱ्या नव्हत्या तर लुटुपुटूच्या होत्या. आम्ही जी काही वक्तव्ये केली त्यांपैकी काही खाली दिली आहेत.

मी म्हणालो, "मला असे वाटते की गाडी ठेवण्यास पुढे योग्य जागा नाही म्हणून मी इथेच गाडी ठेवतो." त्याऐवजी मी असे म्हणायला हवे होते की, "बघू या पुढे गाडी ठेवायला चांगली जागा आहे का?" नंतर आम्ही आम्हाला जेथे गाडी पार्क करायची होती तेथे गेलो आणि आश्चर्य म्हणजे आम्हाला जागा मिळाली.

लॉरेन म्हणाली, "मला तरी आशा वाटते की आपल्याला फार काळ थांबावे लागणार नाही. मला बराच गृहपाठ करायचा बाकी आहे अजून!" नंतर तिने तिचे वाक्य असे दुरुस्त केले की, "मला वाटते सगळे काही व्यवस्थित होईल आणि आपण योग्य वेळेवर पोहोचू. मला गृहपाठ करायला वेळ मिळेल."

जेव्हा दुकानातून घरी जायची वेळ आली तेव्हा मी म्हणालो, "आपल्याला उशीर झाला तर तुझ्या आईला ते आवडणार नाही." नंतर आम्ही आमचे वाक्य असे दुरुस्त केले की, "आपण लवकर घरी पोहोचलो तर तुझ्या आईला खरंच खूप आनंद होईल."

गाडी घेऊन घरी जाताना मी म्हणालो, "खरेदीच्या पिशव्या बरोबर घ्यायला विसरू नकोस." जे वाक्य आम्ही दुरुस्त केले, "आपण सगळे नीट व्यवस्थित घेतले का ते बघू!"

तुमच्या जोडीदाराला विरोध करणे सोडून द्या..

नातेसंबंधातही हीच तत्त्वे खरी ठरतात. तुमच्या जोडीदाराने काय करू नये यावर जास्त भर न देता किंवा तुमच्या जोडीदाराला कोणत्या भावना येऊ नयेत याऐवजी तुमचे लक्ष तुम्हाला त्याने कसे वागणे अपेक्षित आहे व त्याचा प्रतिसाद काय असावा यावर केंद्रित करा. तुमच्या जोडीदाराला नकारात्मक भावना येत

असतील तर तुमच्या वागण्याने तुम्ही जोडीदाराला पटवून द्या की तुम्ही किती ग्रेट आहात! तो काळ आठवा जेव्हा तुमच्या जोडीदाराला तुमचे खूप कौतुक वाटायचे! तुमच्या अंत:करणात अशा भावना येऊद्या की मला माझ्या जोडीदाराचे प्रेम हवे आहे आणि त्याला किंवा तिला मी आवडलो पाहिजे. माझा जोडीदार मला कधीच मदत करत नाही असे म्हणण्यापेक्षा त्या वेळा आठवा जेव्हा तुमच्या जोडीदाराने तुम्हाला मदत केली होती. ते ही आठवा की त्यामुळे तुम्हाला कसे वाटले होते आणि आता त्याप्रमाणे तुमचे उद्दिष्ट ठरवा आणि विचार करा, 'मला माझ्या जोडीदाराच्या मदतीची खूप गरज आहे.' अशा प्रकारे तुम्ही तुमचा दृष्टिकोन जरी बदलला तरी ९०% तुमचा प्रश्न सुटला आहे.

सकारात्मक हेतू मनात धरून तुम्ही तुमच्या अंत:करणातला विश्वास जागृत करत आहात की तुम्हाला पाहिजे ते मिळवणे शक्य आहे. जसजसे तुमचा विश्वास वाढत जाईल तसतसे तुम्हाला हवे ते घडत जाईल.

तुम्हाला पाहिजे ते तुम्ही सकारात्मक भाषेत मागितले तर ते तुम्हाला मिळते.

संवाद साधताना सकारात्मक वाक्ये व सकारात्मक विनंत्या फेकण्याचा सराव करा. सतत तक्रार करणे, टीका करणे किंवा अपेक्षा करणे यापेक्षा सकारात्मक वाक्ये व सकारात्मक विनंत्या अधिक चांगल्या! तुमच्या अशा भावना व्यक्त करण्याची वाक्ये म्हणजे 'नको', 'तू केले नाहीस?', 'तू करायला हवे होतेस.', 'तुला येतच नाही.', 'नेहमी तू असेच करतेस.', 'तू का केले नाहीस?' ही वाक्ये आपण दुरुस्त करून त्यांच्यापासून आनंद घेऊ शकतो. ही वाक्ये सकारात्मक पद्धतीने अर्थ न बदलता वापरू शकतो.

'आपण कित्येक दिवसांत बाहेर गेलो नाही.' असे म्हणण्याऐवजी, 'आपण या वीकएंडला काहीतरी स्पेशल करू.' असे म्हणणे अधिक आनंददायी होईल.

'तू पुन्हा कचऱ्याचा डबा रिकामा करायला विसरलीस.' असे म्हणण्याऐवजी 'तू पुढच्या वेळेस कचरा टाकशील का? डबा खूप भरला होता म्हणून मी रिकामा केला.'

दुसऱ्याकडून आणखी काही करून घ्यायचे असेल तर ते अशा पद्धतीने करा की त्यामधून कधीही दोषाचा, लज्जेचा किंवा अपराधाचा संदेश जाणार नाही. तुम्ही जर सर्वसाधारण स्वरात सांगितले म्हणजे, 'जरा बटर पास कर.' हे ज्या स्वरात सांगता त्याच स्वरात सांगितले तर ते खूप सोपे जाते. जर जोडीदाराकडे कुठलीही मागणी केली नाही किंवा त्याच्यावर अविश्वास दाखवला नाही तर ते शक्य होते.

जर तुम्ही याच भावनेने सांगितले की जोडीदार तुमचे ऐकणार नाही तर खरंच जोडीदार तुमचे ऐकणार नाही.

जर तुम्ही एखाद्या विशिष्ट वागणुकीला आक्षेप घेतला किंवा एखादा दृष्टिकोन तुम्हाला आवडला नाही तरी एखाद्या सकारात्मक वाक्याच्या नंतर पटकन विचारा की तुम्हाला ती मैत्री का हवी आहे आणि शांतपणे तिचा पाठपुरावा करा. मैत्रीसाठी विचारणे चालू ठेवा, पण प्रत्येकवेळी तुम्ही हे पहिल्यांदा विचारत आहात अशीच भावना ठेवा. काही विनंत्यांनंतर त्यांच्या लक्षात येईल की तुम्हाला जे पाहिजे ते ते देत नाहीत आणि तरीही तुम्ही तुमचे सौजन्य सोडले नाही. या तुमच्या कौतुकास्पद वागण्यामुळे तुमचा जोडीदार विरोध सोडून देईल आणि तुमच्यासाठी काही तरी करायला उद्युक्त होईल. अशा प्रकारची युक्ती तुम्ही कुठल्याही नात्यात, ऑफिसमध्ये, शाळेत, घरी वापरू शकता.

स्मरणशक्तीची ताकद

जसजसे नकारात्मक अनुभव वाढत जातात तसतसा आयुष्यातील प्रतिरोधसुद्धा वाढत जातो. सकारात्मक अनुभव आपला आत्मविश्वास वाढवतो. मला जेव्हा एखादी गोष्ट मनापासून घडावीशी वाटते तेव्हा मी इतर वेळा आठवतो जेव्हा मी यशस्वी झालो. मी जेव्हा हे पुस्तक लिहायला घेतले आणि पूर्ण करण्याचा दिवस आला त्यावेळी पहिल्या दिवसापासून ते शेवटच्या दिवसापर्यंत सगळे प्रसंग एखाद्या चलत्चित्राप्रमाणे माझ्या डोळ्यांसमोर तरळून गेले. मला माझ्या कामाबद्दल समाधान वाटले आणि ते चांगले झाले आहे याची खात्री झाली. सगळ्यांनी दिलेले चांगले अभिप्राय आणि केलेले कौतुक आठवले; यामुळे माझा विश्वास प्रबळ झाला की पुन्हा मी पूर्वी इतकाच चांगलं काम करू शकतो आणि मी केलेही.

जर तुम्हाला असे चांगले, आनंददायी प्रसंग आठवले नाहीत तर तुमची भीती आणि शंका वर डोके काढतात. हे माझे जरी दहावे पुस्तक असले तरी कुठलीही नवीन गोष्ट सुरू करताना मला भीती वाटते. लिहिताना माझे हात थरथरतात. शरीराचा काही भाग मला धोक्याची सूचना देतो की माझे चांगले दिवस आता गेले आहेत. मला भीती वाटते की हे पुस्तक माझ्या इतर पुस्तकांइतके चांगले होणार नाही. मला भीती वाटते की यावेळी मागच्यासारखे यश मिळणार नाही. जर अशा भीतीच्या भावनांवर कशी प्रक्रिया करायची हे मला माहिती नसते तर आत्तापर्यंत मी केव्हाच माघार घेतली असती.

प्रत्येक लेखकालाच अशा भीतीला तोंड द्यावे लागते मग तो यशस्वी असूदे

किंवा नसूदे, तो नवीन असूदे अथवा अनुभवी असूदे. निर्मितीच्या त्या क्षणी तुमचे मन कोरे असते. तुम्ही हे करणार किंवा नाही किंवा ते कसे करणार आहात, पण नंतर ते घडायला लागते. प्रत्येक वेळी मला आश्चर्य वाटते- ही नक्कीच दैवी देणगी आहे, पण अनेक वर्षांच्या सवयीने, पाठपुराव्याने, विफलतेने, निराशेने, काळजीने बनावटसुद्धा करून घेतले जाते. प्रत्येक यशानंतर आत्मविश्वास वाढतो आणि निर्मितीची ताकद वाढते. स्पष्टपणे सांगायचे तर मी एकटा काहीच करू शकलो नसतो. मी माझे जास्तीतजास्त प्रयत्न करतो, उरलेले देव करतो.

तुम्ही जेव्हा तुमचे जास्तीतजास्त प्रयत्न करता तेव्हा उरलेले देव करतो.

तुमचे सकारात्मक अनुभव आठवणे हे तुमच्यामध्ये आत्मविश्वास निर्माण होण्यासाठी आवश्यक आहे. हे म्हणजे फक्त लाल लाइटस् न बघता हिरवे लाइटस् बघण्यासारखे असते. तुम्ही जर फक्त लाल लाइट्स पाहिले तर तुम्ही तुमच्या आयुष्याचा प्रवाह थांबवाल. जर तुम्ही हजारोंच्या संख्येने हिरवे लाइट्स पाहिले तर तुमचा आत्मविश्वास वाढेल.

जर तुमच्या आयुष्यात हिरवे लाइट्स जास्त नसतील तर तुम्ही तुमच्या भूतकाळातील जखमांवर उपचार करून त्यांची संख्या वाढवू शकता. वर्तमानकाळातील घटनांचा भूतकाळातील घटनांशी योग्य तो मेळ घालून तुम्ही तुमचे आयुष्य अधिक परिपक्व आणि प्रेमळ बनवून समृद्ध करू शकता. जेव्हा तुम्ही लहान होता तेव्हा सत्य समजण्यासाठी आई-वडिलांवर अवलंबून होता. आता तरुणपणीसुद्धा तुम्ही त्याच अनुभवातून जा - जेव्हा तुम्ही लहान मूल होतात! आणि काही दुरुस्त्या करून घ्या.

लहान मूल असताना तुमचा त्याग केला गेला तेव्हा तुम्हाला माहिती नव्हते की भविष्यात तुमच्यामध्ये तुम्हाला हवे ते प्रेम मिळविण्याची ताकद येणार आहे. असे अंतर्ज्ञान नसल्यामुळे तुमच्यामध्ये असे काही भाव निर्माण झाले आहेत की, 'माझ्यावर कोणी प्रेमच करणार नाही. माझ्यातच काहीतरी दोष असला पाहिजे.' आणखी बरेच काही..

आपण लहान असताना आपल्या मेंदूची पूर्ण वाढ झालेली नसते आणि मेंदूत सयुक्तिक विचार धारण करण्याची क्षमता नसते. वयाच्या अशा नाजूक वळणावर आपण चुकीची मते प्रस्थापित करतो, ज्यांना अजून आकार प्राप्त व्हायचा असतो व त्याप्रमाणे आपले आयुष्य बदलणार असते. जरी आपण भूतकाळ बदलू शकलो नाही तरी आपण आपली मते बदलू शकतो व त्यांना योग्य दिशा देऊ शकतो. एखाद्या घडलेल्या घटनेचा आपण पुन्हा वेगळ्या

दिशेने विचार करू शकतो आणि मग आपल्याला वेगळे वाटू शकते. आपली मर्यादित आणि चुकीची मते भूतकाळाला पुन्हा आठवून आणि त्याच्यावर प्रक्रिया करून पुन्हा दुरुस्त केली जाऊ शकतात.

स्वत:वर प्रेम करायला शिका

जेव्हा आपल्या वेदना या भावनिक असतात तेव्हा आपल्याला कोठेतरी नकारात्मक भावना व खोट्या समजुती जाणवत असतात. वेदना ही नेहमी अशा समजुतींमुळेच होते ज्या खऱ्या नाहीत. जेव्हा आपल्याला वेदना जाणवते तेव्हा मनाची जी समजूत असते तिला आत्मा नाकारत असतो. आपल्या या समजुती बदलण्यासाठी आपल्याला पुन्हा वेदना या भावनेकडे जायला पाहिजे. जर वेदनेचा उगम असा असेल की आपल्यावर कुणीच कधीच प्रेम करणार नाही तेव्हा जर मन परिपक्व असेल तर ते त्याच्यात दुरुस्ती करायला सुरुवात करेल. जेव्हा आपण लहान असतो तेव्हा आपल्याला हे माहिती नसते की पुढे आपल्याला पाहिजे ते प्रेम मिळविण्याची ताकद आपल्यामध्ये असणार आहे.

जेव्हा आपल्याला वेदना जाणवते तेव्हा, मनाची काहीतरी समजूत असते जी आपल्या आत्म्याला खरी वाटत नाही.

काही वेळेस आपल्यावर कोणीच प्रेम करत नाही असे आपल्याला वाटते आणि नेमके त्याच वेळेस आपण आपल्या भूतकाळातील वेदना आठवली की ती वेदना अजून वाढते. आपण लहान असताना आपल्याला माहिती नसते की आपण किती सुंदर आणि मौल्यवान होतो ते! जेव्हा आपण दुर्लक्षिले जातो किंवा वाईट वागवले जातो तेव्हा आपल्याला हे का लक्षात येत नाही की आपणसुद्धा काहीतरी खास आहोत! स्वत:च्या अंत:करणाशी जोडले जाण्याची एक संधी आपण गमावतो. आजसुद्धा माझ्या स्वत:च्या आयुष्यात काही वेळेस मी विसरतो की मी एक अतिशय भला माणूस आहे. सुदैवाने जेव्हा माझ्या स्वत:विषयी माझ्या मनात शंकेची पाल चुकचुकते किंवा योग्यतेबद्दल शंका येते तेव्हा मी माझ्या भावनांवर प्रक्रिया कशी करायची ते मला समजते आणि थोड्याच वेळात त्या जातात.

मी मला आत्ता ज्या भावना येतात त्याचा संबंध थेट मी जेव्हा ७ वर्षांचा होतो तेव्हाच्या भावनांशी लावतो. मी माझ्या मनाला ७ वर्षांचा होण्याची परवानगी देतो की ज्या मुलाला असे वाटते आपल्याला आपल्या घराचा रस्ता सापडत नाही आणि त्याला आता त्याचे घर कधीच सापडणार नाही आणि त्याच्या घरातले सगळे

त्याला विसरले आहेत. माझ्या कल्पनेतला तो मुलगा मीच असतो, भयभीत झालेला, मग मी स्वत:ला आधार देतो आणि त्या ७ वर्षांच्या मुलाला आठवण करून देतो की त्याच्यावर सगळेच प्रेम करतात आणि त्याला कोणीही विसरलेले नाही आणि त्याच्या बरोबर काहीही चुकीचे घडलेले नाही.

मग माझी खात्री पटते की माझ्यावर सगळे प्रेम करतात. काही मिनिटांमध्येच माझ्या वाढत्या वयात शरीराचा जो भाग जखमी झाला होता त्याच्याशी माझ्या मनाच्या तारा जुळतात आणि मग माझ्या मनात भावना येतात की माझ्यावर प्रत्येकानेच प्रेम करावे अशी माझी लायकी आहे आणि जर लोक माझ्यावर प्रेम करत नसतील तर ते त्यांचे नुकसान करून घेत आहेत. भूतकाळातील काही कडवट आठवणींच्या मदतीने तुम्ही भूतकाळात जाऊन पहिली चार प्रेमाची तळी भरून घ्या. आयुष्यात आणखी काही मिळविण्यासाठी आपल्याला स्वप्रेमाच्या व आत्मविश्वासाच्या काही नवीन पातळ्यांचा अनुभव घ्यावा लागेल. आणखी आणखी मिळविण्यासाठी अनेक प्रक्रिया करता येतात त्याला अंत नाही.

❖

१५

स्वतःच्या इच्छांचा आदर करा...

स्वत:ला समजावून घेण्यासाठी तुमच्या सर्व इच्छा ओळखणे व त्यांचा आदर करणे हा पाया आहे. जरी तुमच्या आत्म्याची इच्छा ही तुमच्या वैयक्तिक यशामागची प्रेरणा असली तरीही तुम्ही तुमच्या सगळ्याच इच्छांचा आदर केला पाहिजे. तुम्हाला अनेक प्रकारच्या इच्छा असतात. तुमच्या आत्म्याची इच्छा, तुमच्या मनाची इच्छा, तुमच्या हृदयाची इच्छा आणि तुमच्या शरीराची इच्छा.

जेव्हा तुम्हाला तुमच्या अंत:करणातून यशस्वी वाटत नसेल तेव्हा तुमचा व तुमच्या आत्म्याच्या इच्छेचा संबंध तुटलेला असतो. जेव्हा तुम्हाला बाह्य यश मिळत नाही तेव्हा तुमचा व तुमच्या मनाच्या इच्छेचा संबंध तुटलेला असतो. जेव्हा तुम्हाला हवे ते तुम्हाला मिळत नसते तेव्हा तुम्ही तुमच्या हृदयाची इच्छा पूर्ण करत नाही. तुम्ही जेव्हा निरोगी आणि उत्साही शरीराचे नसता तेव्हा तुम्ही तुमच्या शरीराची इच्छा पूर्ण करत नाही.

तुमच्या इच्छांच्या संपर्कात राहणे आणि इच्छांचा आदर करणे यामुळे तुमच्या आयुष्याला स्पष्ट दिशा मिळते आणि तुमचे वैयक्तिक यश सुनिश्चित होते. इच्छेचा आदर करणे याचा अर्थ असा नव्हे की तुम्हाला त्याच्यावर काही प्रक्रिया करायची आहे; फक्त तुम्ही तुमच्या इच्छेकडे बारकाईने लक्ष दिले आणि तुमच्या सर्व इच्छांचा आदर केला तर आयुष्य खूप आनंदमय होते.

आपल्या नकळतपणे आपल्या खऱ्या इच्छांची जाणीव आपल्याला होत नाही; याची बरीच कारणे आहेत. जसे की आपल्याला अनेक प्रकारच्या इच्छा असतात आणि त्यांच्यात आपसात संघर्ष चालू असतो. आपल्या मनाला अशा गोष्टी हव्या असतात की ज्या आपल्याला सामर्थ्यवान बनवतील. तर आपल्या आत्म्याला प्रेमळ आणि आनंदी राहायचे असते. आपण संपूर्ण चित्र पाहू शकत नाही पण त्याचवेळी

मनाला ताबडतोब खूप पैसे हवे असतात आणि ते या प्रक्रियेत आपण आनंदी वा प्रेमळ असण्याची फिकीर करत नाही. ही आपल्या आत्म्याची आनंदी व प्रेमळ राहण्याची इच्छा दाबून टाकण्याची प्रवृत्ती आपल्यातील संघर्षाला जन्म देते.

या उदाहरणात आपले मन हे युद्ध जिंकते व आपल्या आत्म्याचा पराभव होतो. सर्वसामान्यपणे पाश्चिमात्त्य देशांमधील भोगवादी संस्कृतीमध्ये मनाचे आत्म्यावर अधिराज्य असते आणि म्हणून मनाचा विजय होतो. मन म्हणते, 'मला आज काही आनंदी आणि प्रेमळ असण्याची गरज नाही, त्यापेक्षा आज मला पैसा हवा आहे आणि नंतर मी सुखी होईन.'

पौर्वात्य संस्कृतीमध्ये मात्र आत्म्याचा या लढाईत विजय होतो. मनाला आनंदी असण्याची गरज असते आणि ते आत्म्याच्या शहाणपणाला शरण जाते आणि त्याचा या कल्पनेवर विश्वास बसतो की आनंद हा फक्त अंत:करणातूनच यावा लागतो. मन आत्म्याच्या इच्छेचा आदर करते, पण स्वत:च्या बाह्य सुखासाठी आसुसलेल्या इच्छांना दाबून ठेवते. आत्म्याची आनंदी आणि प्रेमळ राहण्याची इच्छा पूर्ण होते, पण मनाला मात्र बाहेरच्या जगाकडून जे हवे असते ते मिळत नाही.

आनंदाची बातमी ही की, यापुढे मनात असे द्वंद्व युद्ध चालू राहणार नाही. एखादी गोष्ट जरी वेगळी असली तरी अधिक चांगली किंवा अधिक वाईट असण्याची जरूर नसते. अशी अमूर्त स्वरूपाची विचारसरणी आता आपण शोधून काढली आहे. याच पद्धतीने 'एका प्रकारची इच्छा दुसऱ्या प्रकारच्या इच्छेपेक्षा अधिक चांगली' असे नसते. आत्म्याच्या इच्छा या मनाच्या, हृदयाच्या किंवा शरीराच्या इच्छेपेक्षा अधिक चांगल्या नसतात. सगळ्या वेगळ्या असतात, पण त्या एकत्र राहू शकतात, एकत्र काम करू शकतात.

आपण हे युद्ध चार प्रकारच्या पातळ्यांवर या सर्व इच्छांचा आदर करून लढू शकतो. त्या चार पातळ्या म्हणजे शरीर, हृदय, मन आणि आत्मा. जेव्हा आपण आपल्या सगळ्या इच्छांच्या सान्निध्यात असतो तेव्हा आपल्याला आपली खरी इच्छा समजण्याची संधी मिळते. आपल्याला खऱ्या इच्छांची जाणीव होण्याच्या मार्गात १२ प्रकारचे अडथळे आहेत की जे या इच्छांकडे आपल्याला काळजीपूर्वक लक्ष देऊ देत नाहीत, पण ही प्रवृत्ती लक्षात घेऊन आपण आपल्याला काय माहिती पाहिजे, काय विचार करायला पाहिजे, काय वाटायला पाहिजे आणि काय जाणवायला पाहिजे आणि प्रत्यक्षात आपल्याला काय हवे आहे यातील फरक समजून घेतला पाहिजे.

शरीर, हृदय, मन आणि आत्मा या सगळ्यांच्या इच्छांचे एकत्रीकरण म्हणजे खरी इच्छा.

आपल्याला प्रत्यक्षात काय हवे त्यापासून आपल्याला दूर करणाऱ्या १२ गोष्टी असतात- त्या म्हणजे सूडबुद्धी, जवळीक, संशय, तर्कशुद्धता, आव्हान, नम्रता, टाळणे, समर्थन, नकार, घट्ट स्वत:जवळ पकडून बसणे, प्रतिक्रिया आणि त्याग. या प्रत्येकाचा आपण अधिक खोलवर विचार करू.

१. वेडे व्हा पण उट्टे काढू नका!

जर तुम्ही रागावला असाल आणि तुम्हाला समजत नसेल की आता शांत कसे व्हावे तर त्यावर एक मार्ग असा आहे की तुमच्या रागाला दूर सारा आणि सूड घ्या. जेव्हा आपल्याला एखाद्याला दुखावण्याची इच्छा असते किंवा समोरच्याला काहीतरी त्रास देण्याची इच्छा असते तेव्हा आपल्या आत्म्याची इच्छा तशी नसते, त्यामुळे आपले व आपल्या आत्म्याचे सूर जुळत नाहीत. जेव्हा आपल्या शरीराचा काही भाग प्रेमळ राहायला बजावत असतो तर दुसरा भाग दुसऱ्याला इजा करायला भाग पाडतो त्यामुळे आपण शक्तिहीन होतो.

एक जुनी म्हण आहे, 'वेडे होऊ नका, सूड घ्या' पण हे म्हणजे नक्कीच तुम्हाला तुमच्या आत्म्यापासून दूर नेणे आहे. तुमच्या प्रबळ भावना आणि तीव्र इच्छा यामुळे तुम्ही बहुधा यशस्वीसुद्धा व्हाल पण एकूण परिणाम पाहता तुम्हाला आनंद होणार नाही. तुम्ही तुमचा वेळ व तुमची शक्ती फुकट घालवली असे तुम्हाला वाटेल, ती तुम्हाला हवे ते मिळवण्याकडे केंद्रित करता आली असती.

तुमचा वेळ, शक्ती आणि लक्ष हे मर्यादित आहे. तुम्हाला आयुष्यात खरे काय पाहिजे असते तर प्रेम आणि आनंद, म्हणूनच सुडाची भावना ठेवणे हा वेळ आणि शक्ती यांचा नाश आहे. जो आपल्याला इजा करतो, अस्वस्थ करतो अथवा फसवतो त्याच्या बाबतीत वाईट घडावे अशी इच्छा करणेसुद्धा तुमच्या शक्तीचा नाश करण्यासारखे आहे. जेव्हा तुम्ही दुसऱ्याला दोष देण्याच्या दुष्टचक्रात सापडता तेव्हा तुम्ही हवे ते मिळविण्याच्या सकारात्मक गोष्टीपासून दूर कोपऱ्यात जाऊन पडता.

तुम्ही स्वत:वर आणि देवावर विश्वास ठेवण्याऐवजी जणू काही तुमच्या अंत:करणातील शक्ती दंड म्हणून खर्ची घालता. तुम्ही आता असा विश्वास ठेवता की, 'त्या माणसाने असे केल्यामुळे मी आता आनंदी होऊच शकत नाही. जे मला हवे आहे ते मला मिळत नाही, हेसुद्धा त्याच माणसामुळे. तो माणूस बदलल्याशिवाय किंवा निघून गेल्याशिवाय किंवा मी जे भोगेन तेच त्याने भोगल्याशिवाय मी प्रेमळ होऊ शकत नाही.' जेव्हा केव्हा तुम्ही सूड घ्यायचा प्रयत्न करता तेव्हासुद्धा तुमचे समाधान अल्प काळ टिकते. सुडामुळे तात्पुरता आराम मिळतो, पण त्यामुळे

जखम पूर्ण बरी होत नाही, कदाचित तुम्हाला समाधान मिळेल पण तुम्हाला तुमच्या सुडाचे नेहमी समर्थन करत बसावे लागेल की त्या माणसामुळे तुम्हाला हवे ते मिळाले नाही. तुम्ही जेव्हा सूड घेण्याचा प्रयत्न करता तेव्हा तुम्ही फक्त तुमच्या आत्म्याची इच्छा नाकारता असे नव्हे तर तुम्हाला हवे ते मिळविण्याची ताकदही नाकारता.

म्हणून दोषाची भावना क्षमाशीलतेनं मुक्त करावी म्हणजे तुम्ही तुमच्या त्या शक्तीचा आणि वेळेचा अपव्यय करण्याच्या प्रवृत्तीतून मुक्त व्हाल. जोपर्यंत तुमच्यामध्ये समोरच्याला शिक्षा करण्याची इच्छा असेल, सूड घ्यायची इच्छा असेल, कोणाला धडा शिकवावासा वाटत असेल तर तुम्ही तुमच्या मेंदूत त्यांना फुकट, भाडे न आकारता जागा देत आहात. जी शक्ती तुमची स्वप्ने सत्यात उतरवण्यासाठी वापरायला हवी ती वाया जाते. जेव्हा तुम्ही सुडाच्या भावनेकडे दुर्लक्ष कराल तेव्हा तुम्हाला तुमची ताकद परत मिळेल. तुम्ही आनंदी व्हाल, संतुष्ट व्हाल व तुम्हाला बाहेरच्यांवर अवलंबून राहण्याची गरज पडणार नाही.

२. कुणामध्ये गुंतून पडू नका!

पुष्कळवेळा जेव्हा आपण एखाद्या व्यक्तीला गमावतो किंवा एखाद्या गोष्टीला पारखे होतो तेव्हा आपल्याला अनेक प्रकारच्या नकारात्मक भावना येतात. जशा की दु:ख, भीती, क्लेश आणि नैराश्य. या भावनांना जाणवू द्यावे त्यामुळे उपचार होतो व हा दुर्लक्ष करण्याचा एक महत्त्वाचा भाग आहे. जर या नकारात्मक भावनांवर प्रक्रिया करणे व त्यांच्याकडे दुर्लक्ष करणे तुम्हाला जमले नाही व हृदयाची जखम भरून काढली नाही तर तुम्हाला काहीतरी सतत हवे असेल जे तुम्हाला मिळणार नाही.

जेव्हा आपल्या हृदयाची जखम ताजीच आहे आणि आपण आहे तेच चालू ठेवले की जे आता पुढे मिळणार नाही, तर? जेव्हा आपण आपल्या भूतकाळाला चिकटून राहतो तेव्हा आपल्या नकळतच आपल्या उज्ज्वल भविष्यकाळाला आपण आपल्यापासून दूर लोटतो, अर्थातच बांधीलकी असण्यामध्ये चुकीचे काही नाही; आहे तसेच चालू ठेवण्याची वृत्तीही चांगलीच आहे. शुद्ध प्रेमाची खरे तर ही अनुभूतीच आहे. आपण जेव्हा एखाद्यावर प्रेम करतो तेव्हा ते तसेच चालू राहावे असे आपल्याला वाटते. जेव्हा काही बदल करण्याची वेळ येते तेव्हा प्रेम चालू ठेवण्यामागील गुपिताकडे दुर्लक्ष करावे लागते. जेव्हा बदलायची वेळ आली असेल तेव्हा आपल्याला अस्वीकार जमला पाहिजे.

एखादी गोष्ट भविष्यात मिळण्याची शक्यता नसेल तेव्हा ती चालू ठेवण्याचा

अट्टहास करणे म्हणजे एक प्रकारचे आजारपण आहे. जेव्हा आपण दुर्लक्ष करणे, स्वीकारणे, बदलावर विश्वास ठेवणे हे शिकतो तेव्हा आपल्याला अगदी स्पष्टपणे दिसते की प्रत्येक बदल कदाचित दुःखदसुद्धा असू शकेल पण तो नेहमी नवीन दालन उघडतो.

प्रत्येक बदल कदाचित दुःखदसुद्धा असू शकेल पण तो नेहमी नवीन दालन उघडतो.

जेव्हा आपले आयुष्यात नुकसान होते किंवा अपयश येते तेव्हा आपल्या दुःखाला कारण असते आपले प्रेम, जिव्हाळा, आपली बांधिलकी. या सर्वांकडे दुर्लक्ष करायला आपल्याला आपल्या हृदयात पुन्हा प्रेम जागृत करावे लागेल. आपण चुकून असे समजतो की आपल्याला एखाद्या विशिष्ट व्यक्तीची गरज आहे किंवा एखाद्या विशिष्ट वस्तूची गरज आहे. खरे तर प्रत्यक्षात आपल्याला ती व्यक्ती किंवा ती वस्तू जी सेवा देत होती त्या सेवेची गरज असते. खास माणूस हा नेहमी खासच असतो, पण तो माणूस आपल्याला जे प्रेम देतो ते आपल्याला दुसरीकडेही मिळू शकते. दुर्लक्ष करून आपण काहीतरी नवीन आपल्या आयुष्यात यावे म्हणून मार्ग खुला करून देतो. जेव्हा आपण दुर्लक्ष करू शकत नाही तेव्हाच फक्त बदल त्रासदायक असतो.

जर आपण आपल्या हृदयाची दारे पुन्हा नवीन प्रेमासाठी उघडी करून दिली नाहीत तर ती खरोखर शोकांतिका अपयशाची किंवा नुकसानीची!

दुर्लक्ष करण्यासाठी प्रथम हा विचार करणे उपयोगी ठरेल की तुम्हाला एवढे प्रेम-जिव्हाळा का आहे? जेव्हा आपल्याला एखादे प्रेम किंवा आधार मिळत राहण्याची सवय झाली असेल आणि तो आधार जर तुटला तर आपण आपल्या अंतःकरणाशी जोडलेले राहत नाही. हे प्रेम पुन्हा वाटावे म्हणून आपल्याला वाटते की आपल्याला त्याच माणसाची गरज आहे आणि अजूनही आपल्या लक्षात येत नाही की खरी गरज आपल्याला प्रेम व आधाराची आहे. स्वतःच्या अंतःकरणाशी जुळून राहण्यासाठी जो आधार लागतो तो इतरत्रही मिळतो. त्या माणसाची जागा तर कोणीच भरून काढू शकत नाही, पण आपली प्रेमाची तळी भरण्याचे इतरही मार्ग आहेत. पुन्हा एकदा जोपर्यंत आपण प्रेमाची तळी भरत नाही तोपर्यंत आपण तात्पुरते तळ्यांच्या रितेपणामुळे दुःखी होतो.

'अधिकाची इच्छा' या भावनेशीसुद्धा आपली अधिक जवळीक निर्माण होते.

आपली खात्री पटते की अधिक सुखी होण्यासाठी आपल्याला आणखी काही हवे आहे. जेव्हा आपली अशी समजूत होते की, आपल्याला आणखी काही हवे तेव्हा आपण आनंदी आणि सुखी आहोत या कल्पनेला तडा जातो. आपण अधिक पैसे मिळविण्याबद्दल विचार करतो, मोठ्या पडद्याचा टी. व्ही. घेण्याने आपण आनंदी होऊ असे आपल्याला वाटते आणि मग तो घेण्याचा मोह आपल्याला होतो. तात्पुरते आपल्याला वाटते की केवळ मोठ्या पडद्याचा टी. व्ही. नसल्यामुळे आपण सुखी नव्हतो. अशा प्रकारची तीव्र जवळीक निर्माण होते, पण आपण अजून हे शिकलेले नाही की ज़रुरी असलेलेच प्रेम मिळवून स्वत:शी प्रामाणिक कसे राहायचे!

जेव्हा आपण मानसिक पातळीवर ही जवळीक नाकारायचा प्रयत्न करतो तेव्हा आपण अंत:करणातील तीव्र इच्छा नाकारण्याचे धाडस करतो. जर तुम्ही स्वप्नेच बघण्याचे थांबवले तर स्वप्ने सत्यात उतरवण्याची तुमची ताकदच नाहीशी होईल. तुम्हाला तुमच्या अंत:करणातील इच्छा तर जाणवलीच पाहिजे. 'अधिक जवळीक नको' या कारणासाठी काही लोक आपल्या इच्छांचा त्याग करण्याची चूक करतात. ते म्हणतात, 'एखादी गोष्ट नाही मिळाली तर बिघडले कुठे.' आणि त्यांच्या जिव्हाळ्याच्या विषयावर पडदा पाडतात, पण असा त्याग करताना आपण ही काळजी घेतली पाहिजे की आपल्या इच्छांना आपण कमी महत्त्वाचे तर समजत नाही ना? किंवा त्यांना दाबून तर टाकत नाही ना?

जेव्हा तुम्ही तुमचे पहिले प्रेमाचे तळे भराल, त्यासाठी प्रार्थना आणि ध्यानधारणा कराल तेव्हा तुमच्या चैतन्यामध्ये भरपूर वाढ होईल. जेव्हा तुम्ही खरोखर नवा टी. व्ही. आणाल व त्याचा उपभोग घ्याल तेव्हा फारच थोड्या वेळात तुमची त्याच्यातील रुची कमी होईल. अजूनही तो टी. व्ही. तुम्हाला हवासा वाटेलच, पण तुम्ही आनंदी राहण्यासाठी नाही, तो तुम्हाला हवा आहे, पण आता तुम्हाला त्याच्याबद्दल पूर्वीचा जिव्हाळा जाणवणार नाही.

३. शंकेबद्दल शंका!

तुमच्या समस्या सोडवणारी आणि तुम्हाला हवे ते मिळवून देणारी ताकद तुमच्यात येण्यासाठी तुम्हाला अनिश्चिततेपासून सुरुवात करावी लागेल. अधिक ज्ञान मिळविण्यासाठी आणि माहिती घेण्यासाठी तुम्हाला काही गोष्टी अज्ञात पाहिजेत किंवा त्या अनिश्चित पाहिजेत. शंका असणे आणि माहिती नसणे यामध्ये फार मोठा फरक आहे, कारण शंका असणे म्हणजे तुमचा विश्वास नसणे. जेव्हा आपण 'माहिती नाही' असे म्हणतो तेव्हा काहीतरी असणे शक्य असते.

जेव्हा तुम्ही भयभीत असता तेव्हा म्हणता, 'मला नक्की माहिती नाही,

कदाचित असे घडेल किंवा कदाचित घडणारही नाही, पण नक्कीच असे घडू शकते.' शंकेला अनिश्चिततेमध्ये बदलून तुम्ही पुन्हा सकारात्मक शक्यतेमध्ये शिरण्यास मोकळे होता. जेव्हा तुम्ही अविश्वासाच्या गर्तेत अडकलेले असता, जेव्हा तुम्ही खरोखर अनिश्चित असता तेव्हा स्वत:च्या शंकेबद्दल शंका घ्यायला हरकत नाही आणि काय घडणे शक्य आहे याचाही विचार करायला हरकत नाही.

शंकेला अनिश्चिततेमध्ये बदलून तुम्ही पुन्हा सकारात्मक शक्यतांबद्दल विचार करण्यास मोकळे होता.

अनिश्चिततेचा अनुभव घेऊन तुम्ही स्वत:मधल्या निर्मात्याला जागे करता. तुम्हाला आधीच काही गोष्टी माहिती असल्या तर अधिक माहिती घेण्याची काही गरज नसते, पण जर काही प्रश्न असतील तर मात्र उत्तरे शोधणे जरुरीचे असते. जेव्हा गरज असते तेव्हा मार्ग आपोआपच निघतात. अनिश्चिततेचे आव्हान स्वीकारून उत्तरे मिळेपर्यंत प्रश्न विचारत राहावे लागते. माझी एक आवडती प्रार्थना म्हणजे, 'मला मार्ग दाखव.' आता पुढे काय करायचे हे जोवर मला समजत नाही तोपर्यंत मी हा प्रश्न विचारत राहतो.

जेव्हा मला काळजी वाटते तेव्हा मला माहिती नाही याबद्दल स्वीकार करण्याऐवजी मी शंका घ्यायला लागलो याची मी स्वत:ला आठवण करून देतो व त्या काळजीतून मुक्त होतो. अनिश्चितता ही उत्तर मिळण्याच्या, स्वच्छ चित्र दिसण्याच्या आधी येते.

काळजीतून मुक्त होण्यासाठी मी पुढील पद्धत वापरतो. मी स्वत:ला विचारतो की, 'मला नक्की कसली भीती वाटते?' नंतर मी स्वत:ला विचारतो, 'नक्की अशाच गोष्टी घडतील याची खात्री आहे का?' त्यामुळे 'मला काहीच निश्चित माहिती नाही' या विचाराने मी थोडासा मोकळा होतो. मला ते पण माहिती नसते की नक्की वाईटच काहीतरी होणार आहे. सगळ्यात जास्त काळजी तर आपण आपल्या भीतीवर विश्वास ठेवण्याची आहे पण आपण हे लक्षात घेत नाही की आपल्याला अजून काहीच माहिती नाही. तुम्ही तुमचे मन सगळ्या शक्यतांसाठी तयार ठेवा. तुमच्या अंत:करणाच्या मार्गदर्शनाने आणि विश्वासाने प्रत्येक शक्यता पडताळून पाहा.

जेव्हा तुम्हाला निश्चित माहीत नसते तेव्हा गोष्टी वाईटच घडतील याची निश्चिती तुम्ही देऊ शकत नाही.

जेव्हा आपल्याला शंका असते की आपल्याला जे हवे आहे ते मिळणे शक्य आहे तेव्हा आपोआपच आपल्या मागण्या थांबतात. शंका माणसांच्या इच्छा मारून टाकते आणि भावनांचा प्रवाह खंडित करते. शंकेच्या भावनेतून मुक्त होण्याचा सोपा मार्ग म्हणजे माहिती करून घेणे की खात्री नाही पण सगळ्या शक्यतांना आपल्याला सामोरे जायचे आहे.

काही वेळेस 'हिलिंग' प्रक्रियेसाठी मी हात हातात घेतो तेव्हा मला माझ्या हातात तो सामर्थ्यशाली प्रवाह वाहताना जाणवत नाही. शरीरातल्या काही भागाने विश्वास गमावला असला तर शंका घ्यायला सुरुवात केल्यामुळे नैसर्गिक पद्धतीने होणाऱ्या 'हिलिंग' प्रक्रियेला अडथळा येतो. जेव्हा मी त्यांना सांगतो की तुम्हाला जे हवे ते मोठ्याने सांगा, त्याबरोबर प्रवाह वाहण्यास ताबडतोब सुरुवात होते. जेव्हा लोकांना काय हवे ते जाणवते व ते बोलून दाखवतात तेव्हा ताबडतोब ते स्वत:शी एकरूप होतात आणि त्यांची श्रद्धा असते की त्यांना हवे ते त्यांना मिळेल. शंकेकडे दुर्लक्ष केल्यास तुम्ही तुम्हाला जे हवे त्यावर लक्ष केंद्रित करू शकता आणि ते केव्हाही तुमची शक्ती तुम्हाला काय नको यावर व्यर्थ घालवण्यापेक्षा अधिक चांगले.

४. तुमचा युक्तिवाद ओळखा..!

आपल्या खऱ्या इच्छा आपण काही वेळेस तर्कशुद्ध युक्तिवाद करून मनाच्या पल्याड करून टाकतो. जेव्हा हृदय म्हणत असते आपण ही गोष्ट करायला नको पण मन अधिक आक्रमकपणे त्याचे स्पष्टीकरण करते. 'हे का करायला पाहिजे?' आपण बहुधा यावर म्हणतो, 'हे माझे कामच आहे.' किंवा 'हे आदेश होते.' जेव्हा नाझी युद्धातील जबाबदार लोकांना विचारले की ते त्यांच्या कैद्यांशी इतके अमानुषपणे कसे वागू शकले तेव्हा त्यावर एकाने उत्तर दिले, ''मी फक्त आज्ञेचे पालन केले.'' जरी सामान्य माणसे निष्ठुर, मारेकरी नसलो तरी लोक निर्विकारपणे आपल्या कृत्याचे तर्कशुद्ध समर्थन करत असतात.

युक्तिवादाचे दुसरे उदाहरण म्हणजे जेव्हा आपण एखादी गोष्ट करू शकतो यावर आपला विश्वास नसतो किंवा आपण असा विचार करतो की हे आपल्यासाठी शक्य नाही, अशा वेळी आपल्या मागण्या चालू ठेवण्याऐवजी आपण स्वत:च्या मनाची तर्कशुद्ध पद्धतीने समजूत घालतो. जर माझे एखादे ध्येय मी गाठू शकलो नाही तर मला स्वत:शी भावनांच्या पलीकडे जाऊन बोलले पाहिजे. मी स्वत:शी असे बोलले पाहिजे, 'इतका अस्वस्थ होऊ नकोस.' 'तू त्या सगळ्यांना हरवू शकणार नाहीस.' 'हे तुझे काम नव्हतेच.' 'तुझी ध्येयेच व्यवहारी नव्हती.' 'हे

शक्यच नाही.' किंवा 'ही वेळ योग्य नाही.'

स्वगते खरे तर खूप उपयोगी ठरतात- अशासाठी की आपल्या नकारात्मक भावनांपासून आपल्याला मुक्त होता येते. आपण चुकून अशा निर्णयाला येतो की नकारात्मक भावनांकडे दुर्लक्ष करण्यासाठी आपल्याला त्यांच्या पलीकडे जाऊन बोलायला हवे. आयुष्यातील पुढच्या टप्प्यांवर हे फारसे उपयोगी पडत नाही, कदाचित यामुळे भावना अधिक तीव्र होतील किंवा त्या दबल्या जातील. ते शेवटी आपल्याला काय हवे आहे याबद्दलच्या आपल्या क्षमतेवर अवलंबून आहे. बऱ्याचशा लोकांना अनेक दिवस भावना दडवून ठेवूनसुद्धा आपल्याला काय हवे ते समजत नाही. खऱ्या अर्थाने ते त्यांच्या गरजा भागवण्यास व इच्छा पूर्ण करण्यास कमजोर असतात.

अनेक लोकांच्या बाबतीत नकारात्मक भावनांची जाणीव होण्यास बराच वेळ लागतो आणि मग त्या मुक्त होणे एवढेच त्यांच्यासाठी पुरेसे असते. लहान मुलांमध्येपण ही क्षमता असते. लहान मुलांना त्यांच्या भावना जाणवल्या व त्या त्यांनी इतरांबरोबर वाटून घेतल्या अशा लोकांबरोबर की जे त्यांना समजावून घेतात व जे चांगले श्रोते आहेत तर ते सकारात्मक भावनांकडे खूप सहज परततात.

मोठेपणी आपल्या नकारात्मक भावना मुक्त करण्यासाठी आपल्याला कोणाची गरज लागत नाही. २१व्या वर्षानंतर आपण आपले बुद्धिसामर्थ्य वापरून स्वत:कडे खूप काळजीपूर्वक लक्ष दिले पाहिजे, ते ही प्रेमाने व समजून घेऊन. ते ठीकच आहे, कारण इतर मोठ्या माणसांना सहसा नकारात्मक भावना समजावून घ्यायला आवडत नाही. मोठेपणी जर आपण थोडा वेळ काढून स्वत:चे विचार, भावना आणि इच्छा लिहून काढल्या तर आपल्या अंत:करणात काय चालले आहे ते आपण काळजीपूर्वक ऐकू. जर आपण कुठलीही टीका न करता व प्रतिरोध न करता त्या भावनांकडे काळजीपूर्वक लक्ष दिले तर त्या भावना थेट आपल्याला आपल्या स्वत:च्या खऱ्या प्रतिमेकडे घेऊन जातात.

जेव्हा आपण आपल्या नकारात्मक भावनांचा तर्कशुद्ध विचार करतो किंवा त्या काढून टाकण्याचा प्रयत्न करतो तेव्हा आपला खरा स्वभाव आपल्याला लपवून ठेवावा लागतो आणि त्याच्याशी आपले नाते तुटते. तर्कशुद्धता तात्पुरता आपल्याला आराम मिळवून देईल पण अनेक प्रकाराने ते विरुद्ध परिणाम घडवणारे आहे, शिवाय त्यामुळे आपण स्वत:पासून दूर जातो, एवढेच नाही तर आपल्या शक्तीचा ऱ्हास होतो आणि त्यांचा परिणाम आजारपण, कंटाळवाणे आणि निर्जीव आयुष्य यात होतो. आपल्या भावना दडवणे म्हणजे आपली शक्ती दवडणे होय.

आणखी महत्त्वाचे असे की, तर्कशुद्धता आपली पश्चात्तापाची भावना झाकून

टाकते की जी आपल्याला आपल्या चुका सुधारायला मदत करते. काही वेळेस आपण दुसऱ्याला दुखावणाऱ्या गोष्टी करतो, पण पुन्हा तर्कशुद्ध विचार करून स्वत:चीच भलावण करतो आणि स्वत:च्या आत्म्याची कनवाळू होण्याची इच्छा नाकारतो. आपण स्वत:ला म्हणतो, 'मला हवे ते मिळविण्याचा दुसरा मार्गच नव्हता.' किंवा 'मला काही वाईट वाटून घ्यायची गरज नाही, कारण घडल्या गोष्टीला मी जबाबदार नाही.'

अशा नकारात्मक भावनांमुळे आपण आपल्या कनवाळूपणापासूनसुद्धा दूर जातो. जरी आपण एखाद्या नुकसानाला किंवा शोकांतिकेला जबाबदार नसलो तरीसुद्धा त्याबद्दल वाईट वाटणे हे नैसर्गिक आहे आणि असे घडायला नको होते असेच आपण म्हणतो, परंतु अशा थंड तर्कशुद्धतेमुळे आपले हृदय कठोर बनते आणि आपल्याला सहवेदना जाणवण्यापासून दूर ठेवते.

तर्कशुद्धता आपली पश्चात्तापाची भावना झाकून टाकते जी आपल्या चुकांची दुरुस्ती करू शकते.

पुष्कळवेळा आपली हृदयाची इच्छा नसतानासुद्धा आपण काही गोष्टी करतो. आपले मनमध्ये येते आणि अनेक कारणे देते, की आपण का हृदयाची इच्छा मानायची नाही...! जेव्हा मी १६ वर्षांचा होतो तेव्हा या संघर्षाची प्रथम जाणीव मला झाली. मी वर्तमानपत्रे वाटण्यासाठी गाडी चालवत चाललो होतो, तेवढ्यात मला काहीतरी आपटल्याचा जोरदार आवाज झाला. मी गाडी थांबवली, बाहेर आलो आणि पाहिले तर माझ्या गाडीखाली एक कुत्रा आला होता व तो आता जखमी झाला होता. माझी अगदी पहिली प्रतिक्रिया म्हणजे मला खूप वाईट वाटले. मी विचार केला, 'आता मी काय करावे?' मला ही भीती वाटत होती की कोणीतरी मला दोष देईल. मला कुत्र्याला दुखापत केली म्हणून जाब विचारेल आणि मी संकटात येईल. मी कुत्र्याला भर रस्त्याच्या मध्यभागातून उचलून रस्त्याच्या कडेला आणले आणि पुन्हा माझ्या गाडीत बसून माझ्या कामाला निघून गेलो.

सगळे घडून गेल्यावर उशिरा मला अक्कल सुचली आणि मला जाणवले की मी एक चूक केली आहे. मी माझ्या हृदयाची इच्छा डावलून माझ्या मनाकडे लक्ष दिले. माझ्या हृदयाची इच्छा होती की मी कुत्र्याला मदत करावी. माझी चूक अशी होती की मी कुत्र्यासाठी काहीच केले नव्हते. निदान मी बाकीच्या लोकांच्या मदतीसाठी त्यांचे दरवाजे ठोठावायला हवे होते व त्यांना या अपघाताबद्दल कळवायला हवे होते, पण मी यांपैकी काहीही केले नाही.

आयुष्यात नंतर काही वर्षांनी मला जाणवले की मी तसे का वागलो नसेन?

त्या वेळेस काय झाले ते पाहायला मी थांबलो तेव्हा मी विचार केला, 'माझी गाडी वेगात नव्हती. मी कुत्र्याला पाहिले नाही, मी काही कुत्र्याला मुद्दाम इजा केली नाही.' जेव्हा मी या माझ्या तर्कशुद्ध विचारांवर ठाम झालो तेव्हा माझे वाईट वाटणे बंद झाले. माझ्यातली अपराधीपणाची भावना गेली. मी पुन्हा गाडीत बसलो आणि पुढे गेलो. मी स्वत:ला माफ करून टाकले होते, पण तेव्हापासून मी धडा शिकलो. मी माझ्या सुखाच्या नैसर्गिक भावनांना तर्कबुद्धीवर तोलत नाही आणि हाच आपली सदसद्‌विवेकबुद्धी जागृत ठेवण्याचा मार्ग आहे. अनेक महत्त्वाच्या ऊर्जांपैकी एक ऊर्जा अशी की दुसऱ्याबद्दलची सहसंवेदनांची जाणीव, त्यामुळे तुमच्यातील सेवाभाव जागृत होतो आणि तुम्हाला वेगळ्याच उंचीवर पोहोचवतो.

५. तुमच्या आव्हानाला आव्हान द्या!

काही वेळेस आपण एखाद्यावर खूप मनापासून रागावलो असू, तेव्हा आपल्याला त्या व्यक्तीशी उर्मटपणे वागावेसे वाटते किंवा त्याच्या विरोधात बंड करावेसे वाटते व तो जे सांगतो ते आपण करतानाही अनेकवेळा ती एखादी अधिकारी व्यक्ती असते, जिचे आपल्यावर नियंत्रण असते आणि आपल्याला तिच्या विरोधात स्वातंत्र्याची भावना हवी असते आणि त्यासाठी आपण अवज्ञा करतो आणि तिचे म्हणणे डावलतो. आपण एखादी गोष्ट करण्यास नकार देतो ते फक्त आपल्याला करायचे नसते म्हणून नव्हे तर फक्त त्या व्यक्तीला ते आपल्याकडून करून हवे असते म्हणून आपण आपल्याला पाहिजे तसेसुद्धा वागत नाही फक्त अवज्ञा करायची म्हणून तसे वागतो. ही खरी आंतरिक इच्छा असू शकत नाही.

एखाद्याने आपल्याला संताप आणला असेल आणि त्याला आपण एखादी गोष्ट करू नये असे वाटत असेल तर केवळ त्याची अवज्ञा करायची म्हणून आपण ती गोष्ट करतो. तो माणूस सांगतो त्याच्या विरुद्ध करून आपल्याला खूप समाधान मिळते, पण त्यासाठी आपली खूप शक्ती पाझरते. आपल्याला वाटते, 'चांगलं, त्याला दाखवलं.' पण आपण आपल्यालाच 'दाखवतो.' कारण तोच माणूस अजूनही तुमच्यावर नियंत्रण ठेवून असतो. आपण आपल्याला जे पाहिजे ते न करून स्वत:च लढाई हरलेलो असतो.

आपण जेव्हा आपल्याला हवे ते करतो तेव्हा आपल्यात शक्ती येते. केवळ दुसऱ्याच्या वाईट वागणुकीमुळे आपण स्वत:ला बदलतो तेव्हा आपणच ही लढाई हरतो. आपल्याला वाटते की आपण त्याला दाखवतोय की मी हवे तसे करायला स्वतंत्र आहे, पण आपण तो जे सांगतो त्याच्या विरुद्ध वागून आपण अजूनही त्याच

व्यक्तीच्या नियंत्रणाखाली आहोत हे सिद्ध करतो.

जेव्हा आपण अवज्ञा करतो तेव्हा आपल्याला वाटते की आपण स्वतंत्र आहोत हे आपण सिद्ध करतोय, पण अजूनही आपण त्याच व्यक्तीच्या नियंत्रणाखाली असतो.

मला माझ्या माहितीतला एक माणूस आठवतो जो त्याच्या वडिलांचा तिरस्कार करायचा. त्याचे वडील त्याला एकदा रागात म्हणाले, "तू आयुष्यात काहीही करू शकणार नाहीस." म्हणून मुलाने त्यांच्याशी बंडखोरी करायचे ठरवले व त्यांना चुकीचे सिद्ध करायचे ठरवले आणि तो खरेच लक्षाधीश होण्यात यशस्वी झाला, कारण त्याची तीव्र इच्छा आणि ते झपाटलेपण! वडिलांना खोटे ठरवण्याचा त्याने विडाच उचलला जणू आणि केवळ त्या तीव्र इच्छेनेच त्याला एवढे यशस्वी बनवले, पण दुर्दैवाने त्याच्या हृदयाची कवाडे मात्र बंद झाली आणि त्यामुळे तो त्याच्या संपत्तीचा उपभोग घेऊ शकत नव्हता.

काही वेळेस आपल्याला काही गोष्टी केवळ दुसऱ्याची अवज्ञा करायची म्हणून किंवा दुसऱ्याला चुकीचे ठरवायचे म्हणून करायच्या असतात. काय हा वेळेचा आणि ऊर्जेचा अपव्यय! आपण ज्याच्यावर प्रेमही करत नाही ती व्यक्ती आपले किती नुकसान करू शकते! आपल्या समाजात ही प्रवृत्ती फार फोफावलेली आहे. कोर्टकचेऱ्या करण्यातही लोक आपला वेळ व पैसा बरबाद करतात. जरी काही कोर्ट केसेस वैध असल्या तरी बऱ्याचशा निरुपयोगी असतात. आपला बहुमूल्य पैसा, वेळ, शक्ती कोर्टकेसेस् लढवण्यात घालवण्यापेक्षा आपल्याला हवे ते मिळविण्यासाठी हे खर्च करावे. कोर्टकेसेस् करणे म्हणजेच शिक्कामोर्तब करणे की कोणी तरी आपल्याला बहाल केल्याशिवाय आपल्याला हवे ते मिळणार नाही.

जेव्हा मी खूप रागावतो तेव्हा मला त्याची अवज्ञा करायची ऊर्मी येते आणि मला जे करायची इच्छा नव्हती ते करावेसे वाटते तेव्हा मी माझ्या या लाटेला थोपवतो. मी माझ्या अवज्ञेची अवज्ञा करतो. मी स्वत:शी म्हणतो, 'खरोखर मला माझा वेळ या कामासाठी घालवण्याची इच्छा आहे काय? ही व्यक्ती माझ्याशी चांगली वागली असती तर माझ्या याच भावना असत्या का? मी असाच वागलो असतो का?'

६. तुमच्या शरणागतीला शरण जा!

जेव्हा आपण निराश होतो तेव्हा जे काही घडले आहे त्याचा स्वीकार करून

शरणागती पत्करण्याऐवजी आपण त्याचा त्याग करतो आणि निमूटपणे सहन करतो. आपला स्वत:वर आणि देवावरही विश्वास राहत नाही. आपल्या इच्छा, आकांक्षांशी उरत नाहीत. सरेंडर आणि सबमिशन हे दोन्ही शब्द वरवर पाहता एकच अर्थ दर्शवीत असले तरी त्यामध्ये सूक्ष्म फरक आहे. जेव्हा आपण 'सरेंडर' हा शब्द वापरतो तेव्हा आपण एखाद्या गोष्टीला विरोध करणे सोडून दिलेले असते. आपल्याकडे काय आहे याची आपल्याला कल्पना असते आणि त्यामध्ये बदल होणार नाही हे आपण स्वीकारलेले असते, पण याचा अर्थ असा नव्हे की आपल्याला जे हवे त्याची इच्छा धरणे आपण थांबवलेले असते.

सरेंडर याचा अर्थ जे चालू आहे त्याला आपला विरोध थांबवणे.

जेव्हा आपण सरेंडर करतो तेव्हा आपण आपल्या अपेक्षांमध्ये तडजोडी करत असतो, कारण आपल्याला हवे ते लवकर मिळत नसते. 'सरेंडर' या भावनेमुळे निदान आपण आपल्याला एखादी गोष्ट एका ठरावीक वेळेसच किंवा स्वरूपात मिळाली पाहिजे या भावनेतून आपण मुक्त होतो. 'सरेंडर' या भावनेमुळे आपली संयमाची भावनाही जोपासली जाते, पण चिकाटी आणि ताकद या गोष्टींना स्थान उरत नाही.

आपल्या भूतकाळातील जखमा भरून काढण्यासाठी आपले आई-वडील आपल्यावर कायम तेवढेच प्रेम करत राहतील अशा अपेक्षेला 'सरेंडर' करणे गरजेचे असते, परंतु त्यांच्याकडून विनाशर्त शुद्ध प्रेम मिळविणे थांबवायचे नसते. 'सरेंडर' आपल्याला मुक्त करते आणि आपल्याला हवे ते वेगवेगळ्या मार्गांनी स्वीकारण्यास आपण सज्ज होतो. शेवटी काय आपल्याला हवे ते आपल्याला कोण पुरवते याची आपल्याला तोपर्यंत फिकीर करण्याची गरज नसते. नंतर आपण पुन्हा आपल्या स्वत:च्या खऱ्या इच्छांकडे परतू शकतो.

'सरेंडर'च्या माध्यमातून आपल्याला जगाकडून काय प्रतिसाद मिळतो, म्हणजे काही वेळेस आपल्या असे लक्षात येते की आपल्याला ज्या आपल्या तात्काळ गरजा वाटत होत्या त्या तितक्याशा वास्तववादी नव्हत्या आणि त्यासाठी आपल्याला तडजोड ही करायला पाहिजे. तडजोड याचा अर्थ आपल्या मागण्या थांबवणे नाही, त्याऐवजी आपल्याकडे जे आहे त्याचा स्वीकार करणे. आपल्याला खरेच काय हवे आहे आणि ते कसे मिळवता येईल याचा विचार करणे होय.

आणखी एक प्रार्थना अशी आहे की जी हा फरक नेमकेपणाने दाखवते, 'देवा, मला अशी प्रसन्नता बहाल कर की ज्या गोष्टी मी बदलू शकत नाही त्यांचा मी

स्वीकार करेन. ज्या गोष्टी बदलू शकेन ते बदलायला धाडस दे आणि या दोन्हीतला फरक कळण्याचे शहाणपण मला दे.'

७. टाळण्याला टाळा..

एकदा आपल्याला टाळण्यातील व्यर्थता समजली की आपल्याला जे मनापासून करायचे आहे ते टाळण्याचे प्रयत्न थांबवण्यास आपल्याला चालना मिळते. कित्येकदा असे घडते की आपल्याला खरे जे हवे असते त्याच्या उलट आपल्याला हवे आहे असे वाटते. जेव्हा आपल्या इच्छा एकमेकांना विरोध करतात तेव्हा त्या रद्द होतात आणि आपण नवनिर्मितीची आणि काही मिळवण्याची शक्ती गमावतो.

जेव्हा आपल्याला ज्या गोष्टींची गरज आहे किंवा ज्या हव्या आहेत त्या गोष्टी मिळत नाहीत तेव्हा आपल्याला हतबल वाटते. अशा वेळी आपण आपल्या इच्छा दुय्यम ठेवाव्या. उदाहरणार्थ, मी जेव्हा एखाद्या पुस्तकावर काम करत असतो तेव्हा माझ्या मनाच्या कोपऱ्यात कुठेतरी असे असते की मी आज लिहू नये. नेमके अशाच वेळी आश्चर्याची गोष्ट म्हणजे मला इतर खूप कामे आज करायची आहेत हे आढळते. लगेचच मला माझे कपाट साफ करायचे असते, फॅक्स मशीन उघडून आलेले फॅक्स वाचायचे असतात. बँकेत जाऊन माझे पासबुक भरून आणायचे असते, खरेदीला जायचे असते किंवा आणखी असे बरेच काही करायचे असते, जेणेकरून ते मला माझ्या लिखाणापासून दूर ठेवते. जरी माझ्यातल्या मला या सगळ्या गोष्टी करायच्या असल्या तरी त्या माझ्या खऱ्या इच्छा नव्हत्याच! खऱ्या इच्छांच्या जागेवर त्यांची तात्पुरती झालेली नेमणूकच ती!

पुष्कळ वेळा असेही घडते की, जेव्हा आपण विचार करतो किंवा आपल्याला असे जाणवते की हे आपल्याला करायला हवे, पण प्रत्यक्षात तीच गोष्ट आपण करायची टाळत असतो. बरेचदा आपण अपयशाला घाबरतो म्हणून आपण तो विषयच बंद करतो. आपल्याला काय हवे याचे सुस्पष्ट चित्र जोपर्यंत आपल्याकडे नाही तोपर्यंत आपण आपली आंतरिक शक्ती पणाला लावू शकत नाही. काही वेळा आपल्याला थोडीशी तडजोड करणे गरजेचे असते आणि योग्य दिशेने पाऊल टाकणे गरजेचे असते. ते केले नाही तर आयुष्याचा बराचसा काळ चुकीच्या दिशेने जाऊ शकतो. बरोबर दिशा कोणती? तर अशी दिशा की ज्या मार्गाने तुम्हाला खरोखर मनापासून जायचे असते.

तुमच्या खऱ्या इच्छांचा सन्मान करण्यासाठी जर तुम्ही थोड्या तडजोडी केल्या तर सर्व गोष्टी सुरळीत होतात.

खूप वेळा आपण जेव्हा जोडीदार शोधत असतो तेव्हा खरे तर आपला एकटेपणा आपल्याला घालवायचा असतो, पण जेव्हा आपण यशासाठी धडपडतो तेव्हा आपण काही वेळा आपल्या अपयश आणि अपुरेपणा या भावनांपासून दूर पळत असतो, ज्या भावनांची जखम अजून पूर्ण भरली गेलेली नसते. जेव्हा आपण थकलेला असतो किंवा दुपारची झोप हवी असते पण आपण ती मिळवू शकत नाही, कारण आपण स्वत:ला कशाला तरी जबाबदार मानत असतो. आपली अधिका बद्दलची इच्छा म्हणजे आपली अंत:करणातील इच्छा दडपण्याचेच मार्ग असू शकतात. जेव्हा गोष्टी अशा घडतात तेव्हा आपल्याला हवे ते मिळविण्याची ताकद कमी होते.

जेव्हा जेव्हा आपण आपल्या इच्छा टाळण्याचा प्रयत्न करतो तेव्हा तेव्हा त्या शुद्ध, मजबूत आणि सकारात्मक नसतात. लोकांना कामाच्या ठिकाणी ताणतणाव जाणवतो आणि ते दुसऱ्या नोकरीची स्वप्नं बघतात. त्यांना खरे तर काय हवे असते की कामाच्या ठिकाणी आनंदी राहणे, ते आनंदाने करू शकतील अशी नोकरी आणि त्यामध्ये असणारी आव्हाने यामुळे त्यांच्या प्रत्येक दिवसाला नवा अर्थ प्राप्त होईल. अशी सुस्पष्टता नसेल तर ते त्यांची ताकद गमावतील. आपण जेव्हा आपल्या संकटांपासून पळ काढतो तेव्हा संकटे आपण जेथे पोहोचणार तिथे आपली वाट पाहत बसलेली असतात. आपल्या खऱ्या इच्छांच्या जागी दुसऱ्या इच्छा मनात धरल्या तर त्या खऱ्या इच्छा दुबळ्या होतात. त्यांच्यात खूप शक्ती असते.

जेव्हा आपण आपल्या संकटांपासून पळ काढतो तेव्हा आपल्या पोहोचण्याच्या ठिकाणी संकटे आपली वाट पाहत असतात.

जेव्हा आपल्या जागृत इच्छा आपल्या गरजांशी एकरूप होतात तेव्हाच आत्म्याची ताकद प्रबळ होते. आपल्याला जे हवे त्यावर चित्त एकाग्र करण्याऐवजी जर आपण असे प्रसंग टाळण्याचा प्रयत्न केला तर आत्म्याची इच्छा पूर्ण करण्याची संधी आपण गमावतो.

जेव्हा आपण विनाकारण विलंब करतो किंवा चालढकल करतो तेव्हा आपली खूप शक्ती वाया जाते. चालढकलपणावर मात करायची असेल तर एक युक्ती अशी आहे की आपण कशाची चालढकल करतो हे लक्षात घेऊन त्याचाच पाठपुरावा करायचा. सरते शेवटी ते तुम्हाला मिळाले तर तुम्हाला किती आनंद होईल याची कल्पना करा! तुम्ही स्वत: पाहा की ते सहजपणे व विनासायास होते आहे की नाही? हे अवघड काम तुम्ही स्वत: सुरू करा व पूर्ण करा. सुरुवातीलाही

आनंदी आणि छान वाटेल आणि शेवटीसुद्धा. देवाचीही मदतीसाठी प्रार्थना करा. आपल्याला काय नको पेक्षा आपल्याला काय हवे यावर लक्ष केंद्रित केले की तुमच्यात नवनिर्मितीची ताकद येईल.

८. बचावाचा बचाव

काही लोक आपल्या प्रतिष्ठेच्या खोट्या कल्पनांपायी आपल्या आंतरिक, प्रामाणिक इच्छांचा स्वत:ला स्पर्शही होऊ देत नाहीत. जेव्हा खूप वादविवाद होतात तेव्हासुद्धा हे लोक समोरच्यानं आधी त्याची माफी मागितल्याशिवाय एखाद्या संकटाला तोंड देण्यासाठी त्यांनी काय केले हे ते सांगत नाहीत, म्हणजे पश्चात्तापाची किंवा जबाबदारीची जाणीव होणार की नाही हे समोरचा माणूस माफी मागतो किंवा नाही यावर अवलंबून असते. आयुष्यात छोट्या गोष्टींपासून शिकून मोठे व्हायचे या त्यांच्या अंत:करणातील इच्छेशी त्यांची फारकत होते. त्यांना सहसंवेदना किंवा पश्चात्ताप या भावनांच्या जाणिवेपेक्षा त्यांच्या कृत्याचे समर्थन करणे महत्त्वाचे वाटते.

जेव्हा मी चूक करतो तेव्हा मी असे का केले याचे स्पष्टीकरण मी देऊ शकतो. काही चांगली कारणे असूही शकतात आणि नक्कीच मला मुद्दाम तसे करायचे नसते. आपण जरी कितीही कारणे सांगितली तरी शेवटी चूक ही चूकच! जर आपण आपल्या चुका जाणून घेतल्या नाहीत तर आपण आपल्या अंत:करणातील खेद, दु:ख व पश्चात्ताप या भावनांशी एकरूप होऊ शकत नाही. या भावनांशिवाय आपल्या दृष्टिकोनांमध्ये व वागणुकीमध्ये दुरुस्ती होऊ शकत नाही. शिकून मोठे होण्याच्या नैसर्गिक इच्छेचा स्पर्शच आपण गमावून बसतो. आत्मरक्षणाची तुमची वृत्ती आणि त्यांनी तुम्हाला किती दुखावले या गोष्टीची जाणीव होऊन तुम्ही योग्य रीतीने तुमच्या बचावापासून बचाव करू शकता, कसे ते बघा.

आपण असे म्हणू या! सोमवारी मी तुमच्या खांद्यावर मोठ्या प्रेमाने थोपटले. मैत्रीच्या भावनेतून ते सगळे होते. नंतर आपण पुन्हा शुक्रवारी भेटलो. तुमचा खांदा दुखावला आहे हे मला माहिती नव्हते कारण जखम झाकलेली होती. मी पुन्हा प्रेमाने 'हॅलो' म्हणालो व मागच्या सारखेच खांद्यावर थोपटले, पण या वेळेस दुखले आणि तुम्ही वेदनेने विव्हळलात.

आता प्रश्न मोठा आहे, 'मी चूक केली का?' जे नेहमी बचावात्मक पवित्रा घेतात ते नक्कीच म्हणतील, 'नाही.' ते त्यांच्या वागण्यामागचे सयुक्तिक कारण देतील आणि खालील विधाने करून आपली चूक नाकारतील.

'जर माझी चूक झाली असेल तर मला माफ कर.'

‘जर मी तुला दुखावले असेल तर मला माफ कर.’

‘मला माहिती नव्हते की तुझा खांदा दुखावलाय.’

‘मला कसे कळणार?’

‘तू मला सांगायला हवे होतेस की तुझा खांदा दुखावला आहे म्हणून.’

‘त्यात माझा काय दोष? माझ्या जागी दुसरे कोणी असते तरी हेच केले असते.’

‘मी फक्त प्रेमाने असे केले.’

‘अरे, मित्राला पाठीवर थापा मारण्यात काय चुकीचे आहे?’

‘ठीक आहे, झाले त्याबद्दल मला खेद होतो, पण मला तरी कळायला काय मार्ग होता?’

वरील विधानांपैकी प्रत्येक विधान हे आपल्या चुकीची दुरुस्ती करायला मर्यादा घालते. ही सगळी उदाहरणे हेच दाखवतात की मन अंत:करणातील दु:खाच्या भावनेला नाकारते आणि तुमच्या आत्म्याच्या इच्छा की जी चुकीची दुरुस्ती करण्याची असते. तिलाही दाबून टाकते. आपल्याला आपल्या चुकांमुळे शिक्षा भोगावी लागेल या भीतीपोटी बचावात्मक प्रवृत्ती उद्‌भवते. इतिहासातील चुकांची पुनरावृत्ती न करता व चुकीचे दृष्टिकोन न बाळगता स्वत:ला दुरुस्त करण्याच्या आपल्या क्षमतेवर सगळे यश अवलंबून असते.

आता आपण ही जी कारणमीमांसा दिली आहे त्यातील काही कारणांचा जरा जास्त खोलवर अभ्यास करू. जो असे म्हणतो, ‘जर मी चुकीचे केले असेन तर मला माफ कर.’ तो असे वरवर दाखवतो की तो त्याच्या चुकीची जबाबदारी घ्यायला तयार आहे, पण प्रत्यक्षात ते खरे नसते, कारण त्याला जर खरंच जबाबदारी घ्यायची असती तर तो असे म्हणाला असता, ‘मला माफ कर, माझे चुकले.’ त्याऐवजी तो म्हणतो, ‘जर माझे चुकले असेल तर मला माफ कर,’ तसेच दुसरे वाक्य बघा, ‘जर मी तुला दुखावले असेन तर मला माफ कर.’ या वाक्यातून असे दिसते की तुम्ही कोणालातरी दुखावले आहे आणि तुम्हाला त्याच्यासाठी काहीतरी करायचे आहे याकडे तुमचे साफ दुर्लक्ष आहे. प्रत्यक्षात तुम्ही त्याच्यासाठी काही करणार नाही आहात.

जेव्हा आपल्या लक्षात येते की आपण चूक केली आहे तेव्हा आपली हृदयाची इच्छा नेहमीच अशी असते की, चूक सुधारली पाहिजे. आपण त्या माणसाला बरे वाटेल असे वागतो आणि काही प्रमाणात भरपाई करण्याचा प्रयत्न करतो. चूक दुरुस्त करण्यासाठी काहीतरी करण्याची इच्छा असणे हीसुद्धा आपल्या अंत:करणातील सदसद्‌विवेकबुद्धीशी जोडणारा एक दुवा असते, ज्यामुळे आपण चांगले काम

करण्यास प्रवृत्त होतो आणि ते हितकारक असते.

जेव्हा आपल्याला असे वाटते, की 'ठीक आहे, मला माहिती नव्हते की तिथे जखम झाली आहे.' आणि अशी कारणे सांगतो तेव्हा आपण फक्त आपल्या खेदाच्या आणि पश्चात्तापाच्या नैसर्गिक भावनाच नाकारतो असे नाही तर आपण आपली अधिक दक्ष आणि काळजीवाहू असण्याची इच्छाही नाकारतो. जेव्हा आपल्याला आपली चूक लक्षात येते तेव्हा नक्कीच आपल्याला त्यापासून काही धडा शिकायला मिळतो. जेव्हा आपण स्वत:ला माफ करून टाकतो व म्हणतो, की 'मला माहितीच नव्हते' तेव्हा चूक करूनही आपण आपल्या मनाला सांगतो की आपण चूक केली नाही. स्वत:ला मुक्त करण्यापेक्षा स्वत:ला क्षमा करण्याची आणि इतरही आपल्याला क्षमा करतील असा विश्वास वाटण्याची गरज असते.

९. नकाराला नकार द्या...

जेव्हा लहान मुले प्रेमळ स्पर्शापासून वंचित होतात, त्याचा त्यांच्या नंतरच्या आयुष्यात असा परिणाम होतो की, त्यांना कोणी स्पर्श केला तर त्यांना तो सुखकारक वाटत नाही. जर आपण लहानाचे मोठे होत असताना अगदी आपली महत्त्वाची गरज भागवली गेली नाही तर वंचित झाल्याबद्दल खूप दु:ख वगैरे होत नाही, पण आपण आपल्या त्या विशिष्ट गरजेवर बहिष्कार टाकतो. आयुष्यात नंतर आपल्याला ती गोष्ट कोणी दिली तर आपण त्याला नकार देतो. जेव्हा आपण आपल्या अंत:करणातील गरजा नाकारतो तेव्हा आपला आत्मा आपल्याला आवश्यक असलेले प्रेम व आधार आपल्या आयुष्यात आणण्याचा प्रयत्न करतो पण आपले मन ते नाकारत असते. लोक आपल्याला आधार द्यायला तयार असतात पण आपणच ते नाकारत असतो.

जेव्हा आपल्याला समजते की आपल्या गरजा काय आहेत पण त्या भागवण्यासाठी कुणाची मदत घेणे आपल्याला आवडत नाही तेव्हा ज्याच्यावर आपला विश्वास आहे अशा व्यक्तीची मदत घ्यावी, त्यामुळे आपल्याला हवे ते नाकारण्याची ही वृत्ती नाहीशी होईल. एखादा माणूस हळुवारपणे आपल्याला मदत करायला पुढे आला तरी आपण त्याला प्रतिकार करतो आणि नकारात्मक भावना पृष्ठभागावर आणतो. जेव्हा तुम्ही या नकारात्मक भावनांचा अनुभव घ्याल व त्यांना मुक्त करायला शिकाल तेव्हा तुमच्या गरजेचे मिळवण्यात तुम्ही आनंद मानाल आणि अशा प्रकारचा स्वीकारच तुम्हाला हवे ते मिळवण्याकडे एखाद्या लोहचुंबकाप्रमाणे आकर्षित करेल.

तुम्हांला हवे असलेले नाकारण्याच्या क्रियेत आणखी महत्त्वाचे लक्षण म्हणजे

आपल्याला जे हवे त्याच्या विरुद्ध इच्छा दर्शविणे. जर तुम्ही तुम्हाला हवे असलेले प्रेम नाकारत असाल तर तुम्हाला त्याच्या विरुद्ध गोष्ट हवी असते. शेवटी जर तुम्हाला हवे ते मिळवण्यात जरी तुम्ही यशस्वी झालात तरी तुम्ही ते नाकारता.

जर तुम्हाला पाहिजे ती गोष्ट तुम्ही नाकारली तर तुम्हाला जी मिळणार नाही किंवा जी गोष्ट नको आहे ती आता तुम्हाला हवीशी वाटते.

अनेकदा असे होते की आपण अशा लोकांना नाकारतो ज्यांच्याकडे आपल्याला जे हवे ते आहे. अशा लोकांनी आपल्यावर प्रेम करावे किंवा आपण अशा लोकांबरोबर काम करावे, ज्यांच्या जवळ आपल्याला हवे ते नाही असे आपल्याला वाटते. आपल्याला जे मनापासून हवे आहे ते नाकारून आपण अशी परिस्थिती निर्माण करतो की ज्यामध्ये आपल्या बालपणीची अनिश्चित प्रतिमा प्रतिबिंबित होते.

जेव्हा आपल्याला आपल्या गरजेची वस्तू मिळत नाही तेव्हा ज्यांच्याकडे ती आहे त्यांच्याबद्दल साहजिकच आपल्याला मत्सर वाटतो, कारण त्याचवेळी ती वस्तू दुसऱ्यांना मिळालेली आपण पाहतो. आपल्याला ज्या गोष्टीची गरज आहे किंवा जी गोष्ट हवी आहे ती परत मिळविण्यासाठी मत्सर ही फार महत्त्वाची भावना आहे. आपल्याला जे हवे आहे ते ज्याच्याजवळ असेल त्याचा आपल्याला खूप मत्सर वाटतो. जर अशी मत्सराची भावना वाटली नाही तर आपल्याला आयुष्यात जे मिळायला हवे त्या गोष्टीही आपण नाकारायला लागू.

खूप लोक श्रीमंत लोकांचा मत्सर करतात, त्यामुळे तुम्हालाही कधी मत्सर वाटला तर त्याच्यात विशेष वावगे काही समजू नका. ही कशाची खूण आहे तर तुम्हाला कोठेतरी आपण श्रीमंत असावे असे वाटते, अर्थात् ही तुमची छुपी इच्छा असते जिला तुम्ही पृष्ठभागावर येऊ देत नाही, म्हणून मत्सराची भावना मनात येऊ द्या. तिला पेटती ठेवा आणि तुम्हाला हवे ते मिळण्याची शक्ती तुमच्यात येऊद्या. तुम्हाला इच्छा तीव्रतेने जाणवल्याशिवाय तुम्हाला हवे ते मोठ्या प्रमाणात मिळणार नाही.

जेव्हा मी खूप महागडी सुंदर गाडी घेतली व घराच्या खाली पार्किंगच्या जागेत ठेवली तेव्हा एका शेजाऱ्याने ती पाहून एक हिणकस शेरा मारला. त्या त्याच्या कृतीनं त्याने फक्त गाडीला किंवा तिच्या मालकाला नाकारले नाही तर समृद्धीच्या इच्छेला नाकारले.

बाह्य सुखाच्या आणि समृद्धीच्या अशा भावना आपण दडपून टाकतो की ज्या मनातून हव्या हव्याशा वाटतात आणि वर तोंडाने पुटपुटतो, 'नाही तरी कोणाला

हवी होती एवढी मोठी गाडी?' किंवा 'खरं तर ते दुःखी आहेत आणि कदाचित त्यांची मुलेसुद्धा त्यांचा तिरस्कार करतात.' 'जास्त पैसा कोणाला पाहिजे?' हे असे म्हणण्यापेक्षा तुमची मत्सराची भावना मुक्त करा व दुःखाची दारे उघडून मोकळ्या मनाने म्हणा, 'मलासुद्धा अशीच गाडी हवी आहे, ते दुःखी असले म्हणून काय झाले मी गाडीबरोबर सुखीसुद्धा होऊ शकतो.'

जेव्हा जेव्हा तुम्हाला मत्सर वाटतो तेव्हा म्हणा, 'हे माझ्यासाठीसुद्धा हवे.' तुमच्या मिळण्याच्या मार्गावरील ती एक होकारात्मक गोष्ट असू शकते आणि तुम्ही आनंदी व यशस्वी होऊ शकता.

१०. रोखून धरण्याने तुमची पीछेहाट होते..

आपण सगळ्यांवर प्रेम करावे व सगळ्यांनी आपल्यावर प्रेम करावे या भावनेपासून आपल्याला वंचित करणारा सगळ्यात मोठा अडथळा म्हणजे आपल्या अंतःकरणातील प्रेम रोखून धरणे. जेव्हा लोक आपल्याला दुखावतात अशा वेळी आपण त्यांच्यावरील आपले प्रेम द्यायचे नाकारतो. आपला हेतू हा असतो की या व्यक्तीला शिक्षा व्हावी किंवा पुन्हा आपल्याला तिने दुखवू नये म्हणून काळजी घ्यावी. ते काहीही असले तरी कुठल्याही पद्धतीने आपणच भरडले जातो. सगळ्यात मोठे दुःख कोणते तर आपल्या हृदयात असणारे आपले प्रेम दिसू न देणे. जेव्हा आपण आपले प्रेम रोखून धरतो तेव्हा आपण आपल्या हृदयाची इच्छा दाबून धरतो व नाकारतो. जोपर्यंत आपण पुन्हा क्षमाशील व प्रेमळ होत नाही तोपर्यंत आपण आयुष्य पूर्णपणे उपभोगू शकत नाही, कारण आपल्या हृदयाची दारे बंद असतात किंवा आपल्याला वाटणारे प्रेम आपण रोखून धरलेले असते.

सगळ्यात मोठे दुःख कोणते तर आपल्या हृदयात असणारे आपले प्रेम दिसू न देणे.

जर आपल्याला कोणी दुखावले असले तर नक्कीच आपल्याला काहीतरी तडजोड करावी लागते, जेणेकरून आपण पुन्हा दुखावले जाणार नाही. भविष्यकाळात स्वतःचे रक्षण करण्यासाठी आपल्याला प्रेमळपणा सोडून चालणार नाही. एखाद्यावर प्रेम करणे याचा अर्थ असा नव्हे की त्या व्यक्तीला खूश ठेवायचे किंवा तिला हवे तसेच वागायचे. याचा अर्थ असाही नव्हे की काहीच करायचे नाही. याचा अर्थ एवढाच की आपल्या हृदयाची दारे त्या व्यक्तीसाठी उघडी ठेवायची. त्या व्यक्तीतील चांगले गुण शोधायचे, त्या व्यक्तीबद्दल शुभचिंतन करायचे.

जर प्रेम करणे म्हणजे इतरांसाठी तुमच्या सर्वस्वाचा त्याग करायचा किंवा इतरांना आपला पुन्हा पुन्हा अपमान करून द्यायचा! अशावेळी प्रेम रोखून धरणे ही चांगली युक्ती आहे, पण असे होत नाही. जर रोखून धरण्याची प्रवृत्ती असेल तर आपल्याला त्याची जाणीव असावी लागते आणि ती हळूहळू घालवावी लागते. सामान्यपणे अशा वेळी की जेव्हा प्रेमळ असणे आपल्याला मान्य नसते. काही वेळेस या प्रवृत्तीतून मुक्त होण्यासाठी तिचा उद्रेक व्हावा लागतो.

व्यक्त करण्यासाठी त्या विशिष्ट व्यक्तीविषयी किंवा घटनेविषयी तुमच्या सर्व भावना लिहून काढा. प्रत्येक वाक्यानंतर लिहा, 'मी पुन्हा तुझ्यावर प्रेम करणार नाही.' प्रत्येक वेळी असे लिहिताना आता तुमच्या लक्षात येईल तुम्हीच तुमचे हात दुखावत आहात. या प्रकाराने उपचार करताना काहींना अशी भीती वाटेल की ते नकारात्मक भावनेवर लक्ष केंद्रित करत आहेत, पण १० वर्षांपर्यंत प्रेम रोखून धरण्यापेक्षा १० मिनिटे हा व्यायाम केलेला अधिक फलदायी ठरेल.

असे लिहून झाल्यावर तुमची तुम्हालाच जाणीव होईल की शेवटी तुम्हालासुद्धा ती व्यक्ती आनंदीच हवी आहे. तुम्हाला तिला क्षमा करायची आहे, पुन्हा नाते जोडायचे आहे आणि तुम्ही तिचे शुभचिंतक आहात. काही वेळा पुन्हा हृदयाच्या तारा जुळणे शक्य नसते किंवा व्यवहार्य नसते, कारण जर समोरच्याची जुळवून घेण्याची इच्छा नसेल तर उगाच आपली शक्ती व वेळ दवडण्यात अर्थ नसतो. कमीतकमी तुम्ही त्या व्यक्तीला माफ करू शकता आणि त्याला पुढील आयुष्यासाठी शुभेच्छा देऊ शकता.

११. प्रतिक्रियेऐवजी प्रतिसाद द्या..

काही वेळेस आपण एखाद्यासाठी एखादी गोष्ट करायला तयार होतो, पण ती व्यक्ती कशा प्रकारे आपल्याकडे मदत मागते यावर मदत करायची की नाकारायची हे आपले मन ठरवते. आपण प्रामाणिकपणे विचार करतो, 'जर त्याने सौजन्याने विचारले असते तर मी 'हो' म्हणालो असतो.' जर या घडीला आपल्याला ते योग्य वाटत असले तरीही त्यामुळे मर्यादा पडतात आणि आपल्यालाच अधिक सोसावे लागते.

आपण जेव्हा बेफिकिरीने प्रतिक्रिया देतो तेव्हा आपली काय इच्छा आहे हे दुसऱ्याला समजते. औदार्य ही आपल्या हृदयाची इच्छा आहे. आपली जर दुसऱ्याला खरोखर सामावून घेण्याची इच्छा असेल आणि मदत करण्याची इच्छा असेल तर त्या माणसाची वागण्याची पद्धत काहीही असली तरी आपल्याला फरक पडत नाही.

मी जेव्हा शिक्षण देण्यासाठी कार्यशाळा सुरू केली तेव्हा काही लोकांनी तक्रारी केल्या. काही म्हणायचे की, 'मी खूप जास्त बोलतो,' तर इतरांचे म्हणणे होते की, 'मी आवश्यक तेवढे पण बोलत नाही.' माझ्या अंत:करणातील प्रतिक्रिया त्यामुळे अशी झाली- 'जर तुम्हाला मी आवडत नसेन तर मलासुद्धा तुम्ही आवडत नाही. जर तुम्हाला माझ्या सेमिनारला यायचे नसेल तर मीसुद्धा इथून पुढे शिकवणार नाही.' सुदैवाने मला माझ्या प्रतिक्रिया ओळखता आल्या आणि त्याप्रमाणे मी वागलो नाही.

मी असे अनेक प्रामाणिक लोक पाहिले आहेत की ज्यांनी जगाला मदत केली आहे किंवा त्यांचे काम उत्तम रीतीने पार पाडले आहे, पण तरी त्यांचे आयुष्य लोकांच्या टीकेला तोंड देण्यातच गेले. नंतर त्यांनी मदत करणे थांबवले, कारण त्यांच्या कष्टाचे चीज होत नव्हते; परिणामी हळूहळू त्यांची ताकद कमी झाली. सामर्थ्यवान होण्यासाठी आपल्याला या आव्हानांवर मात केली पाहिजे आणि आपल्याला मनापासून जे करायचे आहे त्यापासून स्वत:ला दूर ठेवता कामा नये.

माझ्या प्रतिक्रिया प्रतिसादांमध्ये बदलण्यासाठी मी विचार करतो, 'जरी त्यांनी अगदी सौजन्यानं विचारलं असे गृहीत धरू, तरी मी काय केले असते?' मग मी तसे गृहीत धरून ते करून टाकतो. तुमच्यातली ताकद टिकवण्यासाठी इतरांना आणि त्यांच्या बेताल वागणुकीवरून स्वत:ला त्यांच्यासारखे खालच्या पातळीवर आणू नका. तुम्ही तुमचे औचित्य कायम जपा, तसेच ताकद आणि तुमचा सामाजिक स्तर यांचे भान ठेवा. स्वत:शी प्रामाणिक राहा आणि त्यांच्यासारखे वागू नका. त्यांच्याशी कसे वागायचे हे तुम्हीच ठरवा. आत्म्याला नेहमी प्रेमळ असणे आवडते, तसेच आत्म्याला सन्मानपूर्वक तसेच सहसंवेदनाशील पण त्याच वेळी सामर्थ्यवान असणे आवडते.

तुम्ही तुमची ताकद, औचित्य आणि सामाजिक स्तर यांचे जतन करा आणि त्याची बरोबरी नकारात्मक ऊर्जेशी करून ती परत पाठवू नका.

जेव्हा आपल्यावर एखादा रागावतो तेव्हा आपणही त्याच्यावर रागावतो, यालाच प्रतिक्रिया म्हणतात. आपण फक्त भावना एकमेकांशी जुळवतो आणि त्या परत पाठवतो, पण अशा रासायनिक प्रक्रियेमुळे आपण नकारात्मक भावनांमध्ये अडकतो आणि मग त्यातून बाहेर पडण्याचा मार्ग सापडत नाही. आपण आपला राग समोरच्यावर सोडला की तो पण त्याचा राग आपल्यावर सोडतो आणि त्यामुळे पुन्हा नकारात्मकता निर्माण होते आणि असेच घडत राहते.

तुम्हांला तुमचे आयुष्य वेगळे हवे असेल तर हे दुष्ट चक्र तुम्ही तोडायला पाहिजे. तुम्हाला कोणी दुखावले की तुम्ही दुसऱ्याला दुखवायचे यामुळे फक्त द्वेष वाढतो आणि आपण भ्रामक समजुतीत जगतो.

अनेक लोकांची गैरसमजूत असते की पूर्वीची म्हण 'डोळ्याला डोळा' ही अनुकरणीय आहे. तू मला इजा पोहोचवलीस तर तू पण इजा करण्यास पात्र आहेस. यापेक्षा अधिक चांगले असे सांगता येईल, 'तू मला इजा केलीस, खरे तर त्यामुळे मला अधिक मिळेल आणि माझ्यात अधिक मिळवायची ताकद आहे.' या दृष्टिकोनामुळे तुमच्या क्षमतेवर तुमचा विश्वास आहे हे दिसून येते तसेच तुमचा आनंद दुसऱ्यांना इजा करण्यावर अवलंबून नाही तर त्याऐवजी तुम्ही हवे ते मिळवू शकता हे दिसून येते. आपल्या आत्म्याची इच्छा कधीही दुसऱ्याला इजा करावी अशी नसते आणि जसजसे लोकांना हवे ते मिळत जाते व ते यशस्वी होत जातात तसतसे नकारात्मक भावनांमध्ये गुंतण्याची शक्यता कमी होत जाते.

नकारात्मक भावनांमध्ये गुंतणे फार सोपे आहे, त्यामुळेच तर लोक सतत एकमेकांशी भांडत राहतात. जेव्हा श्री. जोशी त्यांचे वैफल्य, निराशा श्री. देशपांडे यांना सांगतात तेव्हा श्री. देशपांडे पण त्यांच्याच समस्या श्री. जोश्यांना सांगत राहतात. नकारात्मक भावनेवर असे लक्ष केंद्रित झाल्यामुळे दोघांनाही कुठल्याच निर्णयापर्यंत येता येत नाही.

बऱ्याच वेळा जेव्हा आपण नकारात्मक भावना अनुभवत असतो तेव्हा त्या स्वत:- जवळच ठेवाव्या हे उत्तम. त्यांच्यापासून सावध राहावे, त्यांच्यापासून शिकावे आणि पुन्हा सकारात्मक इच्छांकडे परतून त्यांच्यापासून मुक्त व्हावे.

योग्य निराकरण होण्यासाठी आपल्या एखाद्या समस्येबद्दल जर कोणाबरोबर चर्चा केली तर तुम्ही आधी भावना जाणवू दिल्या पाहिजेत व मग त्या मुक्त केल्या पाहिजे, काही लोक हे वाचून म्हणतील 'हे शक्य नाही.' ठीक आहे तुम्ही जोपर्यंत हे शिकणार नाही तोपर्यंत ते अशक्यच राहील. जेव्हा तुम्हाला तुमच्या नकारात्मक भावनांची शरम वाटते तेव्हा त्या ताबडतोब तुम्हाला सोडून जातात. आपली प्रतिसादापेक्षा प्रतिक्रिया देण्याची वृत्तीही आपोआप कमी होते.

१२. प्रेमाचा त्याग

जेव्हा आपण एखाद्यावर प्रेम करतो तेव्हा कधीतरी त्या माणसासाठी त्याग करण्यानेसुद्धा आपण सुखावतो. अशा पद्धतीने आपले प्रेम दाखवणे आपल्याला बरे वाटते, पण जेव्हा आपली प्रेमाची तळी भरलेली असतील तेव्हाच आपण प्रेमात त्याग वगैरे करू शकतो.

जर आपली प्रेमाची तळी भरून वाहत नसतील तर प्रेमाच्या नावावर त्याग करण्याची गरज नाही.

त्यागाचा संबंध प्रेमाशी असल्यामुळे प्रेम करणारे लोक त्यांच्या स्वत:च्या इच्छांचा ते पूर्ण रिकामे होईपर्यंत त्याग करत राहतात. त्यांना दुसऱ्यांना आनंदी बघण्याचे जणू व्यसनच लागलेले असते आणि जर त्यांना विचारले तरी ते सांगतात त्यांची फक्त लोकांना आनंदी पाहण्याची इच्छा आहे.

दुसऱ्यांना आनंदी बघायला आवडणे हे अतिशय निरोगी मनाचे लक्षण आहे. तुमच्या इतरही गरजांचा विचार झाला पाहिजे, म्हणून थोडा वेळ द्या आणि स्वत:ला परत परत विचारा की आनंदी व्हायला तुम्हाला काय पाहिजे.

जेव्हा तुम्ही प्रमाणापेक्षा जास्त दानशूर असता तेव्हा असे नाटक करा की तुम्ही स्वार्थी आहात आणि स्वत:ला तात्पुरते रागावण्याची परवानगी द्या आणि सतत काहीतरी मागत राहा. तुम्ही कशा कशावर रागावलात त्याची यादी बनवा. राग, नैराश्य आणि मत्सर यांच्या संपर्कात राहिल्यामुळे तुम्ही पुन्हा तुमच्या पूर्वस्थितीला याल.

हवी ती प्रत्येक गोष्ट मिळवणे..

तुम्हांला तुमच्या खऱ्या इच्छांपासून परावृत्त करणाऱ्या अनेक अडथळ्यांचा आत्ता आपण अभ्यास केला. आता तुमच्यामध्ये आवश्यक ते छोटे-छोटे बदल करून तुमच्या इच्छांची जाणीव तुम्हाला होऊद्या. तुमच्या सकारात्मक इच्छा जर तुम्हाला तीव्रतेने जाणवल्या तर तुम्हाला पाहिजे ते मिळवण्याची ताकद तुमच्यात येईल. बाह्य यशाची संपूर्ण भिस्त ही तुमच्या सकारात्मक, स्पष्ट हेतूंवर असते. तुम्हाला जेव्हा खूप तीव्रतेने एखादी गोष्ट हवी असेल, तुमचा विश्वास असेल की ती तुम्ही मिळवू शकता त्यावेळी तुम्ही त्याच्यावर जेव्हा संपूर्ण लक्ष केंद्रित करता तेव्हा तुमची सर्व स्वप्ने प्रत्यक्षात उतरवण्यात तुम्ही यशस्वी होता आणि तुम्हाला हवे तसे आयुष्य जगू शकता.

❖

१६

बारा मनोगंडांना दूर करा...

जेव्हा आपल्याला आवश्यक ते मिळत नाही किंवा आपण आपल्या अंत:करणातील इच्छांशी एकरूप झालेले नसतो तेव्हा आपण खोल गर्तेत रुतून बसल्यासारखे होतो आणि आपल्याला कुठल्याही सकारात्मक भावनांची जाणीव होत नाही. आपल्याला स्वत:शी तादात्म्य पावण्याच्या मार्गात अडथळे येतात. अशा वेळी प्रथम हा अडथळा कुठल्या प्रकारचा आहे हे ओळखावे आणि मग वेगवेगळ्या पद्धती वापरून तो अडथळा दूर करून हवे ते मिळवावे, कारण आपल्याला काय वाटते आणि आपल्याला काय हवे आहे एवढेच फक्त समजणे पुरेसे नाही.

जेव्हा या बारा अडथळ्यांपैकी कोणत्या अडथळ्यामुळे आपण हैराण झालो आहोत आणि आपल्या यशाच्या ते आड येत आहे याची जाणीव आपल्याला असली तरी तो अडथळा आपोआप दूर होत नाही. हे बारा अडथळे पुढीलप्रमाणे आहेत.

१) दोष देणे
२) नैराश्य
३) काळजी
४) अलिप्तता
५) टीका
६) निर्णयक्षमतेचा अभाव
७) दिरंगाई
८) परिपूर्णतावाद
९) संताप
१०) आत्मवंचना

११) संभ्रम

१२) अपराधीपण -

या प्रत्येक अडथळ्याला दूर करण्यासाठी वेगवेगळे मार्ग अवलंबावे लागतात.

नकारात्मक भावना आणि ब्लॉक किंवा मनोगंड अडथळा या दोन वेगळ्या गोष्टी आहेत. मूलभूत नकारात्मक भावनासुद्धा बारा आहेत. राग, दुःख, चिंता, भीती, नैराश्य, विफलता, मत्सर, इजा, गोंधळ आणि लाज. या मूळ भावनांनाच पुढे अंकुर फुटून इतर भावना तयार होतात. या नकारात्मक भावनांच्या जाणिवांमुळेच आपण पुन्हा स्वत:शी एकरूप होऊ शकतो, पण जेव्हा या भावनांशिवाय वेगळे असे अडथळे निर्माण होतात त्यांच्यामुळे आपण एकाच ठिकाणी रुतून बसतो.' आपली प्रगती थांबते. असे अडथळे येण्याचे एक प्रमुख कारण असे आहे की आपण आपल्या नकारात्मक भावना पूर्णपणे जाणवू दिल्या नाहीत आणि त्यांना मुक्त केले नाही.

जर हे मनोगंड काढायचे असतील तर फक्त वाटण्यापलीकडे आणखी काही करावे लागते. उदाहरणच द्यायचे झाले तर असे बघा- एका ठिकाणी बसून दुसऱ्याला दोष देण्याने काय होते तर तुमचा बळी गेला आहे आणि आता तुम्हाला हवे ते मिळवण्याची तुमची ताकद गेली, असेच त्यातून प्रतीत होते किंवा नैराश्यात जाणे म्हणजे आनंदी राहण्याजोगे तुमच्याकडे दुसरे काहीच नाही याच्यावर शिक्कामोर्तब होते. आपल्याला स्वत:पर्यंत परत आणण्यासाठी मनोगंड काहीच करू शकत नाही. असे बारा प्रकारच्या मार्गांनी आपल्या रस्त्यात येणाऱ्या अडथळ्यांची जाणीव असणे खूप महत्त्वाचे असते.

या परिस्थितीला आपण स्वत:च कसे जबाबदार असतो आणि त्यावर आपण काय उपाय करू शकतो याची जाणीव असायला हवी. आपण या अडथळ्यांना ओळखू शकतो आणि आपले लक्ष त्याच्यावर केंद्रित करून स्वत:ला आपल्या स्वत्वाकडे परतवू शकतो.

जेव्हा आपल्याला नकारात्मक भावना जाणवत असतील तेव्हाच फक्त नकारात्मकतेमुळे मदत होऊ शकते. शुद्ध नकारात्मक भावना आपल्याला आपल्या मनाचा तोल सावरायला मदत करतात. मनोगंड हे नकारात्मक भावनांपेक्षा वेगळे असतात आणि हा फरक समजावून घेतला तर तुमची जगाकडे बघण्याची दृष्टी बदलेल.

ज्यांना हा फरक समजत नाही त्यांना बदनामीची भीती असते. लोकांना त्यांच्या मानसिकतेमधल्या त्रुटी लक्षात येतात आणि त्यामुळे त्या अधिकच गंभीर होतात, परिणामी बरेच लोक अशा प्रश्नांकडे लक्ष देणे टाळतात किंवा त्यांना त्या तितक्याशा महत्त्वाच्या वाटत नाहीत. लोक जेव्हा त्यांच्या मनोगंडाबद्दल विचार

करतात तेव्हा ते अधिकच प्रखर होतात.

जर मनोगंड आणि नकारात्मक भावना यांमधील फरक समजला नाही तर वाईट लोकमत तयार होते.

जेव्हा आपल्या मनाचा तोल जातो तेव्हा या नकारात्मक भावना आपल्याला नेमके काय हवे होते ते आठवायला मदत करतात आणि आपली गाडी पुन्हा योग्य रुळावर आणतात. शुद्ध भावनेची जाणीव आपल्याला जे हवे आहे तेथेच नेऊन सोडते. आपल्या स्वगृही परत आल्यावर आपण स्वत:शी एकरूप होतो आणि नकारात्मक भावना निघून जातात आणि आता फक्त सकारात्मक भावनाच उरतात.

जेव्हा आपल्याला आपल्या मनोप्रवासातले अडथळे जाणवतात त्यामुळे तर आपण अधिक खोल गर्तेत जाऊन पडतो.

नकारात्मक भावना आपल्याला माहिती करून देतात की आपला मानसिक तोल कधी ढळला पण मनोगंड मात्र आपण पूर्णपणे नेस्तनाबूद झाल्यावरच समजते.

आपण सपशेल आपटी खाल्ल्यानंतर आपल्याला पुन्हा एकदा मागे जाऊन आयुष्यावर स्वार व्हायचे असते. आपल्या मानसिक प्रवासातील हा गुंता समजावून घेणे खूप आवश्यक आहे, कारण आपल्याला अपयशाने खचून न जाता पुन्हा उठून उभे राहायचे असते. आपल्या मनोगंडांबद्दल जाणीव असणे हे फायद्याचेच ठरते, यामुळे आपली किती पीछेहाट झाली आहे हे समजते व पुन्हा योग्य दिशेने स्वत:ला वळवायला मदत होते. फक्त कुठे बघायचे हे माहिती पाहिजे, पण ही नवी दृष्टी व सराव यामुळे तुम्ही तुमचे मनोगंड काढण्यात यशस्वी होता. एकदा का मनोगंड निघाले की त्या क्षणापासून तुम्ही प्रेमळ, आनंदी, आत्मविश्वासू आणि शांत होता. काही लोकांमध्ये एकापेक्षा अधिक मनोगंड असू शकतात, पण तरी प्रत्येकामध्ये अगदी अल्प प्रमाणात का होईना मनोगंड असतात.

काही वेळेस एक मनोगंड काढल्यानंतर तुमच्या लक्षात येते की आणखीही काही गंड शिल्लक आहेत.

आपण या बारा मनोगंडांचा खोलवर अभ्यास करून त्यांच्यापासून मुक्तता कशी मिळवायची ते बघू. भावनिक पातळीवर हे मनोगंड घालवण्यापूर्वी आपण ते

बौद्धिक पातळीवर समजावून घेऊ. या भागामध्ये प्रत्येक मनोगंडाबद्दल समजावून घेतल्याने आपले ज्ञान वाढेल आणि पुढच्या भागात आपण भावनिक व्यायाम कसे करायचे ते शिकू.

१. दोषारोपांकडे दुर्लक्ष करा.

जेव्हा तुम्ही तुमच्या दु:खाबद्दल दुसऱ्याला जबाबदार धरता तेव्हा तुमच्या आजारपणावर व दु:खावर इलाज करण्याच्या तुमच्या क्षमतेबद्दलची आशा तुम्ही सोडून दिलेली असते. दोषारोपण करणे हे तुम्ही स्वत: जगण्यासाठी बेजबाबदार आहात हे दाखवते व ते तुमच्या सामर्थ्यहीनतेवर शिक्कामोर्तब करते. जेव्हा तुमचा भूतकाळ-भविष्यकाळ-वर्तमानकाळातील घटना व त्यातील माणसे ही तुमच्या नियंत्रणाच्या पलीकडे असतील तेव्हा तुम्ही तुम्हाला हवे तसे बदल घडवू शकत नाही. जोपर्यंत तुमच्या सुख- दु:खाला दुसरे जबाबदार असतील तोपर्यंत स्वत:चे आयुष्य बदलण्याची ताकद तुम्ही गमवाल. तुमचा स्वत:वरचा विश्वास ढळेल आणि तुमच्या भोवतालच्या जगावरचासुद्धा!

जेव्हा तुम्ही दुसऱ्याला दोष देता तेव्हा तुम्ही तुमचे आयुष्य बदलण्याची संधी गमावता.

दोष देण्यात चुकीचे काही नाही. आपल्या वेदनेचे कारण निश्चित करण्यासाठी आपल्याला दोष देणे गरजेचे असते, तसेच आपल्याला हवे ते मिळविण्यासाठी काय करावे लागेल हे समजण्यासाठीसुद्धा दोष देणे जरुरीचे असते. एकदा का हे निश्चित झाले की कोणती व्यक्ती किंवा कोणती घटना आपल्या वेदनेला कारणीभूत झाली की त्या भावनेतून आपण मुक्त होतो. तुम्ही ह्या-ह्या मार्गांनी मला वेदना दिल्या हे जोपर्यंत मी लपवून ठेवतो तोपर्यंत मला माझ्यामध्ये माझ्या वेदनांवर उपचार करण्याची ताकद येत नाही.

जर तुम्ही माझा खांदा दुखावलात, तर मला इजा पोहोचवल्याबद्दल मी तुम्हाला दोष देणे साहजिकच आहे. तुम्ही मला धक्का दिला आणि माझा खांदा दुखावला, पण मी तुम्हाला जबाबदार धरणे- या माझ्या भावनेकडे मी दुर्लक्ष करणे गरजेचे आहे. मी हे ओळखायला हवे की तुम्ही मला मुका मार दिलात, पण आता हे सगळे निस्तरायला मी समर्थ आहे. माझ्याकडे जखमेवर उपचार करण्याची ताकद आहे. सगळे काही ठीक होईल. जोपर्यंत मी अशी अपेक्षा करेन की ती जखम आता तुम्ही भरून काढायची आहे तोपर्यंत मी माझी जखम ठीक

करायला असमर्थ ठरेन.

आपण जोपर्यंत दुसऱ्यांवर अवलंबून राहू तोपर्यंत आपण बरे होण्यास असमर्थ आहोत.

तुम्ही माझे पैसे चोरले आणि याचा माझ्या धंद्यावर वाईट परिणाम झाला तर अशी परिस्थिती घडण्यास कोणती गोष्ट कारणीभूत झाली हे समजावून घेणे गरजेचे आहे, म्हणजे भविष्यात अशी चूक मी होऊ देणार नाही व स्वत:ला सुधारण्याची एक संधी मिळेल. माझ्या अपयशाबद्दल मी तुम्हाला दोष देणे चालूच ठेवले तर 'केवळ तुमच्यामुळे मला पाहिजे ती गोष्ट मिळत नाही' हा माझा विश्वास कायम राहील आणि अशा माझ्या चुकीच्या मर्यादित विश्वासामुळे मला माझे भवितव्य घडवणे अवघड होईल. जोपर्यंत मी दुसऱ्याला दोष देणे चालू ठेवेन तोपर्यंत माझे नशीब घडवण्याची क्षमता माझ्यात येणार नाही, कारण मी तुम्हाला पूर्णपणे दोषी मानतो.

जेव्हा तुम्ही दुसऱ्याला दोष देता तेव्हा तुम्हाला तुमचे नशीब निश्चित करता येत नाही, त्याऐवजी तुम्ही दुसऱ्यालाच दोषी मानता.

जेव्हा दोषारोपण करण्याचीच फक्त आपली मानसिकता असते तेव्हा हे सत्य अनाकलनीय असते. काही काळासाठी आपण या मानसिकतेतून बाहेर पडलो तर आयुष्य सोपे होईल. अशी कल्पना करा की भरपूर वैयक्तिक यश मिळाले आहे. तुमचा तुमच्यावर पूर्ण विश्वास आहे की तुम्हाला जे पाहिजे ते तुम्ही मिळवू शकता आणि नेहमीच ज्याची तुम्हाला गरज आहे ते तुम्ही स्वत:साठी उपलब्ध करून घेता. तुम्हाला आता अनुभवावरून हे समजले आहे की ज्याचा तुम्ही विचार करता ते तुम्हाला मिळते. तुमची श्रद्धा आहे की जे तुम्हाला हवे आहे ते तुम्हाला मिळण्याच्या मार्गावर आहे. तुम्हाला माहिती आहे की जे काही घडते ते ९०% तुमचा प्रचंड आशावाद आणि १०% तुम्ही स्वत: यामुळेच घडते.

वैयक्तिक यशाबद्दलचा हा सकारात्मक दृष्टिकोन बघितला तर दुसऱ्याला दोष देण्याची काही गरजच नाही. आपण आता दुसरे उदाहरण घेऊ. तुम्ही वर्षभरात १,००० डॉलर्स कमावता आणि तुमचे कोणीतरी ५ डॉलर्स चोरते, अशा वेळी दुसऱ्याला दोष देण्यात स्वत:ची शक्ती वाया घालवू नका. त्या माणसाच्या पाठीमागे धावायचे आणि त्याच्याकडून ते पैसे परत मिळवायचे असे करू नका, त्यापेक्षा तुम्ही सहज त्याकडे दुर्लक्ष करू शकता. 'त्यात

काय झाले? तेवढ्याने काय झाले? मला इतक्या फालतू गोष्टीकडे लक्ष द्यायला वेळ नाही, मला करण्यासारखे दुसरे बरेच काही आहे.' असे म्हणा.

पण तुमच्याकडे जर तेवढेच ५ डॉलर्स असते तर मात्र तुम्हाला खूप वाईट वाटले असते व तुम्ही चार शिव्यासुद्धा दिल्या असत्या. आता तुम्ही अशा खोट्या समजुतीत असाल की तो माणूस तुमच्या विनाशाला कारणीभूत झाला, तसेच तुम्ही या दोषारोपाच्या चक्रात सापडता तेव्हा तुमचा असा समज असतो की तुमची आमदनी फक्त ५ डॉलर्स इतकी आहे आणि तुम्ही १,००,००० डॉलर्स कधीच गमावू शकत नाही.

जर तुम्हाला कोणी ५ डॉलर्सना फसवले किंवा तुमच्याकडून ५ डॉलर्स घेतले तर तुमच्या नकारात्मक भावनांमधून मुक्त होणे फार सोपे आहे, पण जर तुम्ही त्यासाठी आग पाखडू लागलात तर ते तुमच्या मानसिक आरोग्यासाठी घातक आहे. अशा परिस्थितीत आपण त्या व्यक्तीकडे दुर्लक्ष करून त्याला आशीर्वाद द्यायला पाहिजेत.

या जगातील आपल्या सगळ्या दु:खांना दुसऱ्यांना जबाबदार धरण्याऐवजी 'क्षमाशीलता' दाखवावी. जोपर्यंत आपण एखाद्या व्यक्तीला किंवा एखाद्या घटनेला जबाबदार धरतो तोपर्यंत आपण यशस्वी होत नाही. यशस्वी होण्याची क्षमताच आपण गोठवून ठेवतो जणू!

जेव्हा आपण दुसऱ्याकडे बोट दाखवून तो दोषी आहे असे सांगतो तेव्हा उरलेली तीन बोटे आपल्याकडे असतात. ती तीन बोटे आपल्याला हे सांगत असतात की बिघडलेले पुन्हा घडवण्याची ताकद तुमच्याकडे आहे. दुसऱ्याला क्षमा करून तुम्हाला ज्याची जरूर आहे आणि तुम्हाला जे हवे आहे ते तुम्ही पुन्हा प्राप्त करू शकता.

क्षमाशीलता ही दुर्लक्ष करण्याची वृत्ती आहे. जेव्हा आपण इतरांना आपल्या दुरवस्थेबद्दल जबाबदार समजतो.

जेव्हा लोकांना आपल्या गरजेच्या गोष्टी मिळवता येत नाहीत तेव्हा शक्ती गळून गेल्यासारखे वाटते, ते दुसऱ्याला दोष देण्यातच वेळ घालवतात. त्यांना वाटते, 'जर मी तुला क्षमा केली तर तू पुन्हा माझ्याशी असेच वागशील.' त्यांना भीती वाटते की क्षमा करून त्यांचे नुकसान होईल आणि ते शक्तीहीन होतील.

अशा प्रकारची शक्ती, की माणसांचा गैरवापर करायची किंवा लोकांना शिक्षा करायची. जर तुम्हाला असा अनुभव आला की तुमची ताकद वाढते आहे तर तुम्ही फार लवकर दुसऱ्याला क्षमा करू शकाल, यापेक्षाही अधिक महत्त्वाचे हे आहे की

जेव्हा तुम्ही क्षमा कराल तेव्हा तुमची नवनिर्मितीची ताकद वाढते.

जेवढ्या लवकर तुम्ही क्षमा करणे शिकाल तेवढ्या लवकर नवनिर्मितीची तुमची ताकद वाढेल.

लोक जेव्हा दुखावले जातात तेव्हा काही लोकांना समोरच्याला शिक्षा करावी अशी तीव्र इच्छा होते तर काही लोक त्यांचे प्रेम रोखून धरतात. आपण जसे हे आधीच शोधून काढले आहे की आपल्या आत्म्याची इच्छा अशी कधीच नसते यामुळे आपली नवनिर्मितीची ताकद कमी होते. या सूडप्रवासाचा सगळ्यात जास्त त्रास कोणाला होत असेल तर तो तुम्हालाच!

दुसऱ्याचे दोष सांगत बसणे आणि क्षमाशील होणे याचा अर्थ असा नव्हे की तुम्हाला एखाद्याने क्षमा केली तर पुन्हा त्या माणसाकडे जाऊन इजा करून घ्यायची किंवा प्रेम करायचे म्हणजे असे नव्हे की त्या माणसाला पुन्हा आपल्याला इजा करायला मदत करायची. भविष्यकाळातील निर्णय घेताना अशा माणसांच्या बाबतीत आपली भूमिका व्यवहारी पातळीवर हवी.

काही लोकांच्या बाबतीत तुम्ही एखाद्याला क्षमा करता आणि पुन्हा त्याच्याशी संबंध ठेवता किंवा त्याच्याबरोबर भागीदारीत व्यवसायसुद्धा करता, पण इतर लोकांच्या बाबतीत तुम्ही शहाणपणाने त्यांना टाळता. जर ते टाळणे हृदयाची दारे उघडी ठेवून अत्यंत काळजीपूर्वक व शहाणपणाचे असेल तर नक्कीच क्षमाशील असणे म्हणजे काय ते तुम्हाला समजले. बऱ्याचशा घटनांमध्ये तुम्ही अस्वस्थ होता आणि हृदयाची दारे घट्ट मिटून ठेवता. हे शांत होण्यासाठी चांगले आहे तसेच दोषारोपण करणे सोडून देणे आणि आपल्या नातेसंबंधांना प्रेमाच्या भावनेने पुन्हा जोखणे हे चांगलेच असते.

जेरी आणि जॅक खूप वर्षांपासून चांगले मित्र होते. नंतर जेरीने चूक केली. त्याने जॅकबद्दल जाहीरपणे न सांगण्यासारख्या गोष्टी मित्रांमध्ये सांगितल्या, त्यामुळे जॅक खूप दुखावला गेला. जॅकची पहिली प्रतिक्रिया होती की त्याने जेरीबरोबरची मैत्री पूर्णपणे तोडून टाकावी, पण नंतर जॅकने क्षमाशील वृत्ती अभ्यास करून अंगी बाणवली. त्याने पुन्हा एकदा त्याची जेरीबरोबरची मैत्री आणि जेरीचे प्रेम आठवले, मग त्याने तो प्रसंग विसरण्याचा कसोशीने प्रयत्न केला आणि मग पुन्हा एकदा त्याच्या हृदयात प्रेम जागृत झाले.

जेव्हा तुमच्यातील क्षमाशीलता जागृत होईल तेव्हा ती तुमचे मन व हृदय यांची दारे उघडून तुम्हाला जाणीव करून देईल की सगळेच लोक चुका करतात, परंतु तरीही ते प्रेमाला पात्र असतात. एखाद्या व्यक्तीची आपल्याला न रुचणारी

वागणूक त्यांच्यावरील प्रेमाला अपात्र ठरू शकत नाही. जेव्हा तुम्ही क्षमा करता तेव्हा तुमची प्रेम करण्याची किंवा शिक्षा करण्याची भावना रोखून धरता. क्षमाशीलता तुम्हाला तुमच्या स्वभावातील प्रेमळपण परत देते, पण त्याचवेळी तुमच्या मेंदूमध्ये धोक्याच्या इशाऱ्याची घंटा वाजवते की भविष्यकाळात त्या व्यक्ती बरोबर वागताना तुम्ही कोणती काळजी घ्यायची आहे! त्या माणसासाठी काही करण्याचे बंधन क्षमा केल्यामुळे नक्कीच तुमच्यावर येत नाही किंवा त्या व्यक्तीवरसुद्धा ते बंधनकारक नसते.

जेव्हा तुम्ही क्षमा करता तेव्हा तुम्ही तुमची प्रेम करण्याची वा शिक्षा करण्याची भावना रोखून धरता.

जेव्हा तुम्हाला पाहिजे ती गोष्ट मिळत नाही तेव्हा तुम्ही चुकीच्या दिशेने जात आहात असे जरी मनात आणले तरी तुमची दुसऱ्याला दोष देण्यातून काही अंशी मुक्तता होईल. जेव्हा तुम्ही तुमच्या जोडीदाराला दोष देता तेव्हा त्याच्यावरचे लक्ष काढून तुम्ही तुमचे लक्ष प्रेमाचे तळे भरण्याकडे केंद्रित करा. दुसरीकडून तुम्हाला हवी ती गोष्ट मिळाली तर तुम्ही तुमच्या पूर्वीच्या प्रेमळ स्वभावाकडे परत याल आणि तुमच्या जोडीदाराला उदार अंत:करणाने माफ करून टाकाल. जेव्हा तुम्हाला हवे ते मिळते आणि तुमच्या प्रेमाची तळी भरलेली असतात तेव्हा दुसऱ्याला दोष देण्याकडे दुर्लक्ष होते आणि पुष्कळदा हे आपोआप होते.

दोषारोपाच्या भावनेबरोबरच नकारात्मक श्रद्धा अशी असते की, 'हे हे असे घडल्यामुळे मला हवे ते मिळाले नाही किंवा यश मिळाले नाही,' पण एकदा हे खरे नाही याची जाणीव झाली की आपण दोषारोपाच्या भावनेतून मुक्त होतो आणि चुका माफ करून टाकतो दुसऱ्याच्या आणि स्वत:च्यासुद्धा! आपल्याला अशी जाणीव होते की आपला भूतकाळ आपल्याला सुस्पष्ट मार्ग दाखवतो आणि क्षमाशीलतेमधूनच आपल्या प्रेमाची ताकद वाढवतो.

२. नैराश्याला दूर ठेवा.

ओळख पटण्याच्या, कौतुक वाटण्याच्या आणि आयुष्यातील अनेक चांगल्या गोष्टींचा उपभोग घेण्याच्या आंतरिक क्षमतेपासून जेव्हा तुम्ही दूर जाता तेव्हा तुम्हाला नैराश्य येते. जे तुम्हाला मिळते ते स्वीकारण्यास तुमचे हृदय जेव्हा तयार होत नाही तेव्हा तुम्ही तुमचे भविष्य फार देदीप्यमान असेल अशी अपेक्षा करू शकत नाही. नैराश्यामुळे तुम्ही तुम्हाला काय हवे याची जाणीव होण्याची क्षमता

घालवता आणि त्यामुळे तुम्हाला आयुष्यात काय हवे ते मिळत नाही. आयुष्यातील छोट्या, छोट्या गोष्टींमुळे मिळणाऱ्या आनंदाचा उपभोग घेण्याची सहजक्षमता नाहीशी होते.

बायकांमधील नैराश्याचे मुख्य कारण म्हणजे एकाकीपणा. जेव्हा बायकांना असे वाटते की आपल्याला हवे ते मिळत नाही तेव्हा त्यांना खूप जास्त नैराश्य येते. जर इतरही प्रेमाची तळी रिकामी असतील तर आपल्या इतरही गरजा पूर्ण न झाल्याचे जाणवण्याने नैराश्य वाढते. नैराश्याचे एक प्रमुख लक्षण म्हणजे आपले आयुष्य खूप रिकामे आहे आणि सामर्थ्यहीन-शक्तिहीन आहे असे वाटणे. इतर प्रेमाच्या तळ्यांवर जर लक्ष केंद्रित केले तर आपल्याला ज्याची गरज होती ते मिळाले ही भावना जाणवून थोडेसे नैराश्य कमी होऊ शकेल. अनेक स्त्रियांच्या बाबतीत ध्यानधारणा रोज केल्याने ताबडतोब नैराश्याच्या भावनेतून मुक्ती मिळते.

बायकांमध्ये नैराश्याचे मुख्य कारण म्हणजे त्यांचे एकाकीपण!

पुरुषांमधील नैराश्याचे मुख्य कारण म्हणजे आपण आता निरुपयोगी झालो ही भावना. जेव्हा पुरुषांना त्यांच्या कामातून बेदखल केले जाते किंवा ऑफिसमध्ये त्यांच्या कामाचे चीज होत नाही किंवा नातेसंबंधात त्यांना महत्त्व दिले जात नाही तेव्हा पुरुषांना नैराश्य येते. अशा वेळी त्यांच्या ऊर्जेची पातळी ताबडतोब घसरते आणि त्यांना त्यांचे आयुष्य बेचव वाटू लागते.

काही लोकांना तर स्वत्वाची भावनाच न उरल्यामुळे त्यांना नैराश्य आले आहे हे देखील कळत नाही. अगदी सहज स्पष्ट दिसणारे नैराश्याचे लक्षण म्हणजे जीवन पूर्णपणे निर्हेतुक वाटणे आणि सर्वत्र दिसणारी भावना म्हणजे 'आता काही केले तरी काही फरक पडणार नाही.'

पुरुषांमधील नैराश्याचे मुख्य कारण म्हणजे त्यांची निरुपयोगिता...!

नैराश्यावर मात करण्यासाठी आता आपण प्रयत्नांची दिशा बदलून पाहावी त्यामुळे आपल्याला पाहिजे ते मिळू शकेल आणि काहीतरी बदलही घडेल. आत्तापर्यंत आपण जे प्रयत्न केले त्याला यश मिळाले नाही, कारण आपण आत्तापर्यंत प्रेम, आधार, यश आणि आनंद हे चुकीच्या दिशेला शोधत होतो. आपल्या निरनिराळ्या गरजा भागवल्या गेल्या तर आपण त्या प्रसंगांमध्ये किंवा घटनांमध्ये गुंतून पडत नाही. खरे तर ज्या गोष्टींची खूप गरज आहे त्या गोष्टी नाकारून आपण मागे पडतो.

तुम्ही जर नातेसंबंधांमध्ये एकाकीपण वाटल्यामुळे निराश झाला असाल तर प्रेमासाठी दुसरीकडेसुद्धा शोध घ्या. तुमच्या अशा मर्यादित कल्पनांमध्ये गुंतून पडू नका की फक्त एकच माणूस तुम्हाला आनंदी करू शकतो! याचा अर्थ असा नव्हे की तुम्हाला तुमच्या जोडीदाराला सोडून द्यायचे आहे, याचा अर्थ एवढाच आहे की तुम्हाला आधारासाठी दुसऱ्या प्रेमाच्या तळ्यांचाही शोध घ्यायचा आहे.

जर तुम्ही तुमच्या व्यवसायामधील घटनांमुळे निराश असाल, म्हणजे तुम्हाला जे घडेल असे वाटले होते तसे घडले नाही तर असा विचार करा की आपली ध्येये पूर्ण करण्याचे इतर अनेक मार्गही आहेत. आपल्याला असे वाटते की आपल्याला हवे ते मिळविण्याचा फक्त एकच मार्ग आहे आणि म्हणून आपण निराश होतो. कुठेही पोहोचण्याचे शंभर मार्ग उपलब्ध असतात. आपल्यातील प्रेमाच्या तळ्याचा शोध घेऊन, ते भरून तुम्हाला हवे ते मिळवून तुम्ही पुन्हा तुमच्या अंत:करणाशी एकरूप होऊ शकता की जेथे तुम्हाला हवे ते मिळविण्यासाठी लागणारा आत्मविश्वास आणि शहाणपण मिळेल.

नैराश्याबरोबर येणारी दुसरी नकारात्मक भावना म्हणजे तुम्हाला हवे असणारे प्रेम आणि आधार तुम्हाला उपलब्ध नसणे. दहा प्रेमाची तळी समजावून घेतल्याने तुम्हाला हवे ते मिळविण्यासाठी अनेक इतर पर्यायसुद्धा उपलब्ध झाले. जेव्हा तुम्हाला एखादी गोष्ट मिळत नाही तेव्हा तुम्ही ती चुकीच्या दिशेने शोधत आहात ही नवीन दृष्टी मिळाली. जे तुम्हाला हवे आहे ते तुम्हाला ताबडतोब मिळू शकते हा विश्वास मिळाला. तुम्ही प्रेम एका ठरावीक साच्यात शोधता आणि ते मिळत नाही म्हणून हातच्या संधींना नाकारता- हे नैराश्याचे एक आव्हान आहे.

बंटी आणि बबली

बंटी खूप निराश झाला होता कारण त्याची बायको बबली! त्याला त्याची बायको जशी दिसायला हवी होती तशी दिसत नव्हती. त्याच्या नजरेसमोर त्याच्या पत्नीचे एक विशिष्ट चित्र होते. ज्याच्या बरोबर बबलीचे काहीच साधर्म्य नव्हते. सुरुवातीच्या दिवसांत यामुळे काही फारसे बिघडले नव्हते.' पण नंतर तो निराश झाला, कारण त्याचे स्वप्न सत्यात उतरणार नव्हते' पण जेव्हा त्याने त्याचे लक्ष S (सेल्फ लव्ह) या प्रेमाच्या तळ्यावर केंद्रित केले तेव्हा त्याचे नैराश्य कमी झाले.

आता त्याच्या लग्नासंबंधीचे त्याचे नैराश्य जाऊन त्याच्या आवडीच्या गोष्टी तो करू लागला. थोड्या दिवसांनी त्याला बरे वाटले आणि तो त्याच्या बायकोवर पुन्हा प्रेम करू लागला. तो जेव्हा स्वत:वर प्रेम करत होता तेव्हा त्याची बायको कशी दिसते याच्याशी त्याला काही मतलब नव्हता.

जेव्हा आपण निराशेने घेरलेले असतो तेव्हा आपल्याला आयुष्य एका ठरावीक

साच्यातले हवे असते, जे प्रत्यक्षात तसे मिळत नाही, पण डोक्यात या कल्पना घट्ट रुजल्यामुळे आपल्याला गरजेचे मिळाले नाही तरी त्यातील यश आपल्याला सुखावत नाही. जेव्हा आपण एखादी गोष्ट एका विशिष्ट पद्धतीनेच दिसावी हा आग्रह सोडून देऊ तेव्हा जे आपल्याला मिळेल ते आपल्याला आवडेल.

एखाद्या ठरावीक आकृतीला चिकटून बसल्यामुळे नैराश्य येते आणि आपल्याला हवे ते मिळण्यापासून परावृत्त करते.

एखाद्या ठरावीक स्वरूपाबद्दलच्या आग्रहातून मुक्ती मिळवायचा एक सोपा मार्ग म्हणजे आपल्याला जे मिळणार आहे ते डोळ्यांपुढे आणा, मग कल्पना करा की ते पाहिल्यावर आपल्या कोणत्या भावना असणार आहेत. त्या भावना आवडून घ्या, मग आपल्याला काय हवे होते ते मिळाले असता आपल्या भावना कोणत्या झाल्या असत्या ते रूप डोळ्यात साठवा. नंतर विचार करा की याच भावना जाणवण्याचे दुसरेही मार्ग आहेत. या दृष्टिकोनामुळे तुमचे मन आणि हृदय दोन्हींचीही दारे उघडतील आणि जे शक्य असेल ते सगळे मिळेल.

आरतीचा प्रेम-जिव्हाळा

आरती - वय २९, समुपदेशनासाठी आली कारण तिला नैराश्याने घेरले होते. निरनिराळी तंत्रे वापरून तिच्यामध्ये पुष्कळच सुधारणा झाली आणि तिला बरे वाटायला लागले. नववर्षाला ती पुन्हा आली, कारण तिला आता पुन्हा नैराश्य आले होते व तिला समुपदेशन हवे होते, म्हणून मी तिला विचारले, "मधल्या या सुट्टीच्या काळात असे काय घडले?"

ती म्हणाली, "मी दुखावले गेले. माझ्या सख्ख्या आईने दिवाळीच्या पहाटेच्या समारंभासाठी बोलावले नाही, पण माझ्या बहिणीला मात्र बोलावले."

मी तिला विचारले, 'मग तिने दिवाळी पहाट कशी साजरी केली?' त्यावर ती म्हणाली की तिच्या आत्याने या समारंभासाठी तिला बोलावले होते आणि ती गेली पण होती आणि त्यांनी तिथे खूप मजा केली, पण तरीसुद्धा तिला वाईट वाटले की जे तिची आत्या तिच्यासाठी करू शकते ते तिची आई का करत नाही?

मी तिच्या लक्षात आणून दिले की आता तिच्यामध्ये बरीच प्रगती झालेली आहे. जरी तिच्या आईने तिच्याकडे दुर्लक्ष केले तरीसुद्धा त्याच प्रकारचे प्रेम तिच्या आत्याने तिला देऊन तिच्या हृदयातील जखमेवर इलाज केला होता. त्या सुंदर क्षणांची जाणीव हा आरतीसाठी एक चांगला बदल होता. अखेरीस आरतीनेसुद्धा 'हे खरे आहे' अशी कबुली दिली.

आरतीने तिच्या आयुष्यभर आईचे प्रेम मिळवण्यासाठी बरीच धडपड केली आणि का कोणास ठाऊक पण तिच्या आईने तिला ते दिले नाही. आरतीने नंतर आईवर दोषारोपण करणे आणि आईच्या प्रेमाचा नाद सोडून दिला आणि 'सरोगेट मदर'चा आधार घेतला, तिने फक्त आरतीवर प्रेमच केले नाही तर तिला खूप आत्मीयतेने समजून घेतले आणि आईच्या सान्निध्यात मोठी होत असताना जी आव्हाने आरतीने पेललेली होती त्यांच्यावर मायेची फुंकर घातली.

३. काळजीला दूर ठेवा.

जेव्हा सगळे काही चांगले होईल अशा विश्वासापासून तुम्ही दूर जाता तेव्हा तुम्हाला काळजी वाटते. खरे तर सगळे चांगले बहुतांशी वेळा होतेसुद्धा, पण तुमचा विश्वास नसतो. भूतकाळातील काही दु:खद घटनांवर आपण जर योग्य त्या वेळी फुंकर घातली नाही तर वर्तमानकाळात त्या काळजीच्या रूपाने आपल्या पुढे ठाकतात. काळजीचा संबंध थेट भूतकाळातील वेदनांशी असतो, ज्या आजही अनिर्णित असतात. जेव्हा आपण काळजीत असतो तेव्हा आपल्यातील नवनिर्मितीचा प्रवाह थांबून राहतो. खरे तर जो वाहायला हवा होता आणि मग एके दिवशी ज्या घटनांमुळे तुम्ही उदास झाला होतात, काळजीत पडला होतात तो ढग बाजूला सारून तुम्हाला शांत, आत्मविश्वासपूर्ण व आनंदी वाटते.

काळजीयुक्त असताना तुम्ही एकतर तुमचे शांत, आनंदी व आत्मविश्वासपूर्ण आयुष्य गमावता किंवा या तापदायक परिस्थितीतून सुटका करण्यासाठी आपल्या आरामदायक गुहेत राहण्याचे पसंत करता. तुम्ही जर आव्हाने स्वीकारली नाहीत तर तुम्ही मोठे कसे होणार आणि तुमचे आयुष्यही नीरस होईल. तुम्ही तुमच्या अधिक मिळण्याच्या इच्छा नाकारता आणि स्वत:च स्वत:च्या शक्तीला मर्यादित करता. दुसऱ्या बाजूला जर संकटे झेलण्याची तुमची तयारी असली तर काळजीला तुम्हाला सामोरे जावे लागते, पण हा दुसरा पर्याय अधिक चांगला आहे. आव्हाने स्वीकारा, काळजीच्या भावना पृष्ठभागावर येऊ द्या आणि नंतर या नकारात्मक भावनांवर प्रक्रिया करा.

काळजीमुळे आपण आपली आव्हाने पेलण्याची क्षमता घालवतो व आयुष्य उपभोगू शकत नाही.

माझ्या स्वत:च्या आयुष्यात मी भाषण देण्याच्या बाबतीत प्रचंड काळजी सोसली. २८ वर्षांपूर्वी मी जेव्हा माझे पहिले भाषण दिले तेव्हा माझे पाय

थरथरायला लागले आणि मला चक्कर आली. प्रत्येकाला वाटले मी त्यांच्यासमोर मेलो. माझ्या भाषणाचे शीर्षक होते 'तुमची बौद्धिक ताकद ध्यानधारणेद्वारा वाढवा..'

कित्येक वर्षे माझ्या सादरीकरणापूर्वी मी खूप उदास व्हायचो व काळजीने घेरलेला असायचो. मी अशा निर्णयाप्रत येऊन पोहोचलो होतो की 'हे काही माझे क्षेत्र नव्हे!' पण मग नंतर मी जॉन लेकॉनची मुलाखत वाचली- त्यात त्याने सांगितले की त्याने त्याचा प्रवास थांबवला, कारण प्रत्येक कार्यक्रमापूर्वी त्याला उलटी व्हायची- त्यावेळी मला असे जाणवले की जर जॉन लेकॉनला काळजी वाटू शकते तर माझ्यासाठीसुद्धा हे काही विशेष वाईट नाही.

जॉन लेकॉनच्या अनुभवांमुळे माझा चुकीचा समज दूर झाला की जर मी नर्व्हस झालो तर माझे काम चांगले होणार नाही. हळूहळू समुपदेशक म्हणून मला असे लक्षात आले की लाखो असे विद्वान आणि कौशल्यवान व्यावसायिक आहेत की ज्यांना अजूनही औदासीन्य आणि काळजी वाटते.

काळजी ही प्रत्यक्ष कार्यक्षमतेचे प्रतिबिंब आहे असे कुठल्याच दृष्टिकोनातून म्हणता येत नाही.

---

१९ वर्षांपर्यंत मी भाषणे देत असताना प्रचंड काळजीत असे. नंतर माझ्या भूतकाळातील अनिर्णित भावनांवर कशा पद्धतीने उपचार करायचे हे मी शिकलो. भूतकाळातील भावनांवर प्रक्रिया करायला शिकून मी माझ्या भूतकाळातील जखमांवर उपाय करायला शिकलो तेव्हा कोठे माझी ९५% काळजी कायमची दूर झाली. आता ५% काळजी जी उरली तीसुद्धा फक्त जेव्हा मी पूर्णपणे नवीन गोष्ट करतो तेव्हा माझ्यावर ताण येतो. मला माझ्या भावनांवर २० मिनिटांपर्यंत प्रक्रिया करावी लागते. त्यानंतर मी माझ्या बोटांच्या वाहिन्या उघडून प्रचंड ऊर्जेचा स्रोत जाणवू शकतो. आता माझ्या मनातील काळजीचे ढग पूर्णपणे बाजूला सारले जातात आणि त्या जागी शांतता येते आणि प्रचंड आत्मविश्वाससुद्धा.

४. अलिप्ततेला दूर ठेवा.

जेव्हा तुम्ही अलिप्त होता तेव्हा तुम्हाला तुमच्या आत्म्याची इच्छा जाणवत नाही. काय घडणे शक्य आहे आणि तुम्हाला काय हवे आहे हे समजण्याच्या आंतरिक क्षमतेपासून तुम्ही खूप दूर जाता. तुम्हाला जे हवे आहे ते तुम्हाला मिळू शकते, यावरील तुमचा विश्वास उडतो आणि तुम्हाला काय हवे आहे याची काळजी करणे तुम्ही सोडून देता. जेव्हा अशा प्रकारचा विश्वास उडतो आणि तुम्ही

काळजी करणे सोडून देता तेव्हा तुम्ही तुमच्या खऱ्या इच्छांना सतत नाकारत राहता किंवा त्यांना दाबून ठेवता.

जेव्हा तुमच्यामध्ये अलिप्तता घर करून बसते तेव्हा प्राप्त परिस्थिती बदलणे व हवे ते मिळवणे यासाठी लागणारी जी नैसर्गिक प्रेरणा असते तीच तुम्ही गमावून बसता. आयुष्याला काही अर्थ राहत नाही आणि तुमचे आयुष्य निर्हेतुक बनते, तसेच प्रेमाशिवाय हे नीरस बनते. हळहळू बधिरपणा येतो आणि आपल्या आयुष्यातले नेमके काय हरवले आहे हेसुद्धा तुमच्या लक्षात येत नाही. आपल्या हवे ते मिळविण्याची आपली शक्ती गमावल्याचे लक्षात येऊन तुम्ही तुमच्या खऱ्या भावना नाकारता आणि त्यामुळे एखादी गोष्ट मिळविण्यासाठी लागणाऱ्या ज्ञानामध्ये तुमचा प्रवेश बंद होतो.

जेव्हा तुमच्या मनात अलिप्तता ठाण मांडून बसते तेव्हा परिस्थितीत बदल करण्याची ताकद आणि तुमची नैसर्गिक प्रेरणा तुम्ही गमावून बसता.

अलिप्तता ही आपल्याला हवे ते न मिळाल्याने जी सामर्थ्यहीनता वाटते त्या भावनेला प्रतिसाद आहे. आपली खात्री होते की आपल्याला जे हवे आहे ते मिळणे शक्य नाही. अनेक वेळा पुरुषाची पहिली प्रतिक्रिया अशी होते की सगळ्या क्रियाशीलता थांबवायच्या आणि काळजी घेणेही थांबवायचे. तीव्र इच्छाच नसली तर त्याला दिशाही सापडणार नाही व तो शक्तिहीन होईल, यामुळे होणारे दु:ख टाळण्यासाठी तो अलिप्ततेच्या खोल गर्तेत स्वत:ला गाडून घेतो आणि अशा प्रकारे हृदयाची दारे घट्ट मिटून घेतल्याने आयुष्य म्हणजे फक्त उपकार आणि कर्तव्य यांची मालिकाच बनते.

जेव्हा पुरुषांना अलिप्तता वाटते तेव्हा ते स्वत:ला मिटून घेतात आणि काळजी करणे सोडून देतात.

जेव्हा स्त्रीची अशी खात्री पटते की तिला ज्या गोष्टीची गरज आहे त्या तिला आता मिळणे शक्य नाही तेव्हा तिची पहिली प्रतिक्रिया म्हणजे तिचा विश्वास उडतो. दुसऱ्यांवर विश्वास ठेवल्यामुळे किंवा परिस्थितीवर विसंबून राहिल्यामुळे तिला दु:ख पोहोचलेले असते आणि आता पुन्हा तिला असेच दुखावून घ्यायचे नसते, म्हणून आता ती तिच्या मनातल्या गोष्टी उघडपणे बोलणे बंद करते. स्वत:ची अशा प्रकारे काळजी घेऊन ती स्वत:ला सुरक्षित ठेवते, पण आता तिच्या

हृदयातील प्रेम आणि सहसंवेदना आटतात. स्वत:बद्दलही आणि इतरांसाठीसुद्धा! तिच्या भावना बोथट बनतात. ती कोणावर विश्वास टाकत नाही आणि भावनिक पातळीवर कोणाशीही संबंध ठेवत नाही. स्वत:च्याच नकळतपणे तिला हव्या त्या गोष्टी मिळवण्याचे दरवाजे ती स्वत:च्या हातांनीच बंद करते.

जेव्हा स्त्री अलिप्त होते तेव्हा तिचा सर्वांवरील विश्वास उडतो.

अलिप्ततेमुळे पुढे येणारी मोठी समस्या अशी की आपल्याला हेसुद्धा लक्षात येत नाही की आयुष्यात अजून खूप काही आहे. आता आपण परिस्थिती बदलण्यास असमर्थ आहोत किंवा आता यापेक्षा चांगले काही घडू शकणार नाही याची खात्री झालेली असते. आपण युक्तिवादाने आपली वागणूक पटवून देऊ शकतो आणि आपल्या मागण्या किंवा त्यांना दिलेला नकार हेसुद्धा पटवून देतो. आपण स्वत:ला सांगतो, 'मला जे हवे आहे ते हे नाही पण मला हे सगळे मिळू शकते, मग चिंतेचे काय कारण?' अशा पद्धतीने आपण स्वत:ला आपल्या भावनांच्या व आकांक्षांच्या प्रति बधिर करतो.

अलिप्ततेमुळे निर्माण होणारी मोठी समस्या म्हणजे आपल्या हे लक्षात येत नाही की आयुष्य यापेक्षा अधिक काहीतरी आहे.

काही वेळेस तुम्ही पूर्णपणे हताश आहात असे तुमच्या लक्षात येते तेव्हासुद्धा त्या परिस्थितीबद्दलच्या तुमच्या भावनांवर प्रक्रिया करून तुम्हाला अधिक बरे वाटू शकते. तुम्हाला तुमच्या मागण्या आणि भावना नाकारण्याची गरज नसते. जेव्हा लोकांना आपल्या नकारात्मक भावनांमधून मुक्त कसे व्हायचे हे समजत नाही तेव्हा त्यांचा असा समज असतो की ते जर समस्या सोडवू शकले नाहीत तरी भावनांना दूर ढकलून दिले पाहिजे. त्यांना हे माहिती नसते की भावनांवर उपचार करता येतात.

परिस्थिती कितीही गंभीर असली तरी काही बिघडत नाही. आपण आपल्या नकारात्मक भावनांवर कधीही प्रक्रिया करू शकतो आणि त्यांना पुन्हा सकारात्मक बनवू शकतो. जरी बाह्य परिस्थिती बदलली नाही तरीसुद्धा आपल्याला बरे वाटू शकते. जेव्हा आपण आपल्या नकारात्मक भावनांकडे दुर्लक्ष करण्याचे पाऊल उचलतो आणि आपल्याला कसे वाटायला हवे याचा विचार करतो तेव्हा बाह्य परिस्थितीसुद्धा नक्कीच अधिक चांगली होते. असा चमत्कार अनेकदा होतो. तुम्ही कधी विचारही केला नसेल अशा पद्धतीने गोष्टी घडतील. फक्त जेव्हा तुम्ही

तुमच्या सकारात्मक विचारांना मनात थारा द्याल तेव्हाच!

अलिप्ततेकडे दुर्लक्ष केल्यास तुम्हाला नक्की असा अनुभव येईल की तुमच्या भोवतालच्या जगात काही तरी चमत्कार घडला आहे.

तुमची नकारात्मक भावनांना मुक्त करणे हीच सगळ्यात मोठी ताकद आहे आणि त्याचबरोबर तीव्र इच्छा आणि नकारात्मक भावनासुद्धा जाणवल्या पाहिजेत. जसजसे छोटे छोटे चमत्कार घडत जातील तसतशी तुमची श्रद्धा बळावेल. आता हवे ते मिळवण्यात अपयश आल्यामुळे अलिप्ततेच्या भावना येण्याऐवजी तुम्हाला असा आत्मविश्वास वाटेल की कोणत्या ना कोणत्या पद्धतीने काही ना काहीतरी चांगले घडते आहे आणि आपण कल्पना केल्यापेक्षा गोष्टी अधिक चांगल्या घडणार आहेत.

जसजसा आत्मविश्वास वाढतो तसतशी अलिप्तता दूर पळते.

जेव्हा तुम्हाला अलिप्तता वाटते तेव्हा ही एक स्पष्ट आणि निश्चित खूण आहे की आता लवकरच तुमच्या आयुष्यात काहीतरी चमत्कार घडणार आहे. अलिप्ततेला शरण न जाता आपल्या नकारात्मक भावनांवर प्रक्रिया करून आपली उद्दिष्टे निश्चित करून ध्यानधारणेच्या साहाय्याने तुम्हाला अधिकाधिक आत्मविश्वास मिळत जाईल.

जोडप्यांमध्ये जेव्हा नातेसंबंध तुटतात तेव्हा त्याचा शेवट नेहमी अलिप्ततेने होतो. ते इतक्या वेळा निराश झालेले असतात आणि इतक्या वेळा त्यांच्यात गैरसमज निर्माण होतात की त्यांच्यातील धीर सुटतो. आत्तापर्यंत एकमेकांमध्ये वाटून घेतलेले प्रेमाचे दरवाजे बंद होतात आणि त्याची जागा तिरस्कार घेते. जेव्हा समस्या हे रूप धारण करते तेव्हा त्यातून बाहेर पडण्याचा पहिला मार्ग म्हणजे आपल्या प्रेमाचे दुसरे एखादे तळे भरणे. त्यामुळे थोडे बरे वाटेल आणि आपण आपल्या नातेसंबंधांकडे परत येऊ शकू व दोषारोपण करण्याच्या नकारात्मक भावना मुक्त करू शकू.

जेव्हा आपण आपल्या जोडीदाराला दोष देतो तेव्हा असे साधारणपणे घडते आणि आपल्याला खूप दुबळे वाटते. दोष देण्याच्या या नकारात्मक भावनांवर प्रक्रिया करून आणि अंगी क्षमाशीलता बाणवून आपण आपले हे अलिप्ततेचे हिमनग वितळवू शकतो. नातेसंबंधांमध्ये अलिप्तता आल्यास सगळ्यात प्रेमाचे प्रथम तळे भरण्यावर लक्ष केंद्रित करावे.

५. टीका-टिप्पणीला दूर ठेवा.

तुम्ही जेव्हा इतरांवर टीका करत राहता तेव्हा तुम्हाला इतरांमध्ये किंवा आजूबाजूच्या परिस्थितीमध्ये काही चांगले दिसत नाही. आजूबाजूच्या माणसांमध्ये किंवा परिस्थितीमध्ये चुका किंवा दोष दाखवणे तसे महत्त्वाचे कौशल्य आहे, परंतु जर त्यामुळे तुम्हाला त्यातील चांगुलपणाची किंवा सौंदर्याची जाणीव होत नसली तर त्याचा काय फायदा? जेव्हा तुम्ही दुसऱ्याचे दोष दाखवण्यामध्येच गुंतून पडता तेव्हा तुम्ही खूप रागावता व परिस्थितीमुळे त्रस्त होता, कारण ती तुम्ही बदलू शकत नाही. तिच्याकडे दुर्लक्षही करू शकत नाही आणि पाहिजे ते मिळवू शकत नाही; खरेतर प्रत्येक काळ्या ढगाला एक रुपेरी किनार असते पण ती तुम्हाला दिसत नाही.

जेव्हा आपण आपल्या अंत:करणातील एखाद्या गोष्टीबद्दलच्या भावनांकडे लक्ष देत नाही तेव्हा आपण दुसऱ्यांना प्रतिकार करायला आणि त्यांच्यावर टीका करायला सज्ज होतो. जर आपल्याला टीकेच्या या नकारात्मक भावनांवर प्रक्रिया करायची असेल तर आपल्याला त्यात समाविष्ट असलेल्या गोष्टी बदलाव्या लागतील. ते बहुतांशी वेळा असे असते की जे आपल्याला त्रास देत असते. जरी आपण आपल्या समोरच्या माणसावर आपला संताप व्यक्त करत असलो तरीसुद्धा आपण दुसऱ्या एखाद्या गोष्टीच्या काळजीत असतो.

जेव्हा आपण आपला राग समोरच्या व्यक्तीवर काढत असतो तरी आपली खरी काळजी वेगळीच असते.

जर तुम्हाला तुमच्या कोणत्या तरी गोष्टीची चिंता वाटत असेल तर ती काही कायमस्वरूपी भावना नव्हे, अशा वेळी लक्षात घ्या की तुमची खरी काळजी काहीतरी वेगळीच आहे. जर तुम्ही एखाद्या विशिष्ट ठिकाणी पैसे गुंतवले असतील किंवा व्यवसायातील एखाद्या विशिष्ट निर्णयाबद्दल तुम्ही साशंक असाल तर अशा वेळी तुम्ही तुमच्या जोडीदाराच्या किंवा स्वत:च्या वजनाविषयी बोलायला सुरुवात करता. तुम्हाला आता लठ्ठपणाव्यतिरिक्त दुसरे काही दिसत नाही. जरी आपण एखाद्या न बदलता येणाऱ्या गोष्टीवर लक्ष केंद्रित केले तरी दुसरीच कोणतीतरी गोष्ट आपल्याला सतावत असते.

'बॅड हेअर डे' याचा अर्थ असा की कोणतीतरी गोष्ट आपल्याला सतावत आहे.

जेव्हा आपल्या आधीच्या भावनांच्या जागी दुसऱ्या भावना येतात तेव्हा जी परिस्थिती बदलता येणे शक्य नसते तिला आपण प्रतिकार करायला लागतो. जर आपल्या टीकेच्या किंवा दोषारोपांच्या भावनांच्या पलीकडे जाऊन खोलवर विचार केला तर आपल्या लक्षात येईल की नेमक्या कोणत्या गोष्टींमुळे आपण त्रस्त झालो आहोत आणि अशा प्रकारे चुकीच्या भावनांमधून मुक्त होऊन आपण प्राप्त परिस्थितीत सुधारणा घडवू शकतो.

टीकेच्या आरशात स्वत:ची प्रतिमा पाहणे -

बरेच वेळा असे होते की आपण दुसऱ्यांवर टीका करतो तेव्हा आपण खोलवर कुठेतरी आपलेच दोष बघत असतो. आपण आरशात आपली प्रतिमा बघतो आणि ती पाहून आपल्याला काही बरे वाटत नाही, ही जाणीव लगेच प्रत्येकालाच होईल असे नाही, त्यासाठी सरावाची गरज आहे. मी इतरांच्या उद्धटपणावर नेहमी टीका करत असे. जे लोक स्वत:ची प्रौढी मिरवतात अशा लोकांचा मी तिरस्कार करतो. नंतर माझ्या असे लक्षात आले की, मनात खोलवर कुठेतरी मला अशी भीती वाटत होती की लोकांना मी उद्धट वाटत असेन आणि लोक मला नाकारतील, पण मुळात अंत:करणातून मी तसा नसल्यामुळे माझे व्यक्तिमत्त्व मी उद्धटपणापासून दूर ठेवू शकलो.

जेव्हा मला माझ्या अंत:करणातील या भावनांची जाणीव झाली तेव्हा मी त्यांच्यावर प्रक्रिया करायला शिकलो- त्यावेळी दोन गोष्टी घडल्या. पहिली गोष्ट म्हणजे जेव्हा मी अशा एखाद्या उद्धट माणसाला बघायचो तेव्हा मी जसा पूर्वी अस्वस्थ व्हायचो तसा आता होत नव्हतो. माझ्या लक्षात आले की माझ्या या टीका टिप्पणीमुळे फक्त मीच दु:खी व्हायचो आणि त्याच्यामुळे दुसरा कुठलाही हेतू सिद्ध होत नव्हता. मला अजूनही अशी माणसे आवडत नव्हती किंवा अशा माणसांशी मी कधीच सहमत होत नव्हतो, पण तरीही मी माझे प्रेम मागे का खेचायचे? मी त्यांचा स्वीकार का करायचा नाही? असे प्रश्न स्वत:ला विचारून मी माझ्या नकारात्मक भावनांपासून स्वत:ला मुक्त केले. मी त्यांच्यावर सतत टीकाच करायला पाहिजे किंवा त्यांना आवडूनच घ्यायला पाहिजे असे काही जरुरीचे नव्हते.

आपल्या टीकांमुळे फक्त आपणच स्वत:ला दु:खी करतो.

दुसरा परिणाम असा झाला की, माझ्या स्वत:च्या यशाबद्दल आणि माझ्या क्षमतेबद्दल मला ज्ञान झाले. तुमचे जगात नाव होण्यासाठी तुम्हाला लोकांना हे माहिती करून द्यावे लागते की तुम्ही कोण आहात आणि तुम्ही काय करू शकता?

तुमच्यामध्ये आत्मविश्वास असणे गरजेचे असते आणि 'मी तुझ्यापेक्षा चांगला आहे.' असा दृष्टिकोन काढून टाकला पाहिजे, त्याऐवजी, 'हे बघा मी काय केले आहे आणि माझ्यावर विश्वास ठेवा.' हा दृष्टिकोन बाळगला पाहिजे. उद्धटपणाबद्दलच्या माझ्या टीकेच्या भावनांमधून जेव्हा मी मुक्त झालो तेव्हाच मी जगाकडे सकारात्मक दृष्टिकोनातून बघू लागलो.

माझा स्वत:चा व्यवसाय चांगला चालण्यासाठी मलाही बऱ्याच ब्लृप्त्या खेळाव्या लागल्या. मी अनेक चुका केल्या आणि अनेकदा उद्धटपणेसुद्धा वागलो, पण मी आता दुसऱ्यांच्या उद्धटपणावर टीका करणे सोडल्यामुळे मी स्वत:ला माफ करू शकलो आणि माझ्या दृष्टिकोनांमध्ये व वागणुकीमध्ये आवश्यक ते बदल करू शकलो.

जेव्हा आपण दोन पावले मागे जाऊन पुन्हा पुढे येण्याचा पवित्रा घेतो तेव्हा काही चुका होण्याची शक्यता असते.

जर आपले स्वत:वर प्रेम नसले तर आपण आपल्या चुकांवरून काहीच शिकत नाही. आपण त्या चुकांचे एकतर समर्थन करतो किंवा स्वत:लाच नाकारून आपले प्रयत्न थांबवतो.

या सगळ्या विवेचनावरून असे लक्षात येते की आपल्या टीकेलाच चिकटून बसल्याने तुम्ही मागे पडता. उद्धटपणा आणि स्वत:बद्दलचा आदर यामध्येच एक धूसर, अस्पष्ट रेषा आहे. आपण जर दुसऱ्यांवर टीका केली तर आपला स्वत:बद्दलचा आदर उद्धटपणामुळे कलंकित होतो, म्हणून ही जी धूसर रेषा आहे ती ओलांडली जाऊ नये, यासाठी सरावाची गरज आहे, म्हणून टीकेकडे दुर्लक्ष करून नवीन प्रयोग करण्यास सिद्ध व्हावे. बेधडक चुका कराव्यात, त्यापासून धडा शिकावा आणि आपले आयुष्य समृद्ध करावे.

ज्या लोकांकडे खूप जास्त पैसा आहे ते इतरांनासुद्धा पैशाच्याच माध्यमातून तोलतात. काही तर फक्त पैशालाच मानतात. यांपैकी कुठल्याही दृष्टिकोनामुळे त्यांच्या आयुष्यात त्यांना पैसे मिळणे बंद होते. जर तुम्हाला समृद्धी हवी असेल तर तुमच्या हृदयाची आणि मनाची कवाडे उघडी ठेवा. तुमच्यामध्ये असलेली टीकेखोर वृत्ती मुळापासून उखडून टाका. या नकारात्मक भावनांची आणि तुमच्यावर मर्यादा घालणाऱ्या तुमच्या श्रद्धांची तुम्हाला जाणीव झाली की हळूहळू तुमच्या या भावना निवून जातील.

अनेकदा आपण दुसऱ्यांच्या पैशावर टीका का करतो तर आपल्याकडे तेवढा पैसा नसतो म्हणून. या भावनेतून आपण एकदा मुक्त झालो की

आपणसुद्धा अधिकाची स्वप्ने बघायला आणि त्या स्वप्नांची पूर्तता करायला मोकळे होऊ.

अनेकदा आपण दुसऱ्यांच्या पैशांवर टीका का करतो तर आपल्या जवळ तेवढा पैसा नाही या गोष्टीने आपल्याला खेद होत असतो.

जेव्हा आपण दुसऱ्यांवर टीका करतो तेव्हा आपण त्यांच्या प्रति असलेले प्रेम अडवून धरलेले असते. आपण आपले प्रेम रोखून धरतो, कारण आपली अशी खात्री असते की आपणही तसे वागलो तर आपल्यावरही कोणीच प्रेम करणार नाही. आपल्या दुसऱ्यांवरच्या टीकांचा आपण बारकाईने विचार करून स्वत:मध्ये एक डबा ठेवतो. काही लोक इतके टीकाखोर असतात की ते स्वत:ला चूक आणि बरोबर या डब्यात बंद करून ठेवतात आणि कुठलीच गोष्ट सोडून देत नाहीत आणि त्यांना जसे वागायचे तसेच वागतात. त्यांना सतत आपल्या हातून चूक होईल का याची भीती असते आणि यदाकदाचित चूक झालीच तर ते जसे इतरांवर टीका करतात तसेच लोकही त्यांच्यावर करतील असे त्यांना वाटते.

दुसऱ्यांवरच्या टीकेमुळे आपण स्वत:ला डब्यात बंदिस्त करून ठेवतो.

दुसऱ्यांवर टीका करण्याने आपल्यामध्ये भीती दाटून येते की जर एक ठरावीक योग्यता आपण टिकवली नाही तर आपण कुणाच्याही प्रेमाला पात्र नाही. एकदा मी एका गाण्याच्या कार्यक्रमाला गेलो होतो आणि मी तेथे जाऊन खूप संतापलो आणि खूप टीका केली, कारण काही लोक बेभान होऊन त्या गाण्याच्या कार्यक्रमाचा आस्वाद घेत होते. नंतर मी स्वत:शी विचार केला की, मी तरी इतकी टीका का करतो? जेव्हा मी माझ्या अंत:करणात डोकावले तेव्हा माझ्या लक्षात आले की माझी इच्छा असूनही मी बेभान होऊ शकत नव्हतो.

संपूर्ण कार्यक्रमात मी हाच विचार करत होतो, पण तरीही मी माझ्या नकारात्मक भावनांकडे दुर्लक्ष करू शकलो नाही आणि त्यामुळे मला आरामदायी वाटले नाही. थोड्या वेळाने मी माझ्या भावनांवर प्रक्रिया करण्यासाठी माझ्या भूतकाळाचा आधार घेतला. पूर्वीच्या काही वर्षांमध्येसुद्धा बेभान होणे आणि स्थलकाळाचा विसर पडणे मला कधी रुचले नव्हते. माझ्यातला मी नेहमीच टीकेला, चेष्टेला आणि शिक्षेला घाबरत आलो.

मग मी कल्पना केली की मी भूतकाळात आहे आणि मला खूप भीती वाटत आहे आणि आजूबाजूचे इतर लोक मला हवा असलेला आधार देत आहेत. गत

काळातील मित्र आणि मौजमजेचे जे माझे प्रेमाचे तळे होते ते मी भरल्यानंतर इतर लोक मौजमजा करून आस्वाद घेत आहेत आणि मी टीका करत आहे या भावनांमधून मी बाहेर पडलो.

असे केल्यानंतर मला स्वत:ला मुक्तपणाने व्यक्त करण्यासाठी अनेक संधी मिळाल्या. माझासुद्धा स्वयंस्फूर्त बेभानपणा मनाच्या पृष्ठभागावर आला आणि तरीही माझ्यावर कोणी टीका केली नाही. या अनुभवांनंतर आयुष्यातील माझा गंभीरपणा कमी झाला आणि मी अधिक खेळकर झालो. माझा आत्मविश्वास वाढला आणि त्याचवेळी मी अनेकदा मर्यादांचे उल्लंघनसुद्धा केले. माझ्या गत जीवनात अनेकदा 'लोक काय म्हणतील' या भीतीने मी माझे मन मारले होते. आता मी सहज म्हणू शकतो, 'मग काय झाले? ते काय म्हणतील याची मला पर्वा नाही.' याचा अर्थ असा नव्हे मी इतरांची पर्वाच करत नाही, तर त्याचा अर्थ असा की इतरांच्या टीकेखोरपणाला मी माझ्या मार्गात अडसर होऊ देणार नाही किंवा त्यांच्या टीकेमुळे मी वाईटही वाटून घेणार नाही किंवा मला कमीपणासुद्धा वाटणार नाही.

जर तुमच्यावर कोणी टीका केली तर स्वत:ला हे म्हणा, 'मग काय झालं? त्यांना काय वाटते त्याच्याशी माझा काय संबंध?'

दुसऱ्यांवर टीका करण्याची सवय सोडून दिल्याने आपल्याला खूप मोकळे वाटते. दुसऱ्यांवर टीका करण्यात आपण विनाकारण आपली अमूल्य शक्ती वाया घालवतो. इतरांबरोबर समाधानी नसण्यात गैर काहीच नाही, पण जेव्हा आपण लोकांवर टीका करतो तेव्हा आपल्या हृदयातले प्रेम लुप्त होते. आपण इतरांवर टीका करतो, कारण ते आपल्याला हवे तसे विचार करत नाहीत, प्रतिक्रिया देत नाहीत व त्यांना तशा जाणिवासुद्धा नसतात, परिणामी आपण अस्वस्थ आणि निराश होतो.

आपली प्रेम करण्याची ताकद आणि आपली सहसंवेदना आपण सरळ खिडकीबाहेर भिरकावून देतो. आपली इतरांवरील टीका आपल्याला आपल्या अंत:करणातील संयमापासून खूप दूर घेऊन जाते, त्यामुळे आपल्याला अधिकच त्रास होतो व आपण अधिक प्रखरतेने टीका करायला सरसावतो.

जेव्हा आपण असमाधानी असतो तेव्हा आपण इतरांच्या वागणुकीवर टीका करतो. आपल्याला काय हवे आहे आणि आपण जो विचार करतो तोच बरोबर आहे हे समजणे जरी महत्त्वाचे असले तरी ते इतरांवर लादणे बरोबर नाही. सगळ्यांची विचारसरणी सारखीच कशी असू शकेल? जेव्हा लोक वेगवेगळ्या पद्धतींनी

विचार करतात तेव्हा ते आपल्यापेक्षा चुकीचे किंवा कमी प्रतीचे कसे असेल?

एखाद्या व्यक्तीसाठी एखादी गोष्ट सर्वोत्तम असली तरी ती सगळ्यांसाठी सर्वोत्तम कशी ठरेल?

जेव्हा आपण इतरांवर टीका करतो तेव्हा आपल्याला पाहिजे ते मिळवण्याऐवजी आपण आपल्या हालअपेष्टांची कारणे केवळ मतभेद आहेत असेच आपण मानतो. आपल्या अंत:करणातील नवनिर्मितीच्या ताकदीची आपल्याला जाणीव नसल्यामुळे आपला गैरसमज होतो की केवळ मतभेदच या परिस्थितीला कारणीभूत आहेत, मग आपले सगळे लक्ष मतभेदांवरच केंद्रित होते आणि आपली खात्री असते की आपण योग्य मार्गावर आहोत आणि बाकीचे चुकीच्या मार्गावर आहेत. आता आपण अधिकच गंभीर आणि नकारात्मक होतो.

हे खरे तर अगदी चकित करणारे आणि आश्चर्यजनक आहे की, काही लोक वयाबरोबर इतके परिपक्व कसे होतात! संपूर्ण आयुष्याच्या प्रवासामुळे 'आपण कोण आहोत?' याचे आत्मभान त्यांना आलेले असते, त्यामुळे त्यांच्या सभोवताली कसे ही लोक असले तरी त्यांना भीती वाटत नाही. तुम्हाला शहाणपण येण्यासाठी आयुष्याच्या शेवटाची वाट पाहण्याची गरज नाही. स्वत:मध्ये असलेल्या ताकदीतून आपल्याला हवे ते मिळवायला तुम्ही शिकलात की दुसऱ्यांवर टीका करण्याची सवय सोडून देणे तुम्हाला जमेल.

६. द्विधा मन:स्थितीकडे दुर्लक्ष करा.

तुमच्या अंत:करणातील ताकद आणि क्षमता जेव्हा तुम्हाला योग्य दिशा दाखवायला आणि पाठपुरावा करायला असमर्थ ठरतात तेव्हा तुम्ही द्विधा मन:स्थितीत अडकून बसता. जेव्हा तुम्ही द्विधा मन:स्थितीत असता तेव्हा आयुष्याचा मार्गच तुम्ही हरवून बसता आणि तुमच्या कार्यात तुम्ही स्वत:ला झोकून देऊ शकत नाही. तुमच्या अंत:करणातून तुम्हाला मार्गदर्शन मिळत नाही आणि तुम्ही हरवता. तुमच्या मनाचा निश्चय होण्यासाठीसुद्धा तुम्हाला इतरांवर अवलंबून राहावे लागते किंवा तुम्हाला काय हवे आहे तेसुद्धा तुम्हाला इतरांकडून माहिती करून घ्यावे लागते. निर्णय घेण्याची तुमची इच्छाशक्ती खूप दुबळी असते. या प्रवासात तुमच्या आत्म्याची ताकद खर्ची पडते. एखादी गोष्ट घडून येण्यासाठी तुम्ही कोणाला शब्द देऊ शकत नाही किंवा वचनही देत नाही. ती ताकदच तुमच्यात नसते.

अशा द्विधा मन:स्थितीचे मुख्य कारण म्हणजे निराशा आणि नाउमेद! जेव्हा

आपण आयुष्यातील काही अवघड आव्हानांना तोंड देत असतो तेव्हा निर्णय घेऊन पुढे जाणे अवघड असते. असे बरेचदा घडते याचे कारण असे की आपण आपल्या भूतकाळातील अवघड प्रसंगांना यशस्वीपणे हाताळलेले नसते. गत जीवनातील त्या चुका आणि विश्वासघातामुळे झालेल्या वेदना अजूनही मनात रेंगाळत असतात. जर पूर्वी आपण काही निर्णय घेतला असेल आणि तो चुकीचा ठरला असेल तर भविष्यात निर्णय घेताना मन कचरते.

मनाची द्विधा परिस्थिती म्हणजे गत जीवनातील चुका आणि विश्वासघातामुळे झालेल्या, रेंगाळलेल्या वेदना!

जर आपण कोणावर विश्वास ठेवला आणि त्यांनी आपला विश्वासघात केला तर पुन्हा इतरांवर विश्वास ठेवणे आपल्याला अवघड जाते. जर भूतकाळात आपण स्वत:वर विश्वास ठेवल्यामुळे आपले प्रचंड नुकसान झाले असेल तर काही वेळेस एखादी गोष्ट खरोखरच बरोबर असेल आणि आपल्याला ही गोष्ट मनापासून करायची असेल तरी आपण माघार घेतो व आपल्या निर्णयाबद्दल आपल्यालाच शंका वाटते.

या प्रवृत्तीमुळेच आपल्या यशाचा चक्काचूर होतो. जेव्हा जेव्हा आपण निर्णय घेण्याच्या बेतात असतो तेव्हा तेव्हा आपण मागे फिरतो व मनाचा निश्चय करू शकत नाही. आपण स्वत:च कमकुवत असलो तर इतरांनाही आपल्यावर अवलंबून राहणे शक्य होत नाही. आपण अपयशाला घाबरतो आणि त्यापेक्षा मागे राहणेच पसंत करतो.

माझ्या स्वत:च्या आयुष्यात एका विशिष्ट वळणावर मी असे ठरवले की प्रयत्नच करून न बघण्यापेक्षा मला कितीही अपयश आले तरी चालेल. जेव्हा मी माघार घेतली तेव्हा मला वाईट वाटले; तेव्हाच मी ठरवले नुसते वाईट वाटून उपयोग नाही. मी स्वत:ला झोकून दिले पाहिजे. मला खात्री आहे म्हणून मी निर्णय घ्यायला पाहिजे असे नाही तर माझ्यासाठी काहीतरी करण्यासाठी निर्णय घेणे आवश्यक आहे. मी योग्य तेच करतोय अशी खात्री असण्याऐवजी माझी अशी खात्री पाहिजे की जरी मी करतोय ते बरोबर नसले तरी त्यामुळे बरोबर काय आहे आणि मी काय करायला हवे ते मला समजेल.

प्रयत्नच न करण्यापेक्षा अपयश अधिक चांगले.

जर प्रेक्षकवर्ग फारसा चांगला नसेल तर विनोदी नटांना स्वत:ला बजावावे

लागते की हा खेळ म्हणजे तालीमच समजली पाहिजे, कारण प्रेक्षक नेमके कशाला दाद देतील ते तुम्हाला आधी समजत नाही. हळूहळू तुम्हाला प्रेक्षकांची नाडी समजते. प्रेक्षकांना काय आवडते, काय आवडत नाही हे तुम्हाला समजते. जेव्हा मी माझ्या तिशीत हे ऐकले तेव्हा माझ्यासाठी हा अनुभव काहीसा वेगळा होता. मी ठरवले की 'नाही ! याची मी पर्वा करणार नाही.' मी माझ्या अंत:करणाचा कौल घेतला व त्यावरूनच काय प्रेक्षकांना भावते वा काय भावत नाही हे जाणून घेतले.

जेव्हा ८०च्या दशकात मी 'मेन आर फ्रॉम मार्स' मधील नवीन कल्पना लोकांच्या गळी उतरवत होतो तेव्हा खूप लोक माझ्यावर रागावले, त्यामुळे माझाही आत्मविश्वास कमी झाला व मलाच माझ्याबद्दल शंका यायला लागली, पण तरीही मी पाठपुरावा केल्यामुळे मला ताकद मिळाली आणि मी जे कार्य हाती घेतले होते व ज्या पद्धतीने ते करायचे ठरवले होते तसेच मी पार पाडले.

६ वर्षांपर्यंत अनेक लोकांना माझ्या युक्त्यांचा फार उपयोग झाला तरीसुद्धा माझ्या सेमिनारसाठी तुलनेने कमी लोक यायचे. इतर लोकांना मी माझे जुनेच शिकवावे असे वाटत होते आणि ते 'मेन फ्रॉम मार्स'च्या कल्पना स्वीकारायला तयार नव्हते.

त्यामुळे मी नाउमेद झालो, पण त्यावर मात करण्यासाठी म्हणून मला माझ्या युक्त्यांवर अधिक जास्त विश्वास ठेवावा लागला. मी हळूहळू हे शिकलो की इतरांनी माझ्यावर विश्वास टाकायला हवा असेल तर आधी माझा माझ्यावर विश्वास हवा. जेव्हा आपण मनाच्या द्विधा परिस्थितीत अडकून बसतो तेव्हा आपण दुबळे होतो आणि इतर लोकही त्यामुळे आपल्यावर विश्वास टाकू शकत नाहीत किंवा विसंबून राहू शकत नाहीत.

इतरांनी आपल्यावर विश्वास टाकण्यापूर्वी आपला स्वत:चा स्वत:वर विश्वास हवा.

जसजसा मला अनुभव येत गेला की 'मेन आर फ्रॉम मार्स' मधील युक्त्यांमुळे अनेक वैवाहिक जीवने बचावली आहेत तेव्हा लाखो लोकांकडून या युक्त्यांचा स्वीकार झाला. एखाद्या गोष्टीचा पाठपुरावा केल्याने व अढळ विश्वास बाळगल्याने यशाचा पाया पक्का होतो. आणखीनही कितीतरी यशाच्या गोष्टी सांगण्यासारख्या आहेत ज्यामुळे माझ्या नाउमेदीवर मात केली गेली.

अंत:करणातल्या मार्गदर्शनाशिवाय मला पाठपुरावा करणे शक्य झाले नसते. मी देवाची प्रार्थना केली नाही की मला मार्ग दाखव ही व्यथा मला होतीच. हळूहळू

ती अधिक स्पष्ट होत गेली. प्रत्येक वेळी नवीन ज्ञान प्राप्त करताना मी देवाचे आभार मानले.

निर्णयाप्रत येणे

बाह्य जगात यशस्वी होण्यासाठी अनेक निर्णय घ्यावे लागतात. जर चुका करण्यात तुम्हाला वैषम्य वाटत असेल तर अवघड आहे. तुम्हाला तुमच्या चुका स्वीकाराव्या लागतील, त्याशिवाय पुढची पायरी म्हणजे लगेच सगळ्या गोष्टींचा सोक्षमोक्ष लावायची घाई करू नका. माझ्या कंपनीमध्येसुद्धा दर आठवड्याला मला अनेक निर्णय घ्यावे लागतात. माझी त्यासाठी फार साधी सोपी पद्धत आहे. प्रथम समस्या ऐकायची, नंतर मला काय करायला हवे याचा विचार करायचा, नंतर काही दिवसांसाठी सगळे विसरून जायचे. हे सर्व वैश्विक संगणकाकडे जाते किंवा अंतर्मनाकडे जाते आणि त्यातून उत्तर आपोआप बाहेर पडते.

मी फक्त दुर्लक्ष करायला शिकलो आणि त्यानंतर पुन्हा जेव्हा ती गोष्ट पृष्ठभागावर येते तेव्हा आपोआपच चालना मिळते, तरीसुद्धा अनेक चुका होतात, पण जोपर्यंत आपण कुठलाही निर्णय घेत नाही आणि तो अमलात आणत नाही तोपर्यंत आपण काही शिकत नाही आणि आपली वाढही होत नाही, कदाचित आज मी ज्या चुका केल्या असतील त्या आयुष्यात पुढे जाऊन समस्या सोडवायला उपयोगी पडतील. वेळेचा असा हिशोब मांडणे मूर्खपणाचे असते. आयुष्य हे अनेक आश्चर्यकारक घटनांनी भरलेले असते. आपण फक्त आपली विनंती करायची असते आणि बघायचे आणखी काही दिवसांनी काय घडते ते!

'तुम्ही तुमच्या भविष्यकाळाचे वेध अगदी तंतोतंत घेऊ शकता' असा विचार करणे मूर्खपणाचे आहे.

तथापि जर तुम्हाला समजत नसेल की नेमके काय करावे अशा वेळी काहीच न करणे हे सगळ्यात उत्तम, पण दरम्यानच्या काळात तुमच्या भावनांवर प्रक्रिया करणे गरजेचे आहे. एखाद्या अवघड निर्णयाच्या वेळी तुम्ही तुमच्या ताणावर प्रक्रिया केली आणि त्यातून मुक्त झालात की तुम्हाला उत्तर स्पष्टपणे दिसते. काय करायचे ते समजणे याचा अर्थ असा नव्हे की जे काही परिणाम होणार आहेत त्याची तुम्हाला खात्री आहे! काही लोक त्यांची पूर्ण खात्री होईपर्यंत वाट बघत राहतात. याच्यामुळे तुमच्या आयुष्याची गती मंदावेल. निर्णय घेणे याचा अर्थ तुम्हाला माहिती असणे की तुम्ही जो निर्णय घेतला तो या परिस्थितीत योग्य आहे आणि त्याचे जे काही बरे-वाईट परिणाम होतील त्याला तोंड देण्यासाठी तुम्ही समर्थ आहात.

काय करायचे ते माहिती असणे याचा अर्थ असा नव्हे की त्यांच्या परिणामांची खात्री असणे.

जेव्हा एखादी गोष्ट करण्यासाठी वचनबद्ध व्हावे लागते तेव्हा निर्णय घेताना मी खूप काळजी घेतो. अनेक वेळा असे घडते की मी जेव्हा म्हणतो की मी हे करीन, तेव्हा मी ते खात्रीने करतो, त्यामुळे माझ्या शब्दाला किंमत येते. माझी पुस्तके लोकांना एवढी उपयोगी का वाटतात याचे एक कारण म्हणजे माझ्या शब्दांमधली ताकद! माझ्या पुस्तकातील प्रत्येक शब्द हा माझ्या वैयक्तिक अनुभवावर आधारित आहे. माझ्या पुस्तकांमधील अंतर्ज्ञानाचा उपयोग मला झाला आहे आणि पुढेही होत राहील. ज्या गोष्टीचा मला उपयोग झाला नाही अशी एकही गोष्ट मी लिहिली नाही.

एकदा एक स्त्री गांधीजींकडे गेली व तिने त्यांना विनंती केली की 'माझ्या मुलाला अधिक साखर खाऊ नको' असे सांगा. तिचा असा समज होता की मुलगा जास्त साखर खातो म्हणून तो अधिक चळवळ्या आहे आणि ते त्याच्यासाठी हितकारक नाही. गांधीजींनी तिला सांगितले की तिच्या मुलाशी हे बोलण्यासाठी त्यांना तीन महिने तयारी करावी लागेल.

तीन महिन्यांनी ती बाई मुलाला घेऊन पुन्हा गांधीजींकडे आली. गांधीजींनी अगदी साध्या-सोप्या शब्दात मुलाला सांगितले की 'जास्त साखर खाणे त्याच्या प्रकृतीसाठी हिताचे नाही आणि त्याने जर ते थांबवले तर तो अधिक ताकदवान होईल व त्याला बरे वाटेल.' या मुलाला सर्व पटले.

नंतर तिने गांधीजींना बाजूला गेल्यावर विचारले, की 'इतके साधे बोलण्यासाठी त्यांना तीन महिने तयारी का करावी लागली?' त्यावर गांधीजी उत्तरले की माझ्या सूचनेला काही अर्थ प्राप्त होण्यासाठी तिचे फायदे, तोटे मी स्वत: अनुभवणे गरजेचे आहे. तीन महिन्यांपर्यंत साखर वर्ज्य करून गांधीजींनी त्या मुलाला काही सांगण्याचा अधिकार व आत्मविश्वास मिळवला.

जेव्हा तुम्ही तुमच्या शब्दाला जागता तेव्हा तुमच्या शब्दांमध्ये ताकद येते. जेव्हा तुम्ही तुमची वचने पाळता तेव्हा फक्त तुमच्या शब्दांनीसुद्धा तुम्ही जगाला तुमची ताकद दाखवू शकता. जेव्हा मी कालमर्यादेच्या जवळ जातो तेव्हा ती पाळण्याची ताकद माझ्यामध्ये येते.

जेव्हा तुम्ही तुमच्या शब्दाला जागता तेव्हा तुमच्या शब्दांमध्ये ताकद येते.

याचा अर्थ असा नव्हे की, आपण जर आपला शब्द पाळला नाही तर आपण दुबळे होतो. काही वेळेस आपण वचनपूर्ती करू शकत नाही, पण पुन्हा प्रयत्न करू

शकता. असे नाही की आपण वचन पाळले नाही म्हणजे सगळेच संपले. याचा अर्थ एवढाच की तुमची ताकद वाढली नाही. जेव्हा जेव्हा तुमचे वचन पाळण्यात तुम्ही यशस्वी होता तेव्हा तेव्हा तुमच्या शब्दांमधली तुमची ताकद वाढते.

वचन कधीच न देण्यापेक्षा वचन देऊन ते मोडलेले अधिक चांगले! काही लोक पापभीरू असतात, कारण इतरांना निराश करण्याची त्यांना भीती वाटते. हे बरेचदा भूतकाळातील अनुभवांवरून सुचलेले शहाणपण असते. आपल्या पालकांना खूश न करता आल्यामुळे किंवा चूक केली आणि एकदा मिळालेली मान्यता गमावली अशा प्रसंगांमधून सुचते. तुम्ही दिलेले वचन पाळण्यासाठी प्रयत्नांची पराकाष्ठा करता तेव्हा तुमच्या आत्म्यालाही वाढीची संधी मिळते. काही वेळेस तुम्ही तुमच्या ध्येयापर्यंत पोहोचू शकत नाही, पण जास्तीतजास्त प्रयत्न करणे केव्हाही चांगले.

वचन कधीच न देण्यापेक्षा वचन देऊन ते मोडलेले अधिक चांगले!

तुम्ही एखादा निर्णय घेतला आणि तो घेऊन चूकच केली तरी तुम्ही तुमच्या भावनांवर प्रक्रिया करून पूर्वस्थितीला येऊ शकता. निराशेच्या आणि नाऊमेदीच्या भावनांवर प्रक्रिया करून तुम्ही अधिक ताकदवान बनू शकता. जर तुम्ही कुंपणावरच राहिलात आणि कुणाला वचनही दिले नाही किंवा निर्णयही घेतला नाही तर तुम्ही तुमच्या सत्यापासून दूर जाता. तुम्हाला ताकद तर मिळत नाहीच पण प्रत्यक्षात तुम्ही दुबळे होता.

जेव्हा तुम्ही तुमचा शब्द पाळण्याचा प्रयत्न चालू ठेवता तेव्हा तुम्ही दिलेला शब्द बदलू शकता, कारण मागे फिरण्यापेक्षा उडी मारणे चांगले. मग जरी तुम्हाला हे जमले नाही तरी तुम्ही प्रवाह बदलू शकता. शेवटी तुम्ही जेव्हा तुम्हाला जे बरोबर वाटते तेथे येऊन पोहोचता तेव्हा तुमच्या अंतःकरणाशी एकरूप असता, जे खूप कणखर, योग्य दिशा दाखवणारे, हेत्वर्थक आणि पाठपुरावा करणारे असते.

७. दिरंगाईला दूर ठेवा.

जेव्हा तुमची एखादी ठरवलेली गोष्ट तडीस नेण्याची क्षमता नाहीशी होते तेव्हा तुम्ही दिरंगाई करता. तुम्हाला दुसरा पर्यायच नसेल तरच तुम्ही कामाला सुरुवात करता. तुम्ही ती गोष्ट करायचे टाळता किंवा पुढे ढकलता, कारण तुमची खात्री असते की तुमची तयारीच झालेली नाही, पण अशा वेळकाढूपणामुळे आयुष्यातील आव्हानांवर मात करण्याची तुमची क्षमता संपते. जेव्हा धाडस दुबळे

असते तेव्हाच वेळकाढूपणा सुचतो.

आपण एखादी गोष्ट करण्याचे टाळतो किंवा पुढे ढकलतो, कारण आपण तयार नाही आहोत असा आपला गैरसमज असतो.

धाडस हे स्नायूसारखे असते. त्याच्यावर आव्हान स्वीकारल्याशिवाय आणि नंतर ते आव्हान काढून घेतल्याशिवाय ते पुष्ट होत नाही. जर तुम्ही तुमच्या प्रयत्नांची पराकाष्ठा केली तर तुम्हाला असा अनुभव येईल की देवदूत तुमच्या मदतीला येतात. जे स्वत:ला मदत करतात त्यांनाच देव मदत करतो, हा सृष्टीचा नियम आहे. जर तुम्ही काही हालचालच केली नाहीत तर तुम्हाला मदत करणारी ऊर्जा तुमच्या शरीरात वाहूच शकणार नाही.

तुम्ही सुरुवात केल्याशिवाय आपोआप तर काहीच घडणार नाही. तुम्ही तुमच्या इच्छेला जेव्हा कृतीची जोड द्याल तेव्हा तुमच्यात ऊर्जा येईल आणि नवनिर्मिती करणारे रस तुमच्या आत पाझरतील. पण तुम्ही काही करूनच पाहिले नाही तर तुम्हाला त्याची जाणीव होणार नाही. आपण संकटांना झेलायची तयारी केली की धाडस वाढते. तुम्ही जर कृती लांबणीवर टाकली तर तुम्ही तुमच्या अंत:करणातील ताकद, देणगी, हुशारी फक्त दडवून ठेवता असे नाही तर तुम्हाला त्रासही होतो.

जेव्हा तुम्ही तुमच्या इच्छेला कृतीची जोड द्याल तेव्हा तुमच्यात ताकद वाहते आणि नवनिर्मितीचे रस पाझरल्याचीही तुम्हाला जाणीव होते.

आयुष्यात दु:ख भोगावे लागण्याची दोन प्रमुख कारणे आहेत. एक म्हणजे प्रेम न करणे आणि दुसरे म्हणजे आपल्याला जे हवे ते न करणे. जेव्हा तुमचे हृदय एखादी गोष्ट करण्याची इच्छा करते तेव्हा ती न करणे म्हणजे एखादा सुरा घेऊन स्वत:ला वारंवार भोसकणे होय. अपयशी असण्याचे दु:ख हे केव्हाही स्वत:शी प्रामाणिक न राहण्यापेक्षा कमीच असते.

जेव्हा आपल्याला एखादी काळजी असते तेव्हा आपण वेळकाढूपणा करतो. आपण एखादी गोष्ट करण्याचे कबूल केलेले असते पण आपण ती करण्यास असमर्थ असतो. काही हरकत नाही, असे होऊ शकते. या मनोगंडातून बाहेर येण्यासाठी आपल्याला ही जाणीव होणे गरजेचे आहे की आपल्या भावनांमध्ये बदल केल्यास आपल्याला उत्तर मिळेल.

आपल्या मनाकडे लक्ष दिले आणि अंत:करणातील भावना समजून घेतल्या

तर तुम्ही तुमच्या नकारात्मक भावनांमधून मुक्त व्हाल आणि तुम्हाला काय हवे याची जाणीव होईल. आपल्याला जे हवे याची तीव्र जाणीव होईल तेव्हा दिरंगाई निघून जाईल. तुम्ही तुमच्या विचारांमधून बाहेर पडाल आणि इच्छेला कृतीची जोड द्याल. एक आठवण्यासारखी म्हण अशी की, 'विचार करू नका कृती करा. आत्ता लगेच करा' जेव्हा तुम्ही स्वत:ला असे म्हणाल तेव्हा तुम्ही कृतिशील व्हाल.

विचार करू नका कृती करा. आत्ता लगेच करा.

आणखीन असे एक साधन आहे ज्याने मला मदत केली ते म्हणजे उद्दिष्ट ठरवणे. सतत स्वत:ला ढकलत राहण्यापेक्षा प्रत्येक वेळी ध्यानधारणेनंतर डोळ्यांसमोर चित्र उभे करायचे की, आपल्याला काय करायचे आहे. नंतर कल्पना करायची की जे आपल्याला हवे आहे ते आपण केले आहे आणि त्यातून समाधान मिळवायचे. या प्रक्रियेमधून तुमचे उद्दिष्ट ठरवल्यामुळे तुमच्यात संघटित करण्याची, एकत्रिकरणाची प्रचंड ताकद आल्याची आश्चर्यकारक अनुभूती येईल. थोड्याच दिवसांत तुमच्या लक्षात येईल की तुमची जे करायची इच्छा होती तेच तुम्ही करत आहात.

आपल्याला खूप महत्त्वाची वाटणारी गोष्टसुद्धा काही लोक करणे टाळतात, कारण त्यांना वाटते की त्यांची अजून तयारी झालेली नाही. त्यांची अशी खात्री असते की त्यांची जर तयारी झालेली असती तर त्यांना भीती वाटली नसती ना काळजी राहिली असती, पण हे खरे नाही. तुम्ही किती तयार आहात किंवा नाही. भय कधीच संपत नाही. तुम्ही कामाला सुरुवात करता तेव्हा हे भय कमी होते व नंतर ते नाहीसेसुद्धा होते. तुम्ही ते जाण्याची वाट पाहत बसलात तर तुम्ही कधीच सुरुवात करू शकणार नाही.

८. परिपूर्णतेचा अट्टहास नको.

आयुष्य हे परिपूर्ण नसते किंवा असूच शकत नाही, हे स्वीकारण्याची तुमच्या अंत:करणातील क्षमता जेव्हा नाहीशी होते तेव्हा तुम्ही परिपूर्णतेच्या अट्टहासात अडकून बसता, परिणामी तुमची स्वत:कडून आणि इतरांकडूनसुद्धा जास्त अपेक्षा असते. प्रत्येक गोष्ट बिनचूक हवी पण ती तशी कधीच नसते. जेव्हा तुम्ही परिपूर्णतेची अपेक्षा धरता तेव्हा तुम्ही आनंदी किंवा समाधानी नसता. तुम्ही तुमचा परिपूर्णतेचा हेका चालूच ठेवता आणि आयुष्यातील आनंद गमावून बसता. प्रत्येक गोष्ट काटेकोर आणि तुलनात्मक असते. जेव्हा तुमच्या अपेक्षेप्रमाणे कुठलीही गोष्ट होत नाही तेव्हा तुम्ही मुक्त मनाने प्रेमसुद्धा देऊ किंवा घेऊ शकत नाही.

जोपर्यंत गोष्टी उत्कृष्ट किंवा निर्दोष होत नाहीत तोपर्यंत तुम्ही आराम करू शकत नाही आणि तुमच्या जवळ जे आहे त्याला किंवा तुम्ही जे आहात त्याचा आनंदही घेऊ शकत नाही.

परिपूर्ण असण्याची गरज खरे तर खोटी आहे. ती लहानपणापासूनच सुरू होते. जेव्हा आपण आपल्या पालकांना सर्वोत्कृष्ट वाटण्यासाठी झटतो तेव्हा आपण अशी चूक करतो की आपण सर्वोत्कृष्ट असलो तर आपले पालक आनंदी होतील अशी आपली भावना ठेवतो. प्रत्येक मुलाची ही सद्‌भावना आणि इच्छा असते की पालकांना खूश करावे.

दुसऱ्यांना खूश करण्याची गरज खरे तर निकोप आहे पण तिचा लगेचच विपर्यास होतो आणि ती हानिकारक ठरते.

जेव्हा मुले त्यांच्या पालकांना खूश करण्यात यशस्वी ठरतात तेव्हा खूश करण्याची गरज ही परिपूर्ण असण्याच्या गरजेत बदलते. आपण लहान मुले असताना जेव्हा पालक आपल्याबरोबर खूश असायचे तेव्हा आपणही खूश असायचो. त्यांना खूश करण्यासाठी आपण स्वत:मध्ये बदल करायचो आणि स्वत:ला सुधारायचो, जसे प्रत्यक्षात आपण नसतो. आपल्या पालकांना खूश करण्यासाठी आपण आपल्या स्वत:चा जेवढा त्याग करू तेवढे आपण स्वत:ला सर्वोत्कृष्ट मानतो.

जेव्हा मुले पालकांना खूश करण्यात यशस्वी ठरतात तेव्हा खूश करण्याच्या गरजेचे रूपांतर परिपूर्ण असण्याच्या गरजेत होते.

मुले असताना अनेकदा भलत्याच वेळी आपल्याला अस्वस्थता जाणवते, परिणामी आपल्याला त्यातून सकारात्मक विचार मिळत नाही की आपल्या भावना योग्य आहेत. लहान मुलाला वयाच्या वेगवेगळ्या अवस्थेत वेगवेगळ्या पातळ्यांवर वाटणाऱ्या भावना अनुभवण्याचे स्वातंत्र्य हवे, तरच तो त्यांचे योग्य व्यवस्थापन करू शकेल. जर त्याच्या एखाद्या विशिष्ट भावनेला पालकांनी संमती दिली नाही तर नक्कीच त्या भावनेबद्दल त्याच्या मनात नाराजी येईल. पालकांची संमती मिळवण्याच्या नादात मुले आपल्या भावना दडवतात.

मुले असताना आपल्या नकारात्मक भावनासुद्धा 'ठीक आहेत' असा संदेश आपल्याला मिळणे गरजेचे असते.

मुले असताना धडे शिकताना आपल्या हातून अनेक चुका घडतात, पण आपल्याला असे सांगितले जाते की चुका केल्या म्हणजे फार मोठे पाप झाले, परिणामी 'चुका करण्यात काही गैर नाही' असा सकारात्मक संदेश आपल्याला मिळत नाही. जेव्हा आपल्याला असे वाटते की आपण चुका करूच शकत नाही तेव्हा आपली वाटचाल परिपूर्णतेच्या मार्गावरून चालली आहे असे समजावे.

मुले असताना, 'चुका करण्यात गैर काही नाही' असा संदेश मिळणे गरजेचे असते.

जर आपण दैवी देणगी लाभलेले मूल असू किंवा विशेष हुशार किंवा विशेष कौशल्य आपल्यात असेल तर त्याचा प्रवासही परिपूर्णतेकडेच होतो. आपण जर हुशार असू तर आपल्या यशामुळे आपल्याकडे विशेष लक्ष दिले जाते आणि आपल्यासाठी हळूहळू अशा विशेष कौतुकाची सवय होते, पण त्यामुळे ज्या विषयात आपल्याला विशेष गती नसेल अशा गोष्टी करण्याची हिंमत आपण करत नाही.

सर्वोत्तम ठरून आपण आपल्या पालकांना खूश करत असतो, यामुळे ज्या गोष्टी आपल्याला येत नाहीत त्या करून आपण त्यांना निराश करत नाही. जोपर्यंत आपण ज्यामध्ये पारंगत नाही अशा गोष्टी संघर्ष करून मिळवत नाही तोपर्यंत अपयशी असूनसुद्धा प्रेम केले जाण्याचा उदात्त अनुभव आपल्याला मिळत नाही.

चुका करण्यात काही गैर नाही आणि 'शिकताना अपयश येणारच' असा अनुभव मुलाला येणे जरुरीचे आहे.

जर आपल्या पालकांना आपण खूश केले नाही तर आयुष्यभर काहीतरी कमतरता वाटते. काही सर्वोत्कृष्ट लोक त्यांच्या क्षेत्रात जरी खूप मोठे असले तरी त्यांना स्वत:बद्दल फार चांगले वाटते असे नाही. आपल्या एखाद्या कलाकृतीवर प्रेम करण्यापेक्षा जे परिपूर्णवादी असतात त्यांना त्यांनी केलेले काम अजिबात आवडत नाही.

जरी परिपूर्णवादी त्यांच्या क्षेत्रात खूप यशस्वी असले तरी स्वत:बद्दल त्यांना विशेष चांगले वाटत नाही.

ही कमतरतेची भावना नक्की काय आहे हे समजून घेण्यासाठी तुमच्या

मनाच्या पृष्ठभागावरील भावना व आकांक्षा निश्चित करा. तुमच्या मनाचा मनाशी केलेला संवाद ध्वनिमुद्रित करा, नंतर जेव्हा लोक हा संवाद ऐकतात तेव्हा त्यांना त्याची शरम वाटते व ते त्यांना आवडत नाही. काही वेळेस तर त्यांचा विश्वाससुद्धा बसत नाही की ते असे बोललेच कसे?

हा अद्‌भुत अनुभव येण्या मागचेकारण काय असेल तर आपल्या मनाच्या खोल कप्प्यात लहानपणाच्या कमतरतेच्या संदर्भात स्वत:चा बचाव करण्यासाठी भरपूर दारूगोळा असतो. वयाच्या निरनिराळ्या टप्प्यांवर जे आपल्याला नकारात्मक संदेश मिळतात त्याच्या विरोधात आपण स्वत:ची एक प्रतिमा तयार केलेली असते.

आपण जेव्हा स्वत:चा स्वत:शी केलेला संवाद ऐकतो- तो आपल्याला खूप वेगळा वाटतो आणि त्यामुळे आपल्याला भीती वाटते की आपले बरोबर नाही आणि आपण नाकारले जाऊ, परिणामी आपण शरमिंदे होतो. इतरांना जरी आपला हा संवाद चांगला वाटला तरी आपण स्वत:च स्वत:ला स्वीकारत नाही.

जेव्हा आपण आपलाच संवाद ऐकतो तेव्हा तो काहीसा विचित्र वाटतो आणि त्यामुळे 'आपण फारसे चांगले नाही' याची भीती दाटून येते.

जर आपल्या अंत:करणात नकारात्मक भावना धुमसत असतील तर आधी रेकॉर्ड केलेली टेप लावल्यास त्या बाहेर येतात. अशा प्रकारे स्वत:कडेच नीट लक्ष देऊन ऐकले की त्या भावना पृष्ठभागावर येऊन त्याच्यावर प्रक्रिया करणे किंवा त्यांना हाताळणे सोपे जाते.

परिपूर्णतेच्या शोधात..

अनेक लोकांच्या बाबतीत आपण परिपूर्णतेची मागणी करतो, कारण आपल्यामध्ये जीवनसत्त्व G1 चा अभाव असतो. आपल्या आध्यात्मिक प्रेमाचे तळे भरणे गरजेचे असते. जेव्हा परिपूर्णता आपल्याला आतून जाणवत नाही तेव्हा आपण आध्यात्मिक पातळीवर जोडलेले नसतो, म्हणून आपण बाहेरच्या जगात परिपूर्णता शोधतो.

बाहेरचे जग तर परिपूर्ण नसतेच, पण आपण आपली परिपूर्णतेची गरज आपले देवाबरोबर किंवा दुसऱ्या एखाद्या श्रेष्ठ शक्तीबरोबर नाते जोडून पूर्ण करतो. आपल्याकडे जे आहे तेच आपल्याला हवे असते तेव्हा आपल्या मागण्या या अधिक निकोप असतात आणि आपण परिपूर्ण नसलो तरी आपल्याकडे भरपूर असते.

अधिकाची अपेक्षा करणे हे निरोगी मनाचे लक्षण आहे, पण परिपूर्णतेची अपेक्षा धरणे हे हानिकारक आहे.

आपण स्वत:ला बाह्य जगात परिपूर्ण सिद्ध करण्याचा प्रयत्न करतो तेव्हाच फक्त ही परिपूर्णतेची तीव्र इच्छा हानिकारक असते. जेव्हा आपण परिपूर्णता आपल्या अंतरंगात शोधतो तेव्हा आपल्याला आपल्या अंगच्या गुणांची ओळख होते आणि ते केव्हाही निकोप असते. हे जरी खरे असले की परिपूर्ण काहीच नाही तरीसुद्धा आपण स्वत:मध्ये करत असलेल्या सुधारणांमुळे आपणही परिपूर्णतेच्या मार्गावर जातो. आपण जेव्हा आपल्या अंतरंगात डोकावतो आणि आपल्याला मोठी ताकद मिळते तेव्हा आपल्याला जाणवते की जरी परिपूर्ण नसले तरी आपलेही आयुष्य योग्य रीतीनेच उलगडत जात आहे.

९. संतापाला दूर ठेवा.

जेव्हा तुमची दुसऱ्याला प्रेम वा आधार देण्याची क्षमता संपते तेव्हा तुम्हाला संताप येतो. अनेक लोकांच्या बाबतीत असा अनुभव येतो की तुमचे इतरांना खूप देऊन झाले आहे पण बदल्यात तुम्हाला जे मिळायला हवे ते मिळाले नाही. काही तरी असे घडले की जे तुम्हाला आवडले नाही आणि म्हणून तुम्ही तुमचे प्रेम रोखून धरता. अशा प्रकारे हृदयाची कवाडे बंद केल्यामुळे तुमची हवे ते मिळवण्याची ताकद संपते आणि तुम्ही प्रेम आणि औदार्य या भावनांना वंचित राहता.

जेव्हा आपल्या अंत:करणात संताप शिरतो तेव्हा आपण प्रेम देऊ शकत नाही.

जरी आपण अशी तक्रार केली की आपण वंचित झालो आहोत, पण आपणच आपल्या हृदयाची दारे बंद केलेली असतात त्यामुळे आपल्याला अधिक मिळू शकत नाही. जेव्हा आपल्या हृदयाची दारे उघडी असतील तेव्हाच आपल्याला अधिक मिळू शकते. काही वेळेस तर आपल्याला इतका राग येतो की आपण इतरांनासुद्धा आपल्याला काही देऊ देत नाही. आपला गर्भित संदेश हा असतो की, 'आता फार उशीर झाला. आता कशानेही मला आनंद होणार नाही.'

संतापाच्या भरात आपले सगळे लक्ष 'आपल्याला काय मिळाले नाही' यावर केंद्रित होते, त्यामुळे आपण देण्या-घेण्याच्या इतर संधीसुद्धा गमावून बसतो. क्षमा न करून तुम्ही अजूनही भूतकाळातच जगता. तुम्ही तुमच्या प्रेमाच्या बाबतीत

इतक्या अटीतटी घातल्यामुळे देण्या-घेण्याचा नैसर्गिक व्यवहारसुद्धा तुटतो. तुम्ही जरी असे वागून दुसऱ्यांना शिक्षा करण्याचा प्रयत्न करत असलात तरी ती शिक्षा तुम्हाला होते. तुमच्या हृदयाभोवती भिंत बांधून तुम्ही तुमचे प्रेम रोखून तर धरताच पण इतरांचे प्रेमसुद्धा आत येऊ देत नाही.

संतापामुळे आपण नकारात्मक गोष्टींवर लक्ष केंद्रित करतो आणि देण्या-घेण्याच्या इतर संधी गमावून बसतो.

संतापामुळे आपल्याला असे वाटते, की आता आपल्याकडे देण्यासारखे काहीच उरलेले नाही आणि हीच भावना आपल्याला आणखी काही देण्यापासून थांबवते आणि आता आपण काही देत नाही त्यामुळे काही मिळवतही नाही. या अवघड परिस्थितीतून मार्ग काढण्यासाठी आपल्याला दुसऱ्या एका प्रेमाच्या तळ्यावर लक्ष केंद्रित करायला पाहिजे. जेव्हा तुम्ही दुसरे प्रेमाचे तळे भराल तेव्हा तुमच्या लक्षात येईल की पुन्हा तुम्ही दुसऱ्यांना देऊ शकता व त्यांच्यापासून काही मिळवूसुद्धा शकता.

लिलीचा तिच्या पूर्वीच्या नवऱ्यावर खूप राग होता, कारण तो तिला सोडून गेला होता. तिच्या आयुष्यातील काही चांगली वर्षे तिने त्याला दिली होती, तरीही एका तरुण बाईच्या मोहात त्याने तिला सोडले होते. तसे पाहिले तर त्यांच्या पूर्ण वैवाहिक जीवनात तिला त्याच्यापासून प्रेम आणि आधार कधी मिळालाच नव्हता, पण तो त्याच्या नवीन वैवाहिक आयुष्यात सुखी आहे हे ऐकून तिचा खूप संताप झाला.

तिच्या या मनोगंडावर उपचार करण्यासाठी तिने स्वत:साठी वेळ काढला. तिने प्रथम तिचे S म्हणजे स्वप्रेमाचे तळे भरण्यास सुरुवात केली. तो सुखी आहे की दु:खी आहे याकडे लक्ष देण्यापेक्षा तिला काय करायला पाहिजे याचा तिने विचार केला. याच्या जोडीला ती एकेरी पालकत्व असणाऱ्यांच्या आधारमंडळाची सभासद झाली. अशा समदु:खी लोकांसमवेत राहून तिचे जीवनसत्त्व P2 हे प्रेमाचे तळे लवकर भरले. नंतर तिने मोठी सुट्टी घेऊन मित्रमंडळींबरोबर मौजमजा करण्यासाठी सहलीला जाण्याचा बेत केला. अशा प्रकारे तिने मित्र मैत्रिणींचे प्रेमाचे तळे (जीवनसत्त्व F) भरायला सुरुवात केली.

ती क्रुझ जहाजावर गेली. एके दिवशी तेथे आजारी पडली. जेव्हा मित्र-मैत्रिणी तिला बघायला आले तेव्हा तिने त्यांना सांगितले की, ती ठीक आहे आणि तिला फक्त विश्रांतीची गरज आहे, मग दिवसभर तिचे मित्र, मैत्रिणी मौजमजा करत होते तेव्हा तिला खूप एकटे वाटले आणि ती दुखावली गेली. प्रत्येक गोष्ट ठीक

चालली होती पण मानसिकदृष्ट्या तिची पीछेहाट झाली.

मग भावना व्यक्त करणारे स्वत:लाच लिहायच्या पत्रांचे तंत्र वापरून लिलीने तिच्या वेदना आणि नाकारलेपण तिच्या आईबरोबरच्या नात्याशी जुळवले. ती सगळ्या भावंडांत मोठी होती आणि त्या वयात तिने तिच्या पाचही भावंडांची काळजी घ्यावी अशी तिच्याकडून अपेक्षा होती. तिला असेही वाटले की आईचीसुद्धा तिला काळजी घ्यायची आहे. तिच्या आईला श्वसनाचा त्रास होता आणि ती बराच काळ अंथरुणातच असायची तर तिचे वडील कामासाठी बाहेर जात.

तिचे आई-वडील खूप प्रेमळ होते, फक्त ते लिलीला वेळ देऊ शकत नव्हते व लक्ष देऊ शकत नव्हते, तसेच तिला ज्या प्रकारची मदत हवी होती ती ही ते तिला देऊ शकत नव्हते; तीसुद्धा त्यांचे पालक बनण्यास खूप लहान होती, पण कोणीतरी हे करायला हवे होते. तिने प्रत्येकाची जबाबदारी घेतली आणि त्याबद्दल तिचे सर्वत्र कौतुकच झाले, त्यामुळे ती तिच्या नकारात्मक भावना बाजूला ठेवू शकली आणि प्रत्येकाची काळजी घेऊ शकली. हळूहळू तिच्यात सामर्थ्य आले आणि आपण काय गमावले हेसुद्धा ती विसरली.

त्या दिवशी जेव्हा तिच्या मित्रांचा आधार तिला नाकारला गेला त्यावेळी तिला प्रथमच जाणीव झाली की ती लहान मूल म्हणून नाकारली गेली तेव्हा जर कोणीतरी तिची काळजी घेतली असती, सहानुभूतीपूर्वक तिला काही विचारले असते तर तिला किती बरे वाटले असते! लहानपणी वाचलेल्या 'पंडोराज् बॉक्स' या कथेतील जाणिवा आणि भावनांची तिला आठवण झाली.

तिला जाणीव झाली की, जी लहान मुलं मौजमजा करायचे त्यांच्याबद्दल तिला खूप मत्सर वाटायचा. तिला मत्सर वाटायचा, कारण तिला काय वाटते याची कोणालाच पर्वा नव्हती किंवा तिच्या गरजा जाणून घेण्याचीसुद्धा कोणी तसदी घेतली नाही. तिच्या आईकडे व लहान भावंडांकडे मात्र सगळ्यांचे लक्ष असल्याचे जेव्हा तिच्या हे लक्षात आले तेव्हा तिने जीवनसत्त्व P1 (Parent's love) चे प्रेमाचे तळे भरण्यास सुरुवात केली. तिला हे माहिती होते की तिच्या पालकांचे तिच्यावर प्रेम आहे, मग आपली आई आपल्या भावना जाणून घेत आहे, आपल्याला समजून घेत आहे. आपल्यासाठी प्रेम आणि सहसंवेदना तिच्या मनात आहे, हे ती आपल्या कल्पनेत पाहू लागली, जे तिने प्रत्यक्ष आयुष्यात गमावले होते त्याचा आनंद तिने कल्पनेत घेतला. आपल्या आईने आपल्याला मिठी मारून आधार दिला या कल्पनेने ती खूप सुखावली.

अशा निरनिराळ्या प्रकारांनी लिलीने योग्य पद्धतीने तिचे प्रेमाचे तळे भरले. तिला ज्या परिस्थितीला तोंड द्यावे लागले त्या प्रति तिचा असलेला राग शांत झाला आणि तिच्या आयुष्यात नाट्यमय बदल झाला. तिने नंतर भरपूर मौजमजा केली,

अनेक मित्र जोडले, भरपूर फिरली आणि शेवटी एका उमद्या माणसाबरोबर आयुष्यात स्थिरावली, ज्याने तिच्याकडे कधीही दुर्लक्ष केले नाही. आधी तिला घटस्फोटाची कल्पना आवडली नव्हती तरी त्यामुळेच तिला नवीन सुंदर आयुष्य मिळाले होते.

संतापामुळे आपल्या हृदयाला जे कुलूप लागते ते तोडण्यासाठी आपल्याला हे लक्षात यायला पाहिजे की असे करून आपण स्वत:चे नुकसान करत आहोत. खरे आहे की जग फारसे चांगले नाही, पण त्यासाठी आपले प्रेम रोखून धरणे हा उपाय नाही, त्यामुळे काहीच चांगले होत नाही, उलट त्यामुळे गोष्टी अधिकच बिघडतात.

प्रेम रोखून धरल्याने काहीच चांगले घडत नाही.

जर तुमच्या स्वत:च्या बाबतीत तुम्हाला असे जाणवले की तुम्ही प्रेम रोखून धरत आहात तर तुम्ही समस्या निर्माण करता. लक्षात घ्या- तुमचा संताप झाला तर त्रास तुम्हाला होणार आहे. तुम्ही तुमच्या नकारात्मक भावना फक्त इतरांकडे पोहोचवत नाही तर तुम्ही स्वत:ही त्याला बळी पडता.

तात्पर्य काय, तर जेव्हा तुम्ही रागावता तेव्हा तुम्हाला जाणवते की आपल्याला हवे ते मिळवण्यासाठीची ताकद आपल्यात नाही म्हणून नाकारले गेल्याचे दु:ख संतापाला जन्म देते आणि आपल्याला ज्याची गरज आहे हे आता कधीही मिळणार नाही याची खात्री होते. ही आपली ताकद आपण परत मिळवली तर संताप संपून जाईल. संताप हा दोषारोप आणि टीका टिप्पणी याचेच दुसरे रूप आहे.

तात्पर्य, आपण रागावतो तेव्हा आपल्याला हवे ते मिळविण्याची, आपल्या ताकदीची जाणीव नसते.

संताप ही एक महत्त्वाची खूण आहे की तुम्ही आत्तापर्यंत चुकीच्या दिशेने देत आले आहात. दुसऱ्यांनी आपली परतफेड केली नाही असा इतरांना दोष देण्यापेक्षा स्वत:वर प्रेम करा आणि आपली प्रेमाची इतर तळी भरा. इतरांना देणे ही तुमची जबाबदारीच होती, ह्याची जाणीव झाल्यावर इतरांकडे बोटे दाखवण्यापेक्षा तुम्ही मोकळ्या मनाने समस्येचा स्वीकार कराल. हे अंतर्ज्ञान होणे महत्त्वाचे आहे. त्यामुळे तुम्हाला फक्त योग्य दिशाच मिळणार नाही तर अपराधीपण जाईल.

संताप ही एक महत्त्वाची खूण आहे की तुम्ही आत्तापर्यंत चुकीच्या दिशेने देत आले आहात.

जे लोक खूप जास्त देतात ते इतरांना खूश करण्यासाठी देतात. त्यांचा स्वत:चा परिपूर्णतेचा आग्रह असतो आणि त्याचा शेवट अधिक देण्यात होतो. इतरांनीही आपल्यासारखे करावे असा त्यांचा आग्रह असतो आणि तसे न घडल्यास त्यांचे प्रेम रोखून धरण्याने परिस्थिती आणखी वाईट होते.

ही अपराधी जाणीव टाळायची असेल तर त्यांनी याची कारणमीमांसा शोधावी की त्यांना एवढा राग का येतो? आणि त्यांना त्यांचे प्रेम रोखून धरण्याची गरज का पडते? ते मग त्यांच्या नकारात्मक भावनांवर ठाम असतात की आयुष्य चांगले नाही, त्यांच्याकडे सगळे दुर्लक्ष करतात आणि ते नाकारले जात आहेत. जरी खरे असले तरी ते मर्यादित आहे. आपण आधीच्या भागांमध्ये हे पाहिलेच आहे की वैयक्तिक यशाच्या युक्त्या जर आपण वापरल्या तर आपल्याला जे हवे ते आपण मिळवू शकतो.

जर आपण आपली नवनिर्मितीची ताकद वापरली तर आयुष्य हे तितकेसे वाईट नाही.

१०. आत्मवंचनेला दूर ठेवा.

तुमच्या आयुष्यात ज्या चांगल्या गोष्टी तुम्हाला मिळाल्या आणि जे यश मिळाले त्यांचे ऋण मानण्याची क्षमता जेव्हा तुमच्यात नसते तेव्हा तुम्हाला तुमच्या मधील आत्मवंचनेचा अनुभव येतो. जेव्हा तुमच्या मनात वारंवार तुम्ही काय गमावले याचेच विचार येतात आणि तुमच्या जवळ काय आहे याचे तुम्हाला भान नसते तेव्हा अनेक चांगल्या संधी तुमच्या जवळ चालून येतात पण त्या तुम्हाला ओळखता येत नाहीत. जे काही तुमचे दु:ख किंवा नुकसान झाले त्याबद्दल सहानुभूती व सहसंवेदना असणे योग्य आहे, पण त्याचबरोबर कृतज्ञतेच्या दृष्टिकोनातून तुमच्या अंत:करणातील आनंदसुद्धा तुम्ही साजरा करायला हवा.

जेव्हा तुम्ही आत्मवंचनेच्या भोवऱ्यात रुतून बसता तेव्हा तुमच्याकडे जे आहे त्याबद्दल आदर वाटण्याची तुमची क्षमता तुम्ही गमावता.

आत्मवंचनेचे कारण हे बहुधा विशेष लक्ष देण्याचा अभाव असू शकते. एखाद्या लहान मुलाकडे लक्ष पुरवले नाही तर तो त्याच्याकडे लक्ष ओढवून घेतो. प्रत्येक मुलाची नैसर्गिक गरज असते की त्याच्याकडे लक्ष द्यावे, त्याला सहानुभूती हवी. तरी काही मुलांची ही गरज त्यांचे पालक भागवू शकतात त्यापेक्षा जास्त असते, त्याचा परिणाम असा होतो की ते मूल स्वत:च्या समस्येचे चित्र अधिक

गडद रंगांनी रंगवते, हेतू हा की लक्ष जावे म्हणून!

पुष्कळदा असे होते की, अशी जी जास्त संवेदनशील मुले असतात त्यांच्याकडे पालक दुर्लक्ष करतात, या हेतूने की त्याच्या नकारात्मक भावना आपोआप दूर होतील. दुर्दैवाने असे होत नाही, उलट अनेक मुलांच्या बाबतीत त्या अधिक तीव्र होतात. अशी मुले दिवसभर त्यांच्याबरोबर जे घडले ते अधिक नकारात्मक पद्धतीने रंगवून सांगतात ज्यामुळे त्यांच्याकडे अधिक लक्ष पुरवावे लागते.

जेव्हा आपल्या भावनांकडे दुर्लक्ष केले आहे तेव्हा आपण त्या अधिक मोठ्या व नाट्यमय करून सांगतो.

जर अशा मुलांचा दिवस चांगला गेला आणि सर्व त्यांच्या मनाप्रमाणे झाले तर त्यांच्याकडे दुर्लक्ष होईल. अशा परिस्थितीवर उपाय करण्यासाठी स्वत:च्या गरजा स्वत:च काळजीपूर्वक ऐकाव्या आणि दुसऱ्यांकडेसुद्धा सकारात्मक भावनेने लक्ष द्यावे. लोकांनी त्यांच्या भावना जाणून घेण्यासाठी स्वत:साठी वेळ काढावा आणि त्यांच्या संवेदनशील जखमांचा पुन्हा अनुभव घ्यावा. इतरांनी आपले ऐकावे किंवा इतरांनी आपल्याकडे लक्ष द्यावे यापेक्षा स्वत:ची जबाबदारी स्वत:च घ्यावी. त्यांच्या नकारात्मक भावना त्यांनी लिहून काढाव्या. स्वत:च्या दु:खांची जबाबदारी स्वत:च घेतल्याने त्यांचे नकारात्मक लक्ष वेधण्यावरचे परावलंबित्व नाहीसे होईल.

यावर आणखी एक उपाय असा आहे की संपूर्ण दिवसभरात एकही तक्रार करायची नाही किंवा इतर लोकांच्या तक्रारीला सहानुभूतीसुद्धा दाखवायची नाही. तुमच्या लक्षात येईल की तक्रार करायची नाही किंवा एखाद्या घटनेबद्दल किंवा व्यक्तीबद्दल वाईट बोलायचे नाही हे किती अवघड आहे! तुमच्या नकारात्मक भावनांबद्दल बोलण्यापेक्षा एक वही करा व त्यावर ते लिहून काढा- यामुळे सकारात्मक पद्धतीने लक्ष वेधून घेण्याची तुम्ही तुमच्या मनाला सवय लावाल आणि तुमच्या अंतर्मनातील भावनांचे स्वत:च संगोपन करायला शिकाल.

एखाद्या दिवशी तरी तक्रार करायची नाही असे ठरवा.

तात्पर्य असे की जे संवेदनशील लोक असतात त्यांना या जगात आणखी काही हवे असते आणि ते कसे मिळवायचे हे त्यांना शिकवण्याशिवाय त्यांना सतत गमावल्याची भावना सलत राहते! एक प्रकारे, एखादी पार्टी चालू आहे आणि कोणीतरी आपल्याला हुसकावून लावत आहे या भावनेतून मुक्त होण्यासाठी आपल्याला तेथे पोहोचणे गरजेचे आहे. अशी दूर ढकलण्याची भावना येण्यापूर्वी

आपल्याला हे समजणे गरजेचे आहे की जे आपण बाहेर शोधतोय ते आपल्या अंतरंगात आहे. जेव्हा आपल्याला आपल्या गरजेच्या गोष्टी मिळवता येतील आणि आपले आध्यात्मिक नाते जाणवेल तेव्हा आपल्यातील ही दूर ढकलले गेल्याची भावना नाहीशी होईल.

जर सफलतेची भावना तुमच्या अंतरंगात असली तर या बाह्य जगात जे तुमच्या आत आहे ते मिळवण्यासाठी वणवण फिरायची वेळ तुमच्यावर येणार नाही. ही आत्मवंचनेची भावना नाहीशी करण्यासाठी जे आपल्याकडे नाही असे आपल्याला वाटते ते आपल्यामध्येच आहे याचा अनुभव घेणे जरुरीचे आहे. आत्मवंचनेच्या या डबक्यातून बाहेर पडण्यासाठी आपण आपल्या मनाला पुन्हा पुन्हा बजावले पाहिजे की आपण जेव्हा आपल्या अंतरंगात उलगडून पाहू तेव्हा तिथे अगणित शक्यता आपली वाट पाहत आहेत.

आत्मवंचनेमुळे आणखी एक समस्या समोर उभी राहते- आपण फक्त संधी गमावतोच असे नाही तर त्या नाकारतोसुद्धा. जणू काय आपण फक्त आपल्या दु:खांची कारणे देण्यासाठीच आहोत. आपली खात्री होते की आपण बरेच काही गमावले आहे आणि आता हे नुकसान कशानेही भरून येणार नाही. आपल्याला स्वत:विषयीच कणव दाटून येते, पण तरीही आपल्याला त्यात बदल करायचा नसतो.

आत्मवंचनेमुळे आणखी एक समस्या समोर उभी राहते- ती म्हणजे आपण फक्त संधीच गमावतो असे नाही तर आपण त्या नाकारतोसुद्धा.

आपण स्वत:ला मदत करण्याची संधीसुद्धा गमावतो. आपला खरे तर कुणावरच विश्वास नसतो की कोणी आपल्याला मदत करेल म्हणून, पण दुसरे मन आपल्याला सांगते की कोणीतरी आहे जो मदत करेल. कोणीतरी येऊन आपल्याला जे मिळाले नाही ते मिळवून देऊन आनंदी करेल अशी आपण वाट पाहत राहतो, पण जेव्हा तुम्ही स्वत:वर विश्वास ठेवाल तेव्हाच तुमची ही वृत्ती बदलेल. जेव्हा तुमचा तुमच्या ताकदीवर विश्वास बसेल, जी तुम्हाला तुमचे सर्वस्व मिळवून देईल तेव्हाच तुमच्या लक्षात येईल की, ती ताकद तुमच्यामध्येच होती आणि फक्त तुम्हीच ते करू शकता.

शेवटी काय की, तुम्ही कोणावर तरी रागावता ज्यांनी तुम्हाला नाकारले, तुम्हाला बाहेर काढले पण नंतर तुम्ही त्यांना क्षमा करून टाकता तेव्हाच तुम्ही आत्मवंचनेच्या नकारात्मक भावनेतून बाहेर पडू शकता. तो राग जाणवण्यासाठी दुखावले जाण्याच्या भावनेशिवाय इतर भावना ही तुम्हाला जाणवायला हव्यात. तुमच्या अंतर्मनातील भावनांवर उपचार करून तुम्ही स्वत्वाकडे परत जाल आणि

विश्वास ठेवा, तुम्हाला ज्याची गरज आहे ते तुम्हाला नक्की मिळेल आणि जे हवे ते तुम्ही निर्माण करू शकाल.

११. संभ्रमाला दूर ठेवा.

तुम्ही जेव्हा एखाद्या गोष्टीकडे स्पष्टपणे पाहू शकत नाही, ती समजू शकत नाही, आयुष्यात ती घडण्याचा अर्थ काय हे समजण्याची क्षमता तुमच्यामध्ये नसते तेव्हा तुम्ही संभ्रमात पडता. प्रत्येक सकारात्मक आणि नकारात्मक अनुभवामध्ये तुम्हाला पूर्वी माहिती नसलेले असे महत्त्वाचे शिकवण्याचे सामर्थ्य आणि तुमच्यातील सकारात्मक गुण वाढीला लावण्याची ताकद असते.

जेव्हा आपण संभ्रमात असतो तेव्हा काहीतरी महत्त्वाचे आपण गमावले आहे याची जाणीव असते. आपण उघडपणे त्याबद्दल बोलत नाही किंवा उत्तर सापडत नाही पण आपली अशी अपेक्षा असते की ते आपल्याला लगेच मिळाले पाहिजे. जेव्हा आपल्याला वाटते की आपण काहीतरी गमावले आहे तेव्हा आपण परिस्थितीचे शिकार झालो असल्याची जाणीव आपल्याला होते, त्यामुळे आपण गोंधळतो आणि अधिक वाईट होईल असे अनुमान काढतो.

जेव्हा आपल्याला समजत नाही काय चालले आहे, त्यावेळी घाबरून जाऊन अधिक वाईट होईल असे गृहीत धरणे सोपे असते.

आपल्याला स्पष्ट आणि नेमकी उत्तरे लगेच मिळावी या अट्टहासापायी आयुष्य आपल्याला जी मोठी चित्र देते ज्यांच्यापासून बरेच काही शिकण्यासारखे असते ती बघण्याचे गमावतो. जेव्हा आपल्याला स्पष्ट व नेमकी उत्तरे हवी असतात तेव्हा हे आपण योग्य करतो आहोत का? याचा आत्मविश्वाससुद्धा गमावून बसतो.

संभ्रमाला जर दूर ठेवायचे असेल तर आपण प्रश्नांसोबत जगायला शिकले पाहिजे, लगेचच उत्तरे मिळवण्याची गरज नाही.

आयुष्य आपल्यापुढे अनेक आव्हाने ठेवणार आहे आणि अनेक बदलसुद्धा की जे आपल्याला आपल्या आकलनशक्तीपर्यंत पुढे ढकलतील. प्रामुख्याने जेव्हा वाईट किंवा दु:खद घटना घडतात तेव्हा आपल्याला हे समजत नाही की हे सगळे आपल्या बरोबरच का होते? हे स्पष्टपणे समजत नाही की अशी आव्हाने किंवा असे अडथळे आयुष्य चांगल्या लोकांच्या समोर ठेवते तसेच वाईट माणसांच्या

समोरसुद्धा ठेवते, मग आपल्याला वाटायला लागते की आपणच वाईट आहोत. आपण नेहमी अशा संभ्रमात असतो की आपण वाईट आहोत ही भावना आपण टाळायला पाहिजे की जे घडले त्याला आपणच जबाबदार आहोत हे टाळायला पाहिजे?

जेव्हा वाईट किंवा दु:खद घटना घडतात तेव्हा आपल्याला हे समजत नाही की त्या का घडतात किंवा आता त्यामधून काय चांगले निष्पन्न होणार आहे! जेव्हा असे माझे पहिले लग्न अयशस्वी ठरले ते मला आठवले. मी त्यावेळी खूप उद्ध्वस्त झालो होतो. मी देवाला उद्देशून जोरात ओरडलो होतो, 'देवा तू हे कसे होऊ दिलेस? याच्यापुढे आता काय चांगले होणार आहे?'

घटस्फोटातूनही बरेच शिकलो!

माझ्या पत्नीचा आणि माझा घटस्फोट झाला तोपर्यंत मला फारच कमी गोष्टी माहिती होत्या. नंतर माझ्या प्रिय पत्नीशी, बोनीशी माझे सूर जुळले आणि आम्ही विवाहबद्ध झालो. त्यापूर्वी अनेक वर्षे आम्ही एकमेकांना भेटत होतो. माझे तिच्यावर प्रेम होते पण मी लग्न करायला तयार नव्हतो. जर माझे पहिले लग्न अयशस्वी झाले नसते तर माझे बोनीबरोबर संबंध आले नसते व आज मला जे उत्तम आयुष्य जगायला मिळते आहे त्यापासून आणि माझ्या सुखी कुटुंबापासून मी वंचित झालो असतो. जरी माझ्या पहिल्या लग्नाच्या अपयशामुळे मला दु:ख झाले तरी त्यानेच मला नवीन जीवन दिले, त्याबद्दल मी कृतज्ञ आहे.

याशिवाय ते लग्न अयशस्वी का झाले याचे जेव्हा मी विश्लेषण केले तेव्हा अनेक धडे त्यापासून मला मिळाले, त्याबद्दलही मी कृतज्ञ आहे. जरी त्यावेळी मी बळी पडलो ही माझी भावना होती तरी नंतर जसजशी माझी जखम भरून आली तसतशा त्याबरोबर मला अनेक चांगल्या गोष्टी मिळाल्या. संभाव्यपणे सगळ्यात महत्त्वाची गोष्ट म्हणजे माझ्या अपयशानंतर नातेसंबंधांविषयी मी अधिक खोलवर विचार केला आणि माझ्या चुका माझ्या लक्षात आल्या. माझ्या एका मित्राने मला सुचवले, 'तुला नातेसंबंधांबद्दल जरी खूप माहिती असली तरी तुला अजून हे लक्षात आले नाही की स्त्री व पुरुष वेगवेगळे आहेत.'

ठीक आहे! कदाचित मी उद्ध्वस्त झाल्यामुळे कोणत्याही सूचना स्वीकारायला मी तयार होतो आणि माझ्या चुकांचे आत्मपरीक्षण करायलासुद्धा! मी त्याच्या सूचनेचा गांभीर्याने विचार केला आणि 'मेन आर फ्रॉम मार्स वुमेन फ्रॉम व्हीनस' या माझ्या पुस्तकामध्ये त्या मांडल्यात, यामुळे एक लेखक म्हणून मी फक्त नावारूपाला आलो नाही तर माझे दुसरे लग्न यशस्वी करण्यासाठीसुद्धा त्याचा फार उपयोग झाला. हे सगळे कशामुळे शक्य झाले, तर माझ्या घटस्फोटनंतर माझ्या हृदयाची

जखम भरून काढण्यासाठी मी जो संघर्ष केला त्यामुळे!

जेव्हा आपण पूर्णपणे उद्ध्वस्त होतो तेव्हा नवीन गोष्टी जाणून घेण्यास तयार असतो.

आता पुन्हा जेव्हा आयुष्यात अपयश येते तेव्हा का कोणास ठाऊक मला खूप जास्त विश्वास असतो- यातून काहीतरी चांगलेच घडणार आहे आणि असेच घडते, पण याचा अर्थ असा नाही की, मी शांतपणे बसून काय घडायचे असेल ते बघत राहतो. मी त्याच्या उलट करतो. जे घडतेय त्याच्याकडे मी डोळसपणाने बघून त्याची उत्तरे शोधण्याचा प्रयत्न करतो.

जेव्हा आपण संभ्रमात असतो, ते यामुळे की आपल्यासमोर जे आहे ते बरोबर नाही आणि आपण ते स्वीकारू शकत नाही आणि आपला विश्वास असतो की परिस्थिती नक्की सुधारणार आहे, कशी ते माहीत नसतानासुद्धा, पण वयाबरोबर जसजसे शहाणपण वाढते तेव्हा आपल्याला कळते की सगळे ठीक होणार असते, बरेचदा तर आपण अपेक्षा धरतो त्यापेक्षाही जास्त चांगल्या प्रकारे.

जेव्हा आपण संभ्रमात असतो तेव्हा गोष्टी अधिकच वाईट आणि तातडीच्या दिसतात, प्रत्यक्षात त्या तशा नसतात.

संभ्रमापासून दूर राहायचे असेल तर अशा काही घटना आठवा की जेव्हा आपल्याला असे वाटले होते की खूप काही भयंकर घडणार आहे आणि आता तातडीने काहीतरी करायला हवे, पण प्रत्यक्षात तसे काहीच घडले नाही. संभ्रमामुळे खूप सकारात्मक ऊर्जा वाया जाते- त्यापेक्षा विश्वास ठेवा की सगळे काही ठीक होणार आहे.

आयुष्याचे धडे

माणसाला त्याच्या अपयशामधून आणि अनपेक्षित हालअपेष्टांमधून खूप काही शिकायला मिळते. जरी तुम्ही सगळे योग्य तेच करत असलात तरी तुम्ही समस्या टाळू शकत नाही, पण एकदा का तुम्ही या आव्हानांना तोंड देत देत मोठे होता तेव्हा तुमच्या लक्षात येते की अशा प्रतिकूल प्रसंगांनी तुमचे व्यक्तिमत्त्व तावून सुलाखून निघाले आहे.

आणखी एक मार्ग असा की कल्पना करा की तुम्ही तुमच्या आयुष्यातील सर्व ध्येये गाठली आहेत. तुम्हाला आत्तापर्यंत जो आधार मिळाला त्याबद्दल तुम्ही कृतज्ञ

आहात. आता आणखी पाठीमागे जा, ज्या आव्हानांनी तुम्हाला काही शिकवले, बलवान बनवले त्यांच्याबद्दल कृतज्ञता व्यक्त करा. आयुष्यातील आव्हानांमुळे जे धडे तुम्ही शिकलात त्यांच्याबद्दल कृतज्ञतेची भावना तुमच्यामध्ये रुजली की तुमचा संभ्रम पूर्णपणे मिटेल आणि तुमच्या अंगी शहाणपण आले आहे याचा तुम्हाला अनुभव येईल.

तुमच्या भूतकाळापासून तुम्ही जे धडे घेतले त्याबद्दल आभार मानण्याची सवय ठेवा.

तुम्ही जगाला तुम्हाला त्रास देण्यापासून रोखू शकत नाही, पण त्या त्रासाला कसे तोंड द्यायचे किंवा अपयश कसे पचवायचे आणि आपला तोल ढळू न देता स्वत:कडे कसे परत यायचे हे तुम्ही शिकू शकता. प्रत्येक नकारात्मक अनुभव तुम्हाला स्वत:ला सामर्थ्यशाली आणि प्रभावी कसा बनवू शकतो हे शिकून घ्या. प्रत्येक आव्हानात्मक अनुभव तुम्हाला तुमच्या अंत:करणातील दैवी देणग्या आणि ताकद यांची ओळख करून देईल.

प्रत्येक नकारात्मक अनुभवाचा तुम्हाला सामर्थ्यवान व प्रभावी बनवण्यासाठी उपयोग करून घ्या.

जेव्हा तुम्ही जिममध्ये जाता तेव्हा तुम्ही अगदी सहज उचलू शकता अशी हलकी वजने उचलून व्यायाम करत नाही. तुम्हाला तुमचे स्नायू बळकट करून हवे असतील तर स्नायूंना काहीतरी आव्हान मिळायला हवे. तुमच्या स्नायूंच्या बळकटीकरणासाठी तुम्ही जे सहज करू शकता त्याच्या पुष्कळ पलीकडे जाऊन तुम्हाला व्यायाम करायला हवा. त्यानंतर स्नायूंना थोडा आराम द्यायला हवा मगच ते बळकट होतील तसेच हे आहे. वैयक्तिक यश मिळवण्यासाठी तुम्हाला आव्हाने पेलावी लागतील. जेव्हा तुम्ही प्रत्येक समस्येला भिडाल आणि पुन्हा स्वत:च्या शहाणपणाकडे परत याल तेव्हा वैयक्तिक यश मिळवण्याची तुमची क्षमता वाढेल.

तुमची हाडेसुद्धा बळकट राहण्यासाठी त्यांच्यावर ताण देणे गरजेचे आहे. जेव्हा अंतराळवीर अंतराळात जातात तेव्हा त्यांना विशिष्ट गुरुत्व नसल्याचा अनुभव येतो व त्यामुळे त्यांची हाडे दुबळी होतात आणि जर त्यांच्यावर योग्य तो दाब दिला नाही तर मोडतातसुद्धा! तसेच हे आहे. अपयश आपल्या आयुष्यात महत्त्वाची भूमिका बजावते, त्यामुळे आपण बलवान होतो, फक्त समस्यांना कसे हाताळायचे हे आपल्याला समजायला हवे.

फुलपाखरू जेव्हा त्याच्या कोशातून बाहेर येते तेव्हा बाहेर येण्यासाठी व सुरवंटाचे फुलपाखरू होण्यासाठी त्याला खूप खडतर प्रवासातून जावे लागते. जर एखाद्या उतावीळ व्यक्तीने निरीक्षण करता करता जर कोश उघडून त्या झगडणाऱ्या फुलपाखराला मोकळे करण्याचा प्रयत्न केला तर नक्कीच विपरीत परिणामांना तोंड द्यावे लागते. फुलपाखराचे झगडणे लवकर संपते, पण कदाचित ते लवकर मरते, कारण ते उडू शकत नाही. त्या निरीक्षण करणाऱ्या व्यक्तीचा हेतू जरी मदत करण्याचा असला तरी फुलपाखराचे झगडणे त्याच्या पंखात उडण्याचे बळ आणण्यासाठी आवश्यक होते ते त्याला समजत नाही. संघर्षाशिवाय फुलपाखरू अशक्त होते व मरते.

जर फुलपाखराने सुटकेसाठी संघर्ष केला नाही तर ते कधीच घडू शकणार नाही.

आयुष्यात आपल्याला असे वाटते की बाहेरचे जग बदलणे हे आपल्या समोरील आव्हान आहे. आपल्याला वाटते की शत्रू बाहेरच्या जगात आहे, पण खरी युद्धभूमी तर आपल्या अंतर्गत असते. जेव्हा आपल्या वैयक्तिक यशाच्या आड येणाऱ्या १२ मनोगंडांमध्ये आपण फसून बसतो तेव्हा ते आपल्यासमोरील खरे आव्हान असते. आपल्या आतील लढाई जिंकून आणि आपल्या गंडांवर मात करून आपण स्वत्वाकडे परतू शकतो. ज्या ज्या वेळी आपण ही लढाई जिंकतो तेव्हा आपली प्रेम, आनंद, ताकद आणि शांती मिळवण्याची क्षमता वाढते.

आयुष्य हे आव्हानांशिवाय कधीच नसते, पण या आव्हानांना तोंड देण्याचे सामर्थ्य आपण वाढवले पाहिजे.

ही महत्त्वाची जाणीव तुम्हाला, आपण जे शिकलो त्यात चुकीचे काय आहे यावर लक्ष केंद्रित करायला शिकवेल म्हणून जेव्हा संभ्रमात पडाल तेव्हा गडबडून जाण्याचे काहीच कारण नाही. आपण स्वतःच आपल्याला प्रश्न विचारायचे आणि स्वतःच आत्मविश्वासाने त्याची उत्तरे द्यायची.

१२. अपराधीपणाला दूर ठेवा.

जेव्हा स्वतःवर प्रेम करण्याची आणि स्वतःच्या चुकांना क्षमा करण्याची आपल्या अंतःकरणातील क्षमता नाहीशी होते तेव्हा तुम्ही अपराधीपणात खोलवर

रुतून बसता. आपण एखादी चूक केल्यानंतर वेगवेगळ्या प्रमाणात शरम वाटणे ही चांगली गोष्ट आहे, पण आपली चूक समजल्यावर व त्यापासून काही शिकल्यानंतरही जर शरमेची भावना जात नसेल तर ते चांगले नाही. रेंगाळत राहिलेले अपराधीपण तुम्हाला तुमच्या नैसर्गिक अजाणतेपणापासून दूर ठेवते, तसेच तुम्हाला तुमच्या लायकीबद्दल व हक्कांबद्दल असलेल्या निरोगी भावनांपासूनसुद्धा वंचित करते.

मनामध्ये रेंगाळत राहिलेले अपराधीपण तुमचे नैसर्गिक अजाणतेपणही लुटून नेते.

तुम्हाला काय पाहिजे हे माहिती करून घेण्याऐवजी आणि ते मिळवण्यासाठी काही करण्यापेक्षा तुम्ही इतरांसाठी जास्त काही करता. तुम्ही दुसऱ्यांबरोबर खूप जास्त जुळवून घेता, तुम्हाला तुमच्या गरजा आणि मागण्या दुसऱ्यासमोर मांडणे अवघड जाते. तुम्ही व्यक्ती म्हणून खूप चांगले आहात पण इतरांना नाही म्हणता न आल्यामुळे तुम्ही संकटे ओढवून घेता. इतर लोक तुमच्याबद्दल काय म्हणतील याची तुम्ही जास्त काळजी करता. इतरांना खूश करण्यासाठी तुम्ही तुमच्या गरजा नाकारता, आत्मविश्वास कमी करता.

पावला अगदी अशीच होती. तिच्याकडे घर होते, गाडी होती, शिक्षण होते, आदर्श पती होता, मुले होती. कधीही जाऊ-येऊ शकेल अशी नोकरी होती. बाह्य दृष्टीने तिच्याकडे सगळे होते, पण तरीही ती सुखी नव्हती. काहीतरी कमतरता तिला जाणवत होती, सगळे असूनही ती सुखी नाही याचे अपराधीपण तिला टोचत होते.

तिच्या लक्षात आले की हे सगळे मिळवण्याच्या नादात तिचे मूळ रूप ती विसरली. ती दुसरीच कोणीतरी झाली. दुसऱ्यांना सुखी करण्यात ती स्वत:चे सुख मानू लागली पण तिला स्वत:ला काय पाहिजे याचा विचार तिने केला नाही. तिच्या पालकांना तिचा अभिमान वाटावा अशा सगळ्या योग्य गोष्टी तिने केल्या. नवऱ्याला आणि मुलांना आनंदी ठेवले, पण तिला स्वत:लाच कळत नव्हते की तिला काय हवे आहे.

दुसऱ्यांना नाही म्हणणे किंवा त्यांना निराश करणे या कल्पनेनेसुद्धा ती बेचैन व्हायची. दुसऱ्यांना नाराज करणे तिला अजिबात आवडायचे नाही आणि सतत 'लोक आपल्याबद्दल काय म्हणतील' याचाच ती विचार करायची. ही सगळी कशाची लक्षणे होती तर अपराधीपणाच्या भावनेत खोलवर रुतून बसल्याची! जेव्हा तिने स्वत:च्या रागाच्या भावनांवर आणि त्याबरोबर आलेल्या अपराधीपणाच्या

भावनेवर प्रक्रिया करायला सुरुवात केली तेव्हा तिची भीती दूर झाली.

अपराधीपणाच्या भावनेत आपण इतरांशी जरुरीपेक्षा चांगले वागतो व जरुरीपेक्षा अधिक देतो.

लॅरीसुद्धा असाच अपराधीपणाच्या भावनेमध्ये फसून बसला होता. चोरीच्या प्रकरणात त्याला शिक्षा झाल्यामुळे त्याला अपराधीपणा आला होता. त्याने इतरांना दु:ख दिले होते आणि आता त्याची पाळी होती. त्याचे हे अपराधीपण जरा वेगळ्या प्रकारचे होते. आपण इतरांचे खूप गुन्हेगार आहोत अशी ती भावना होती. तो तुरुंगात होता तिथल्या एका कार्यशाळेत पहिल्यांदा त्याला पश्चात्तापाची जाणीव झाली आणि नंतर त्याच्या आत्म्याचे अपराधीपण साफ झाले. जरी तो दोषी होता, गुन्हेगार होता, तरीही पश्चात्तापाच्या भावनेमुळे त्याच्या वेदनांमधून तो मुक्त झाला व स्वत:वर प्रेम करायला लागला.

अपराधीपणाच्या भावनेत जर आपण गुंतून पडलो तर आपण स्वत:वरसुद्धा प्रेम करू शकत नाही. एकतर आपण आपल्या जाणिवा बंदिस्त करून ठेवतो, कारण त्या वेदनामय असतात किंवा अपराधीपण दिवसेंदिवस आपल्याला खाऊन टाकते. सुदैवाने अशा जखमेवर उपचार करता येतात. लॅरीने तेच केले. तो प्रथम नालायक असण्याच्या भावनेचे दु:ख जाणवून घ्यायला शिकला, मग त्याने स्वत:ला दोष दिला आणि मग स्वत:ला माफ केले. त्याने स्वत:ला आणखी एक संधी दिली. त्याने त्याची उरलेली शिक्षा अधिक चांगले जीवन जगून व्यतीत केली आणि अयोग्य पद्धतीने जे हिरावून घेतले होते ते परत देण्याची संधी मिळाल्याबद्दल तो कृतज्ञ झाला.

जर आपण खरोखर अपराधी असू तर आपल्या गुन्ह्याबद्दल अपराधी वाटणे ही पहिली पायरी आहे. दुसरी पायरी म्हणजे स्वत:ला क्षमा करणे आणि जेवढ्या शक्य आहेत तेवढ्या दुरुस्त्या करणे. ज्या लोकांना अपराधी वाटते असे बरेच लोक त्यातून बाहेर पडू शकत नाहीत. असे अनेक गुन्हेगार शिक्षा भोगून बाहेर पडल्यावर पुन्हा गुन्हे करतात. त्यामागचे कारण हेच की त्यांना अपराधीपण जाणून घ्यायचे नसते व त्यातून मुक्त व्हायचे नसते.

आपल्या चुकांबद्दल शरम वाटून त्याचे दु:ख होण्याऐवजी ते त्यांच्या भावना दडपून ठेवतात आणि आपल्या अंत:करणातल्या सदसद्विवेक बुद्धीला दूर ठेवतात, कारण तीच त्यांना चांगले व वाईट यातला फरक सांगणार असते. अंत:करणातल्या भावनांशी संपर्क तुटल्यामुळे ते पुन्हा गुन्हे करत सुटतात आणि त्यांना तुरुंगात हालअपेष्टा सहन कराव्या लागल्या म्हणून त्यांचे वागणे कसे योग्य आहे हे पटवायचा प्रयत्न करतात.

आपण अपराधीपणाच्या भावनेत का गुंततो?

आपण जर गुन्हेगार असू किंवा इतरांची जरा जास्तच जबाबदारी घेणारे असू तर आपण अगदी सहज अपराधीपणाच्या भावनेत गुंततो. काही लोक बालपणी चोरलेल्या बबलगमच्या आठवणींनी किंवा शाळेमध्ये असताना मित्राला दिलेल्या शिवीच्या आठवणींनी मनात अपराधीपण ठेवतात. छोट्या चुकासुद्धा काही वेळेस आयुष्यभर मानगुटीवर बसतात, कारण त्यातून कसे बाहेर पडायचे हे आपल्याला माहिती नसते.

वयाच्या अठराव्या वर्षाच्यापूर्वी जर काही नकारात्मक घटना आपल्या आयुष्यात घडल्या तर अपराधीपणाची वृत्ती बळावते. जितके आपण लहान तितके वाईट वाटण्याचे प्रसंग जास्त! विशेषकरून नऊ वर्षाच्या वयापर्यंत जर लहान मुलांनी काही वाईट पाहिले किंवा त्यांना वाईट अनुभव आला तर त्यांना अपराधी वाटते. जेव्हा पुढच्या आयुष्यात ते जबाबदार असतील तेव्हा या नकारात्मक घटना आठवून त्यांना आपण नालायक आहोत असे वाटते. जरी प्रत्यक्षात ते जबाबदार नसले तरीही त्यांना अपराधी वाटते. पालक अशा वेळी मुलांचे हे अपराधीपण घालवू शकतात.

लहान वयात एखादी वाईट गोष्ट अनुभवली किंवा पाहिली तर मुलांना अपराधी वाटते.

जेव्हा पालक आपसात वादविवाद करतात किंवा एकमेकांशी भांडतात किंवा ते निराश किंवा दु:खी असले तरी संवेदनशील मूल ही नकारात्मकताच ग्रहण करते आणि स्वत:लाच जबाबदार मानते. काही टोकाच्या केसेसमध्ये तर आपले पालक स्वत:ला आनंदी राहण्यासाठी काय हवे ते समजून घेत नाहीत. मुलांनाच ते ओझे आपल्या खांद्यावर उचलावे लागते.

काही पालक तर मुलांच्या अपराधीपणाला आणखी प्रोत्साहन देतात. पालकांना जे वाटते त्याबद्दल मुलांनाच जबाबदार धरले जाते. असे चुकीचे संदेश पालकांसाठीही संभ्रमात टाकणारे असतात आणि मुलांसाठी तर फारच! जर मुलाची वाढ निरोगी व्हायची असेल व त्याचे बालपण जपायचे असेल तर पालकांनी स्वत:च्या भावनांसाठी मुलांना जबाबदार धरू नये आणि मुलांना दोषही देऊ नये.

अपराधीपणाच्या भावनेतून मुक्त होण्यासाठी आपल्याला अजाणतेपण समजायला हवे. अजाणतेपण म्हणजे आपले प्रेमाला पात्र असणे. सगळीच मुले अजाण असतात. ते जेव्हा चुका करतात तेव्हासुद्धा! कारण त्यांना त्यापेक्षा चांगले माहिती

नसते. ते संकटांना आमंत्रण देतात, पण सुजाण पालकांना हे माहिती असते की ती मुलेच आहेत आणि ती त्यांच्या परीने चांगलीच वागतात.

अजाणतेपणा म्हणजे आपले प्रेमाला पात्र असणे

जसजसे आपले वय वाढते तसतसे आपल्यालाही हे जाणवले पाहिजे की, जरी आपल्या हातून चुका झाल्या तरी अजूनही आपण प्रेमाला पात्र आहोत. स्वत:च्या चुका समजून घेण्यासाठी आणि स्वत:ला सुधारण्यासाठी आपल्याला अपराधी वाटण्याची किंवा लाज वाटण्याची गरज नसते. आपल्याला फक्त ते जाणवण्याची गरज असते आणि त्यापासून शिकून मोठे होण्याची गरज असते.

आपल्याला हे जाणवायची गरज आहे की जरी आपण चुका केल्या आणि त्याबद्दल दोषी असलो तरी आपण जे कोणी आहोत ते निष्कपटी आहोत. जर अपराधीपणात अडकून राहिलो तर आपण स्वत:ला माफ करू शकणार नाही. शरमेच्या भावनेतून मुक्तता करून आपण आपल्या भाबडेपणाकडे परत जाऊ शकतो व आपल्या चुकांची जबाबदारी घेऊ शकतो.

जेव्हा आपल्याला समजते की आपण चूक केली आहे तेव्हा साहजिकच आपल्याला त्याची लाज वाटते; कदाचित आपण विचार करतो की आपल्याला आधी माहिती होते का? पण हे तसे नसते, कारण शक्यतो लोक त्यांना माहिती असलेली, त्या परिस्थितीला योग्य असणारीच गोष्ट करतात. कोणीच, 'आता मी भरपूर चुका करणार आहे बरं का!' असे म्हणून चुका करत नाही.

शेवटी लोक त्यांना सगळ्यात उत्तम वाटणारीच गोष्ट करत असतात.

स्वत:ला क्षमा करणे हे आपल्या अंत:करणात अजूनही भाबडेपण असण्याचे लक्षण आहे आणि आपण अजूनही लोकांच्या प्रेमाला पात्र आहोत. भाबडेपण हे आपण खरे जसे आहोत त्याचाच एक भाग आहे. आपण शरमेच्या भावनेतून मुक्त झाल्यावर जेथे येतो ते ठिकाण म्हणजे भाबडेपण. जेव्हा आपण स्वत:ला माफ करू शकू तेव्हा पुन्हा आपण सगळ्या चांगल्या गोष्टींना पात्र ठरू.

आयुष्यात यश मिळवण्यासाठी आपण लायक आहोत असे आपल्याला वाटले पाहिजे. स्वप्रेमाशिवाय आणि स्वत:विषयी आदर असल्याशिवाय आपण स्वप्ने पाहू शकत नाही. जर आपण स्वत:ला नालायक समजलो तर आपल्या मागण्यांचा आपण विचारही करू शकणार नाही, कारण त्या मिळण्याची आपली पात्रता नाही. जेव्हा आपण अपराधीपणाच्या भावनेत अडकून बसतो तेव्हा आपण

ज्या लोकांबद्दल काळजी करतो त्यांच्यासाठी खूप त्याग करतो आणि स्वत:विषयी पुरेसा विचार करत नाही.

तुमच्या मनोगंडांना दूर ठेवा.

अशा प्रकाराने आपल्या बारा मनोगंडांवर मात करून तुम्ही वैयक्तिक यश मिळवले तर तुम्ही फक्त बाह्य जगातील सुख उपभोगाल, एवढेच नाही तर त्यामुळे तुमचे तुमच्या अंत:करणाशी परत नाते जोडले जाईल. जेव्हा तुम्हाला तुमच्या अंत:करणातील शांतता, प्रेम, आनंद आणि ताकद यांची जाणीव होईल तेव्हा तुम्हाला नेमके काय हवे ते समजेल आणि ते तुम्ही मिळवाल. तुम्ही कोण आहात याबद्दल विचार करण्याची गरज नाही. तुम्हाला जे आवडते ते केल्यामुळे तुम्हाला जे हवे ते तुम्हाला नक्की मिळेल.

या कल्पना समजायला जरी सोप्या असल्या तरी प्रत्यक्षात कृती करून त्यावर कौशल्य मिळवणे थोडे अवघड आहे. जसे बाह्य यशाला वेळ, शक्ती आणि वचनबद्धता लागते, तसेच वैयक्तिक यशालासुद्धा लागते. आपली फक्त विचारसरणी बदलून चालत नाही किंवा फक्त अंतरंगात डोकावून चालत नाही, तर आपल्या भावनांवर उपचार करण्यासाठी बाहेरच्या जगातसुद्धा डोकावावे लागते.

आता पुढच्या भागात आपण काही व्यावहारिक व आध्यात्मिक पातळीवरच्या पद्धतीने अभ्यास करून स्वत्वाकडे कसे परत यायचे ते शिकू आणि तुमचे मनोगंड दूर करण्यासाठी तुम्हाला कशाची गरज आहे ते पाहू, त्यामुळे तुम्ही सुपीक जमीन बनवू शकाल, ज्यात तुमच्या खऱ्या तीव्र इच्छांचे बीज रोवू शकाल. जसजसे मनोगंडांना तुम्ही दूर करायला शिकाल तसतसा तुम्हाला तुमच्या आंतरिक शक्तीचा अनुभव येईल आणि तुम्हाला पाहिजे ते तुम्ही मिळवू शकाल.

❖

१७

ध्यानधारणेतून उपचार

अधिक खोलवर विचार केल्यावर लक्षात येते की तुम्ही स्वतःच तुमच्या मनोगंडांना जबाबदार आहात, मग लगेच तुम्ही त्यातून बाहेर पडण्यासाठी ध्यानधारणा व अन्य काही उपचार पद्धती करायला सज्ज होता. त्या बारा मनोगंडांपैकी प्रत्येक मनोगंडावर उपचार करण्याची एक पद्धत आहे, त्यामुळे तुम्हाला तुमच्या नकारात्मक भावनांची जाणीव होईल, त्यातून तुम्ही मुक्तता मिळवाल व नंतर स्वतःच्या अंतःकरणाकडे परत याल. याच्या शिवाय एक स्वतंत्र ध्यानधारणेची प्रार्थना आहे जी रोज म्हटल्याने तुमच्या वाहिन्या देवाची मदत स्वीकारण्यास उघडतील आणि तुमचे मनोगंड दूर करतील.

हिमनगाचा प्रभाव

मनोगंड घालवण्याचे मूलभूत तंत्र असे की ही विशिष्ट भावना जाणवू द्यायची. हिमनग तुम्ही नजरेसमोर आणा. हिमनग फक्त १०% पृष्ठभागावर असतो व उरलेला भाग पाण्याखाली असतो, तसेच मनोगंड जेव्हा जाणवतो तेव्हा तुम्ही फक्त पृष्ठभागावर असता, पण भावना, इच्छा आणि गरजा समजण्यासाठी तो गंड तुम्हाला दूर करण्याची जरुरी असते. जेव्हा तुम्ही एखाद्या गंडामुळे पछाडलेले असता तेव्हा एकाच वेळी तुमच्या मनात अनेक त्रास देणाऱ्या भावना येतात, फक्त त्या दडलेल्या असतात.

जेव्हा तुम्ही एखाद्या गंडामुळे पछाडलेले असता तेव्हा एकाच वेळी अनेक गोष्टी तुम्हाला त्रास देत असतात.

आपण एक उदाहरण बघू. माझा एका माणसाला रस्त्यात चुकून धक्का लागला. त्यामुळे तो माझ्यावर खूप रागावला, त्याला असे वाटेल की तो फक्त माझ्यावर रागावला, पण तो इतर अनेक गोष्टींमुळेसुद्धा रागावलेला असू शकतो. जर नेमक्या त्यावेळी त्याच्या आयुष्यात काही चांगल्या गोष्टी घडल्या असत्या तर तो आत्ता जेवढा रागावला तेवढा नक्कीच रागावला नसता. त्याच्या मनाच्या पृष्ठभागाखाली आणखीन नक्कीच काही भावना असतील ज्या त्याने जाणीवपूर्वक दडपून ठेवल्या, त्या आपण पाहू.

> तो माझ्या चुकीमुळे नक्कीच रागावला पण तो रागावला याचे आणखी एक कारण म्हणजे त्याची नोकरी गेली होती.
>
> त्याच्या रागाखाली खरे तर त्याला 'पुरेसे पैसे मिळत नाहीत' हे दुःख होते.
>
> त्याच्या दुःखाच्या भावनेखाली खरे तर भीती दडलेली होती. त्याला भीती वाटत होती की त्याला नोकरी मिळणार नाही आणि त्याचे प्रश्न सुटणार नाहीत. त्याला भीती वाटत होती की त्याची बायको त्याच्यावर प्रेम करणार नाही.
>
> त्याच्या भीतीच्या भावनेखाली दिलगिरी आहे. तो दिलगीर आहे, कारण त्याच्या यशाचा मार्ग त्याला सापडत नव्हता.

यामुळे वर वर पाहता तो जरी मी त्याला धक्का मारला म्हणून दोष देत असला तरी त्या हिमनगाच्या खाली अनेक भावना आहेत. जेव्हा एखाद्या व्यक्तीला अस्वस्थ होण्यामागे काही गंभीर कारणे असतात. जसे नोकरी सुटणे वगैरे तेव्हा त्याच्या मनाच्या तळाशी असलेल्या भावना समजावून घेणे गरजेचे असते, तरच आपण त्याच्या वेदना जाणवून घेऊ शकतो.

अस्वस्थ होण्याचे गंभीर कारण निर्माण करा..

जर आपण अस्वस्थ होण्यासाठी एखादे गंभीर कारण निर्माण केले की आपल्यालाही भावनांच्या खोलवर जाता येईल आणि त्या समजावून घेता येतील आणि सहसंवेदना जाणवतील. जरी ही एकदम साधी-सोपी कल्पना असली तरी मनोगंड काढण्याची ती एक मूलभूत पद्धत आहे.

जर अस्वस्थ होण्याचे आपण मोठे कारण निर्माण केले तर भावनांच्या खोलीत शिरणे खूप सोपे होईल.

जेव्हा तुम्हाला एखादा गंड जाणवतो तेव्हा अस्वस्थ होण्याचे मोठे कारण निर्माण करा. थोडेसे भूतकाळात जाऊन कल्पना करा आणि त्या मनोगंडाशी संबंधित असलेल्या भावनांना जाणा. जर तुम्हाला जीवनसत्त्व P1 चे प्रेमाचे तळे भरायचे असेल तर कल्पना करा की तुम्ही तुमच्या पालकांबरोबर संवाद साधत आहात. जर तुम्हाला जीवनसत्त्व Fचे प्रेमाचे तळे भरायचे आहे तर कल्पना करा की तुम्ही मित्रांबरोबर किंवा कुटुंबातील सदस्याबरोबर संवाद साधत आहात.

मनोगंडावर प्रक्रिया करण्यासाठी घड्याळाचे काटे उलटे फिरवण्याची गरज आहे. भूतकाळात जा व अशी कल्पना करा की तुम्ही अशा बालवयात आहात जेव्हा तुमच्यावर कोणी हल्ला करू शकते आणि तुमच्या भावना अतिशय तीव्र आहेत. भूतकाळातील भावनांवर प्रक्रिया करणे सोपे असते. जरी तुमच्या भूतकाळाबद्दल तुम्हाला चांगले वाटत असले तरी त्याच्याही मागे जा, तुम्हाला चांगले वाटण्याच्या आधीच्या काळात!

मनोगंडावर प्रक्रिया करण्यासाठी घड्याळाचे काटे मागे फिरवावे लागतात.

जर तुमच्या मनात एखादा गंड असेल तर तुम्हाला तुमच्या भावना जाणवणार नाहीत. याचाच अर्थ तुमच्या मनाच्या भावनात्मक भागापासून तुम्ही तुटले गेले आहात. मनाचा हा कप्पा शोधून काढण्यासाठी तुम्हाला पुन्हा छोटे मूल व्हायचे आहे. तुम्हाला आता त्या कोमल आणि संवेदनशील बालिश भावना जाणवायला हव्या. स्वत:ला लहान मूल समजून तुम्ही अस्वस्थ होण्याचे कारण निर्माण करू शकता.

भावनिक मनोगंडांवर उपचार करण्यासाठी तुम्हाला बालिश भावना जाणवायला हव्या.

तुम्हाला जर एखादा असा प्रसंग आठवत नसेल तर तुम्हाला काहीतरी खोटे कथानक उभे करावे लागेल आणि ते प्रत्यक्ष घडले आहे असे नाटक करावे लागेल. पुष्कळशा लोकांना बालपणीचे किमान काही त्रासदायक आणि अवघड क्षण

आठवतात. सध्याच्या एका अशा त्रासदायक क्षणांची आणि बालपणीच्या अशाच क्षणांची सांगड घालावी.

तुमच्या भूतकाळावर प्रक्रिया कशी करावी?

भूतकाळावर प्रक्रिया करणे फार सोपे आहे. थोड्याशा सरावाने सगळे मनोगंड दूर करण्याची शक्ती तुम्हाला मिळेल- त्यासाठी चार प्राथमिक पायऱ्या आहेत.

१) तुमचा मनोगंड ओळखा आणि त्याचा भूतकाळाशी संबंध जोडा.
२) तुमच्या जाणिवांचे पत्र लिहा.
३) त्याला प्रतिसाद देणारे पत्र लिहा.
४) संबंध जोडणारे पत्र लिहा.

जेव्हा तुम्ही तुमच्या भूतकाळावर प्रक्रिया करणे शिकाल आणि तुमच्या मनोगंडांमधून बाहेर याल, तेव्हा तुमचा पूर्व इतिहास तुम्हाला मागे खेचण्याची शक्ती गमावून बसेल आणि त्या उलट तुमचे भविष्य तुम्हाला हवे तसे घडवण्यासाठी महत्त्वाचा आधार देईल. आपण आता यातील प्रत्येक पायरी तपशिलाने तपासून पाहू.

जाणीव पत्र

या बारा मनोगंडांपेक्षा जाणीवपत्राचा मसुदा थोडा वेगळा असतो. आता पुढील तक्ता पाहा. त्यावरून तुम्ही ठरवायचे की यांपैकी कोणती भावना तुम्हाला मनोगंडातून बाहेर काढायला उपयोगी ठरेल आणि कोणत्या क्रमाने? सुरुवातीच्या काळात हा तक्ता तुम्हाला प्रामुख्याने उपयोगी पडेल. काही काळानंतर तुम्ही न अडखळता भावनांवर नियंत्रण मिळवाल तेव्हा हा तक्ता वापरायची गरज नाही.

जाणिवांचा तक्ता

	मनोगंड	सामान्य जाणीव	उपचार करण्याची भावना
१)	दोषारोप	फसवणूक	राग
२)	नैराश्य	त्याग केला जाणे	दुःख
३)	काळजी	अनिश्चितता	भीती
४)	दुर्लक्ष	हतबल	दिलगिरी
५)	टीका	असमाधान	विफलता

६)	द्विधा मन:स्थिती	नाउमेद	निराश
७)	दिरंगाई	असाहाय्य	चिंता
८)	परिपूर्णता	अपुरेपण	बेचैनी
९)	राग	वंचित असणे	मत्सर
१०)	आत्मवंचना	बहिष्कृत	दुखावणे
११)	संभ्रम	निराश	घाबरणे
१२)	अपराधीपण	नालायक	लाज

वरील तक्ता वापरून तुम्ही योग्य प्रकारचे जाणीवपत्र लिहू शकता, ज्यामध्ये तुमच्या भावना या तुमच्या गंडाशी सयुक्तिक असतील आणि त्यानंतर तक्त्या मधील पुढील तीन भावनांविषयी लिहावे.

उदाहरणार्थ, जर पहिला मनोगंड म्हणजे दोषारोपातून मुक्तता हवी असेल तर तुम्ही असा प्रसंग आठवा की जेव्हा तुमची फसवणूक झाली आहे आणि त्या नंतर राग, दु:ख, भीती आणि दिलगिरी या भावनांबद्दल लिहावे किंवा दुसरे उदाहरण द्यायचे झाले तर बारावा मनोगंड म्हणजे अपराधीपणाच्या भावनेतून सुटका हवी असेल तर असा प्रसंग आठवा की जेव्हा तुम्हाला नालायक म्हणून सिद्ध केले गेले आणि त्यानंतरच्या चार भावना म्हणजे लाज, राग, दु:ख आणि भीती याबद्दल लिहावे.

जाणीवपत्राचे १२ मसुदे

प्रत्येक वेळी मनोगंडातून बाहेर पडण्यासाठी जेव्हा तुम्ही जाणीवपत्र लिहिता तेव्हा पूर्णपणे मुक्तता मिळण्यासाठी तुम्ही चार एका पाठोपाठच्या भावना निवडता. काही वेळेस आपल्या तक्त्याप्रमाणे काही भावना व्यक्त केल्या जात नाहीत, पण बहुधा तरी तक्त्याप्रमाणे भावना व्यक्त करणे फायदेशीर ठरते. हे खाली दिलेले जे १२ मसुदे आहेत ते तुम्हाला तुमच्या योग्य भावना शोधण्यात मदत करतील- ते १२ मसुदे पुढीलप्रमाणे :

१) दोषारोप- यासाठी तुम्ही जेव्हा दुसऱ्याकडून फसवला गेलात तो काळ आठवा आणि मग राग, दु:ख, भीती आणि दिलगिरी व्यक्त करा.

२) नैराश्य- तुमचा ज्या वेळी कोणीतरी त्याग केला, तुम्हाला सोडून गेले तो काळ आठवा आणि मग दु:ख, भीती, दिलगिरी आणि वैफल्य या भावना व्यक्त करा.

३) काळजी- जेव्हा तुम्हाला आयुष्यात अनिश्चितता वाटत होती तो काळ

आठवा आणि मग भीती, दिलगिरी, वैफल्य आणि निराशा या भावना व्यक्त करा.

४) दुर्लक्षितता- जेव्हा तुम्हाला शक्तिहीन झाल्यासारखे वाटले तो काळ आठवा आणि दिलगिरी, वैफल्य, निराशा आणि काळजी या भावना व्यक्त करा.

५) टीका- जेव्हा तुम्ही असमाधानी होता तो काळ आठवा आणि वैफल्य, निराशा, काळजी आणि शरम या भावना व्यक्त करा.

६) द्विधा मन:स्थिती- तुम्हाला नाउमेद केले गेले तो काळ आठवा आणि मग निराशा, काळजी, शरम आणि मत्सर या भावना व्यक्त करा.

७) दिरंगाई- आयुष्यात जेव्हा तुम्ही हतबल झाला तो काळ आठवा आणि काळजी, शरम, मत्सर आणि दुखरेपण व्यक्त करा.

८) परिपूर्णता- जेव्हा तुम्हाला खूप कमतरता जाणवली तो काळ आठवा आणि मग शरम, मत्सर, दुखरेपण आणि गोंधळ या भावना व्यक्त करा.

९) संताप- जेव्हा तुम्हाला एखाद्या गोष्टीपासून वंचित केले तो काळ आठवा आणि मग दुखरेपण, गोंधळ, लाज आणि राग या भावना व्यक्त करा.

१०) आत्मवंचना- जेव्हा तुम्हाला दूर ढकलले गेले तो काळ आठवा आणि दुखरेपण, गोंधळ, लाज आणि राग या भावना व्यक्त करा.

११) संभ्रम- जेव्हा तुम्हाला सगळे मार्ग बंद झाले असे वाटले तो काळ आठवा आणि मग गोंधळ, लाज, राग आणि दु:ख या भावना व्यक्त करा.

१२) अपराधीपण- जेव्हा तुम्हाला सगळ्यांनी नालायक ठरवले तो काळ आठवा आणि लाज, राग, दु:ख आणि भीती या भावना व्यक्त करा.

जाणीव पत्र लिहिणे...

एकदा का तुम्ही चार योग्य भावनांची निवड केली की मग निश्चित करा की पत्र कोणाला लिहायचे आहे! सामान्यपणे जेव्हा असे पत्र आपण पालकांना लिहितो तेव्हा आपण आपल्या अगदी खोलवरच्या भावनासुद्धा व्यक्त करतो. जरी तुम्हाला तुमचे पालक कोण आहेत ते माहिती नसले तरी तुमच्या मनात आई किंवा वडील यांच्याबद्दलच्या काहीतरी प्रतिमा तयार झालेल्या असतात. तुम्ही कल्पनेतसुद्धा त्यांच्याशी संवाद साधता. तुम्ही असे जाणीवपत्र तुमच्या एखाद्या त्रास देणाऱ्या

मित्रालासुद्धा लिहू शकता किंवा अशा कोणाला तरी की त्यांच्याशी तुमचा काहीतरी संबंध आहे आणि त्यांचा आधार मिळालेला तुम्हाला हवा आहे.

पण तुमच्या पालकांना तुमच्या अस्वस्थ भावनांविषयी पत्र लिहून कळवले तर ते अधिक चांगले होईल. पालकांना जाणीवपत्र लिहायचे - याचा अर्थ असा नव्हे की त्यांच्यावर दोषारोप करायचे. काही लोकांच्या बाबतीत असे असते की त्यांना पालकांना दोष द्यायला आवडत नाही, कारण त्यामुळे त्यांच्यावर त्यांचे प्रेम नाही असा त्यांचा समज होईल, पण ही नक्कीच दडपून ठेवलेल्या भावनांची खूण आहे, ज्या भावना खरेतर व्यक्त व्हायला हव्यात. जर आपल्याला पालकांचा राग आलाच नाही तर आपल्या लहानपणी ते प्रेम होते आणि त्यामुळे त्यांच्यावर रागवण्याचा हक्कच नाही असा यातून संदेश मिळतो.

तुम्ही जर पालकांवर रागावलात तर त्याचा अर्थ असा नाही की तुमचे पालक वाईट होते किंवा प्रेमळ नव्हते. त्यांना जास्तीतजास्त जेवढे करणे शक्य होते तेवढे त्यांनी केले. आपल्या वाढीच्या टप्प्यातील रागावणे आणि अस्वस्थ होणे हा महत्त्वाचा भाग आहे. राग लपवून ठेवण्यापेक्षा त्याचे व्यवस्थापन करणे आणि नंतर त्यापासून मुक्तता मिळवणे हे अधिक चांगले असते, गरजेचे असते.

काही वेळेस लोक पत्र लिहीत नाहीत, कारण त्यांना हे सगळे सोडून द्यायचे असते. पण हे पुलाखालील पाण्यासारखे असते. कदाचित त्यांना आत्ता असे वाटते की सगळे चांगले चालू आहे किंवा त्यांना खरोखर काळजी करण्याची गरज नाही. अशावेळी एखादे भांडण मिटवण्यापूर्वी कसे वाटत होते ते आठवा किंवा काळजी घेणे सोडून दिल्यावर कसे वाटते याचा विचार करा. अशा जाणिवा तुम्हाला झाल्या त्या क्षणांकडे परत जा, त्या क्षणांपासून मुक्त व्हा, त्यामुळे तुम्ही पत्र लिहू शकाल.

एकदा का तुमचे निश्चित झाले की पत्र कोणाला लिहायचे आहे की मग ते पत्र पुढीलप्रमाणे असेल.

जाणीव पत्राचा मसुदा

प्रिय...

१) मला माझी घोर फसवणूक झाली असे वाटले जेव्हा...

२) मी तुमच्यावर रागावलो कारण...

३) मला वाईट वाटले कारण...

४) मला भीती वाटते की...

५) मी ... याबद्दल दिलगिरी व्यक्त करतो.

६) मला असे हवे आहे की...

आपल्या मनोगंडांमागच्या भावना एकदा निश्चित केल्या की त्या व्यक्त करण्यासाठी उपयोगी पडणाऱ्या काही महत्त्वाच्या म्हणींचा, शब्दांचा वापर करा. तुमच्या पत्राच्या शेवटी तुम्हाला काय हवे आहे ते स्पष्ट लिहा. या प्रत्येक पायरीसाठी किमान २ ते ३ मिनिटे खर्च करा. अशा प्रकारे १० ते १५ मिनिटांमध्ये तुम्ही तुमचे पत्र पूर्ण कराल.

हे जाणीवपत्र तुम्ही फक्त तुमच्या जखमेवर उपचार करण्यासाठी लिहिले आहे. ते कोणालाही पाठवायची गरज नाही. जेव्हा तुम्हाला वाटते की तुम्हाला काय वाटते हे कोणीतरी ऐकणे आणि तुमच्या भावना प्रेमाने आणि निग्रहाने तुमच्या बरोबर वाटून घेण्यासाठी ही एक चांगली युक्ती आहे.

प्रतिसादपत्र लिहिणे...

तुमच्या जाणिवा आणि तुमच्या इच्छा लिहिल्यानंतर कल्पनेत तुम्हाला हवे तसे उत्तर मिळवा. उदाहरणार्थ, ज्याला तुम्ही पत्र लिहिले आहे त्यामुळे तुम्ही अस्वस्थ झाला आहात तर त्या व्यक्तीकडून तुम्हाला जो प्रतिसाद हवा होता, ज्यामुळे तुम्हाला तुमची कैफियत ऐकली गेली असे वाटणार होते आणि प्रतिसाद पत्र लिहिणे...

तुमच्या जाणिवा आणि तुमच्या इच्छा लिहिल्यानंतर कल्पनेत तुम्हाला हवे तसे उत्तर मिळवा. उदाहरणार्थ, ज्याला तुम्ही पत्र लिहिले आहे त्यामुळे तुम्ही अस्वस्थ झाला आहात तर त्या व्यक्तीकडून तुम्हाला जो प्रतिसाद हवा होता, ज्यामुळे तुम्हाला तुमची कैफियत ऐकली गेली असे वाटणार होते आणि तुम्हाला त्याने समजून घेतले व क्षमा केली याचा आनंद देणारे प्रतिसाद पत्र तुम्ही लिहायचे आहे. जर तुम्ही निराश झाला असाल किंवा फसले गेला असाल तर ती व्यक्ती तुम्हाला चांगले वाटेल असेच वागेल असे वचन देत असल्याची कल्पना करा. तुम्हाला चांगले वाटण्यासाठी ती काय काय करणार आहे ते लिहा, कदाचित् प्राथमिक अवस्थेत तुम्हाला प्रोत्साहन देण्याची किंवा खात्री पटवून देण्याची गरज असेल, की तुमच्यावर सगळ्यांचे प्रेम आहे आणि तुम्ही कोणीतरी खास आहात. जे काही तुम्हाला ऐकावेसे वाटते ते सगळे तुम्ही या पत्रात लिहायचे आहे. तुम्हाला जो प्रतिसाद ऐकायला आवडला असता तो सगळा लिहिल्यामुळे विचार करा, तुम्हाला किती बरे वाटले असेल आणि यासुद्धा भावना तुमच्या मनाच्या पृष्ठभागावर येऊ द्या.

कदाचित खऱ्या आयुष्यात ती व्यक्ती इतक्या सकारात्मक शब्दांमध्ये लिहिणार नाही आणि तुम्हाला असा आधार देणार नाही, पण काही हरकत नाही, तरीही तुम्ही

तसे लिहा, तुम्ही ज्या ज्या गोष्टींना पात्र आहात त्या सगळ्या गोष्टी लिहा आणि इतका वेळ तुम्ही ज्याची इच्छा करत होतात त्या सगळ्या सकारात्मक भावनांचे उत्पादन करून इतका वेळ जे तुम्ही स्वत:पासून खूप दूर गेला होतात ते आता स्वत:च्या अंत:करणाशी एकरूप झाल्याचा तुम्हाला अनुभव येईल. जरी त्या व्यक्तीने प्रत्यक्षात तुम्हाला हवा असलेला आधार दिला नाही तरी तुम्हाला जो प्रतिसाद ऐकण्याची इच्छा होती तो लिहून तुम्ही स्वत:ला प्रेम आणि आधार द्या.

कल्पनाशक्ती ही खूप सामर्थ्यशाली असते. जेव्हा आपण अस्वस्थ असतो तेव्हा आपण स्वत:च्या मनाशी कल्पनेत असे चित्र रंगवतो की ते प्रत्यक्षापेक्षा फार भयंकर असते. आता असा विचार करा की जेव्हा जेव्हा तुम्ही विचार केला तेव्हा तेव्हा तुमचे विचार हे प्रत्यक्ष गोष्टी घडल्या त्यापेक्षा अधिक वाईट होते. जर तुम्हाला वैयक्तिक यश मिळत नसेल तर अजूनही तुम्ही तुमच्या अंत:करणाशी एकरूप झाला नाहीत. जगाकडून प्रत्यक्षात न मिळणारा प्रतिसाद जर तुम्ही स्वत:ला दिला तर तुम्हाला तुमच्या अंतर्मनातले नाते समजून येईल.

प्रतिसादपत्राचा मसुदा हा नेहमीच जाणीवपत्रासारखाच असेल. हे आपल्याला नेहमीच उपयोगी पडेल, कारण ज्यावेळी आपल्याला जाणिवा येतात त्यावेळी आपल्याला नेमके काय हवे आहे ते समजत नाही. विशिष्ट शब्दयोजना तुम्हाला हवा तसा प्रेमळ संदेश देईल.

तुमचे प्रतिसाद पत्र लिहिताना खाली दिलेल्या शब्दांचा हेतुपुरस्सर वापर करा. त्यामुळे तुमची कैफियत ऐकून तुम्हाला कोणीतरी आधार देत असल्याची जाणीव तुम्हाला होईल. तुम्हाला अधिक चांगले वाटण्यासाठी तुम्हाला तुमच्या मनाला वाटेल ते शब्द व वाक्ये घालण्याची पूर्ण मुभा आहे.

प्रतिसाद पत्राचा मसुदा!

प्रिय...

१) मी माफी मागते की...

२) कृपा करून मला माफ कर...

३) मला समजते की...

४) मी तुला वचन देते की...

५) माझे तुझ्यावर प्रेम आहे...

६) तू...

७) तू... गोष्टींना पात्र आहेस.

प्रेमपूर्वक,

......

नाते जोडणारी पत्रे लिहिणे...

तुम्हाला हवा असलेला प्रतिसाद व्यक्त करणारे पत्र लिहिल्यावर कल्पना करा की तुम्हाला हवा तो प्रतिसाद मिळाला आहे, त्यामुळे तुम्हाला कसे वाटले हे आता तुम्ही व्यक्त करा. तुम्हीच उत्पादन केलेल्या या सकारात्मक भावना व्यक्त करण्यास तुम्ही जो वेळ दिलात त्यामुळे तुमचा तोल सावरण्यास आणि स्वत्वाकडे परतण्यास खूप उपयोग झाला. नकारात्मक जाणिवांचा अनुभव येऊन त्यातूनच सकारात्मक भावनांचे उत्पादन करताना तुमच्या भूतकाळात डोकावण्यास तुम्ही स्वत:ला विरोध करणार नाही.

जेव्हा तुम्ही तुमच्या भूतकाळातून काही शिकाल, स्वत:वर उपचार कराल आणि मोठे व्हाल तेव्हा भूतकाळातील त्याच चुका तुम्ही पुन्हा करणार नाही. आता तुम्ही तुम्हाला हवे त्याची निर्मिती करण्यास मुक्त आहात. तुमच्या सध्याच्या सकारात्मक भावनांचा संबंध भूतकाळाशी जोडून आणि सकारात्मक भावनांचे उत्पादन करून तुम्ही तुमच्या मनोगंडाला दूर करण्याची ताकद मिळवली आहे आणि तुम्हाला जे हवे त्याची निर्मिती करण्यास सज्ज झाला आहात.

खाली दिलेल्या ७ प्रकारच्या विशिष्ट शब्दयोजना तुम्हाला सकारात्मक भावना निर्माण करण्यास उपयोगी ठरतील, त्यामुळे तुम्हाला तुमच्या स्वत्वाचा साक्षात्कार होईल आणि तुम्ही स्वत:शी जोडलेले राहाल.

नाते जोडणाऱ्या पत्राचा मसुदा

प्रिय...

१) तुझ्या प्रेमामुळे मी भारावून गेलो आणि मला वाटले...
२) आत्ता मला समजते की...
३) मी क्षमा करतो...
४) मला आनंद झाला की...
५) माझे प्रेम आहे...
६) मला आत्मविश्वास वाटतो की...
७) मी कृतज्ञता व्यक्त करतो की...

प्रेमपूर्वक,

......

सकारात्मक भावना व्यक्त करण्यासाठी वेळ देऊन नकारात्मक भावनांमुळे निर्माण झालेली पोकळी तुम्ही भरून काढली. जरी नकारात्मक भावना लिहिण्यामुळे

तुम्हाला बरे वाटले तरी आणखी थोडा वेळ काढून सकारात्मक भावना ऐका आणि लिहा. यामुळे तुमचे स्वत:शी अगदी घट्ट नाते जुळेल.

चार पायऱ्यांचा सराव!

मनोगंड दूर करण्यासाठी चार पायऱ्यांचा वापर करण्याचा सराव कसा करावा हे सांगणारे एक उदाहरण आपण बघू. कार्ल दोषारोपाच्या नकारात्मक भावनेमध्ये पूर्ण फसून बसला होता. त्याच्या दु:खाचे कारण म्हणजे त्याची नोकरी असे त्याला वाटे. त्याला खूप खूप वेळ काम करावे लागे पण त्या प्रमाणात त्याला पैसे मिळत नव्हते, त्यामुळे त्याची कामातली गोडी कमी झाली होती. तो एका ठिकाणी बसून आपल्याला नेमका काय त्रास होतो आहे हे लिहू शकला असता, पण त्यामुळे त्याची त्यातून सुटका होणार नव्हती. त्याने त्याच्या या मनोगंडाकडे भूतकाळावर प्रक्रिया करून दुर्लक्ष करायचे ठरवले.

त्याला राग या गोष्टीचा यायचा की त्याला जसे वाटले होते तशी त्याची नोकरी नव्हती, त्यामुळे आतून त्याला फसवले गेल्याची जाणीव होती होती, पण ही नोकरी त्याने स्वत:च निवडली होती त्यामुळे त्याबद्दल तो जास्त भडक प्रतिक्रियासुद्धा व्यक्त करू शकत नव्हता. आपल्या या भावनेच्या मुळाशी शिरण्यासाठी त्याने त्याच्या रागाचा संबंध भूतकाळात जेव्हा तो फसवला गेला होता त्याच्याशी जोडला.

जेव्हा तो ८ वर्षांचा होता तो काळ त्याला आठवला. त्याच्या वडिलांनी त्याला फिशिंग करण्यासाठी नेण्याचे वचन दिले होते. तो दिवसभर त्याच्या वडिलांची वाट पाहत राहिला. जेव्हा खूप उशिरा त्याचे वडील आले तेव्हा माफी वगैरे मागायच्याऐवजी कार्लने तो वेळ फुकट घालवला व त्या वेळात गृहपाठसुद्धा केला नाही म्हणून ते त्याला रागावले.

या भूतकाळातील घटनेवर प्रक्रिया करण्यासाठी कार्लने घड्याळ मागे फिरवले आणि कल्पनेत तो पुन्हा त्या प्रसंगात शिरला, की वडील त्याच्यावर टीका करत आहेत, त्याला रागवत आहेत आणि तो नाकारला जात आहे, मग त्याने दोषारोपाशी संबंधित असलेल्या ४ भावनांचा संबंध जोडला. ते हे जाणीवपत्र बघा,

कार्लचे जाणीवपत्र

ती. बाबा,
सप्रेम नमस्कार,
१) फसवणूक: *मला माझी फसवणूक झाल्यासारखी वाटते.*

जेव्हा तुम्ही मला दिलेली वचने पाळत नाही किंवा मला वेळ देत नाही.

***२) राग:** मी तुमच्यावर रागावलो आहे, कारण तुम्ही मला विनाकारण रागावला. मी तुमच्यावर रागावलो, कारण तुम्ही माझ्याशी वाईट वागलात आणि तुमचे वागणे स्वार्थीपणाचे होते. मला तुमचा राग येतो, कारण तुम्ही फक्त स्वत:चाच विचार करता आणि माझा विचार करत नाही. तुम्ही मला फिशिंगला न्यायचे कबूल केले होते, परंतु नेले नाही; हे योग्य नाही. तुम्ही तुमचे वचन पाळले नाहीत, म्हणून मी रागावलो आहे.*

***३) दु:ख:** मी दु:खी झालो, कारण तुम्ही मला घ्यायला आला नाहीत. मला वाईट वाटले. कारण तुमच्यासाठी दुसऱ्या गोष्टी अधिक महत्त्वाच्या आहेत. मला वाईट वाटले, की या शनिवारी आपण काहीच मजा केली नाही. मला वाईट वाटले कारण तुम्ही खूप जास्त काम करता. तुम्हाला माझ्याबरोबर अधिक वेळ घालवायचा नाही याचे मला वाईट वाटले. मला वाईट वाटले की तुम्ही माझी माफी मागितली नाही. (तुम्ही दिलगिरी व्यक्त केली नाहीत.) मी दु:खी झालो, कारण अख्खा शनिवार मी एकट्याने काढला. मला वाईट वाटले की मी शनिवारी काहीच मज्जा केली नाही.*

***४) भीती:** मला भीती वाटते, कारण मी आता तुमच्यावर विश्वास ठेवू शकत नाही. मला भीती वाटते की तुम्ही माझ्याबद्दल गैरसमज करून घ्याल. मला भीती वाटते की तुम्ही माझ्या अंगावर ओरडाल. मला भीती वाटते की माझ्या मागण्या वाढत चालल्या आहेत. मला भीती वाटते की बालपणीच्या मौजमजांपासून मी वंचित होतो आहे. मला भीती वाटते की मी सोडून बाकी सगळ्यांचा वेळ मजेत जातो. मला भीती वाटते की मी तुमच्यासाठी महत्त्वाचा नाही. मला भीती वाटते की तुम्हाला मी आवडत नाही आणि मी तितकासा चांगला नाही.*

***५) दिलगिरी:** मला वाईट वाटले की आपण फिशिंग करायला गेलो नाही. मी दिलगिरी व्यक्त करतो की मी माझा गृहपाठ केला नाही. मी दिलगिरी व्यक्त करतो की, तुमची वाट पाहण्यात मी वेळ वाया घालवला. मी दिलगीर आहे, कारण आपण पुरेसे एकमेकांजवळ आलेले नाही. मी दिलगीर आहे की आपण एकत्र मजा केली नाही. मी दिलगीर आहे, कारण तुम्ही खूप कष्ट करता. मी दिलगीर आहे की*

मला शाळेत वरचा क्रमांक मिळत नाही. मी दिलगीर आहे, कारण मी माझ्या भावंडांइतका चांगला नाही.

६) तीव्र इच्छा: *माझे तुमच्यावर प्रेम आहे आणि मला तुमच्याबरोबर अधिक काळ घालवायचा आहे. मला काय वाटते हे तुम्हाला समजावे अशी माझी इच्छा आहे. मला खूप मजा करायची आहे. मला वाढताना आनंदसुद्धा घ्यायचा आहे. नुसते तुमची वाट बघत बसणे मला आवडत नाही. तुम्ही मला फोन करून माझी चौकशी करावी, माझ्याबद्दल जाणून घ्यावे असे मला वाटते. मी तुमच्या आयुष्याचा एक महत्त्वाचा घटक असावा असे मला वाटते. तुम्हाला माझा अभिमान असावा असे मला वाटते. मला आनंदी राहावेसे वाटते. मी मुक्त आणि अजाण असावे आणि सतत तुमच्या नापसंतीस मी घाबरू नये असे मला वाटते. तुम्ही माझ्याबरोबर वेळ घालवावा असे मला वाटते. माझे तुमच्यावर प्रेम आहे आणि मला तुम्ही हवे आहात.*

हे पत्र लिहिल्यानंतर कार्लने आता दुसऱ्या पायरीवर लक्ष केंद्रित केले आणि कल्पनेत आपल्याला जे पाहिजे ते मिळवले. त्याने प्रतिसादपत्र लिहिले. त्याला त्याच्या वडिलांकडून जसा अपेक्षित होता तसा जरी प्रत्यक्ष आयुष्यात त्याच्या वडिलांनी त्याला तसा प्रतिसाद कधीच दिला नसता तरीही प्रक्रिया परिणामकारक ठरली.

पत्र लिहिल्यावर कार्लला जसे त्याला हवे होते पण मिळत नव्हते तसे वाटायला लागले. सगळ्यात महत्त्वाचे असे की सकारात्मक भावनांचे उत्पादन तो नकारात्मक भावनांमधून करून स्वत:चा तोल सांभाळत होता.

हे त्याचे प्रतिसादपत्र बघा!

कार्लचे प्रतिसादपत्र

प्रिय कार्ल,

१) माफी: *मी उशिरा आल्याबद्दल मला माफ कर, त्या दिवशी तू माझ्याबरोबर फिशिंगला येऊ शकला नाही त्याबद्दल मी दिलगीर आहे. मी दिलगीर आहे, कारण मी तुला निराश केले. मी तुला फोन करून कळवले नाही ही माझी चूकच झाली.*

२) तू मला क्षमा करशील ना?: *मी न येऊ शकल्याबद्दल मला क्षमा कर. फिशिंगला न नेल्याबद्दल आणि तिकडे करायच्या आणखी मौजमजांचा तुला लाभ न मिळू दिल्याबद्दल मला क्षमा कर.*

मी तुझ्याकडे दुर्लक्ष केले त्याबद्दल मला क्षमा कर.

३) जाणीव: *मला समजते की तू माझ्यावर नाराज आहेस. माझ्यावर रागावण्याचा तुला हक्कच आहे. मला माहिती आहे की तू माझ्याशी बोलायला घाबरतोस, कारण मी तुला खूप रागावून बोललो, त्यामुळे तू दुःखी आहेस हे मला समजते. हे खरे तर तुझे बालपण आहे आणि त्यातल्या मौजमजा तुला माझ्यामुळे उपभोगायला मिळाल्या नाहीत. मला जाणीव आहे की मी तुला वचन दिले होते पण मी ते पाळले नाही. मी त्याबद्दल दिलगीर आहे आणि मला माझी चूक सुधारायची आहे.*

४) वचन: *मला तुला आनंदी बघायचे आहे आणि आपण खूप मजा करायची आहे. मला तुला फिशिंगला बरोबर न्यायचे आहे. या वेळी मी नक्की नेईन. पुढच्या शनिवारी आपण फिशिंगला जाऊ आणि खूप मजा करू.*

५) प्रेम: *मी तुझ्यावर प्रेम करतो हे तुला समजायला हवे आणि इथून पुढे असे घडणार नाही. तू माझ्यासाठी खूप खास आहेस. माझे तुझ्यावर खूप प्रेम आहे.*

आशीर्वाद,
बाबा

आता प्रक्रियेतील पुढील पायरी म्हणजे तुम्हाला पाहिजे ते मिळाल्यावर तुम्ही कसे व्यक्त होता...! याला कनेक्शन लेटर म्हणतात, कारण त्यामधून तुम्हाला गरज असलेला वा हवा असलेला आधार मिळाल्यावर तुमच्या भावना काय असतात ते व्यक्त होते.

कार्लचे कनेक्शन लेटर

प्रिय बाबा,

१) 'तुमच्या प्रेमामुळे मला असे वाटले की...' तुमच्या प्रेमामुळे मला खूप बरे वाटले. मला अंतःकरणातून खूप बरे वाटले. मी आनंदी राहू शकतो अशी तुम्ही मला आशा दाखवली, कारण आपण दोघे एकमेकांबरोबर वेळ घालवणार आहोत आणि मजा करणार आहोत.

२) 'मला आत्ता समजतंय की...' मला आत्ता समजतंय की तुमचे माझ्यावर किती प्रेम आहे. मला आता कळले की तुम्ही चूक केली आहे, मी नाही. मी इतका वाईट नाही. मला कळतंय की तुम्ही

माझ्यावर प्रेम करता आणि बाबा मीसुद्धा तुमच्यावर प्रेम करतो.

३) 'मी क्षमा करतो...' मी तुम्हाला क्षमा करतो. त्या दिवशी तुम्ही तेथे आला नाहीत त्याबद्दल मी तुम्हाला क्षमा करतो. तुम्ही माझ्याशी त्या दिवशी अयोग्य वागलात आणि मला रागावलात त्याबद्दल मी तुम्हाला क्षमा करतो. तुम्ही मला त्या दिवशी दिवसभर वाट पाहायला लावलीत त्याबद्दल मी तुम्हाला क्षमा करतो.

४) 'मला आनंद झाला कारण...' मला आनंद झाला, कारण तुम्ही माझी पर्वा केलीत. मला आनंद झाला कारण मी तुमच्याशी बोलू शकलो. मला आनंद झाला, कारण आपण जवळ आलो आणि मजा केली. मला आनंद झाला, कारण मी तुमच्यावर विश्वास ठेवू शकतो आणि तुमच्यावर विसंबून राहू शकतो. मला आनंद झाला, कारण तुमचे माझ्यावर प्रेम आहे आणि तुम्ही माझे ऐकले.

५) 'मी प्रेम करतो...' फिशिंगला जाणे मला आवडते. मला स्वतःला मुक्त जगायला आवडते. आपले एकमेकांच्या जवळ येणे मला आवडते. आपण एकत्र आणखीही काही करणार आहोत हे मला आवडते. मी सुरक्षित आहे हे मला आवडते.

६) 'मला आत्मविश्वास वाटतो की...' मला आत्मविश्वास वाटतो की माझे आयुष्य आनंदात जाणार आहे. तुम्ही माझ्यावर प्रेम कराल असा मला आत्मविश्वास वाटतो. मी तुम्हाला महत्त्वाचा वाटतो असा मला विश्वास आहे. मी तुम्हाला आनंदी ठेवीन असा मला विश्वास वाटतो. मला आत्मविश्वास आहे की मी जो काही आहे तो चांगला आहे.

७) 'मी कृतज्ञ आहे की...' तुमच्या आणि आईच्या प्रेमाबद्दल मी कृतज्ञ आहे. मी कृतज्ञ आहे की तुम्हाला माझ्याबरोबर अधिक वेळ घालावासा वाटतो. मला माझ्या चांगल्या शिक्षकांबद्दलही कृतज्ञता वाटते. मला माझ्या नीटनेटक्या खोलीबद्दलही कृतज्ञता वाटते. मला इतके चांगले पालक दिल्याबद्दल मी देवाचाही कृतज्ञ आहे.

असे कनेक्शन लेटर लिहिल्यावर कार्लला खूप बरे वाटले, म्हणून त्याला अधिक काही करावेसे वाटले. आता त्याने कल्पना केली की तो बाबांबरोबर फिशिंगला गेला आहे आणि त्यातून त्याने आणखी सकारात्मक भावना निर्माण केल्या आणि आणखी आधार मिळवला.

दुसरे कनेक्शन लेटर

१) 'तुमच्या प्रेमामुळे मला असे वाटते की...' आत्ता या क्षणाला माझ्या वडिलांबरोबर फिशिंग केल्यामुळे खूप बरे वाटले. मी फक्त एकच मासा पकडला पण त्यांना त्याचा खूप अभिमान वाटला. मलासुद्धा खूप शांत आणि समाधानी वाटले. एकत्रितपणे गोष्टी करणे खरेच खूप छान असते. मला असे वडील मिळाले याचा मला आनंद होतो. ते माझ्यावर खूप प्रेम करतात आणि माझेही त्यांच्यावर प्रेम आहे. आम्ही आमचा वेळ खूप छान घालवला.

२) 'मला आत्ता समजतेय की...' फिशिंगला जाण्यामध्ये किती मजा आहे ते! मला आत्ता समजले आणि बाबांबरोबर वेळ किती चांगला जातो हेही मला समजले.

३) 'मी क्षमा करतो...' माझे बाबा ज्या ज्या वेळी माझ्याबरोबर नव्हते त्यासाठी मी बाबांना क्षमा करतो.

४) 'मला आनंद होतो की...' मला आनंद होतो की बाबांनी मला इथे आणले. मला आनंद होतो की आम्ही तो दिवस छान घालवला. मला आनंद होतो की विशेष काही करण्यासारखे नसले तरी आम्ही बरोबर होतो. मला आनंद होतो की आज माझ्या हातून चूक घडणारच नाही. मला खूप आनंद होतो की मी मासा पकडला. मला आनंद होतो की आम्ही दोघांनी एकत्रपणे वेळ चांगला घालवला.

५) 'मला आवडते...' मला बाबांबरोबर राहायला आवडते आणि एकत्रपणे काही करायला आवडते. मला बोटीमध्ये फिरायला आवडते. आणखी लांब-लांब जायला आवडते. ट्रकमध्ये बसून फिरायला आवडते. नवीन-नवीन ठिकाणी जायला आवडते आणि नवीन गोष्टी करायला आवडतात. मला साहस करायला आवडते.

६) 'मला आत्मविश्वास वाटतो की...' मला आत्मविश्वास वाटतो की मी 'मी' आहे आणि माझा वेळ चांगला जातो. मला परिपूर्ण होण्याची गरज वाटत नाही. मी आराम करू शकतो आणि तरीही सगळे व्यवस्थित होणार असते. मी माझ्या बाबांवर विश्वास ठेवू शकतो. त्यांना मी आवडतो आणि त्यांचे मी सर्वस्व आहे. ते मला समजून घेतील असा मला विश्वास वाटतो आणि त्यांना मी महत्त्वाचा वाटतो.

७) 'मला कृतज्ञता वाटते...' या फिशिंगच्या सहलीबद्दल मला

खूप कृतज्ञता वाटते. आम्ही खूप छान वेळ घालवला. मी मासा पकडल्यामुळे मला कृतकृत्य झाल्यासारखे वाटते. हवा पण खूप चांगली होती. याबद्दल मला उपकारच वाटतात. माझ्या वडिलांनी मला तिथे नेले त्याबद्दल मी कृतज्ञ आहे. मला माहिती आहे की ते कामात किती व्यग्र असतात! ते माझ्यावर प्रेम करतात आणि या जगात मी एकटा नाही याबद्दल मला बरे वाटते. आम्ही एकत्र मजा केली त्यामुळे मला खूप कृतज्ञ वाटते.

अशा कृतज्ञतेच्या दृष्टिकोनातून भूतकाळाशी वर्तमानकाळाची सांगड घातल्याने कार्लला खूप बरे वाटले. जरी खूप प्रेमाने त्याने काही केले नाही तरी आता त्याला त्याची नोकरी पहिल्यापेक्षा अधिक आवडू लागली. आता तो स्वत:साठी आणि त्याच्या मुलांसाठी अधिक वेळ देऊ लागला.

पालकांच्या मदतीने उपचार

काही वेळेस असे होते की, पालकांना जेव्हा तुम्ही पत्र लिहिता तेव्हा तुम्ही तुमच्या आईवर किंवा वडिलांवर रागावलेले असता. काही वेळेस फक्त आधार मिळवण्यासाठी तुम्ही पालकांना पत्र लिहिता, पण तेव्हा खरे तर दुसऱ्या कुठल्यातरी कारणामुळे तुम्ही अस्वस्थ असता. आपण एक उदाहरण पाहू.

ल्युसी दु:खी होती, कारण स्केटिंगच्या स्पर्धेत ती अपयशी ठरली होती. ती फायनलमध्ये नापास झाली. काही महिन्यांपर्यंत तिला नैराश्याने घेरले. तिचे नैराश्य घालवण्यासाठी तिने भूतकाळाशी या घटनेचा संबंध जोडला. तिला भूतकाळातील एक घटना आठवली. जेव्हा तिच्या वाढदिवसाच्या पार्टीला तिला बोलावले नव्हते. तेव्हा ती सातव्या इयत्तेत होती. ती खूप दुखावली होती. तिने लिहिलेले जाणीवपत्र पाहा.

प्रिय आईस,

१) शाळेतल्या मुलांना मी आवडत नाही त्यामुळे मला नाकारले गेल्यासारखे वाटते.

२) मला वाढदिवसाच्या पार्टीला बोलावले नाही म्हणून मी दु:खी आहे. कुणालाच मी आवडत नाही. माझे काय चुकते हेच मला समजत नाही. मी खूप प्रयत्न करते तरीसुद्धा मी नाकारली जाते.

३) मला भीती वाटते की माझा कोणीच स्वीकार करणार नाही. कुणाचेच माझ्यावर प्रेम नाही. माझे काहीच बरोबर नसते. दुसऱ्या

दिवशी वर्गात जेव्हा मी एका प्रश्नाचे उत्तर दिले तेव्हा सगळे मला हसले. दुपारी जेवायला मी इतर मुला जवळ गेले तेव्हा सगळे पळून गेले.

४) मला पार्टीला जायला मिळाले नाही म्हणून मला खूप वाईट वाटले की मी मित्र-मैत्रिणी बनवू शकले नाही! मी लाडक्या मुलींपैकी एक नाही याचे मला वाईट वाटते. याच्यावर काय मार्ग काढावा हे मला समजत नाही याचे मला वाईट वाटते.

५) मला आमंत्रण दिले नाही त्यामुळे मला वैफल्य आले आहे. कोणालाच माझी पर्वा नाही यामुळे मला वैफल्य आले आहे. माझ्या शाळेतली मुले खूप वाईट आहेत ते पाहून मला वैफल्य आले आहे. माझा स्वीकार होण्यासाठी मला त्यांच्यासारखे व्हावे लागेल याचे मला वैफल्य आले आहे.

६) मला 'मी' बनूनच जगायचे आहे आणि खूप मित्र-मैत्रिणी जमवायचे आहेत. शाळेत जाण्याच्या उत्साहापोटी मला लवकर उठायचे आहे. इतरांनी मला पार्टीला बोलावून मला खास सन्मानपूर्वक वागवायला हवे आहे. मला शाळेत चांगला अभ्यास करायचा आहे. इतरांना मी मैत्रीण म्हणून हवी असलेले मला हवे आहे.

प्रेमपूर्वक,
ल्यूसी

नंतर प्रतिसादपत्रासाठी ल्युसीने तिला तिच्या मैत्रिणींकडून जसा प्रतिसाद अपेक्षिला होता तसे पत्र लिहिले - पाहा.

प्रिय ल्यूसी,

१) मी तुझ्याशी खूप वाईट वागले त्याबद्दल तुझी माफी मागते. मी तुला पार्टीला बोलावले नाही त्याबद्दल मी दिलगीर आहे. खरेचच मी वाईट वागले. मी बाकी सगळ्यांना बोलावले, फक्त तुला बोलावले नाही.

२) तुला एकटीला वगळल्याबद्दल मला क्षमा कर. तुझ्यावर आम्ही जेलस केले आणि तुझा अपमान केला त्याबद्दल मी दिलगीर आहे.

३) मला समजते की मी तुला खूप दुखावले. मला समजते की तुझ्याशी अशा पद्धतीने वागायला नको होते. मला समजते की तू माझ्यावर खूप नाराज आहेस.

४) भविष्यात मी तुला नक्कीच सन्मानाने वागवीन. मी माझा हलकटपणा घालवीन आणि जास्तीतजास्त चांगले वागण्याचा प्रयत्न करीन.

५) मला तुझी मैत्रीण होणे आवडेल. मला तुझा विनोदी स्वभाव खूप आवडतो. तू माझ्या घरी आलेले मला आवडेल. आपण गृहपाठ पण एकत्र करत जाऊ.

ही प्रक्रिया पूर्ण होण्यापूर्वी आता ल्युसी अशी कल्पना करते की तिला प्रतिसाद पत्र मिळाले आहे आणि आता तिच्या सकारात्मक भावना ती कशा व्यक्त करते ते पाहा.

१) तुझ्याबरोबरच्या मैत्रीमुळे मी खूश होईन. मला तुमच्या ग्रुपचा एक भाग व्हायचे आहे, पण मी जशी आहे तसे तुम्ही मला स्वीकारले पाहिजे. मला तू आवडतेस.

२) मला आता समजते की तुम्हाला मी आवडते आणि इतरांना मी आवडावी म्हणून 'मी' माझे मी पण सोडण्याची गरज नाही.

३) तुम्ही मला पार्टीला बोलावले नाही त्याबद्दल मी तुम्हाला क्षमा करते.

४) मला आनंद होतो की आपण सगळे मिळून खूप मजा करणार आहोत. शाळेत मी सगळ्यांना आवडते याचा मला आनंद होतो. मला खूप मित्र-मैत्रिणी आहेत याचा मला आनंद होतो.

५) मला माझे आयुष्य आवडते. माझे मित्र-मैत्रिणी आवडतात. शाळेत जायला आवडते आणि विकएंडला मजा करायला आवडते.

६) मला खूप मित्र-मैत्रिणी आहेत, त्याबद्दल मी कृतज्ञ आहे. माझ्या मैत्रिणींना माझ्याबरोबर वेळ घालवायला आवडते आणि शाळेत खूप मजा येते आणि मी शाळेत नसले तर त्यांना माझी आठवण येते, त्याबद्दल मी कृतज्ञ आहे.

देवाला लिहिलेली जाणीवपत्रे

जेव्हा मी दोषारोप, संताप किंवा टीका या मनोगंडांचा शिकार होतो तेव्हा मी माझ्या सगळ्या भावना देवाला पत्र लिहून व्यक्त करतो. अशा वेळी या भावनांचा भूतकाळाशी संबंध जोडावासा मला वाटत नाही. देवाशी बोलताना मला नेहमी

आपण अजाण आणि असुरक्षित असे बालक आहोत असेच वाटते आणि खरे तर प्रार्थनांचा अर्थ असाच असतो. प्रार्थना म्हणजे आपल्या भावनांचा देवाशी केलेला संवाद आणि व्यक्त केलेल्या गरजा आणि संवाद होय.

जाणीवपत्रे, प्रतिसादपत्रे आणि कनेक्शन लेटर्ससुद्धा वापरून तुम्ही देवाशी खोलवर नाते जोडू शकता आणि तुमचे जीवनसत्त्व G1चे प्रेमाचे तळे भरू शकता. काही लोकांचा देवावर विश्वास आहे पण देवाकडून आपण फसवले जातोय अशी त्यांची धारणा असते. असे असेल तर देवालाही दोष देण्यास हरकत नाही, कारण देवच फक्त असा आहे की जो स्वत:चे समर्थन करणार नाही, पण शांतपणे तुमचे दोषारोप ऐकून घेईल. देवाला क्षमा करून तुम्ही तुमचे जीवनसत्त्व G1चे प्रेमाचे तळे भरू शकता.

मनोगंडांवरील उपचाराच्या चार पायऱ्या

सरावामुळे तुमच्या भावनांवर प्रक्रिया करणे तुम्हाला सोपे जाईल. सुरुवातीला तुम्हाला मुक्त झाल्यासारखे वाटेल पण काही वेळेस शक्ती निघून गेल्यासारखेसुद्धा वाटेल, याचे कारण असे की तुम्ही योग्य आकारात नाही. अडकून बसण्यापेक्षा निघून गेलेले केव्हाही चांगले. एखादा आरोग्यपूर्ण व्यायाम प्रकार केल्याप्रमाणे नंतर तुम्हाला तशी जाणीव येणार नाही. फसून बसू नये म्हणून आणि मनोगंड दूर करण्यासाठी खालील चार पायऱ्यांचे पालन करा.

१) प्रथम आपल्या मनोगंडांची जाणीव करून घ्या आणि त्याचा संबंध भूतकाळातील त्या संबंधित नकारात्मक भावनेशी जोडा.

२) जेव्हा तुम्ही कल्पनेत भूतकाळात जाल तेव्हा तुमच्या भावनांच्या चार पायऱ्या व्यक्त करणारे जाणीवपत्र लिहा की ज्या भावनांचा संबंध तुमच्या वर्तमानातील जाणिवांशी आहे. तुम्हाला आत्ता काय पाहिजे आहे ते लिहून व्यक्त करून मगच पत्र पूर्ण करा.

३) तुम्ही जेव्हा कल्पनेत भूतकाळात जाल तेव्हा तुम्हाला समोरच्या व्यक्तीकडून जे ऐकायची इच्छा आहे ते प्रतिसाद पत्र लिहा.

४) जेव्हा तुम्ही कल्पनेत भूतकाळात जाल आणि तुम्हाला जे पाहिजे ते मिळेल तेव्हा तुमच्या गरजा आणि मागण्यांविषयी तुमच्या सकारात्मक भावना व्यक्त करणारे कनेक्शन लेटर लिहा.

भावना शोधण्यासाठी जाणिवांचा उपयोग

प्रत्येक मनोगंडाशी संबंधित चार भावना जेव्हा तुम्ही शोधून काढता तेव्हा जर त्यांपैकी एखादी भावना तुम्हाला जाणवली नाही तर आणखी थोडा वेळ घेऊन त्याच पातळीवरची दुसरी एखादी भावना शोधा. जर तुम्ही कुठल्याही एखाद्या पातळीवरच अडकून बसलात तर त्या पातळीवरील संबंधित सामान्य भावना तुम्हाला शुद्ध भावनेपर्यंत पोहोचवायला मदत करेल; बहुधा त्याचवेळी मनोगंडापासून तुमची सुटका होईल आणि भावना पृष्ठभागावर येईल.

आता आपण असे बघू की, तुम्ही परिपूर्णतेपासून मुक्त होऊ बघत आहात आणि तुम्ही जेव्हा तुम्हाला अधुरेपण वाटत होते त्यावेळची आठवण काढली. अधुरेपणाच्या भावनेवर प्रक्रिया करण्यासाठी तुम्हाला शरमेची भावना घेऊन पुढे गेले पाहिजे व ती व्यक्त केली पाहिजे. त्यानंतर त्याच्या खालची पातळी मत्सराची, कदाचित तुम्ही आधीच्या भावनेत अडकून राहिलात तर तुम्हाला मत्सर वाटणार नाही. यात बदल करण्यासाठी तुम्ही प्रथम हे समजावून घ्या की कशामुळे तुम्हाला वंचित झाल्यासारखे वाटते, नंतरच मत्सराची भावना पृष्ठभागावर येईल. एखाद्या गोष्टीपासून वंचित असल्याची भावना ही मत्सराच्या भावनेशी संबंधित आहे. त्या खालील ९ नंबरच्या भावनेचा संदर्भ घ्या.

आपल्याला मनोगंड येण्याच्या अनेक कारणांपैकी एक प्रमुख कारण असे आहे की आपण आपल्या विशिष्ट भावना वर्षानुवर्षे दडपून ठेवतो. काही वेळेस जी भावना आपल्याला जाणवायला हवी होती आणि तिच्यापासून मुक्तता मिळवायला हवी होती ती जाणवायला आपण स्वतःच परवानगी देत नाही. काहींना रागावल्याने बरे वाटते तर काहींना दुःख करत बसल्याने बरे वाटते. एखाद्याला दिलगिरी सहज वाटते, पण मत्सर कधी वाटूच शकत नाही. एखाद्याला भीती वाटते पण राग कधीच येत नाही. आपला मनोगंड काढून टाकण्यासाठी आपण स्वतःला सगळ्या बारा नकारात्मक भावना जाणवू देण्याची परवानगी दिली पाहिजे. लक्षात घ्या, त्या बाराही नकारात्मक भावना या उपचारात्मक आणि नैसर्गिक आहेत. त्या जणू काही आपल्याला संदेश पाठवणाऱ्या आहेत की आपल्या मध्यापासून आपला तोल ढळतो आहे. त्या महत्त्वाच्या सिग्नल्स आहेत ज्या आपला तोल साधायला मदत करतात. शुद्ध भावनांची जाणीव होऊन तुम्ही तुमच्या स्वत्वाकडे परत येऊ शकता, पण जर मनोगंड दूर झाले नाहीत तर तुम्ही तुमच्या अंतःकरणापासून खूप दूर जाता.

साराची मत्सराची भावना

आता एक उदाहरण पाहू. सारा ही परिपूर्णतेची भोक्ती होती. तिला तिच्या भूतकाळातली आठवण झाली जेव्हा तिच्या वडिलांनी तिच्यावर खूप टीका केली होती. त्यांच्या तिच्याकडून अपेक्षा होत्या की, तिने चांगले गाणे गावे आणि त्यांच्या अपेक्षेइतकी ती गाऊ शकत नव्हती. ती चांगली गायिका होती पण अंत:करणातून तिला बरे वाटत नव्हते.

या तिच्या मनोगंडावर प्रक्रिया करण्यासाठी ती भूतकाळात शिरली आणि तिने अशी वेळ आठवली जेव्हा तिला अधुरेपण वाटले होते आणि त्याबद्दल तिने लिहायला सुरुवात केली की तिला खूप शरमिंदे वाटले होते. जेव्हा ती नाटकात काम करत होती तेव्हा तिचा आवाज चांगला लागत नव्हता. तिला स्टेजवरून परत जावे लागले होते. त्या प्रसंगाबद्दल तिने वडिलांना जाणीवपत्र लिहिले. पुढची भावना मत्सराची होती. तिला असे वाटलेच नाही की तिच्या मनात मत्सराची भावना आहे, म्हणून ती भावना शोधण्यासाठी तिला पुन्हा वळून मागे तिच्या वंचित असण्याच्या भावनेकडे जावे लागले. त्याचा संबंध मत्सराशी होता. तिच्या वंचित असणाऱ्या भावनेकडे लक्ष देऊन तिने तिची मत्सराची भावना शोधून काढली.

साराला असे वाटले की बाकीची मुले किती प्रेमाने वागवली जातात व त्यांना आधार मिळतो, पण तिचे वडील जरा जास्तच अपेक्षा करत होते. बाकीची मुले बाहेर खेळून चांगला वेळ घालवायची तेव्हा साराला घरात बसून गाण्याचा सराव करावा लागे किंवा लहान भावंडांची काळजी घ्यावी लागे. आता तिला मत्सर वाटू लागला. स्वत:ला मत्सर वाटू देण्याची परवानगी देऊन पुढच्या दोन भावना शोधणे खूप सोपे गेले. बऱ्याच लोकांच्या बाबतीत एखादी भावना जी तुम्हाला मनोगंड काढून टाकण्यासाठी जाणवणे महत्त्वाचे असते ती सापडणे कठीण होऊन बसते.

जाणिवांचा भूतकाळाशी संबंध जोडणे

जाणिवांचा तुमच्या भूतकाळाशी संबंध जोडायचा याचा अर्थ असा नव्हे की तुमचे बालपण फार भयंकर असायला हवे. वाढत्या काळात प्रत्येकालाच आव्हाने पेलावी लागतात आणि आपल्यापैकी काहींना ही आव्हाने पेलताना इतरांचा आधार मिळालेला असतो. या १२ मनोगंडांपैकी प्रत्येक मनोगंड हा वेदनादायक परिस्थितीशी जोडलेला असतो. या प्रत्येक परिस्थितीमध्ये तुमचे पालक किंवा इतरही कोणी गुंतलेले असतात. जर तुमच्या सध्याच्या भावनांचा भूतकाळाशी संबंध जोडणे अवघड असेल तर काही प्रश्न विचारा. ते तुम्हाला काही सामान्य परिस्थितीकडे

बोट दाखवून दिशा देतील ज्या नकारात्मक भावना उत्पन्न करतील.

(१) वर्तमानकाळातील फसवणुकीचा भूतकाळाशी संबंध जोडण्यासाठी खालील कुठलीही सूचना वापरा.

१. तुमची घोर फसवणूक झाली ती वेळ आठवा.
२. तुम्ही जेव्हा वाईट वागवले गेलात ती वेळ आठवा.
३. तुमच्याशी जेव्हा कोणी खोटे बोलले ती वेळ आठवा.
४. तुम्हाला ज्या वेळी कोणी निराश केले ती वेळ आठवा.
५. तुमच्याबरोबर कोणी कटकारस्थान केले ती वेळ आठवा.
६. तुमच्या विरुद्ध कोणी फळी निर्माण केली ती वेळ आठवा.
७. तुमचा कोणी पराभव केला ती वेळ आठवा.
८. तुमच्यावरच कोणी उलटले ती वेळ आठवा.
९. तुम्हाला कोणी बहिष्कृत केले ती वेळ आठवा.
१०. तुम्हाला जेव्हा कोणी नाकारले ती वेळ आठवा.
११. तुमच्याबद्दल जेव्हा कोणी गैरसमज करून घेतला ती वेळ आठवा.
१२. तुमच्यावर जेव्हा कोणी टीका केली ती वेळ आठवा.
१३. तुम्हाला दिलेले वचन कोणी मोडले ती वेळ आठवा.
१४. तुमच्या कोणी कागाळ्या केल्या ती वेळ आठवा.

(२) वर्तमानातील तुमचा कोणी त्याग केल्याच्या जाणिवेला भूतकाळाशी संबंध जोडण्यासाठी खालील सूचना वापरा.

१. जेव्हा तुमचा त्याग केला गेला आहे याची जाणीव तुम्हाला होते ती वेळ आठवा.
२. तुम्हाला सोडून सगळे गेले ती वेळ आठवा.
३. जेव्हा तुम्ही दु:खी होतात ती वेळ आठवा.
४. जेव्हा तुम्ही एकटे होतात ती वेळ आठवा.
५. तुम्ही हरवलात ती वेळ आठवा.
६. तुम्हीच एकटे उरलात ती वेळ आठवा.
७. तुमची कोणालाच आठवण आली नाही ती वेळ आठवा.
८. तुम्हाला सगळेच विसरले ती वेळ आठवा.
९. कोणीतरी उशिरा आले ती वेळ आठवा.
१०. एखादी व्यक्ती तुम्हाला सोडून गेली ती वेळ आठवा.
११. दुसऱ्याच कोणाकडे तरी सारखे लक्ष दिले गेले ती वेळ आठवा.

१२. तुम्ही फारसे लोकप्रिय नव्हता ती वेळ आठवा.
१३. कोणीतरी तुम्हाला निराश केले ती वेळ आठवा.
१४. तुम्ही अपयश किंवा पराभव पचवले तो क्षण आठवा.

(३) वर्तमानातील अनिश्चिततेच्या भावनांचा संबंध भूतकाळाशी लावण्यासाठी खालील सूचना वापरा.

१. तुम्हाला अनिश्चित वाटले तो क्षण आठवा.
२. काय बोलायचे ते तुम्हाला कळेना तो क्षण आठवा.
३. आता पुढे काय घडणार हे तुम्हाला कळत नाही तो क्षण आठवा.
४. तुम्ही खूप वाट पाहत ताटकळत बसलात तो क्षण आठवा.
५. तुम्हाला रोखले गेले तो क्षण आठवा.
६. तुम्ही हरवलात तो क्षण आठवा.
७. तुम्हाला वेळकाळ समजली नाही तो क्षण आठवा.
८. तुम्ही घरी पोहोचू शकला नाहीत तो क्षण आठवा.
९. तुम्हाला पाणी किंवा अन्न मिळाले नाही तो क्षण आठवा.
१०. तुम्हाला रस्ता सापडला नाही तो क्षण आठवा.
११. संकटापासून दूर पळालात तो क्षण आठवा.
१२. जेव्हा तुम्हाला मदत हवी होती तो क्षण आठवा.
१३. जेव्हा तुमच्यासाठी 'आता काय शिक्षा द्यावी' असा विचार चालू होता तो क्षण आठवा.
१४. तुमची चूक काय झाली हे तुम्हाला समजले नाही तो क्षण आठवा.
१५. तुमचे स्वतःचे संरक्षण कसे करावे हे तुम्हाला समजले नाही तो क्षण आठवा.
१६. समस्येवर आता काय तोडगा काढावा हे तुम्हाला समजले नाही तो क्षण आठवा.

(४) वर्तमानातील असामर्थ्याच्या भावनांचा संबंध भूतकाळाशी लावण्यासाठी खालील सूचना वापरा.

१. जेव्हा तुम्ही असमर्थ आहात अशी जाणीव तुम्हाला झाली तो क्षण आठवा.
२. तुम्हाला ज्याची गरज आहे ते तुम्हाला मिळाले नाही तो क्षण आठवा.
३. तुम्ही दुसऱ्याला खूश करू शकला नाहीत तो क्षण आठवा.
४. तुमची नेमकी काय मोडतोड झाली हे समजले नाही तो क्षण आठवा.

५. तुम्ही चूक केली तो क्षण आठवा.
६. तुम्ही चूक सुधारू शकला नाहीत तो क्षण आठवा.
७. तुम्ही यापेक्षा अधिक चांगले करू शकत नाही तो क्षण आठवा.
८. तुम्ही कुठेच जाऊ शकत नाही तो क्षण आठवा.
९. जेव्हा तुमच्या अपेक्षांप्रमाणे काही तुम्हाला मिळाले नाही तो क्षण आठवा.
१०. तुम्ही एखादी गोष्ट करू शकला नाही तो क्षण आठवा.
११. तुम्हाला इतरांनी स्वीकारले नाही तो क्षण आठवा.

(५) वर्तमानातील असमाधानाच्या भावनांचा संबंध भूतकाळाशी लावण्यासाठी खालील सूचना वापरा.

१. जेव्हा तुम्ही आयुष्यात असमाधानी होता तो क्षण आठवा.
२. जेव्हा तुम्हाला हवे ते तुम्हाला मिळाले नाही तो क्षण आठवा.
३. जे तुम्हाला मिळाले ते तुम्हाला नको होते तो क्षण आठवा.
४. इतर लोक तुमच्या अपेक्षेप्रमाणे वागले नाहीत तो क्षण आठवा.
५. तुम्हाला विजय मिळाला नाही तो क्षण आठवा.
६. तुमचा कोणी अपमान केला तो क्षण तुम्ही आठवा.
७. तुमची प्रगती वेगाने होत नव्हती तो क्षण आठवा.
८. तुम्हाला कोणाची तरी वाट पाहत थांबावे लागले तो क्षण आठवा.
९. तुम्हाला कोणीतरी आवडले नाही तो क्षण आठवा.
१०. तुम्हाला एखादी परिस्थिती आवडली नाही तो क्षण आठवा.
११. तुमच्या कानावर एखादी वाईट बातमी पडली तो क्षण आठवा.

(६) वर्तमानातील नाउमेदीच्या भावनांचा संबंध भूतकाळाशी लावण्यासाठी खालील सूचना वापरा.

१. आयुष्यात ज्या वेळी तुम्ही नाउमेद झालात तो क्षण आठवा.
२. जेव्हा तुम्ही आयुष्यात निराश झालात तो क्षण आठवा.
३. तो क्षण आठवा की जे ऐकणे तुम्हाला अपेक्षित होते ते तुम्ही ऐकले नाही.
४. जे तुम्हाला करायचे होते ते तुम्हाला करता आले नाही तो क्षण आठवा.
५. तुम्ही एखादी गोष्ट करायला निघालात पण ती रद्द करावी लागली तो क्षण आठवा.
६. तुम्हाला एखादे काम जसे करायचे होते तसे ते तुमच्याकडून झाले नाही

तो क्षण आठवा.

७. तुम्ही इतरांपेक्षा खूप कमी पडलात तो क्षण आठवा.
८. तुमच्याकडे इतरांपेक्षा खूप कमी होते तो क्षण आठवा.
९. तुम्हाला इतरांपेक्षा खूप कमी मिळाले तो क्षण आठवा.
१०. तो क्षण आठवा जेव्हा तुम्ही एखादा निर्णय घेतला आणि तो चुकला.
११. तुम्ही एखादी गोष्ट स्वत:हून निवडली पण त्याचा शेवट वेगळ्याच प्रकारे झाला तो क्षण आठवा.
१२. तुम्हाला माघार घ्यावी लागली तो क्षण आठवा.
१३. तुम्ही संकटांनी पिचून गेलात तो क्षण आठवा.
१४. तुम्ही इतरांसाठी निराशाजनक ठरलात तो क्षण आठवा.
१५. तुम्ही संकटात सापडलात तो क्षण आठवा.

(७) वर्तमानातील हतबलतेच्या भावनांचा संबंध भूतकाळाशी लावण्यासाठी खालील सूचना वापरा.

१. तुम्हाला आयुष्यात अगदी हतबल वाटले तो क्षण आठवा.
२. तुम्ही लहान होतात आणि तुम्हाला मदतीची गरज होती तो क्षण आठवा.
३. तुम्ही हरवलात आणि तुम्ही मदतीसाठी याचना करत होतात तो क्षण आठवा.
४. घरी कसे पोहोचायचे ते तुम्हाला कळत नव्हते तो क्षण आठवा.
५. तुम्ही अगदीच नवखे होतात आणि काम कसे करायचे हे तुम्हाला माहिती नव्हते तो क्षण आठवा.
६. एखादी गोष्ट कशी करवून घ्यायची हे तुम्हाला माहिती नव्हते तो क्षण आठवा.
७. इतरांच्या अपेक्षेप्रमाणे तुम्ही काम करू शकला नाहीत तो क्षण आठवा.
८. तुमच्यावर खूप दबाव होता तो क्षण आठवा.
९. तुम्हाला उशीर झाला होता तो क्षण आठवा.
१०. तुम्ही अगदी शेवटच्या क्षणापर्यंत वाट पाहिली तो क्षण आठवा.
११. तो क्षण आठवा जेव्हा शेवटी तुम्हाला मदत मिळाली.
१२. तो क्षण आठवा जेव्हा खूप प्रयत्नानंतर तुमचे ध्येय पूर्ण झाले.
१३. एखाद्या संकटातून बाहेर पडण्यासाठी तुम्ही केलेल्या संघर्षाचा क्षण आठवा.
१४. तो क्षण आठवा जेव्हा एखाद्या शारीरिक व्याधीमुळे तुम्ही मागे पडलात.

१५. तो क्षण आठवा की आता कोणावर विश्वास ठेवावा हेच तुम्हाला समजेनासे झाले.

(८) वर्तमानातील अपुरेपणाच्या भावनांचा संबंध भूतकाळाशी लावण्यासाठी खालील सूचना वापरा.

१. आयुष्यात तुम्हाला काहीतरी कमतरता भासली तो क्षण आठवा.
२. तुम्ही तुमच्या पालकांना किंवा ज्याच्यावर तुम्ही प्रेम करता अशा लोकांना निराश केल्याचा क्षण आठवा.
३. इतर लोक तुम्हाला हसले तो क्षण तुम्ही आठवा.
४. तुम्ही चुकीच्या गोष्टी केल्यात तो क्षण आठवा.
५. तुम्ही संकटात सापडलात तो क्षण आठवा.
६. कोणीतरी संकटात सापडले, पण त्याचे तुम्हाला वाईट वाटले तो क्षण आठवा.
७. तुम्ही एखाद्याला वाईट गोष्टी करण्यापासून परावृत्त करू शकला नाहीत तो क्षण आठवा.
८. तुम्ही एखादी वाईट गोष्ट पाहिली किंवा तुम्ही हिंसेचे साक्षीदार झालात तो क्षण आठवा.
९. इतरांपेक्षा तुमच्याकडे अधिक होते तो क्षण आठवा.
१०. तुमच्या पॅण्टची चेन खाली होती तो क्षण आठवा.
११. तुम्ही स्वत:च जाहीरपणे एखादी शरमेची गोष्ट केली तो क्षण आठवा.
१२. तुम्ही अशा एखाद्या ठिकाणी गेलात की जिथे तुम्ही कोणालाच ओळखत नाही तो क्षण आठवा.
१३. तुम्ही निवडले गेला नाहीत तो क्षण आठवा.
१४. तुम्ही अपयशी ठरलात तो क्षण आठवा.
१५. तुमच्या नाकावर खूप मोठी पुळी आली तो क्षण आठवा.

(९) वर्तमानात तुम्ही एखाद्या गोष्टीपासून वंचित झाला आहात त्या भावनांचा संबंध भूतकाळाशी लावण्यासाठी खालील सूचना वापरा.

१. तुम्ही एखाद्या गोष्टीपासून वंचित झाला आहात तो क्षण आठवा.
२. इतरांपेक्षा तुमच्याकडे कमी आहे तो क्षण आठवा.
३. तुम्हाला हवे ते मिळाले नाही तो क्षण आठवा.
४. तुमच्या लहान भावंडांना तुमच्यापेक्षा अधिक मिळाले तो क्षण आठवा.

५. तुम्ही दुर्लक्षित झालात तो क्षण आठवा.
६. तुमच्याकडे जाणूनबुजून दुर्लक्ष केले गेले तो क्षण आठवा.
७. तुम्हाला कोणी क्षमा केली नाही तो क्षण आठवा.
८. तुम्हाला शिक्षा केली गेली तो क्षण आठवा.
९. तुम्हाला एखाद्या ठिकाणी जायचे नव्हते तो क्षण आठवा.
१०. आयुष्य फारसे चांगले नव्हते तो क्षण आठवा.
११. तुम्ही एखादी चांगली गोष्ट केली आणि तरीही तुम्हाला वाईट पद्धतीने वागवले गेले तो क्षण आठवा.
१२. तुमच्यापासून काहीतरी हिरावून घेतले तो क्षण आठवा.
१३. तुमची पाळी आलीच नाही तो क्षण आठवा.
१४. तुमच्यापेक्षा दुसऱ्यांकडे जास्त असण्याची जाणीव तुम्हाला झाली तो क्षण आठवा.
१५. कोणीतरी फसवून तुमच्यापेक्षा जास्त चांगली गोष्ट केली तो क्षण आठवा.
१६. तुमच्या समोर एखाद्याने वाईट गोष्ट करून काहीतरी मिळवले तो क्षण आठवा.
१७. तुमची काहीही चूक नसताना तुम्ही संकटात सापडला तो क्षण आठवा.

(१०) वर्तमानातील बहिष्कृत केले गेलेल्या भावनांचा संबंध भूतकाळाशी जोडताना पुढील सूचनांचा वापर करा.

१. ज्या वेळी तुम्हाला सापत्नपणाची वागणूक दिली गेली तो क्षण आठवा.
२. तुम्हाला मागे सोडून सगळे पुढे गेले तो क्षण आठवा.
३. तुम्ही जेव्हा नाकारले गेलात तो क्षण आठवा.
४. तुम्हाला जायचे असतानाही तुम्ही जाऊ शकला नाहीत तो क्षण आठवा.
५. तो क्षण आठवा जेव्हा तुम्ही एकटेच उरलात.
६. तो क्षण आठवा जेव्हा तुम्हाला कोणी आमंत्रण दिले नाही.
७. तो क्षण आठवा जेव्हा सगळे तुम्हाला हसले.
८. तो क्षण आठवा जेव्हा तुम्हाला वाईट वागणूक मिळाली.
९. तो क्षण आठवा जेव्हा तुम्ही वगळले गेलात.
१०. तुम्ही वेळेवर एखाद्या ठिकाणी पोहोचला नाही तो क्षण आठवा.
११. तो क्षण आठवा जेव्हा इतर लोक मौजमजा करत होते पण तुम्ही त्यामध्ये नव्हता.
१२. ती वेळ आठवा जेव्हा तुमच्याबद्दल गैरसमज झाला.

१३. ती वेळ आठवा जेव्हा तुमच्याकडे दुर्लक्ष झाले.
१४. तो क्षण आठवा जेव्हा तुम्हाला आत येण्यास मज्जाव केला.
१५. तो क्षण आठवा जेव्हा तुम्ही योग्य प्रकारचे कपडे घातले नव्हते.
१६. तो क्षण आठवा जेव्हा तुम्ही वेगळे उठून दिसला.
१७. तो क्षण आठवा जेव्हा तुमच्या त्वचेच्या रंगाविषयी, तुमच्या नावडीविषयी, तुमच्या कुटुंबाविषयी आणि तुम्ही स्त्री आहात की पुरुष याविषयी चर्चा होऊन तुमचा न्यायनिवाडा केला गेला.
१८. एखाद्या चाचणीत तुम्ही खूपच कनिष्ठ ठरला होता तो क्षण आठवा.
१९. ती वेळ आठवा जेव्हा इतरांना तुमचा मत्सर वाटला.

(११) वर्तमानातील निराशेच्या भावनांचा संबंध भूतकाळाशी जोडताना पुढील सूचनांचा वापर करा.

१. ती वेळ आठवा जेव्हा तुम्ही पूर्णपणे निराश झालात.
२. तो क्षण आठवा जेव्हा तुम्हाला काय करावे ते समजत नव्हते.
३. ती वेळ आठवा जेव्हा तुम्हाला उशीर झाला.
४. ज्यांची तुम्हाला गरज होती ते तुम्हाला सोडून गेले किंवा मरण पावले तो क्षण आठवा.
५. तो क्षण आठवा जेव्हा तुम्ही काही करायला असमर्थ होता.
६. तो क्षण आठवा जेव्हा तुमचे फारसे बरे चालले नव्हते.
७. तो क्षण आठवा जेव्हा तुमचे इतरांसारखे चांगले नव्हते.
८. तो क्षण आठवा जेव्हा तुम्ही मनाचा निश्चय करू शकला नाही.
९. तो क्षण आठवा जेव्हा तुम्हाला पुरेशी माहिती मिळू शकली नाही.
१०. तो क्षण आठवा जेव्हा तुम्हाला पुरेशी मदत मिळू शकली नाही.
११. तो क्षण आठवा जेव्हा तुम्हाला अयोग्य संदेश मिळाले.
१२. तो क्षण आठवा जेव्हा तुम्हाला शिक्षा का केली गेली हे तुम्हाला समजले नाही.
१३. ती वेळ आठवा जेव्हा तुम्हाला का दुखावले गेले हे तुम्हाला समजले नाही.
१४. ती वेळ आठवा जेव्हा एखाद्या समस्येतून बाहेर कसे पडायचे ते तुम्हाला समजत नव्हते.
१५. ती वेळ आठवा जेव्हा तुमचा पाठलाग केला गेला.

(१२) वर्तमानातील तुमच्या लायकी नसण्याच्या भावनेचा संबंध भूतकाळाशी जोडताना पुढील सूचनांचा वापर करा.

१. ती वेळ आठवा जेव्हा तुम्ही एखाद्या गोष्टीसाठी नालायक आहात असे तुम्हाला वाटले.
२. तो क्षण आठवा जेव्हा तुम्ही चुकीचे वागला.
३. तो क्षण आठवा जेव्हा तुम्ही इतरांना मदत केली नाही.
४. ती वेळ आठवा जेव्हा इतरांना तुम्ही जसे आहात असे वाटले होते तसे तुम्ही नव्हता.
५. ती वेळ आठवा जेव्हा तुम्ही इतरांशी पुरेसे चांगले वागला नाहीत.
६. ती वेळ आठवा जेव्हा तुम्ही इतरांचा पाणउतारा केला.
७. ती वेळ आठवा जेव्हा तुम्ही शारीरिकदृष्ट्या अयोग्य होता.
८. ती वेळ आठवा जेव्हा तुम्हाला समजले की तुमच्यात एखादे शारीरिक व्यंग आहे.
९. तो क्षण आठवा ज्याबद्दल गुप्तता राखावी अशी गोष्ट जेव्हा तुमच्या बाबतीत घडली.
१०. तो क्षण आठवा जेव्हा एखाद्या गोष्टीबद्दल तुम्ही बोलू शकला नाही.
११. तो क्षण आठवा जेव्हा तुम्ही तुमच्या आईला काही सांगू शकला नाही.
१२. तो क्षण आठवा जेव्हा तुम्ही तुमच्या बाबांना काही सांगू शकला नाही.
१३. तो क्षण आठवा जेव्हा तुम्ही एखादी गोष्ट थांबवू शकला नाही.
१४. तो क्षण आठवा जेव्हा तुम्ही एखाद्याच्या अपेक्षांना पात्र ठरला नाही.
१५. तो क्षण आठवा जेव्हा तुम्ही सत्य सांगू शकला नाही.
१६. तुम्ही अयोग्य होतात तो क्षण आठवा.
१७. तुम्ही चूक केली तो क्षण आठवा.
१८. तुम्ही दुसऱ्याला अस्वस्थ केले तो क्षण आठवा.
१९. तो क्षण आठवा जेव्हा इतरांपेक्षा तुम्ही काकणभर सरस होता.
२०. तुम्ही एखाद्याला तिष्ठत ठेवले तो क्षण आठवा.
२१. तुम्हाला इतरांपेक्षा वेगळे जाणवले तो क्षण आठवा.

जेव्हा तुम्ही तुमच्या मनोगंडावर उपचार करत आहात आणि तुम्हाला अशा जाणिवा नेमक्या भूतकाळात केव्हा झाल्या हे आठवत नसेल तेव्हा या सूचना तुम्हाला उपयोगी पडतील. भूतकाळात मागे वळून बघताना नेमके काय बघायचे यासाठी या सूचना वापरा आणि तुमच्या मनाच्या कोपऱ्यात दडलेले मनोगंड शोधून काढा.

पण जेव्हा तुम्हाला तुमच्या भूतकाळातील काहीच आठवत नसेल आणि तुम्ही मनोगंडात अडकून बसला आहात तेव्हा ही उपचारपद्धती तुम्हाला उपयोगी ठरणार नाही. माझ्या कार्यशाळेत अशी स्मरणशक्ती कार्यरत होण्यासाठी काही खास योजना असतात. काही लोकांच्या बाबतीत वैयक्तिक मार्गदर्शन उपयोगी पडते. काही वेळेस मनोगंड भूतकाळात न डोकावतासुद्धा जातात. काही वेळेस मनोगंड घालवण्याचा उपाय म्हणजे खालील १२ खास उपचार पद्धतींपैकी एखादी पद्धत वापरणे होय.

१२ उपचार पद्धती (ध्यानधारणेद्वारा)

या उपचार पद्धती खूप प्रभावी आहेत. ज्या कोणाला अनेक वर्षांपासून हा मनोगंडांचा आजार आहे त्यांनी अवश्य याचा लाभ घ्यावा. अनेक लोकांच्या बाबतीत जर अशा नकारात्मक भावना दाबून टाकल्या तर त्यांना आजारपण येते. काही लोक या उपचार पद्धतींना चांगला प्रतिसाद देतात तर काही देत नाहीत. ते त्या मनोगंडात किती खोलवर रुतून बसले आहेत यावर ते अवलंबून आहे. कोणत्याही प्रकारच्या रोगावर उपचार करण्यासाठी यातल्या कुठल्याही प्रकारची ध्यानधारणा दिवसातून दोनदा कमीतकमी १५ मिनिटांपर्यंत करा. या ध्यानधारणेमुळे तुमच्या हृदयाची दारे देवाचे आशीर्वाद घेण्यासाठी उघडतात.

१. दोषारोपाच्या भावनेतून मुक्त होण्यासाठी ध्यानधारणेद्वारा उपचार

'देवा, तू दयेचा सागर आहेस. तुझे प्रेम अमर्याद आहे आणि तुझे सर्वत्र वास्तव्य आहे. मला तुझ्या मदतीची गरज आहे. माझी घोर फसवणूक झाली आहे असे मला वाटते. मी माझ्या हृदयाची दारे घट्ट मिटून घेतली आहेत. मी कोणालाच क्षमा करू शकत नाही. दुसऱ्यांवर पुन्हा प्रेम करण्यासाठी मला मदत कर. माझ्या हृदयावर इलाज कर.'

२. नैराश्याच्या भावनेतून मुक्त होण्यासाठी ध्यानधारणेद्वारा उपचार

'हे जगन्माते, माझे हृदय तुझ्यासाठी उघडे आहे. माझ्या हृदयात तू वास कर. मला खूप पोरके झाल्यासारखे वाटते. मला सुखी ठेव. माझ्या हृदयात वास्तव्य करण्यासाठी मी तुला पुन्हा विनंती करतो. हे माते, माझ्यावर कृपा कर.'

३. काळजीमुक्त होण्यासाठी ध्यानधारणेद्वारा उपचार

'हे तेजस्वी आणि वैभवसंपन्न देवा, दैवी प्रकाश दाखवणाऱ्या देवा, मला खूप

अशाश्वत वाटते. मी काळोखात एकटाच भटकत आहे. मी आंधळा झालो आहे. मला पुढचा मार्ग सापडत नाही. तुझ्या दैवी प्रकाशाने माझा मार्ग उजळून टाक. माझ्या आयुष्यातील काळोख नाहीसा कर. मला शांतता दे.'

४. औदासीन्याच्या भावनेतून मुक्त होण्यासाठी ध्यानधारणेद्वारा उपचार

'हे विश्वाच्या निर्मात्या, सगळे तुझ्याच हाती आहे. मी तुझ्यासमोर फारच लहान आहे. मी आता थकलो आहे, गलितगात्र झालो आहे. मला तुझ्या मदतीची गरज आहे. मी तुला विनंती करतो- तू माझ्या हृदयात प्रवेश कर. मला भरून टाक आणि माझ्या वेदना नाहीशा कर.'

५. टीकेच्या भावनेतून मुक्त होण्यासाठी ध्यानधारणेद्वारा उपचार

'हे जगन्माते देवी भवानी, हे सगळे विश्व म्हणजे तू फुलवलेली बाग आहे. मी तर त्यातील फुलांकडे आकृष्ट झालेला एक भुंगा आहे. तुझ्या प्रेमरूपी गोड मधाचा मला आस्वाद घेऊदे. मी खूप असमाधानी आहे. माझ्या आत्म्याला तुझ्यातील शांतता आणि दयाळूपणाच्या साहाय्याने समर्थ बनव.'

६. निर्णक्षमता नसण्याच्या भावनेतून मुक्त होण्यासाठी ध्यानधारणेद्वारा उपचार

'हे दैवी शक्ती असलेल्या देवा, माझे आयुष्य तुझ्या हाती आहे. मला खूप नाउमेद झाल्यासारखे वाटते. मी रस्ता चुकलेला कोकरू आहे. मला योग्य मार्ग दाखव. मी तुझे मूल आहे, मला चुकीच्या मार्गाने जाऊ देऊ नको. माझे बोट धरून मला योग्य मार्गावरून ने. मला मध्येच सोडून जाऊ नकोस.'

७. दिरंगाईच्या भावनेतून मुक्त होण्यासाठी ध्यानधारणेद्वारा उपचार

'देवा, तुझ्याकडे दैवी ऊर्जेचा स्रोत आहे, ज्याच्या साहाय्याने तूच या विश्वाची निर्मिती केलीस. तुझी ताकदही अमर्याद आहे, म्हणून माझी तुला विनंती आहे की तू मला मदत कर. मला खूप निराधार वाटते. माझे हे ओझे तूच आता तुझ्या खांद्यावर घे. हे ओझे पेलण्यास मी असमर्थ आहे. मला विसरू नकोस.'

८. परिपूर्णतेच्या भावनेतून मुक्त होण्यासाठी ध्यानधारणेद्वारा उपचार

'हे जगन्माते, तुझे हृदय नेहमीच प्रेमाने भरलेले असते. तुझ्या दैवी दुधाची मला आस लागून राहिली आहे. मी तहानलेला आहे. तुझ्या प्रेमामुळे मिळणारी ऊब मला हवी आहे आणि तुझ्या एका स्पर्शासाठी मी आसुसलो आहे. मला मदत कर.

मला खूप अपुरे-अपुरे वाटते. माझ्या वेदनेतून मला मुक्त कर.'

९. संतापाच्या भावनेतून मुक्त होण्यासाठी ध्यानधारणेद्वारा उपचार

'देवा विश्वनिर्मात्या, तुझ्या दयाळूपणासाठी आणि उदार अंत:करणासाठी मी तुझा आभारी आहे. माझ्या आत्म्याची हाक ऐक. माझ्या आत्म्याची इच्छा समजून घे. मी खूप गोष्टींपासून वंचित आहे. माझ्या मार्गातील अडथळे दूर कर. मला आत्मविश्वासपूर्ण बनव.'

१०. आत्मवंचनेच्या भावनेतून मुक्त होण्यासाठी ध्यानधारणेद्वारा उपचार

'देवा, तुझ्यात दैवी शक्ती आहे. या सर्व निर्मितीचा तू जनक आहेस. माझे हृदय घायाळ झाले आहे. मला खूप एकटे, निराश्रित वाटते. मला विसरू नको. मला मदत कर. माझ्यावर उपचार करा.'

११. संभ्रमाच्या भावनेतून मुक्त होण्यासाठी ध्यानधारणेद्वारा उपचार

'देवा, केवळ तुझ्या आशीर्वादानेच मी पृथ्वीवर आलो. कृपा करून माझ्याकडे लक्ष दे. मला विसरू नकोस. मला खूप निराश वाटते, मला दर्शन दे. मला तुझ्या मदतीची खूप गरज आहे. कृपा करून माझ्याकडे बघ, मला विसरू नको. माझे हृदय तुझ्यासाठीच उघडे आहे, त्यात वास्तव्य कर.'

१२. अपराधीपणाच्या भावनेतून मुक्त होण्यासाठी ध्यानधारणेद्वारा उपचार

'हे जगन्माते मनमोहिनी, तुझ्या प्रेमाला मर्यादा नाहीत. तुझी निर्मिती फार सुंदर आहे. मला मदत कर. मी स्वत:च एक ओसाड वाळवंट आहे, त्यामुळे तुझे सौंदर्य मी पाहू शकत नाही. माझे आयुष्य रिते आहे. तुझ्या प्रेमाने ते भरून टाक.'

अधिक यशासाठी १२ प्रकारच्या ध्यानधारणा

खालील ध्यानधारणा अशा लोकांसाठी विचारपूर्वक नियोजित केल्या आहेत. ज्यांना निरोगी आणि समाधानी वाटते, पण तरीही अधिक यशाची अपेक्षा आहे.बारा प्रकारच्या उपचारात्मक ध्यानधारणांमुळे आपल्या हृदयातील गंडांवर उपचार होऊन आपल्याला जे पाहिजे ते मिळवण्यास आपण उद्युक्त होता. या १२ यशदायी ध्यानधारणा गंडांना दूर करून आपल्याला हवे ते मिळवून देतात, ते आपली मने

अमर्याद शक्तीसाठी खुली करून देतात.

१. यशदायी ध्यानधारणा दोषारोपातून मुक्त होण्यासाठी

'देवा, मला फसवले गेले आहे. मला प्रेम दे. मला इतरांना क्षमा करण्याची शक्ती दे. दुसऱ्यांना दोष देण्याची माझी वृत्ती निघून जाऊदे. मला रागापासून दूर ठेव. मला स्वत:वर, आयुष्यावर व इतरांवर खूश राहायला मदत कर.'

२. यशदायी ध्यानधारणा नैराश्यापासून मुक्त होण्यासाठी

'देवा, मला पोरके झाल्यासारखे वाटते. मला आनंद दे, माझ्या ध्येयापर्यंत मला पोहोचव. माझे नैराश्य दूर कर, माझे दु:ख दूर कर. माझ्याकडे जे आहे त्याच्या बरोबर आनंदी राहायला मला शिकव.'

३. यशदायी ध्यानधारणा काळजीमुक्त होण्यासाठी

'देवा, मला खूप अनिश्चितता, असुरक्षितता वाटते. मला विश्वास दे, श्रद्धा ठेवायला शिकव. माझी काळजी दूर कर. माझ्या शंका-कुशंका दूर कर. मला आनंदी राहायला शिकव. मला दुसऱ्यावर विश्वास टाकायला शिकव.'

४. यशदायी ध्यानधारणा अलिप्ततेतून मुक्त होण्यासाठी

'देवा, मला खूप अलिप्तता वाटते. माझ्या आत्म्याची इच्छा मला जाणवत नाही. देवा, मला हवे ते मिळवण्यासाठी लागणारी नैसर्गिक प्रेरणा मिळूदे. माझ्या आयुष्याला काही अर्थ लाभूदे. नकारात्मक भावनांवर प्रक्रिया करून आणि अंगी क्षमाशीलता बाणवून माझे अलिप्ततेचे हिमनग वितळूदे.'

५. यशदायी ध्यानधारणा औदासीन्यातून मुक्त होण्यासाठी

'देवा, माझे जीवन तुझ्या हाती आहे. मला खूप नाउमेद झाल्यासारखे वाटते. माझा मार्ग हरवला आहे. मला योग्य मार्गावर आण. मी तुझे बालक आहे. माझा हात सोडू नको. मला तुझ्यापासून दूर जाऊ देऊ नको. मला योग्य मार्ग दाखव.'

६. यशदायी ध्यानधारणा टीकेपासून मुक्त होण्यासाठी

'देवा, मला खूप असमाधानी वाटते. मला सहनशक्ती दे. इतरांनी माझा प्रेमाने स्वीकार करूदे. माझ्यातील टीका-टिप्पणीचा स्वभाव दूर कर. माझे वैफल्य दूर कर. माझ्याकडे जे काही आहे त्याबरोबर मला समाधानी राहूदे.'

७. यशदायी ध्यानधारणा दिरंगाईमधून मुक्त करण्यासाठी

'देवा, मला खूप निराधार वाटते. मला निर्भय बनव. मला ताकदवान होण्यासाठी मदत कर. माझ्यातील दिरंगाई दूर कर. माझ्या काळज्या दूर कर. मला आश्वासन दे की जे काही जीवित कार्य करण्यासाठी माझा जन्म झाला आहे ते मी करू शकेन.'

८. यशदायी ध्यानधारणा परिपूर्णतेतून मुक्त करण्यासाठी

'देवा, मला खूप अधुरेपण वाटते. मला विनम्रता शिकव. मी जसा आहे तसाच असणार आणि त्याच्यावरच मला प्रेम करायला शिकव. परिपूर्णतेची गरज काढून घे. माझी बेचैनी काढून घे. मला स्वत:बद्दल चांगले वाटावे म्हणून मदत कर.'

९. यशदायी ध्यानधारणा संतापातून मुक्त करण्यासाठी

'देवा, मला अनेक सुखांपासून तू वंचित ठेवले आहेस. मला समृद्धी दे. माझे अंत:करण उदार कर. माझा संताप काढून घे. माझ्यातील मत्सर दूर कर. माझ्याकडे जे काही आहे त्याच्याबरोबर मला समाधानी ठेव आणि मला जे हवे आहे ते मी मिळवू शकेन असा आत्मविश्वास दे.'

१०. यशदायी ध्यानधारणा आत्मवंचनेतून मुक्त होण्यासाठी

'देवा, मला खूप एकाकी वाटते. मला कृतज्ञता दे. माझे हृदय उघडून तुझे आशीर्वाद आणि कौतुक मला मिळण्यास मला मदत कर. ही आत्मवंचना दूर कर. माझी जखम बरी कर. मला अनेक संधी उपलब्ध करून दिल्याबद्दल तुझे आभार मानण्यास मला मदत कर, कारण अनेक संधी मिळाल्या आता आणखीही मिळू दे.'

११. यशदायी ध्यानधारणा संभ्रमातून मुक्त होण्यासाठी

'देवा, मला खूप निराश वाटते. मला बुद्धी दे. मला स्वच्छ दृष्टी दे. मला रस्ता दाखव. माझ्यातील संभ्रम दूर कर. माझा गोंधळ परत घे. मला आत्मविश्वास वाटू दे.'

१२. यशदायी ध्यानधारणा अपराधीपणातून मुक्त होण्यासाठी

'देवा, मी नालायक आहे असे मला वाटते. तुझे आशीर्वाद मिळण्यासाठी माझ्या हृदयाची दारे उघडण्यासाठी मला मदत कर. मी स्वत:ला सिद्ध करू शकेन

असे काहीतरी घडूदे. हे अपराधीपण माझ्यातून दूर कर आणि माझ्यामध्ये विषण्णता भरून वाहूदे. माझी लाज दूर कर. मला स्वत:वर आणि इतरांवर खूश कसे राहायचे ते शिकव.'

६ आठवड्यांत वैयक्तिक यश शिका

२४ प्रकारच्या विशेष ध्यानधारणांपैकी कुठल्या प्रकारची ध्यानधारणा मनोगंडातून मुक्त होण्यासाठी वापरायची यासाठी ६ आठवड्यांचा कालावधी द्या. प्रथम प्रार्थना पाठ करायला काही दिवस घ्या, मग तुमची हातांची बोटे खांद्याच्या दूर घेऊन ती वरच्या दिशेने उघडी करून १० वेळा प्रार्थना मोठ्याने म्हणा आणि नंतर मनात १५ मिनिटे म्हणा. शेवटी तुमच्या ज्या इच्छा असतील त्यांचा मनात उच्चार करून कल्पना करा की त्या तुम्हाला मिळाल्या. तुम्हाला जी गरज आहे ती मिळवण्यासाठी आवश्यक त्या सकारात्मक जाणिवा शोधा. सामान्यपणे सांगायचे झाले तर आपली जुनी विचारसरणी आणि जुने दृष्टिकोन बदलण्यासाठी ६ आठवड्यांचा कालावधी लागतो, पण या ध्यानधारणांचा सराव केल्यास वेळ द्यावा लागला तरी त्याचे फायदे मिळतात.

जर तुम्ही दररोज सकारात्मक भावना निर्माण केल्या तर तुमचे आंतरिक आणि बाह्य आयुष्य यांच्यात प्रत्येक दिवशी सुधारणा होईल. काही वेळेस तर एका रात्रीतून तुम्हाला खूप मोठे फायदे मिळतील. नंतर काही काळाने तुमची ध्यानधारणा ही आपोआप आणि उत्स्फूर्तपणे पार पडेल. तुम्हाला तुमच्या अंत:करणातून आधार मिळेल आणि आपल्या जोडीदाराची आपल्यावरील पकड कमी होईल.

काही काळाने तुमची ध्यानधारणा ही आपोआप आणि उत्स्फूर्त होईल.

एका मनोगंडातून पूर्णपणे बाहेर पडल्यावर दुसऱ्या मनोगंडाचे आपण शिकार होत आहोत असेही तुम्हाला वाटेल. अशा वेळी तुम्ही त्रास करून घेऊ नका, कारण तुमच्या आतील शक्तीचा आता तुम्हाला अंदाज आला आहे की, तुम्हाला हवे ते तुम्ही मिळवू शकता. आयुष्य चांगल्या पद्धतीने घालवण्यासाठी, वैयक्तिक यशासाठी फक्त सराव करण्याशिवाय तुम्ही योग्य दिशेला आहात की नाही हे पाहण्यासाठी हे पुस्तक पुन्हा पुन्हा वाचून यातील सूचनांचा व कल्पनांचा उपयोग योग्य दिशेने तुमच्या आधारासाठी करून घ्या.

❖

१८

अवलोकन

प्रत्येक पिढीमध्ये असे काही थोडे लोक असतात की ज्यांनी लोकोत्तर यश संपादन केलेले असते. ते लोक खरेतर सामान्यच असतात, परंतु नंतर असे लक्षात येते की ते असामान्य ठरले, कारण ते काळाच्या थोडे पुढे होते. जन्मत:च ते विशिष्ट ज्ञानाचे आकलन करण्याची शक्ती घेऊन येतात जी उर्वरित जगाकडे नसते. या ज्ञानाचा उपयोग कदाचित संवाद साधायला झाला नसेल, पण संपूर्ण मानवजातीला योग्य दिशेला घेऊन जाण्यास हे ज्ञान उपयोगी पडेल, जोपर्यंत असे ज्ञान प्राप्त होणे इतरांना शक्य नव्हते.

शहाण्या पुरुष आणि स्त्रियांनी त्यांच्या पिढीच्या लोकांना योग्य दिशा दाखवून मदतच केली.

आता पुन्हा एकदा असाच ऐतिहासिक क्षण येणार जेव्हा आपण शहाणे होण्यासाठी तयार आहोत. ही वेळ आहे जेव्हा आपण मार्गदर्शनासाठी आपल्याच अंतरंगात डोकावणार आहोत आणि मोठे वैयक्तिक यश मिळवणार आहोत. आता आपल्या अंतरंगात डोकावून देवाबरोबर नाते जोडण्याचे सामर्थ्य आपल्यात आले आहे. जसजसे लोक त्यांच्या अंत:करणाशी त्यांचे नाते देवाबरोबर जोडण्यासाठी हा बदल करत आले आहेत तसतसे अनेकांनी आपले धर्म सोडले आहेत. सगळीकडे चर्च आणि देवळे ओस पडली आहेत, पण आता ही प्रवृत्ती पुन्हा बदलत चालली आहे, कारण लोक आता त्यांच्या धर्माकडे पुन्हा परतत आहेत आणि परतताना अधिक ज्ञान आणि सन्मान मिळवून आले आहेत.

आपले देवाबरोबरचे नाते शोधण्यासाठी आपण आपल्या अंत:करणात डोकावण्यास शिकलो आहोत.

खूप लोकांना आश्चर्य वाटते की, धर्माबरोबर हे बदल टिकतील का? उत्तर 'होय' असे आहे. आपल्या अंत:करणातून मार्गदर्शन घेण्यासाठी ताकद मिळवणे याचा अर्थ असा नव्हे की, आपल्याला धर्माची गरज नाही किंवा इतर कुठल्या आध्यात्मिक संघटनांची गरज नाही. आपण जरी मोठे झालो आणि पालकांना सोडून राहू लागलो तरीही आपण पालकांच्या प्रेमावर, आधारावर, मार्गदर्शनावर अवलंबून असतो, फक्त आपल्या अवलंबित्वाचे प्रमाण बदलते.

जेव्हा आपण आपल्या पालकांना सोडून राहतो तेव्हा आपल्या अंत:करणातून खरे काय आहे हे समजण्याचे स्वातंत्र्य आपण अनुभवतो, तसेच जर आपण आपल्या हृदयाची दारे प्रेमाने उघडली आणि आपल्यातील सच्चेपणाचा आणि देवाचा संबंध जोडला तर प्रत्येक धर्मातील ठळक साचे आपल्याला समजतील. प्रत्येक मार्गावरच्या चांगल्या गोष्टी आपल्याला समजतील आणि सगळ्या धर्मातील मतभेदांवर लक्ष केंद्रित करण्याच्या फंदात आपण पडणार नाही.

ही आपल्यासाठी अशी वेळ आहे की, एका बाजूला आपले अवलंबित्व वाढवायचे आणि सत्याचे अनेक मार्ग जाणवून घ्यायचे. जर 'एकेरी मार्ग' असेल तर तो तुमच्यासाठीच आहे आणि तो तुमच्या हृदयाला माहिती आहे. खरे तर आता काळ असा आला आहे की सगळ्या प्रकारची श्रद्धास्थाने असलेल्या लोकांनी एकत्र येऊन प्रत्येकातला चांगुलपणा आणि दैवीपणा ओळखावा. आपल्या सगळ्यांनाच असा विचार करायची, जाणवायची किंवा आनंदात आणि शांततेत राहण्यासाठी एकाच गोष्टीवर विश्वास ठेवायची गरज नाही.

आपल्यासाठी ही वेळ अशी आहे की आपले अवलंबित्व वाढवून इतर धर्मांतील सत्याचे अनेक मार्ग जाणवून घेणे.

आज आपल्या भोवताली आपण हजारो लोक बघतो की ज्यांनी बाह्य यश प्राप्त केले आहे आणि त्यांच्या अंतरंगातसुद्धा ते तृप्त आहेत. जरी वर्तमानपत्रांतून अनेक श्रीमंत आणि प्रसिद्ध माणसांच्या दु:खद कथा छापून येत असल्या तरी नेहमी असेच असते असे नाही. अशी माणसे सुखीसुद्धा असतात. हे लोक खूप श्रीमंत असतात असे नाही किंवा खूप प्रसिद्धसुद्धा नसतात, पण आपल्याला काय हवे, ते कसे मिळवायचे हे ते शिकतात आणि आपण जे मिळवले याबद्दल त्यांना नेहमीच

आसक्ती वाटते. त्यांच्याकडे आंतरिक व बाह्य अशी दोन्ही प्रकारची सुखे असतात. तुम्हीसुद्धा हे सगळे मिळवू शकता.

अशा प्रकारचे समृद्ध जीवन आपण सिनेमांमध्ये बघतो आणि टी. व्ही. वरसुद्धा बघतो आणि आपल्याला आश्चर्य वाटते, आपल्याकडे हे सगळे का नाही? आपण सिनेमात ज्या गोष्टी शक्य होताना पाहतो त्या प्रत्यक्ष आयुष्यात कशा घडवून आणायच्या हे आपल्याला समजत नाही, त्यामुळे आपण नाउमेद होतो आणि विचार करतो. हे फार थोड्या लोकांसाठी आहे. पूर्वीच्या काळी हे खरेसुद्धा होते किंवा आपल्याला आशा वाटते, कदाचित एखाद्या दिवशी आपल्या बरोबरही असे घडेल.

अशा दिवसाची आपण खूप पूर्वीपासून वाट पाहत होतो तो दिवस आता आला आहे. आपल्या निद्रेतून आता जागे होण्याची वेळ आली आहे. काळरात्र आता संपली आहे. वैयक्तिक यश मिळवणे ही काही ठरावीक लोकांचीच मक्तेदारी आहे असे आता राहिले नाही. त्यामध्ये आता फार असामान्य असेही काही राहिले नाही. ती आता प्रत्येक व्यक्तीच्या आवाक्यातली गोष्ट आहे, कारण आता त्यामागची गुपितेसुद्धा उघडपणे समजून घेतली जात आहेत.

वैयक्तिक यश संपादन करणे ही काही ठरावीक लोकांची मक्तेदारी उरलेली नाही किंवा ते काही काळाच्या फार पुढे असणेही नव्हे.

वैयक्तिक यशाच्या कल्पना या साध्या आणि समजण्यास सोप्या अशाच आहेत आणि ताबडतोब आचरणात आणता येतात, त्या नवीन आहेत, पण त्याच वेळेस त्या म्हणजे कालातीत कल्पनांचा संग्रह आहे. फक्त तो नवीन धाटणीने सादर केला आहे. सगळ्यात महत्त्वाचे असे आहे की लोकांना या कल्पना आता नीट समजू लागल्या आहेत आणि ते त्या कौशल्यांचा वापर करू लागले आहेत.

तुमचे नशीब तुम्हीच घडवण्यासाठी ताकद आता तुमच्यात आहे, फक्त ती तुम्हाला शोधायला हवी. आता तुम्हाला कोणी मार्गदर्शन करण्याची गरज नाही. आता ते शहाणपण तुमच्या अंतरंगातच आहे.

या वैयक्तिक यशाच्या कल्पनांचा उपयोग तुमच्यामध्ये जागृती होण्यास, तुमची स्वत:ची स्वत:ला ओळख पटवण्यास आणि तुमच्या स्वत:च्या आंतरिक शक्तीची मदत होण्यास होऊद्या. हे पुस्तक म्हणजे तुमच्या मनाची बॅटरी चार्ज करणारे केबल्सचे जाळे असूदे. तुम्हाला जे व्हायचे असेल तेच घडू दे आणि तुमच्या इच्छा पूर्ण होऊ देत. तुमचे भविष्य घडवण्यासाठी लागणारी खास ताकद

तुमच्यात नसेल तर तीव्र इच्छांचे बी तुमच्या हृदयात पेरले जाणार नाही.

जेव्हा तुम्ही स्वत:शी प्रामाणिक असाल आणि तुमच्या प्रामाणिक जाणिवा, इच्छा आणि आकांक्षा यांच्या सान्निध्यात असाल तर तुम्ही तुमच्या अंत:करणाशी जोडलेले असाल. प्रत्येक व्यक्तीचीच नैसर्गिक मनाची स्थिती आनंद, प्रेम, आत्मविश्वास आणि शांती हीच असते. ही सगळी विशेषणं तुमच्यामध्ये पूर्वीपासूनच आहेत. जर तुम्ही दु:खी, काळजीयुक्त किंवा १२ मनोगंडांपैकी कुठल्याही एका मनोगंडाने त्रस्त असाल तर तुम्ही तात्पुरत्या काळासाठी स्वत:पासून दूर जाल.

जेव्हा तुम्हाला पाहिजे ते मिळत नाही तेव्हा तुमच्या मनाचा तोल ढळतो.

अगदी खरे सांगायचे तर तुम्ही ज्या जगात राहता ते जग म्हणजे तुमच्या मन:स्थितीचे प्रतिबिंब असते. तुम्ही जगातील सगळ्या गोष्टी बदलू शकत नाही, कारण ते इतरांच्यासुद्धा अंतरंगाचे प्रतिबिंब असते. हे जग आणि इथल्या तुम्हाला अपेक्षित घडामोडी या तुमच्याच मनाचा आरसा आहे. हा अनुभव तुम्हाला कसा येणार? तुम्हाला जग कसे वाटले याबद्दल मत बनवण्याची तुमची ताकद तुम्ही मागे घेतली तर कदाचित तुम्हाला पूर्वी आलेला अनुभव आता येणार नाही. जर तुमचे प्रेम आनंद, आत्मविश्वास आणि शांतता हे विनाशर्त असेल तर जग हे तुमच्या आनंदाचे बी रोवण्यासाठी अतिशय सुपीक जमीन आहे.

जग हे तुमच्या अंतर्मनाचा आरसा आहे असा अनुभव तुम्हाला येईल.

जर तुम्हाला ही जाणीव झाली की तुम्ही कोणत्या तरी मनोगंडात रुतून बसला आहात आणि तुम्हाला जे पाहिजे आहे ते तुम्ही मिळवू शकत नाही तर तुमच्या मूळ स्थितीशी एकरूप होऊन तुम्हाला हवे तसे आयुष्य तुम्ही बनवू शकता. बारा मनोगंडांमधून मुक्त होण्यासाठी तुम्हाला तुमची ताकद परत मिळवली पाहिजे की तुमच्या भावना बदलण्याची क्षमता तुमच्यात आहे. दुसरे कोणीही तुमच्यासाठी हे करू शकणार नाही. जर आयुष्य तुम्हाला अपयश देत असेल तर ते केवळ तुम्ही तुमच्या मूळ मनःस्थितीपासून दूर गेल्यामुळेच. जर कोणामुळे किंवा कोणत्या तरी घटनेमुळे तुम्ही अस्वस्थ झाला असाल तर एखाद्या खाली टाकलेल्या बॉलप्रमाणे तुम्ही उसळून पुन्हा वर उठले पाहिजे आणि आनंदी झाले पाहिजे.

बदल घडवण्याची ताकद तुमच्यामध्येच असते आणि दुसरे कोणी तुमच्यासाठी हे करू शकत नाही.

बाह्य जगातील परिस्थितीशी काही देणे-घेणे न ठेवता तुम्हाला तुमच्या जाणिवांमध्ये बदल करता आले पाहिजेत. हे करताना नेहमी एक गोष्ट लक्षात ठेवली पाहिजे की, वरवर पाहता असे दिसते की बाह्य जग तुम्हाला दु:खी बनवत असेल तर हा तुमचा भ्रम असतो. तुम्ही तुमच्या अंतरंगात शिरून आणि तेथील प्रेम, आनंद, आत्मविश्वास आणि शांती यांचा शोध घेऊन आयुष्य हवे तसे घडविण्याची ताकद मिळवली पाहिजे.

जर तुमच्या दंडावर कोणी मारले तर तुम्हाला खरचटेल, पण तरी तुम्हाला तुमच्या स्वत:वर उपचार करता येतील आणि नंतर भविष्यात अशा हल्ल्यापासून स्वत:चा बचाव कसा करायचा याचे तुम्ही नियोजन कराल. जर तुम्ही १२ मनोगंडांपैकी कुठल्याही मनोगंडात फसून बसले असाल आणि याची माहिती तुम्हाला असेल तर तुम्ही तुमची जबाबदारी योग्य रीतीने जाणता की आत्ता तुम्हाला कोणत्या जाणिवा झाल्या पाहिजेत! तुम्हाला तुमची ताकद परत मिळवली पाहिजे.

अशा सकारात्मक आणि सामर्थ्यवान दृष्टिकोनातून जणू तुम्ही म्हणता,

'आता मला जे वाटतेय त्याला मीच जबाबदार आहे, त्यामुळे बाह्य परिस्थिती मला माझ्या सकारात्मक भावनांपासून दूर ठेवू शकत नाही.'

'आत्ता सध्या जर मी माझ्या स्वत्वापासून दूर गेलो असलो तरी मला माझी ताकद परत मिळवायला पाहिजे.'

अशा प्रकारे स्वत:च्या मनोगंडाची जबाबदारी स्वत:च घेऊन तुम्ही स्वत:च्या अंत:करणाशी एकरूप होण्याचा दरवाजा उघडला. ज्या ज्या वेळी तुम्ही तुमच्या अंत:करणाशी एकरूप व्हाल त्या त्या वेळी तुमच्या क्षमता बळकट होतील आणि तुमची पूर्ण ताकद व बुद्धिसामर्थ्य तुम्ही उपयोगात आणाल जो तुमचा जन्मसिद्ध अधिकार आहे.

तुमच्या प्रवासाची तयारी

अशा अनेक प्रक्रिया, सराव आणि खास ध्यानधारणेचे प्रकार यांच्यामुळे तुम्ही या जगात आयुष्याचा प्रवास करण्यास पूर्णपणे सिद्ध आहात. तुमच्याकडे आवश्यक ती साधनसामग्री तर आहेच पण वैयक्तिक यशाच्या मार्गातील अडचणींवर मात करण्याचे ज्ञानसुद्धा आहे. या सगळ्या साधनसामुग्रींनी मला स्वत:ला आयुष्यात मदत केली आहे आणि हजारोंना या प्रवासात त्यांची मदत होत आहे. मला अशी आशा आहे की हे ज्ञान तुम्ही हृदयात जतन करून ठेवाल आणि त्याच्यावर विसंबून राहू शकाल. मला आशा आहे की त्यामुळे ज्या गोष्टी तुम्ही स्वप्नातही शक्य होताना पाहिल्या नसतील त्यांच्यासाठी तुमच्या मनाची दारे उघडली जातील.

तुम्हांला जास्तीतजास्त यश व प्रेम मिळू दे. तुमच्या सगळ्यांची ते मिळण्याची पात्रताच आहे. तुम्ही तुमची स्वप्ने प्रत्यक्षात पूर्ण होताना बघाल. १२ मनोगंडांना दूर केल्यामुळे तुम्ही आता योग्य मार्गावर याल.

या जगात आत्ता जन्म घेणे म्हणजे खरोखरच खूप खास गोष्ट आहे. तुमच्यासमोर अनेक संधी हात जोडून उभ्या आहेत. ज्या तुमच्या आधीच्या पिढ्यांना नव्हत्या. त्या संधींचा फायदा करून घ्या आणि प्रत्येक दिवशी आपल्या ध्येयाच्या अधिक अधिक जवळ जा. नेहमी लक्षात ठेवा की तुम्ही कधीही एकटे नाहीत आणि या जगाला तुमची गरज आहे. तुमच्यावर लोकांचे प्रेम आहे आणि तुम्ही इतरांपेक्षा काही वेगळे करून दाखवू शकता.

देव तुमचे भले करो!

❖

"Men are from Mars, Women are from Venus"

आंतरराष्ट्रीय किर्तीचे मानसशास्त्रज्ञ जॉन ग्रे यांच्या
चाळीस भाषांतून अनुवादित झालेल्या पुस्तकाचा
ललितरम्य भाषेत केलेला मराठी आविष्कार.

तो आणि ती

लेखक - जॉन ग्रे । अनुवाद - शुभदा विद्वांस

तो आणि ती...
हे पुस्तक कशासाठी?
तो आणि ती, पती-पत्नी,
स्त्री-पुरुष संबंधातील सुसंवाद जपण्यासाठी!
हे नाजूक नातं -
तुम्हाला हव्याहव्याशा वाटणाऱ्या स्वरूपात
बदलण्यासाठी!
तुम्हाला जे हवं ते या नात्यातून मिळविण्यासाठी.
ती तशी का वागते? हे त्याला समजावं,
आणि
तो तसाच का? हे तिला उमजावं यासाठी!
हे भावकोमल देखणं नातं कसं जपावं, हे तुम्हाला
सांगणारं,
अंतर्मुख करणारं, आत्मविकासाच्या वाटेवर
चालविणारं पुस्तक.

Please contact us at **Mehta Publishing House,** Pune 411030.
✆ +91 020-24476924 / 24460313 / Mob. No. 9545000513
Email : production@mehtapublishinghouse.com
Website : www.mehtapublishinghouse.com

- *या पुस्तकातील लेखकाची मते, घटना, वर्णने ही त्या लेखकाची असून त्याच्याशी प्रकाशक सहमत असतीलच असे नाही.*